AF747041

अजिंक्य योद्धा

थोरले बाजीराव

जयराज साळगावकर

सकाळ प्रकाशन

सकाळ प्रकाशन

अजिंक्य योद्धा - थोरले बाजीराव

Ajinkya Yoddha - Thorle Bajirao

प्रथम आवृत्ती	:	१९ जानेवारी, २०१२
पाचवी आवृत्ती	:	जून २०२४
प्रकाशक	:	सकाळ मीडिया प्रा. लि. ५९५, बुधवार पेठ, पुणे-४११ ००२
संपादन	:	ऐश्वर्या कुमठेकर
मुखपृष्ठ	:	सतीश भावसार
मांडणी	:	सकाळ प्रकाशन
मुद्रणस्थळ	:	विकास प्रिंटिंग ॲण्ड कॅरिअर्स प्रा. लि. प्लॉट नं. ३२, एमआयडीसी, सातपूर, नाशिक
ISBN	:	978-81-973384-2-7
संपर्क	:	०२०-२४४० ५६७८ / ८८८८८४९०५० sakalprakashan@esakal.com

आई-वडिलांस...

पाचव्या आवृत्तीच्या निमित्ताने

'अजिंक्य योद्धा - थोरले बाजीराव' या पुस्तकाची पाचवी आवृत्ती वाचकांना सादर करताना आनंद आणि कृतज्ञता अशा भावनांनी मन भरून आले आहे. युद्धशास्त्रावरील पुस्तकाला सहसा एवढा चांगला प्रतिसाद मिळत नाही. त्यात बाजीरावांचे चरित्र म्हणजे आतापर्यंत दुर्दैवाने बाजीराव-मस्तानी संबंधांवर आणि हे संबंध केंद्रबिंदू मानून लिहिले गेले आहे. या माणसाचे अफाट शौर्य, बुद्धिमत्ता आणि युद्धनिपुणता या गुणांना म्हणावे तितके महत्त्व आतापर्यंतच्या चरित्रकारांनी क्वचितच दिले आहे. नाटक, चित्रपट आणि टी.व्ही.वर तर जन्माने राजकन्या आणि नंतर बाजीरावांची पत्नी असलेल्या मस्तानीला नर्तिका बनवून नाचवलेले दिसते. या पुस्तकाच्या लेखनाचा मूळ हेतू हा, बाजीरावांचे वर उल्लेखलेले गुण जनसामान्यांपर्यंत पोहोचवावे, हाच आहे. या गुणांपासून तरुणांना स्फूर्ती मिळावी आणि त्यांच्या अंगी शौर्यगुण-निर्भयता वाढावी हा हेतू प्रथमतः आहे. वाचकांनी या पुस्तकाला चांगला प्रतिसाद देऊन लेखकाच्या पदरात यशाचे माप घातले आहे. पुस्तकाची ही पाचवी आवृत्ती सकाळ प्रकाशन प्रकाशित करीत आहे त्याबद्दल आनंद व समाधान व्यक्त करतो.

– जयराज साळगावकर

विषय-प्रवेश

पन्नास हजार वर्षांपूर्वी उत्क्रांत झालेल्या मानवी समूहातील जंगली अवस्थेतील मानव टोळ्या बनवून राहात असे. शक्यतो गोड्या पाण्याच्या जवळ असलेल्या घनदाट जंगलात, तर कधी कड्याकपारीतील गुहांमध्ये या मानवाची वस्ती असे. नर मानवावर शिकार करून आणण्याची तर मादी मानवावर कंद, भाज्या, पाने, फळे आणि इंधनासाठी काटक्या गोळा करण्याची जबाबदारी असे. या मानवाचा उल्लेख मानववंशशास्त्रज्ञ 'हंटर्स अँड गॅदरर्स' (शिकार करणारा आणि वस्तू गोळा करणारा) असा करतात. हळूहळू कालांतराने जेव्हा या मानवाला अग्नी पेटवण्याचा शोध लागला, चाकाचा शोध लागला आणि त्यानंतर दहा-बारा हजार वर्षांपूर्वी शेतीचा शोध लागला तेव्हा आणि त्यानंतर त्याच्या टोळ्यांकडे साधनसंपत्ती जमा होऊ लागली. माती, दगड, कवड्या, चामडे, धातू इत्यादींपासून बनवलेल्या वस्तू तसेच झाडे, जमीन, झोपड्या अशाप्रकारची ही साधनसंपत्ती होती.

सधन अशा सुस्थापित, समृद्ध झालेल्या टोळ्या साहजिकच कालांतराने सुस्तावत जात. कालानुसार टोळ्यांचे नागरिकीकरण भांडी, वल्कले, झोपड्या, गाई-म्हशी, शेळ्या-मेंढ्या, कोंबड्या इत्यादी गोष्टींमधून होऊ लागले. आकाराने आणि बळाने मोठ्या असणाऱ्या आणि सुस्त न झालेल्या अशा टोळ्या, खास करून ज्यांच्याकडे जलद स्थलांतर करण्याची कला (पायी किंवा जनावरांच्या पाठीवर बसून) व क्षमता आणि दुसऱ्यांच्या तुलनेत सधन, कमी बळाच्या टोळ्यांवर हल्ला करीत असत. हा हल्ला श्रेष्ठत्व मिळविण्याच्या, अधिक जमिनी मिळविण्याच्या, संपत्ती मिळविण्याच्या, स्त्रियांना आणि मुलांना गुलाम बनविण्याच्या हेतूने केलेला असे. अगदी सुरुवातीला जेव्हा ह्या हल्लेखोरांना शस्त्र म्हणून एखाद्या मोठ्या प्राण्यांच्या सांगाड्यामधील हाड मिळाले, तेव्हा त्या हाडाचा वापर करून आपल्या स्नायूच्या ताकदीने हल्ले केले जाऊ लागले. अणकुचीदार दगडाचा शस्त्र म्हणून शोध लागायला अजून खूप अवकाश होता.

आज विज्ञानाने प्रगती केली असली, नागरिकीकरण खूप झालेले असले, संस्कृती

बहरलेल्या असल्या, कला-साहित्य प्रसार खूप झालेला असला, तरी मानवाची आक्रमक प्रवृत्ती आहे तशीच आहे. हाडाची शस्त्र म्हणून असलेली जागा मिसाईल्स आणि बॉम्बने घेतलेली आहे इतकेच. आक्रमण झाल्यावर ते परतवून लावण्याच्या धोरणापेक्षा आधीच आक्रमण करणे, हे विजयाच्या दृष्टीने अधिक योग्य ठरते, असा इतिहासाचा दाखला आहे. जगाचा इतिहास हा युद्धाचा इतिहास आहे. 'शांतता ही निव्वळ दोन युद्धांच्या मधल्या काळातील पोकळी असते', असे टॉलस्टॉय म्हणतो. जगाचा इतिहास हा जेत्यांचा इतिहास आहे. पराभूतांना भूतकाळ नसतो, वर्तमान नसते किंवा भविष्यही नसते. शांती, अहिंसा वगैरे आदर्श मूल्यांचे पोवाडे गाणारे कितीही गावोत पण त्यामध्ये इतिहासाकडे पाहता फारसे तथ्य नसते असे दिसते. प्रत्यक्षात जेते आणि त्यांचे सावकार जिंकत जातात, अधिकाधिक सत्ता मिळवित जातात, अधिकाधिक संपत्ती मिळवित जातात आणि इतिहासात अजरामर होतात. पराभूत फक्त करुणेची गीते गातात, आपल्यावर झालेल्या अन्यायाचे रडगाणे गात बसतात, ते कोणी ऐको वा ना ऐको! कालांतराने सर्वार्थाने जेत्यांना शरण जातात, रोटी-बेटी व्यवहार एकतर्फी सुरू होतात.

गेल्या दीड हजार वर्षांत समुद्रमार्गे आलेल्या युरोपीय, अरबी परकीयांनी तसेच खैबरखिंडीमधून आलेल्या तुर्क, पर्शियन मंगोल टोळ्यांनी भारतामध्ये हेच केले. युरोपीय आक्रमकांचे धोरण हे व्यापार आणि धर्मप्रसार अशा स्वरूपाचे होते तर तुर्की आणि मंगोल आक्रमकांनी धर्मप्रसाराच्या नावाखाली लुटमार-बलात्कार करीत येथील लोकांची कत्तल केली, तसेच आपली वीण वाढवली. युरोपीयांपैकी अलेक्झांडर (सिकंदर) हा खैबरखिंडीमधून आला आणि परत गेला. इराणचा नादिरशहाही खिंडीतून येऊन परत गेला, पण मुघल मात्र इथेच स्थायिक झाले. ब्रिटिश येईपर्यंत साडेचारशे-पाचशे वर्षे त्यांचे राज्य हिंदुस्थानावर होते. त्यांच्याकडे तगडे, वेगवान अरबी घोडे होते, मिश्र धातूच्या तलवारी होत्या, बंदुका, धातूंचे भाले होते. आमच्याकडे ह्यातील काही नव्हते. धर्माच्या नावाखाली देवळे लुटली गेली, मुलांचे गुलाम झाले, पण इथे कोणालाही ही खैबर खिंड कुठे आहे आणि तिचा योग्य तो बंदोबस्त करून परकीयांचे लोंढे बंद कसे करता येतील, असे वाटले नाही. (खैबर खिंड पार करणारा एकमेव भारतीय योद्धा म्हणजे 'रणजितसिंग' हे होय.) मध्य-पूर्वेतून समुद्रमार्गे आलेली परकीय, परधर्मीय इथे निजाम झाले, बादशाह झाले, दिल्लीच्या मुघल सत्तेशी जुळवून घेऊन आपापली राज्ये करू लागले. या राज्यकर्त्यांना कालांतराने सुस्ती चढली. त्या उलट, त्यांच्यानंतर आलेले युरोपीय मात्र आक्रमक उखळी तोफांचे तंत्रज्ञान व भूगोल, हवामान माहिती असणारे, रोज कवायत करण्यासाठी लागते ती शिस्त आणि सैनिकी कायदे-

कानून पाळणाऱ्या आरमारी वृत्तीचे होते. ब्रिटिशांपुढे मात्र मुघलांपासून मराठ्यांपर्यंत सर्वांनीच नांगी टाकली. ब्रिटिशांचे साम्राज्य जगभर पसरले. त्यावर सूर्य मावळेना, इतके बहरले! ते त्यांना हिटलरने आव्हान देईपर्यंत! दुसऱ्या महायुद्धातसुद्धा रशियाच्या थंडीच्या रूपातील भयावह निसर्ग आणि अमेरिकेच्या महाकाय बी-२९ सारख्या बॉम्बर विमानांचा वापर करून जपानवर टाकलेला आधुनिक तंत्रज्ञानाने बनविलेला अणुबॉम्ब हेच विजयाचे कारण ठरले.

एकंदरीत जगाचा इतिहास हा जेत्यांचा इतिहास आहे. जेते होण्यासाठी शस्त्र-सामर्थ्य, शस्त्रांची अचूक विध्वंसकता, सैन्याची चपळता आणि निसर्गाचे भान ह्या गोष्टींना अनन्यसाधारण महत्त्व आहे. अलेक्झांडर दि ग्रेट, चेंगीझ खान, ज्युलियस सीझर, जनरल पॅटन, मियामोटो मुसाशी अशा जगातील गाजलेल्या अजिंक्य योद्ध्यांच्या पंक्तीत थोरल्या बाजीरावांचे नाव घेणे सयुक्तिक ठरेल. आयुष्यात बाजीराव ४१ लहान-मोठी युद्धे लढले आणि ती सगळी जिंकले. त्यांच्या पदरी हार कधी आलीच नाही. बाजीरावांनी लढलेल्या युद्धातील महत्त्वाची आणि ज्यापासून खूप शिकता येईल अशी चार युद्धे म्हणजे त्र्यंबकराव दाभाडे, कोल्हापूरचे बंडखोर संभाजी आणि निजाम यांच्या विरुद्ध त्याने लढलेली डभोईची लढाई, दुसरी निजामाविरुद्ध लढून जिंकलेली पालखेडची लढाई, तसेच तिसरी पुन्हा निजामाविरुद्ध लढून जिंकलेली भोपाळची लढाई, बुंदेलखंडात बंगशाच्या विरुद्ध आणि छत्रसालाच्या बाजूने लढलेली चौथी लढाई.

सैन्याची चपळता, शिस्त, आक्रमकता आणि निसर्गाचे भान या वर उल्लेखिलेल्या सर्व गोष्टी, जगज्जेत्या अजिंक्य योद्ध्यांप्रमाणे त्यांच्याकडे होत्या. दुर्दैवाने आपल्याकडे बाजीराव म्हटले की, लोकांना बाजीराव-मस्तानी असे एक आंतरधर्मीय प्रेमप्रकरणच दिसते. बाजीरावांच्या आयुष्यात मस्तानी खूप उशिरा आली. मस्तानीचे वडील छत्रसाल यांचे मराठ्यांशी मैत्रीचे संबंध शिवाजी महाराजांपासून होते. महाराजांनी दिलेल्या अभयाचे वचन बाजीरावांनी पूर्णत्वास नेले, इतकेच नव्हे तर बाजीरावांनी छत्रसालाच्या राज्यातील एक-तृतीयांश भागावर स्वामित्वही मिळविले, ते छत्रसालाशी रक्ताचे नाते जोडल्यामुळेच. याचा विचार फारसा कोणी करीत नाही. मस्तानीबरोबर बाजीरावांचा सहवास केवळ सतरा महिन्यांइतकाच मर्यादित होता, याचे भान कोणी ठेवताना दिसत नाही, ही खेदाची गोष्ट आहे. बाजीरावांसारखा लढवय्या, शूर आणि स्वाभिमानी आदर्श पुढील पिढ्यांना खूप स्फूर्तिदायक ठरू शकतो, याचा विचार करून 'बाजीरावांचा आठवावा प्रताप' ही भूमिका घेणे सकारात्मक ठरते. त्यांच्या पराक्रमाच्या अवमूल्यनामुळे आणि मस्तानीविषयक मसालेदार अपप्रचारामुळे पहिल्या आणि विलासी दुसऱ्या बाजीरावांच्या प्रतिमेत जनमानसात फारसा फरक दिसून येत नाही, ही

तर त्याहूनही खेदाची गोष्ट आहे. या कारणांमुळेच प्रस्तुत पुस्तकात मस्तानीचा, योग्य तो आदर ठेवून उल्लेख टाळण्यात आलेला आहे.

श्री. पंढरीनाथ सावंत यांनी प्रस्तुत लेखकाने संशोधन करून जमवलेल्या अनेक इंग्रजी पुस्तकांमधून तसेच रियासती, गॅझेटस् आदी ग्रंथांमधून बरीच माहिती या पुस्तकासाठी सोप्या भाषेत संकलित करून दिली. इतके चांगले संकलन कार्यबाहुल्यामुळे मला शक्य झाले नसते. तेव्हा या पुस्तकाच्या निर्मितीत श्री. पंढरीनाथ सावंत ह्यांचा वाटा अतिशय मोलाचा आहे. त्यांच्या-माझ्या पस्तीस वर्षांच्या मैत्रीमुळे त्यांच्याबरोबर काम करण्यात नुसती सुसूत्रताच नाही तर खूप मजाही आली.

माझे मित्र श्री. अविनाश परांजपे, श्री. कौस्तुभ जोशी यांनीही वेळोवेळी हस्तलिखित वाचून योग्य त्या सूचना केल्या, श्री. सतीश भावसार यांनी अतिशय आत्मीयतेने रेखाटलेल्या ऐतिहासिक मुखपृष्ठाबद्दल मी त्यांचा ऋणी आहे. तसेच प्रा. प्रसाद गोगटे यांनी खास या पुस्तकासाठी नकाशे बनवून दिले. त्यांचा मी आभारी आहे. माझे वडील ज्योतिर्भास्कर जयंत साळगावकर यांनीही वेळोवेळी महत्त्वाचे मुद्दे नजरेस आणून देऊन माहितीत मोलाची भर घातली. मुंबई मराठी ग्रंथसंग्रहालयातील श्री. शशिकांत भगत, सौ. जयश्री नाईक, सौ. सुचिता मोरे, लीला प्रभू, श्री. संतोष पांगे यांनी संदर्भासाठी ग्रंथ उपलब्ध करून दिले, त्याबद्दल त्यांचेही आभार. आमच्या कार्यालयातील सविता मालोंडकर यांच्या लेखन-सहकार्याचा उल्लेख करावयास हवा. माझ्या पत्नीने आणि मुलींनी औत्सुक्य दाखवित लेखनाची घरंगळलेली गाडी अनेकवेळा रुळावर आणण्यात मोलाची मदत केली, हे विसरून चालणार नाही.

ह्या पुस्तकाच्या वाचनाने शिवरायांच्या महाराष्ट्रातील तरुणांच्या बाह्या फुरफुरल्या, नजरेत शौर्याची चमक आली आणि त्यांच्या हातून देशासाठी काही पुरुषार्थ आयुष्यात घडला तर तीच बाजीराव पेशव्यांना खरी सलामी ठरावी, याच एकमेव उद्देशाने हे पुस्तक लिहिले आहे.

– जयराज साळगावकर

अनुक्रमणिका

उपोद्घात	१२
मराठे	२५
निजाम आणि बाजीराव	२८
पेशवे बाजीराव	३५
मुघल	३९
शिवाजी आणि बाजीराव : युद्धनीती	५२
कर्नाटकच्या मोहिमा	७१
पालखेडचा विलक्षण संग्राम	७५
बाजीरावांचे सरदार	८३
माळवा, गुजरात	९१
बुंदेलखंड : छत्रसाल यांच्या साहाय्यासाठी	९८
दाभाड्यांचे निर्दालन	१०८
जंजिरा घेतला आणि सोडला	११५

उत्तरेकडील भराऱ्यांचा ताळेबंद १२३
नादिरशहा १३२
कर्तृत्व आणि व्यक्तिमत्त्व १४१
बाजीरावांच्या कर्तबगारीचा ताळेबंद १४८
नकाशे १५७
परिशिष्ट - १
मुंगी-शेवगावचा तह १६२
परिशिष्ट - २
फील्डमार्शल मॉंटगोमरी यांचा अभिप्राय १६५
परिशिष्ट - ३
दुष्काळाच्या परिस्थितीत महाराणी येसुबाईंनी लिहिलेले पत्र १६९
परिशिष्ट - ४
बाजीरावांच्या हालचालींची रोजनिशी १७३
परिशिष्ट - ५
बाजीराव पेशव्यांच्या हालचाली २०३
परिशिष्ट - ६
पेशव्यांच्या रोजनाम्यातील माहिती २०५
परिशिष्ट - ७
महाराष्ट्र : इतिहास, राज्यकर्ते, भूगोल आणि नागरीकरण २४१

संदर्भ ग्रंथ सूची २५८

उपोद्घात

जगाच्या ज्ञात इतिहासात काही सेनानी अजरामर होऊन गेले आहेत. आजही युद्धनीतीचा विचार करताना नेपोलियनच्या रणनीतीचा उल्लेख आवर्जून केला जातो. नेपोलियनच्या युद्धनीतीवर आजही दरवर्षी शेकडो पुस्तके प्रसिद्ध होत असतात. आपल्या सैनिकी कारकिर्दीत शेवटी जरी नेपोलियनला पराभव पत्करावा लागला असला तरीही त्याची युद्धनीती मात्र आजही सर्वश्रेष्ठ समजली जाते. त्याचा वॉटर्लूच्या लढाईत पराभव करणारा सेनानीसुद्धा कोणी ऐरागेरा नव्हता, तर ड्यूक ऑफ वेलिंग्टन ऊर्फ आर्थर वेल्स्ली होता. याने भारतात बलशाली टिपूचा (१८११) तर मराठ्यांचा असई (१८१२) येथे पराभव केला. यानंतर तो नेपोलियनवर चाल करून गेला. ड्यूक ऑफ वेलिंग्टन हा इंग्रज सेनानीसुद्धा बाजीरावांप्रमाणेच आयुष्यात कधीही पराभूत झाला नाही. नंतर तो इंग्लंडचा पंतप्रधान झाला.

त्याचप्रमाणे जपानचा योद्धा मियामोटो मुसाशी हा देखील युद्धनीतीत आणि तलवारबाजीत आणि त्यातून निर्माण झालेल्या जपानी तत्त्वज्ञानाचा प्रणेता होय. तो एक श्रेष्ठ जपानी योद्धा समजला जातो. पंचमहाभूतांतील भूमी, जल, अग्नी, वायू आणि आकाश ही पाच तत्त्वे वापरून त्याने जपानचे युद्धशास्त्र आणि तत्त्वज्ञान घडवले. आजही ते हॉवर्डसारख्या विद्यापीठातून व्यवस्थापन शास्त्रात शिकवले जाते. मुसाशीचा जन्म १५८४मध्ये झाला. मुसाशीच्या जन्माच्या आधीचा जपान आणि मुसाशीच्या जन्मानंतचा जपान, असे जपानचे दोन वेगळे ऐतिहासिक भाग समजले जातात. युद्धशास्त्रनीतीनुसार जे सेनांनी आपल्या युद्धनीतीत निसर्गाचा वापर पूर्णपणे करून घेतात, त्यांच्या पदरी पराभव सहसा पडत नाही, असे दिसते. याउलट निसर्गाविरुद्ध जाऊन युद्धात उतरल्यास हार पत्करावी लागते, असा एक सर्वमान्य अनुभव आहे. दोन्ही महायुद्धांमध्ये दोस्त राष्ट्रांचा जो विजय झाला त्या विजयाचे सेनानी, जनरल

नोव्हेंबर आणि जनरल डिसेंबर हे होते, असे (गमतीने) म्हटले जाते. 'जनरल नोव्हेंबर' आणि 'जनरल डिसेंबर' म्हणजे रशियातील कडाक्याची थंडी. ॲडॉल्फ हिटलरचे अफाट, शक्तिमान सैन्य या थंडीनेच गारठून मेले. अन्यथा रशियाला हिटलरचा पराभव करणे कठीण गेले असते. नेपोलियनच्या सैन्याचीही हीच कथा! लढाईत हरण्यापेक्षा थंडीने काकडून अन्न-पाण्याविना त्याच्या सैन्याचा विनाश झाला. तसेच आयुष्यात युद्ध न हरलेला अलेक्झांडर जग जिंकून परतीच्या वाटेला लागला, त्याचे कारण त्याच्या सैन्याला हवामानातील बदल असह्य झाला आणि परतीच्या वाटेवर कोणत्याही शत्रूने नव्हे तर निसर्गाने त्याचा प्राण घेतला. (त्याच्यावर विषप्रयोग झाल्याचीही वदंता आहे.)

दिल्लीच्या बादशहाचा पराभव करून प्रचंड संपत्ती, हत्ती, घोडे, बादशहाचा जनानखाना आणि कोहिनूर हिरा जिंकून नेणारा नादिरशहा अफगाणिस्थानातल्या विचित्र हवामान आणि भौगोलिक वैचित्र्यामुळे (टोपोग्रफी) तसेच स्वतःच्याच सैन्यांत झालेल्या फंदफितुरी-बंडाळीमुळे स्वजनांच्या हस्ते प्राणास मुकला. फार काय, पानिपतच्या युद्धात 'वॉर ऑफ द प्लेन्स' (पठाराचे युद्ध)चा अनुभव नसलेले मराठे प्रचंड लवाजमा, कुटुंबकबिला सांभाळीत युद्धभूमीवर पंधरा दिवस उशिरा पोहोचल्यामुळे युद्ध हरले. खरे तर मराठ्यांची युद्धनीती ही गनिमी काव्याची. (फारसा लवाजमा आणि जड सामान बरोबर न घेता घोड्याच्या पाठीवर मांड टाकून चपळ मोहिमा करण्याची.) छत्रपती शिवाजी, छत्रपती संभाजी, पेशवे बाजीराव बाळाजी यांनी गनिमी कावा कधी सोडला नाही, पण पानिपतच्या लढाईत मराठ्यांना दुर्बुद्धी झाली. पठारावरील हवामानाचा अंदाज आला नाही. पंधरा दिवसांच्या विलंबात उत्तरायण सुरू झाले. प्रत्यक्ष युद्धाच्या वेळी सूर्यकिरणे डोळ्यावर येऊन दिसेनासे झाले. निसर्ग विरोधात ठाकला. पाणी, दाणा, वैरण सरली. सैन्य सैरभैर झाले. इतके की आजमितीसही सैरभैर झालेल्या या सरदारांचे, सैनिकांचे वंशज अफगाणिस्थान ते बलुचिस्तानपर्यंत सापडतात.

इतिहासाकडे मागे वळून पाहता नादिरशहाने जेव्हा दिल्लीवर स्वारी केली होती (वर्ष १७३९) तेव्हा थोरले बाजीराव आपल्या सैन्यानिशी त्याचा प्रतिकार करायला सुसज्ज होते. बाजीरावांना जेव्हा उत्तरेतील नादिरशहाच्या आक्रमणाची दखल घेण्यास (आपल्या हातातील युद्धे संपवून झाल्यावर) उसंत मिळाली, तोवर नादिरशहाने इराणकडे कूच केली होती. परंतु उत्तरेकडे नादिरशहावर घाईगर्दीने चालून जाणे मात्र त्यांनी टाळले. नादिरशहादेखील त्याच्याच तोडीचा सेनानी होता. आपण जर दक्षिणेकडे उतरलो तर मराठे आपल्याला गनिमी काव्याच्या युद्धात खेचून आपला धुव्वा उडवतील, हे तो जाणून होता. तसेच बाजीरावांशी युद्ध करून आपण जरी जिंकलो तरी युद्धात होणारा खर्च आणि हानीची वजाबाकी ओलांडण्याइतकी संपत्ती (दिल्लीच्या

लुटीच्या तुलनेत) दक्षिणेत बहुधा हाती लागणार नाही, असाही हिशेब नादिरशहाने केला असावा. पण बाजीरावांऐवजी दुसरा कोणी ऐरागैरा सेनानी दक्षिणेत असता, तर नादिरशहाच्या सैन्याला पार तंजावरपर्यंत कोणी रोखू शकले नसते. मोहिम स्वस्तात फत्ते झाली असती, पण तरीही २७ जुलै १७४० रोजी बुऱ्हाणपूरची नादिरशहाची छावणी मराठ्यांनी उद्ध्वस्त केलीच! (दिघे पृ. १५३) मागे औरंगजेबाने दक्षिणेत उतरण्याची चूक केली आणि मराठ्यांनी त्याचा कसा विनाश केला, इतकेच काय तर एवढ्या मोठ्या शहेनशहाला आपला देहसुद्धा महाराष्ट्रातच ठेवावा लागला, हे आपण सगळेच जाणतो.

नागपूरकर भोसले, तंजावरचे भोसले, फलटणकर निंबाळकर, चिमणाजी आप्पा, धारचे पवार, सासवडचे अंबाजी पुरंदरे, बडोद्याचे दमाजी गायकवाड, ग्वाल्हेरचे (तेव्हा उज्जैनचे) शिंदे, इंदूरकर, मल्हारराव होळकर, पिलाजी जाधव, रेठरेकर, फडके, विंचूरकर, भारतीसिंग बुंदेल, उदाजी पवार, नारोबा मंत्री, पिलाजी गायकवाड, सेखोजी आंग्रे, सोंडूरकर घोरपडे हे योद्धे आणि त्यांची सैनिकी ताकद म्हणजे बाजीरावांच्या काळातील छत्रपती शाहूंची 'मराठ्यांची अभेद्य सत्ता' होती. अशीच पुन्हा एकदा लोकमान्य टिळकांच्या काळात आणि नेतृत्वाखाली, 'वैचारिक अभेद्य सत्ता', जगज्जेत्या इंग्रजांपुढे मराठ्यांनी उभी केली!

निसर्गातील पंचमहाभूतांचा वापर करून घेणारे सेनानी युद्धात सहसा कधी हरत नाहीत असा जो उल्लेख वर केला आहे, बाजीराव आयुष्यात युद्ध कधीही हरले नाहीत. निसर्गाचा उपयोग करून घेताना शत्रूवर हल्ला करून कधीकधी ते खोटी माघार घेत. ही माघार म्हणजे शत्रूच्या मृत्यूचा पिंजरा असे. उदाहरणार्थ, काही ठिकाणी रखरखीत पठारांवर एखादा हिरव्या गवताचा पट्टा मुद्दाम तयार केला जाई आणि पाण्याचा साठा पाहून शत्रूने जर तिथे आसरा घ्यायचे ठरविले तर तेथील पाण्यात आधीच विष मिसळलेले असे, तर कधी मिठाचा वापर केला जाई. त्यामुळे सैन्य आणि घोडदळ तहान-भुकेने अर्धमेले होत असे. एखाद्या दरडीवर चढण्याचा एखादा मार्ग सोपा केलेला दिसला, की तेथून शत्रूने त्या मार्गाने चढाई केली असता चढाई अर्ध्यावर आल्यावर मोठमोठे दगड खाली सोडण्यात येत असत आणि शत्रूची दाणादाण होत असे. व्ही. जी. दिघे या संशोधकाने बाजीरावांच्या युद्धनीतीवर पीएच.डी.साठी प्रबंध लिहिला आहे. हा प्रबंध त्यांनी रावबहादूर गोविंद सखाराम सरदेसाई या प्रसिद्ध मराठ्यांच्या इतिहासकारास अर्पण केला आहे. तर या प्रबंधासाठी (१९४४) त्यांचे मार्गदर्शक प्रसिद्ध इतिहास संशोधक सर जदुनाथ सरकार होते. सर जदुनाथ सरकार हे आपल्या प्रस्तावनेत या प्रबंधाविषयी लिहितात. ''पेशव्यांच्या दीर्घ आणि देदीप्यमान परंपरेच्या आकाशगंगेत बाजीराव बल्लाळांची तुलना कुणाशी करता येणार नाही. त्यांची धाडसी

वृत्ती आणि वेगळी अशी मूलभूत विचारसरणी तसेच त्यांचे पांडित्य आणि त्याच्या अमूल्य यशाचे प्रमाण (Value) मोजदादीपलीकडे आहे. त्यांचे वर्णन धडाडीचा पुरुष (Man of Action) असेच करावे लागेल. इंग्लंडच्या अलिखित राज्यघटनेत जसे सर रॉबर्ट वॉलपोल (मंत्रिमंडळाबाहेर असले तरी खरे तर तेच इंग्लंडचे पहिले पंतप्रधान होते, असे असे समजले जाते.) यांनी इंग्लंडच्या राजघराण्याचे (Royalty) अलिखित पण सर्वश्रेष्ठ असे स्थान निर्माण केले, तसेच भारतात मराठा सत्तेचे अढळ आणि निश्चल स्थान बाजीरावांनी निर्माण केले.'' आणि तरीसुद्धा प्रस्तुत ग्रंथाआधी इंग्रजी भाषेत हा ग्रंथ येईपर्यंत दुर्दैवाने बाजीरावांची फारशी दखल घेतली गेली नाही. सर रॉबर्ट वॉलपोल आणि बाजीराव हे समकालीन असूनसुद्धा असे का घडावे, हे समजत नाही. १९३०नंतर पेशवे दफ्तर खुले झाल्यावर बाजीरावांचा इतिहास लिहिणे अधिक सोयीचे झाले, हे खरे. काही वर्षांनंतर पी.एस. पिसुर्लेकर आणि डॉ. ब्रागांझा या दिग्गज इतिहासकारांनी पोर्तुगीज भाषेतील त्या काळातील कागदपत्रे इतिहासकारांना उपलब्ध करून दिली. तसेच पर्शियन भाषेतील कागदपत्रे जयपूरच्या महाराजांच्या दफ्तरातून मिळवण्यात यश आले, त्यामुळे बाजीरावांच्या उत्तरेकडील स्वाऱ्यांचा पुरावा उपलब्ध होऊ लागला. त्या आधी ब्रिटिश मराठा इतिहासकार ग्रँड डफच्या कागदपत्रांतूनच बाजीरावांचा वृत्तान्त मिळत होता. पण तो पडताळून पाहण्याची सोय नव्हती. मुघल सत्तेच्या उत्तरार्धातील पर्शियन भाषेतील पत्रव्यवहार हा आयर्विंगने छापला आहे. तसेच ब्रह्मेंद्रस्वामींचा (बाजीरावांचे सावकार) जंजिऱ्याच्या स्वारीविषयी पत्रव्यवहार पारसनीसांनी त्यांच्या संशोधनासाठी वापरला आहे. एवढाच काय तो अपवाद! दिघ्यांच्या प्रबंधाचे नावच 'मराठा सत्तेचा विकास' असे आहे. (१७२० ते १७४०) त्या अंगाने निर्माण होणारे महाराष्ट्राचे परकीय धोरण, लष्करी धोरण, अंतर्गत धोरण या विषयांचा त्या काळातील संदर्भानुसार सांगोपांग अभ्यास होणे गरजेचे आहे. छत्रपती शाहू आणि त्यांचे प्रधान पेशवे यांच्यामधील गैरसमजांच्या अफवा या संशोधनानंतर शमतील अशी आशा आहे. डॉ. दिघे यांनी विषयाची हाताळणी सुटसुटीतपणे केली आहे, खास करून जंजिऱ्याची मोहीम आणि वसईची मोहीम!

मराठ्यांच्या इतिहासात हा ग्रंथ मोलाची भर घालीलच, पण त्याचे स्थान बाजीरावांच्या इतिहासाचा पूर्णपणे विश्वासार्ह संदर्भ असे भविष्यात राहील.

आपल्या संशोधनपर पुस्तकाच्या उपोद्घातात श्री. दिघे म्हणतात -

''दख्खनच्या पश्चिमेकडे वसलेले मराठे हे योद्धे म्हणून प्रसिद्ध आहेत. त्यांचा प्राचीन इतिहास जरी काळाच्या पडद्याआड गेलेला असला तरी पाचव्या शतकातील चालुक्य, राष्ट्रकूट आणि यादव यांच्या सहकार्यातून मराठ्यांना एकत्र आणले गेले. या

स्थानीय राज्यसत्तांच्या सहयोगाने मराठे कमालीचे शक्तिमान होत गेले. त्यांनी त्यांच्या संस्था उभारल्या. सुंदर आणि भव्य देवळे बांधली, भाषासुधार घडवले, खगोल, गणिताचा अभ्यास केला व स्वतःचे साहित्य निर्माण केले. चार शतकांच्या काळानंतर मराठे काव्य-शास्त्र-विनोदात चांगले आयुष्य (आरामाचे) भोगत असताना अल्लाउद्दिन खिलजीची स्वारी आली आणि १५६५ ला विजयनगरचे साम्राज्य खालसा झाले. शेवटचे हिंदू साम्राज्य कोसळले. भारतवर्षाच्या लांबी-रुंदीच्या सगळ्या सीमा इस्लामने व्यापल्या. यामुळे हिंदी जनतेच्या मनात न्यूनगंड निर्माण झाला. पराजयाची भावना मनात टोचू लागली. आपल्या आया-बहिणींचे, संपत्तीचे, गो-धनाचे, जमिनीचे आपण रक्षण करू शकत नाही, ही भावना दिवसेंदिवस वाढू लागली. मराठा सत्तेचा उत्कर्ष हा अशा काळ्याकुट्ट अंधारात आशेचा किरण ठरला. शिवाजी महाराजांनी मराठ्यांचे सर्व प्रकारचे (बौद्धिकसुद्धा) पुनरूत्थान केले!'' मुंबई, १ नोव्हेंबर, १९४४- व्ही.जी. दिघे

सर जदुनाथ सरकार, चिंतामण वैद्य, किंकेड पिता-पुत्र इत्यादी विद्वानांनी त्याविषयी संशोधन करून पुस्तके प्रसिद्ध केली आहेत. परंतु मराठ्यांची सत्ता महाराष्ट्रातून भारतभर नेणाऱ्या बाजीरावांविषयी मात्र असे झाले नाही. बाजीरावांनी पेशवाईची वस्त्रे धारण केली, तेव्हा मराठ्यांच्या स्वतःच्या घरात दुही माजली होती. राज्य छोटे होते. निजाम-उल-मुल्क पूर्वेकडून तर दक्षिणेकडून परकीय शक्ती वाकुल्या दाखवीत होत्या. खजिना रिता होता. बाजीरावांनी आपल्या पराक्रमाने आणि मुत्सद्देगिरीने राजपूत-बुंदेले तसेच मुघल सत्ताधाऱ्यांना मराठेशाहीच्या अंमलाखाली आणले.

(पुढे १८५७ च्या बंडात पेशवे ब्रिटिशांविरुद्ध लढल्यामुळे कदाचित बाजीरावांना तत्कालीन संशोधकांनी दुर्लक्षित केले असावे. तसेच लोकांना बाजीरावांचे मस्तानी-प्रेम त्याच्या पराक्रमापेक्षा अधिक मसालेदार वाटत असावे. त्याच्या स्वतःच्या हयातीतही त्याला या विषयाचा खूप मनस्ताप अगदी आपल्या कुटुंबातही सोसावा लागला.)

सर जदुनाथ सरकार यांच्या मते बाजीराव हे नुसते एक थोर (ग्रेट) शिपाई तर होतेच, परंतु ते एक जनरल म्हणून अधिक थोर (ग्रेट) होते. ''स्वर्गात जन्मलेला एक अप्रतिम घोडदळ प्रमुख सेनानी'' असे त्यांचे वर्णन सरकारांनी केले आहे. (पृ. २०६) विजेच्या गतीने सैन्याची हालचाल बाजीराव करू शकत असत. दिघेंच्या पुस्तकाकडे वळण्यापूर्वी प्रो. नारायण केशव बेहरे यांनी लिहिलेल्या 'पहिले बाजीराव पेशवे' या चरित्रात बाजीरावांबद्दल ते म्हणतात. ''बाजीराव खराखुरा शिपाई गडी होता. जगातील मोठ्या सेनापतींत त्याची गणना होईल.'' राजवाड्यांच्या मते, ''मराठ्यांच्या इतिहासांत शिवाजीच्या पराक्रमाच्या खालोखाल कदाचित कित्येक बाबतीत शिवाजीच्या पराक्रमाच्या तोडीची, अद्‌भुत कृत्यांचे रसभरीत वर्णन देण्यास प्रासादिक इतिहासकारच

पाहिजे व सविस्तर वर्णन करण्यास मुबलक जागा पाहिजे.'' बाजीरावांच्या शब्दकोशात नेपोलियनप्रमाणे 'अशक्य' हा शब्दच नव्हता. स्वराज्याची कल्पना त्याच्या मोठ्या मनात विकास पावली व भरतखंडात 'हिंदुपदपादशाही' स्थापण्याच्या गोष्टी तो बोलू लागला; इतकेच नव्हे तर तो नेटाने त्या उद्योगास लागला. त्याच्या प्रतिभेने त्याच्या तालमीत वाढलेले सरदार, मुत्सद्दी व वकील, हिंदुपदपादशाहीच्या तजविजीस लागले व हिंदुपदपादशाही प्रत्यक्ष सृष्टीत स्थापन झाल्याची गोड स्वप्ने सर्वांस पडू लागली. तुर्क-मुघल येण्यापूर्वी हिंदुस्थान हिंदूंचा होता व तो पुन्हा हिंदूंचा झाला पाहिजे, हे ध्येय बाजीरावांनी आपल्या डोळ्यांसमोर धरले व केवळ या ध्येयाने प्रेरित होऊन त्याने आपल्या विजयी हालचाली सुरू केल्या. चारही दिशांना मराठ्यांचे आक्रमण त्याच्या नेतृत्वाखाली सुरू झाले. 'हिंदू तितुका मेळवावा व हिंदू धर्म भारत खंडात विजयी करून दाखवावा', या उज्ज्वल महत्त्वाकांक्षेने प्रेरित होऊन त्याने रजपूत राजांशी सख्य जोडण्याचा उपक्रम सुरू केला. जेथे जेथे हिंदूंवर जुलूम होत असेल तेथे तेथे धावून जाण्याची त्याची तयारी होती. त्याच्या मनाप्रमाणेच त्याची कर्तबगारी महत्त्वाकांक्षेच्या वारूवर स्वार झाली होती. त्याने आपल्या केवळ वीस वर्षांच्या पेशवाईत केलेल्या सैनिकी हालचालींचा तक्ता (सह्याद्री १९४०- तक्ताकर्ते द. वि. आपटे) पाहता त्याच्या हालचालींच्या विजेसारखा गतीवर विश्वास बसत नाही. तो तक्ता प्रस्तुत पुस्तकात दिला आहे.

वाहतुकीची साधने बेताची व देश मुघल बादशहाच्या किंवा त्याच्या सरदारांच्या ताब्यात असताना बाजीराव विजेप्रमाणे सर्व हिंदुस्थानभर तळपत होता. त्याला कशाचीच भीती वाटत नसे. मुघल बादशाहीचा वृक्ष जीर्ण झाला असल्यामुळे त्यावर जोराने घाव घातल्यास तो सहज मोडेल व झाडाचा बुंधा एकदा उखडला म्हणजे त्याच्या फांद्या, त्या कितीही मोठ्या, मजबूत व विस्तारलेल्या असल्या तरी त्या तेव्हाच वाळून शुष्क होतील, असा त्याचा राजकीय कयास होता व एका अर्थाने तो बरोबर होता. वरील तक्त्याद्वारे १७२० ते १७४० या वीस वर्षांच्या कारकिर्दीत बाजीरावांची सैनिकी हालचाल किती चपळ आणि जलद होती हे निदर्शनास येते. बाजीरावांच्या गतीचा अभ्यास सरदेसाईंनी रियासतेत अधिक विस्ताराने केला आहे.

चिमाजी आप्पा इ.स. १७३३ मध्ये ग्वाल्हेरच्या स्वारीहून परत आला, तेव्हा बुंदेलखंडातील राजगडापासून पुण्यापर्यंतचे मुक्काम, रोज किती कोस चालला याच्या आकड्यासह पेशवे दफ्तर पृ. १२२५-२६ वर दिले आहेत. त्यावरून (कोस म्हणजे दोन मैल धरून) राजगड (सिप्रीनजीक) पासून बऱ्हाणपुरापर्यंत ३३४ मैलांचा प्रवास चिमाजींच्या सैन्याने २४ दिवसांत केला; म्हणजे सरासरी एका दिवसात १४ मैल होतात.

बाजीरावांचे वडील बाळाजी विश्वनाथ इ. स. १७१९ मध्ये याच वाटेने दिल्लीहून परत आले तेव्हा त्यांच्या सैन्याने बऱ्हाणपुरापासून साताऱ्यापर्यंतचा १३९ कोसांचा म्हणजे २७८ मैलांचा प्रवास २५ दिवसांत केला; म्हणजे एक मजलीचे सरासरी मान ११ मैल पडते. इ. स. १७३८ मध्ये बाजीराव मोठ्या सैन्यानिशी दिल्लीपर्यंत चालून गेले, तेव्हा आग्र्यापासून दिल्लीपर्यंत सुमारे १२५ मैलांचा प्रवास त्यांनी शत्रूस चाहूल लागू न देता आडवाटेने १० दिवसांत केला; म्हणजे रोजचे सरासरी मान १२.५ मैल झाले आणि दिल्लीपासून जयपूरपर्यंत शत्रूच्या तडाख्यांतून निसटण्यासाठी ते झपाट्याने प्रवास करीत होते, तेव्हा १८० मैल ८ दिवसांत म्हणजे रोज सुमारे २५ मैल असा वेग होता. हा वेग बहुधा जास्तीत जास्त असावा. डाकेची पत्रे घेऊन जाणारे काशीद (रनर) फक्त यापेक्षा जलद जात!

दिल्लीवर स्वारी

दिल्लीवर स्वारी करणारे बाजीराव हे पहिले मराठा सेनानी होत. ज्या चपळाईने त्यांनी ही स्वारी करून ''दिल्लीचेही तख्त फोडतो महाराष्ट्र माझा'' हे खरे करून दाखवले, त्या स्वारीचे वर्णन कॅप्टन ग्रँड डफ (मराठी अनुवाद - कॅप्टन डेव्हिड केपन) हे काय म्हणतात ते पाहू –

''बाजीरावही आपली फौज जमा करून निघाला तो नर्मदेस जाऊन पोहोचला. तोपर्यंत त्याचेजवळ ऐंशी हजार फौज जमली. तरी त्यात रघुजी भोसले, दाभाडे व यशवंतराव वगैरे सेनापतीचे कोणी सरदार नव्हते. बाजीरावांनी बादशहापाशी अव्वाच्या सव्वा मागणे केले, त्यावरून दरबारी असे ठरले, की 'फार मोठे लष्कर तयार करून त्यास भय दाखवावे. नंतर त्यांनी दिल्लीच्या सभोवती पुष्कळ लष्कर जमा केले. ते ऐकून बाजीरावांनी आपल्या लष्कराचे अवजड सामान आपला मित्र जगतराजा नावाचा बुंदेलखंडचा राजा त्याच्याजवळ ठेवून बरोबर हलके सामान घेऊन तो आग्र्यापासून वीस कोसांवर दक्षिण दिशेला यमुनेच्या काठी जाऊन उतरला. त्यावेळी त्याचा सरदार मल्हारराव होळकर व दुसरेही मराठे सरदार यमुनेपलीकडे दुआब येथे हालचाल करू लागले; तेथे अचानक मुघलांचे लष्कर येऊन लष्करास यमुनापार केले; त्यावेळेस बाजीरावही ती जागा ठीक नाही असे समजून तेथून निघून ईशान्य दिशेस निघाला. तेव्हा त्या मुघलांच्या सरदारांनी बादशहाला लिहिले की, 'आम्ही सर्व मराठ्यांना चंबळनदीपार केले, व ते आपल्या मुलखी गेले.' तेव्हा दिल्लीमध्ये लोकांस मोठा आनंद झाला आणि खान दौरानाजवळ जो बाजीरावांचा वकील होता त्याला 'निघून जा' अशी आज्ञा झाली. त्याने जाऊन ही बातमी बाजीरावांना कळवली, तेव्हा तो म्हणाला की, 'पाहा, आता

आमचे मराठे दिल्लीच्या दरवाजाजवळची घरे प्रथम जाळतील.' ते ऐकून बादशहास कळले की, अद्यापि मराठे हिंदुस्थानात (दिल्लीजवळ) आहेत.

''मग तसाच विचार करून रोज वीस-वीस कोस मजल-दरमजल करीत आडवाटेने अचानक दिल्ली दरवाजाजवळ लष्करासहित जाऊन डेरा दिला. तेव्हा अनेक हत्ती व अनेक उंट शहराबाहेर आले होते ते धरले, व कित्येक लोकही दिल्लीतून बाहेर देवदर्शनास जात होते त्यांनाही धरून लुटले; परंतु कोणाची घरे मात्र जाळली नाहीत. कारण, असे केल्यास बादशहाचा राग ओढवून पुढे तह करावयास अवघड पडेल, आणि लूट जमा केली तर पळून जाता येणार नाही; म्हणून बादशहास पत्र पाठवून सल्ल्याचा आभास केला. ही त्याचा सुसंस्कृतपणा पाहून दिल्लीचे कित्येक मानकरी लोक धीर करून आठ हजार लष्कर बरोबर घेऊन युद्धास निघाले; त्या युद्धात मुघलांचा पराभव झाला. मराठ्यांचा इंद्राजी कदम नावाचा एक सरदार व थोडेसे लोक धारातीर्थी पडले. याप्रमाणे बाजीरावांचा विजय झाला, पण तरी त्याचा असा कयास होता की, मुघलांचे लोक चहूंकडून लवकर जमा होतील, म्हणून तो रात्रीच (तातडीने) निघून गेला. तो ग्वाल्हेरच्या दिशेने, रेवारी व मंदावर या दिशेने गेला. त्याच्या पाठीमागे मुघलांचे कोणी सरदार लागले नाहीत. मग त्याला कळले की, या वेळेस आपण दक्षिणेत जरूर जावे. त्यावेळी दौरानाने बाजीरावांना निरोप पाठवला की, 'माळव्याचा अधिकार व तेरा लक्ष रुपये कबूल आहेत.' तेव्हा बाजीरावांनी त्याच्याजवळ आपला वकील पुन्हा पाठविला. मग आपण साताऱ्यास जाऊन राजाची भेट घेतली, आणि तत्काळ तेथून निघून कोकणात गेला. (आजच्या आधुनिक काळात पक्क्या रस्त्याने अगदी वाहने वापरूनही सैन्याच्या इतक्या जलद हालचाली करता येणे कठीण आहे.)''

बाजीरावांच्या सगळ्या मोहिमांचा उल्लेख न करता येथे तीन मोहिमांचा उल्लेख वानगीदाखल करतो. त्यातील 'पोर्तुगीज मराठे संबंध' या पुस्तकातील गोवा ते वसई या चढायांविषयी गोव्याचे थोर इतिहासकार काव्हालेरू पिसुर्लेकर यांच्या 'पेशवाई-१' ह्या व्याख्यानाच्या चौथ्या आणि पाचव्या भागात ते काय म्हणतात ते थोडक्यात जाणून घेऊ. ''पोर्तुगीज, हबशी आणि इंग्रजांशी एकाचवेळी दिलेला तो यशस्वी तिरंगी लढा असा तो अलौकिक आहे. बाजीराव आणि पोर्तुगीज यांचा संबंध वर्ष १७२१च्या अखेरीस प्रथमतः आला. या वेळी इंग्रज व पोर्तुगीज यांच्या सैन्याचा वेढा कुलाब्याला पडला होता. कान्होजी आंग्राचा शेवट करण्याच्या हेतूने पोर्तुगीज व इंग्रज सैन्य तिकडे एकत्रित झालेले होते. पण कान्होजीने शाहू महाराजांची सत्ता मान्य करण्याचे कबूल करून आपल्या मदतीस बाजीरावांस आणले. दिनांक ३० डिसेंबर १७२१ रोजी

बाजीरावांनी आपले सात हजार घोडेस्वार अलिबागच्या संरक्षणासाठी तैनात केले. हा कान्होजीच्या राजकीय चातुर्याचा आणि मुत्सद्देगिरीचा भाग होता.

पुढील वर्षातील जानेवारीच्या पहिल्या तारखेला बाजीरावांनी पोर्तुगीज विजरईस (गव्हर्नर) कळविले की, आपण शाहू महाराजांचा पेशवा असून त्यांचे स्वामित्व कान्होजी आंग्र्यांकडून मान्य करून घेण्यासाठी आपण अलिबागेस मुद्दाम आलो आहोत व ही गोष्ट कान्होजीस कबूल आहे. त्यामुळे कान्होजीस मदत करणे आपणास आता भाग पाडले जात आहे. बाजीरावांनी विजरईस असेही कळविले की, आपण कान्होजींच्या रक्षणासाठी शाहूंतर्फे पोर्तुगीजांकडे लढाई किंवा तह करण्यास तयार आहोत आणि तह झाल्यास सलोखा वाढेल.

मराठ्यांच्या सैन्यापुढे आपले काही चालणार नाही, याची खात्री पटून पोर्तुगीज विजरई सावध झाला. चाळीस वर्षांपूर्वी संभाजीने गोव्यावर स्वारी करून तिथे उडविलेल्या कहराची आठवण विजरईस झाली व पडत्या फळाची आज्ञा म्हणून विजरईने तहास संमती दिली. या प्रकारे कान्होजी आंग्र्यांस जिवंत आणि मेलेला असा पकडण्याची आशा फोल ठरली! मुत्सद्देगिरी सफल झाली.

दिनांक ३ जानेवारीस तहाच्या वाटाघाटीस सुरुवात झाली. पुढील दिवशी बाजीरावांनी आपल्यातर्फे महादजी कृष्ण यास विजरईच्या तारवावर (गलबत) पाठविले व थोड्याच दिवसांनी पोर्तुगीज व बाजीराव यांचा सलोख्याचा तह झाला. पोर्तुगीजांतर्फे "जनरल द बाताल्य आंतोनियु कार्दी फ्रोईस्" यास वकील नेमला होता. त्यालाच मराठी कागदपत्रांत 'अंतून काडदीन फरोईस जनरल द बताल' असे म्हटलेले आहे.

प्रस्तुत तह झाला खरा, पण तो फार काळपर्यंत टिकला नाही. ता. २६ नोव्हेंबर १७२३ रोजी सकाळी ९ वाजण्याच्या सुमारास पिलाजी जाधवराव याने तीन-चार हजार घोडेस्वार घेऊन पोर्तुगीजांच्या वसई प्रांतावर स्वारी केली व तेथे पुष्कळ लूट केली. या वेळी खुद्द वसई शहरच मराठ्यांच्या हातात पडावयाचे होते. पण दुपारी दोन वाजता वसईजवळचे गोखिरवे हे गाव मराठ्यांनी जाळल्यामुळे पोर्तुगीज अधिकाऱ्यांस शत्रूच्या सैन्याची बातमी कळली व त्यांनी वसईचा बंदोबस्त केला.

यामुळे बाजीरावांबरोबर आधी झालेल्या तहात उल्लेख केल्याप्रमाणे पोर्तुगीजांनी शाहू महाराजांकडे आपला वकील रवाना केला नाही. यामुळे तहनामा बऱ्याच बाबतीत उपयोगात आला नाही.

वर्ष १७२८ मधील मे महिन्यांत पिलाजी जाधवरावांनी दमणकडील पोर्तुगीजांची दोन गावे लुटली. त्याच्या सुडासाठी वसईच्या जनरलने ऑगस्टमध्ये कल्याणवर हल्ला केला. याचा परिणाम असा झाला की, मराठे पोर्तुगीजांशी सलोखा करण्यास तयार झाले!

पण वर्ष १७३०च्या मे महिन्यामध्ये मराठ्यांनी पोर्तुगीजांच्या वसई प्रांतावर आक्रमण करून तेथील काही टेकड्या आपल्या ताब्यात घेतल्या. इंग्रजांनी या हाणामारीत पोर्तुगीजांस मोठी मदत केली.

मराठ्यांच्या बाजूने यानंतर तहाच्या वाटाघाटीस सुरुवात झाली. प्रत्यक्ष बाजीरावांनी गोव्यास आपले वकील पाठवून दोस्तीचा तह करण्याबद्दल पोर्तुगीजांकडे टुमणे लावले. पण लक्षात ठेवण्यासारखी गोष्ट म्हणजे पोर्तुगीजांवर खंडणी लादण्याचा आपला विचार मात्र त्यांनी सोडला नव्हता. या विषयी खुद्द विजरईने दिनांक १० जानेवारी, १७३२ रोजी पोर्तुगालच्या राजास लिहिलेल्या आपल्या पत्रात म्हटले आहे -

''शत्रूने अनेक वेळा आमच्याकडे तहाची मागणी केली आहे, तिचे कारण आमची त्यांना भीती वाटते म्हणून नव्हे, तर केवळ सध्या त्यास कोकणांत उतरण्यास होत नाही म्हणून. मराठे हे इतके प्रबळ आहेत की, त्यांनी मुघलांस जर्जर करून सोडले आहे! तेव्हा जर परमेश्वराने आम्हांस मदत केली नाही, तर मराठ्यांकडून आमच्या वसई प्रांतावर कठीण प्रसंग नक्की येणार!''

मराठ्यांकडून तहाची भाषा जी चालू होती त्यांत पोर्तुगीज दोन अटी सोडण्यास तयार होत नव्हते. पहिली अट म्हणजे (पोर्तुगीज अमदानींतील) 'हिंदू लोकांस देवळे बांधण्यास आम्ही परवानगी देणे' आणि दुसरी अट 'आम्ही मराठ्यांस वसई प्रांतांतील कित्येक गावांबद्दल खंडणी देणे.' या दोनही अटी सोडण्यास शेवटी बाजीराव पेशवा तयार झाला. यावेळी तहाच्या वाटाघाटी ताजुद्दीन अलिखान यांच्या मार्फत व विशेषतः मुंबईचा गव्हर्नर रॉबर्ट कोव्हन ह्यांच्या मध्यस्थीने झाल्या. प्रत्यक्ष बाजीराव या वेळी कल्याण प्रांती मुक्काम करून राहिला होता.

शेवटी, बाजीरावांच्या प्रेरणेने पोर्तुगीज व मराठे यांचा ३० जानेवारी १७३२ रोजी तह झाला. या तहामुळे जे स्थैर्य फिरंग्यांस लाभणार होते त्याचा उपयोग करून घेण्याची योजना विजरईने आखली. त्यात ठाण्याचा किल्ला बांधणे या गोष्टीचा प्रामुख्याने अंतर्भाव होता.

हा किल्ला बांधण्यास १७३४मध्ये सुरुवात झाली व त्याचे काम सतत तीन वर्षे चालू होते. या दीर्घ काळात बाजीरावांचे लक्ष इतर ठिकाणी गुंतले असल्यामुळे पोर्तुगीजांचा हा प्रयत्न हाणून पाडणे त्यास अशक्य जरी नसले तरी खूपच कठीण होते.

वर्ष १७३३ मधील मोहिमेत सिद्दींचे (काळे आफ्रिकी ॲपबीसीनीयन) पारिपत्य करणे बाजारीवाला शक्य झाले नाही. कारण सिद्दींना मुंबईच्या इंग्रजांनी मदत केली व सिद्दी व मराठे यांच्यामध्ये चालविलेल्या या लढाईचा शेवट पोर्तुगीजांच्या मध्यस्थीने झाला. या प्रसंगी 'आंतोनियु कार्दी फ्रोईस्' यास पोर्तुगीज विजरईने मध्यस्थ म्हणून

नेमले होते. यालाच मराठी कागदपत्रांत कित्येक वेळा लाडदिन (किंवा लाकडदिन) असे म्हटलेले आहे.

वर्ष १७३३ मधील नोव्हेंबर महिन्यात काडदीन याची मध्यस्थाच्या जागी नेमणूक झाली तेव्हा त्याला पोर्तुगीज विजरईने अशी ताकीद दिली होती की, ही लढाई जितकी जास्त लांबेल तितकी लांबवावी म्हणजे ठाण्याचा किल्ला संपूर्ण बांधण्यास आपणास अवधी मिळेल.

सिद्दींविरुद्ध मराठ्यांनी केलेल्या या मोहिमेचा शेवट लवकर झाला खरा; पण तो कायमचा नव्हता. कारण मराठ्यांचे सैन्य सिद्दीवर पुन्हा चालून आले. या दुसऱ्या मोहिमेस अनुसरून पोर्तुगीज विजरई आपल्या ५ नोव्हेंबर १७३४च्या गोव्याहून लिहिलेल्या पत्रात चौलच्या कॅप्टनला म्हणतो -

''सिद्दींविरुद्ध मराठ्यांनी केलेल्या स्वारीची बातमी इकडे आली आहे. बाजीरावांनी आपला वकील पाठवून मला कळविले आहे की, आपण आंग्र्याविरुद्ध मोहिम सुरू करणार असून, जर सिद्दी आपणास या कामी मदत करण्यास तयार असेल तर आपणही सिद्दींशी सलोखा करण्यास राजी आहोत. इंग्रज व पोर्तुगीज यांनी देखील आपणास या बाबतीत साह्य केले पाहिजे... मला वाटते की, सिद्दींचा जंजिरा काबीज करणे मराठ्यांस शक्य होत नसल्यामुळे, ते आता आंग्र्यांचे किल्ले बळकाविण्याची इच्छा धरतात. पण आंग्र्यांस नष्ट केल्याने आमचा फायदा होत असला तरी त्याचे जागी मराठे येऊन त्यांच्या कब्जात समुद्रालगतची बंदरे जाणे आम्हास जास्त नुकसानकारक होईल. याकरिता आंग्रे व मराठे (पेशवे) यांची लढाई चालू ठेवणे आम्हास योग्य वाटते. म्हणून बाजीरावांस तुम्ही वरकरणी मदत करावी, पण त्यामुळे आंग्र्यांचे पारिपत्य त्याच्याकडून होऊ नये इतकी खबरदारी घ्यावी.''

मला अशीही शंका येते की, बाजीरावांनी आम्हास (पोर्तुगीजांस) व इंग्रजांस फसविण्यासाठी हा डाव रचला असावा. कारण आम्हांकडून व इंग्रजांकडून सिद्दींस साह्य मिळू देऊ नये व त्यामुळे सिद्दीस जिंकणे बाजीरावांस सोपे जावे, म्हणून आपणास मी अशी ताकीद देतो की, ''जर सिद्दी पेचांत सापडला तर त्यास आपण अवश्य ती मदत द्यावी. तसेच बाजीरावांना कळू न देता त्याच्या पत्रांतील आंग्र्यांविषयीचा मजकूर आंग्र्यांच्या कानावर जाईल, अशी व्यवस्था करावी.''

बाजीरावांस समुद्रकाठचे एखादे बंदर पाहिजे होते. तत्कालीन पोर्तुगीज विजरईने लिहिले आहे की, बाजीरावांचा मानाजीस मदत करण्यातला खरा उद्देश म्हणजे चालू संधीचा फायदा घेऊन आंग्र्यांचे एखादे बंदर मिळवावे किंवा खुद्द कुलाब्याचा किल्ला बळकावावा, असा होता.

बाजीरावांच्या सैन्याच्या मदतीने मानाजी आंग्र्यांनी चौल येथील राजकोट आपल्या ताब्यात घेतला. हा कोट एका वर्षापूर्वी ताजुद्दीन अलिखान या चौलच्या दिवाणाकडून संभाजी आंग्र्यांनी जिंकून घेतला होता. चौलच्या पोर्तुगीज कॅप्टनाने हा कोट मानाजीकडून चौलच्या दिवाणाच्या हातात जावा म्हणून खटपट केली. पण ही गोष्ट मानाजीस आवडली नाही. त्याने पोर्तुगीजांची व मानाजीची लढाई लावून दिली. अर्थात् मानाजीच्या तर्फे बाजीरावांनी पोर्तुगीजांकडे याविषयी तक्रार केली. सदरहू पत्र उपलब्ध झाले आहे. (ता. २० जानेवारी १७३५) पोर्तुगीजांची इच्छा अशी होती की, हा राजकोट किल्ला पूर्वी ताजुद्दीन खानाचा असल्यामुळे त्याचा त्यास परत मिळवून द्यावा. पण या गोष्टीस बाजीरावांनी हरकत घेतली. इतकेच नव्हे तर हा कोट पाडून टाकण्यास देखील बाजीराव कबूल झाला नाही. पोर्तुगीज विजरईने म्हटले आहे की, कुलाब्याचा किल्ला आपल्या ताब्यात ठेवण्याचा बाजीरावांचा उद्देश सिद्धीस गेला नाही. कारण, या बाबतीत त्यास मानाजी आंग्र्याकडून विरोध झाला, त्यामुळे आंग्र्याकडून बाजीरावांस 'राजमाची' व 'कोटिया' या दोन टेकड्या मिळविण्यापलीकडे अधिक फायदा झाला नाही!

मराठ्यांची सिद्दींवरील मोहिम १७३६ एप्रिलमध्ये संपली. या मोहिमेच्या वेळी असो किंवा आंग्र्यांविरुद्ध लढाईच्या प्रसंगी असो, बाजीरावांस पोर्तुगीजाचा काटा बोचत होता. तो काटा काढून टाकण्याच्या तयारीस पेशवा लागला व पोर्तुगीजांविरुद्ध असामान्य संग्रम करून त्याने वसईची मोहीम यशस्वी केली.

खास करून या लढाईचा इथे उल्लेख करण्याचे कारण म्हणजे जमीन आणि समुद्र (तेव्हा विमाने नव्हती) अशा दोन्ही प्रकारच्या युद्धात मुघल (शिया आणि सुन्नी), पोर्तुगीज, आफ्रिकी (सिद्दी) आणि इंग्रज असे चार शत्रू, (आणि हिंदू, मुसलमान व ख्रिश्चन असे तीनधर्मीय) या सर्व गोतावळ्याला बाजीराव किती लीलया एकाचवेळी हाताळत होता, पराक्रमी योद्धा म्हणून तो किती थोर होता हे वाचकांच्या नजरेस आणून देणे हे होय. हे युद्ध त्या काळच्या आंतरराष्ट्रीय पातळीवर (International Warfare) लढून बाजीरावांनी जिंकले.

❒❒❒

१

मराठे

मालोजीरावांपासून मराठ्यांच्या इतिहासाचा साकल्याने अभ्यास केल्यास ठळकपणे जाणवणाऱ्या प्रमुख गोष्टी : छत्रपती श्रीशिवरायांपासून खऱ्या अर्थाने स्वतंत्र अशा मराठेशाहीच्या ऐतिहासिक पर्वाला सुरुवात झाली.

शिवाजी महाराजांच्या काळातच दक्षिणेतील सत्तांनी एकत्र येऊन दिल्ली दरबारच्या पराभवाचे डाव टाकत या राजकारणास खरी चालना दिली. शिवाजी महाराजांच्या सिंहासनरोहणानंतरच, दक्षिणेत मराठी सत्तेला एक राजकीय अधिष्ठान प्राप्त झाले.

मात्र शिवरायांच्या मृत्यूनंतर या मराठी साम्राज्याची अवस्था नाजूक बनली होती. या ठिकाणी ही गोष्ट यथार्थ मान्य करावी लागेल की, औरंगजेब स्वतः महाराष्ट्रात उतरल्यावर, आधी छत्रपती संभाजीराजांच्या आणि नंतर ताराबाईंच्या नेतृत्वाखाली मराठ्यांनी अतुलनीय पराक्रम गाजवला. यानंतर जेव्हा शाहूंचा अंमल चालू झाला, तेव्हा मात्र मराठी राज्याला स्थिरता नव्हती. ज्या शिताफीने आणि कमालीच्या नेतृत्व गुणाने शिवरायांनी सगळ्या एतद्देशियांना सांभाळून राज्यस्थापना केली, ते नंतरच्या शासकांना मात्र साध्य करता आले नाही. स्वतःचा सवतासुभा निर्माण करण्यात स्वारस्य असणाऱ्या सरदारांवर अंकुश ठेवण्याची ताकद मात्र पहिल्या बाजीराव पेशव्यांना चांगलीच साध्य झाली होती.

छत्रपती शिवाजी महाराजांचे निधन १६८०मध्ये झाले. संभाजी महाराज १६८९मध्ये पकडले गेले. त्यांना औरंगजेबाने ठार केले. त्यांचा मुलगा शाहू याला मुघलांनी कित्येक वर्षे ताब्यात ठेवले. मराठ्यांनी शिवाजी महाराजांचा दुसरा मुलगा राजाराम याच्या नेतृत्वाखाली संघर्ष चालू ठेवला. राजाराम मद्रासच्याही दक्षिणेस ५०० मैल अंतरावर जिंजीच्या किल्ल्यात होता. जिंजीला मुघलांचा वेढा पडला तरी मराठ्यांनी महाराष्ट्रात

संग्रम चालूच ठेवला. धनाजी जाधव आणि संताजी घोरपडे यांनी मुघलांवर छापे मारून त्यांची रसद तोडून त्यांच्या प्रदेशात लुटालूट करून त्यांना जेरीस आणले. नेमाजी शिंदे तर माळव्यात शिरला. त्याने उत्तरेकडून येणारी कुमक व रसद तोडली.

राजारामांच्या मृत्यूनंतर त्यांची पत्नी ताराबाई हिने संघर्ष चालू ठेवला. शेवटी मराठ्यांना चिरडणे अशक्य आहे हे औरंगजेबाच्या लक्षात आले. तो दिल्लीला परत जाताना महाराष्ट्रातच मरण पावला. पण त्या आधी मुलांना सांगून गेला की, मराठ्यांमध्ये फूट पाडण्यासाठी योग्य वेळी शाहूला सोडा. शाहूला सोडल्यानंतर मराठ्यांमध्ये फूट पडली. ताराबाई शाहूंचा हक्क मान्य करीना. त्यांच्यात यादवी सुरू झाली. शेवटी शाहूंची सरशी झाली. या सरशीत बाळाजी विश्वनाथांची भूमिका महत्त्वाची होती. कोल्हापूर पक्षाचा पराभव झाला. राज्याची वाटणी झाली. कृष्णा नदीपलीकडचे राज्य कोल्हापूरकरांचे तर अलीकडचे शाहूचे!

शाहूनी सातारा राजधानी केली. मुघलांच्या छावणीत वाढल्यामुळे शाहूंना राजपुत्राला आवश्यक असलेले कोणतेच शिक्षण मिळाले नव्हते. शिवाय मुघल संस्कारामुळे शाहू ऐषाआरामी झाले होते. स्वत: कारभार करण्याची प्रवृत्ती आणि त्राणही त्याच्यात नव्हते. बाळाजी विश्वनाथ हे चित्पावन कोकणस्थ ब्राह्मण. शाहू परत येण्यापूर्वी बाळाजी सेनापती धनाजी जाधव यांच्या पदरी होते. त्यांचे व्यवस्थापन कौशल्य पाहून शाहूंनी त्यांना आपल्याकडे घेतले. त्यांनी शाहूंना नवे सैन्य उभारून दिले. शाहूंनी त्याला 'सेनाकर्ते' अशी पदवी दिली. १७११मध्ये शाहूंनी त्यांना दमाजी थोराताचे पारिपत्य करण्यासाठी पाठवले. पण थोरातांनी त्याला विश्वासघाताने पकडले. शाहूंनी मोठी खंडणी भरून त्याला सोडवले. नंतर शाहूंच्या सैन्याने थोरातांना पकडले. त्यांना अंधार कोठडीत टाकण्यात आले.

बाळाजी विश्वनाथ यांनी राज्यव्यवस्थेतही बदल केले. शिवाजीने वतने, जहागिरी नष्ट केली होती. पण यादवीच्या काळात मराठे सरदार इकडचे तिकडे व्हायला लागल्यामुळे त्यांना शाहूंशी एकनिष्ठ ठेवण्यासाठी त्यांनी जुनी पद्धत सुरू केली. हीच पुढे संस्थाने झाली. सुभ्यांचे सुभेदार त्यांच्या हद्दीच्या आत स्वतंत्र राजे होते. पण महसूल पाठवणे आणि प्रसंगी लष्करी साहाय्य करणे या बाबतीत शाहूंना बांधलेले होते.

कान्होजी आंग्रे यांच्यापाशी मोठे आरमार होते. गोव्यापासून मुंबईपर्यंत त्याचा दरारा होता. पोर्तुगीज, इंग्रज आणि जंजिऱ्याचा सिद्दी तिघेही त्याला घाबरून असत. आंग्रे ताराबाईच्या (कोल्हापूर) पक्षात होता. शाहूंनी त्याच्याविरुद्ध पाठविलेल्या मोहिमेचा जबरदस्त पराभव झाला. आंग्र्यांनी थेट साताऱ्यावरच चाल केली. शाहूंनी आंग्र्यांचा बंदोबस्त करण्याचे अधिकार बाळाजी विश्वनाथ यांना दिले. बाळाजींनी त्याच्याशी युद्ध न करता, केवळ मुत्सद्देगिरीच्या प्रयोगाने कान्होजी आंग्रे यांना शाहूंच्या पक्षात आणले.

> पहिले पेशवे बाजीराव रणांगणातील सेनापती म्हणून अजोड होते. त्यांना लाभलेल्या ४० वर्षांच्या आयुष्यापैकी त्यांची निम्मी वर्षे लढण्यातच गेली. सर्वस्वी अपराजित सेनापतींच्या समूहात त्यांची श्रेणी वेगळी आणि वरची ठरते.

त्याला मराठ्यांचा अधिकृत 'सरखेल' म्हणजे आरमाराचा प्रमुख, ॲडमिरल करण्यात आले. शाहूंनी १७१३मध्ये बाळाजी विश्वनाथ यांना पेशवा - म्हणजे पंतप्रधान केले.

शाहू अद्यापि मुघलांचा मनसबदार म्हणजे मांडलिक होते. त्यांना स्वतंत्र राजा म्हणून प्रस्थापित करण्याचा उद्योग बाळाजी विश्वनाथ यांनी सुरू केला. त्यांनी सय्यद बंधूंच्या माध्यमातून दिल्लीच्या राजकारणात शिरकाव केला. सय्यद हुसेनअली दख्खनचा सुभेदार असताना एका लढाईत मराठ्यांनी त्याचा पराभव केला. त्यामुळे त्याला मराठ्यांशी मैत्री ठेवणे सोयीस्कर वाटले. हुसेनअलीने फर्रूखसियर विरुद्ध चाल केली तेव्हा बाळाजींनी त्याला १५००० स्वारांचे घोडदळ दिले व त्या बदल्यात दख्खनच्या सहा प्रांतांमधून चौथाई (महसुलाचा चौथा हिस्सा) आणि सरदेशमुखी (दहावा हिस्सा) वसूल करण्याचे हक्क मिळवले. इतकेच काय? नव्या बादशहाकडून या व्यवस्थेवर मंजुरीचे शिक्कामोर्तबही करून आणले.

बाळाजी १७२०च्या एप्रिलमध्ये अचानक मरण पावले.

पहिले पेशवे बाजीराव रणांगणातील सेनापती म्हणून अजोड होते. त्यांना लाभलेल्या ४० वर्षांच्या आयुष्यापैकी त्यांची निम्मी वर्षे लढण्यातच गेली. सर्वस्वी अपराजित सेनापतींच्या समूहात त्यांची श्रेणी वेगळी आणि वरची ठरते. पण त्यांच्या या अद्वितीयपणाची हकिकत लिहिताना त्यांनी पेशवेपदाची सूत्रे हाती घेतली त्या वेळची देशातल्या ज्या दोन प्रमुख सत्ता, मुघल व मराठे त्यांची स्थिती काय होती, ती तशी कशी झाली याच्याकडेही बारकाईने पाहाणे गरजेचे ठरते.

भारतात सर्वांत जास्त काळापर्यंत सत्ता उपभोगलेल्या सत्ताधीशांमध्ये मुघलांचा क्रमांक अलीकडील इतिहासात वरचा आहे. बाबरापासून चालू झालेला मुघल सत्तेचा वारसा हा औरंगजेब बादशहाच्या नंतरच्या काळात झपाट्याने अधोगतीच्या मार्गावर जाऊ लागला.

बादशहाच्या प्रत्येक पिढीत असलेला वारसाहक्काचा खेळ हा औरंगजेबानंतरच्या पिढीनेही चालू ठेवला. दिल्ली दरबारातील अस्थिर वातावरण जरी वरकरणी वाटले तरीही, मराठेशाहीत याच कालखंडात बाजीरावांच्या उदयाच्या संबंधात याचा विचार करता पैशाने, ताकदीने आणि सुविधांनी प्रबळ अशा मुघल सत्तेला पेशव्याने दिलेले प्रत्युत्तर वाखाणण्याजोगे आहे.

❑❑❑

२

निजाम आणि बाजीराव

कथा-कादंबऱ्यांमध्ये नायकाला खलनायकाशिवाय उठाव येत नाही, तसा इतिहासात पराक्रमी पुरुषाला प्रतिस्पर्ध्याशिवाय उठाव येत नाही.

कौरवांशिवाय पांडवांना काय आकार होता? रावणाशिवाय राम कसा आदर्श नायक ठरला असता? ग्रीकांच्या प्राचीन इतिहासात इराणचा राजा झरीक्सस हा अफाट सैन्य आणि आरमार घेऊन आला नसता तर थर्मापायलीच्या लढाईमध्ये स्पार्टाचा राजा लिओनिदाचे आणि ३०० स्पार्टन वीर यांच्या शौर्याला अनन्यसाधारण महत्त्व कसे आले असते? नेपोलियनच नसता तर ड्यूक ऑफ वेलिंग्टन कसा चमकला असता? पालखेडच्या लढाईतील बाजीरावांच्या युद्ध-नेतृत्वाचे कौतुक करणारा महान ब्रिटिश सेनापती फील्डमार्शल माँटिगोमरी हा जर्मन सेनापती फील्डमार्शल आर्विन रोमेल त्यांच्यासमोर उभा ठाकला नसता, तर इतिहासात त्याला काय महत्त्व आले असते?

पहिल्या बाजीरावांच्या लष्करी नेतृत्वाचा परामर्श घेताना 'निजाम' हा विषय अपरिहार्य ठरतो. औरंगजेबाच्या पश्चात निजामासारखा बेरकी, महत्त्वाकांक्षी, धूर्त इसम मुघलांकडे कोणी आला नाही. औरंगजेबाने आपल्या सगळ्या गुणांना आपल्या धर्मवेडाने छेद दिला. तसे न करण्याइतका निजाम शहाणा होता. पण त्याची महत्त्वाकांक्षा कधीही न थकणारी होती. बाजीरावांच्या हयातीमधली जेवढी वर्षे या एकट्या माणसाने खाल्ली तेवढी दुसऱ्या कोणी खाल्ली नाहीत, म्हणून प्रथम त्याची दखल घेणे प्राप्त ठरते. मराठी राज्याच्या उत्तरार्धात मराठ्यांच्या हालचालींना कोणी सतत अडथळा आणला असेल तर तो म्हणजे निजामानेच!

निजामाचे पूर्वज औरंगजेबाच्या पदरी असल्यापासूनच त्यांच्या घराण्याने सतत पराक्रम गाजवून दरबारात आपला दबदबा कायम राखला होता. बाजीरावांच्या काळात ज्या निजामाशी झालेल्या लढाईत मराठ्यांची ऐतिहासिक सरशी झाली त्या निजामाचा जन्म १६७१मध्ये व मृत्यू १७४८मध्ये झाला. येथे महत्त्वाचा भाग असा की, लाभलेल्या दीर्घायुष्यामुळे तीन पेशव्यांशी त्याने लढाई केली. मात्र त्याला आपल्या असामान्य युद्धनेतृत्वाने धूळ चारली ती पेशवा बाजीरावांनीच!

निजाम-उल-मुल्क

औरंगजेबाच्या काळात त्याच्या उमरावांचे चार गट होते. पर्शियन, अफगाण, मुघल आणि हिंदी मुसलमान. ज्यांचे पूर्वज ऑक्सल नदीच्या उत्तरेकडून आले ते पर्शियन म्हणून ज्ञात होते. औरंगजेबाच्या पश्चात या चार गटांमधील स्पर्धा वाढली. मध्यवर्ती सत्ता कमकुवत होताच या स्पर्धेने गंभीर स्वरूप धारण केले. तुर्राणी हे सनातनी सुन्नी पंथाचे होते. तर सय्यद बंधू व पर्शियन शिया होते. या दोघांमधील द्वेष आणि स्पर्धा यांना धर्मामुळे तेज धार आणली.

सय्यदांचा कल हिंदी मुसलमानांशी जमवून घेण्याकडे होता. त्यांचा परदेशी मुसलमानांवर विश्वास नव्हता. निजाम-उल-मुल्क हा तुर्राणी गटातला सर्वांत सामर्थ्यवान उमराव होता. त्याचा आजा १६५५मध्ये बोरवाटा येथून हिंदुस्थानात आला. त्याने औरंगजेबाच्या चाकरीत चमक दाखवली होती. निजामाचे खरे नाव चिन किलीच खान, त्याचा जन्म १६७१मधील. निजाम-उल-मुल्क ही त्याला फर्रूखसियर बादशहाने दिलेली पदवी. वारशाची जी बादशाहीची युद्धे झाली त्यामध्ये याने कोणाकडूनच भाग घेतला नाही.

मोहम्मदशाह गादीवर आल्यानंतर निजामाचे महत्त्व वाढले. सय्यद बंधू इतर कोणापेक्षाही त्याला भीत आणि निजाम त्यांचा द्वेष करी. पण म्हणून बादशहा मोहम्मदशाह याच्यावर त्याची मोठी निष्ठा होती, असे नाही. सय्यदांना दूर करण्याचे साधन म्हणून तो बादशहाकडे पाहत होता. सय्यदांना मुघल घराणे उलथून स्वत: गादीवर बसायचे होते. तर निजामाने आपला बेत उधळून लावू नये असे सय्यद बंधूंना वाटत होते. ते त्याला वाटेतून दूर करण्याचे उपाय शोधीत होते.

वझीर सय्यद अब्दुल्लाखान याने बादशहाचे कान फुंकले. त्याने बादशहाला सांगितले की, दख्खनमध्ये मराठे त्यांची ताकद वाढवण्याचा प्रयत्न करीत आहेत. त्यांना पायबंद घालण्यासाठी निजामाला औरंगाबादेस तैनात करावे. अजून फर्रूखसियर बादशहा होता. त्याला हे मान्य करावे लागले. निजाम दख्खनच्या खानदेश, वऱ्हाड,

पहिल्या बाजीरावांच्या लष्करी नेतृत्वाचा परामर्श घेताना 'निजाम' हा विषय अपरिहार्य ठरतो. औरंगजेबाच्या पश्चात निजामासारखा बेरकी, महत्त्वाकांक्षी, धूर्त इसम मुघलांकडे कोणी आला नाही. औरंगजेबाने आपल्या सगळ्या गुणांना आपल्या धर्मवेडाने छेद दिला. तसे न करण्याइतका निजाम शहाणा होता. पण त्याची महत्त्वाकांक्षा कधीही न थकणारी होती. बाजीरावांच्या हयातीमधली जेवढी वर्षे या एकट्या माणसाने खाल्ली तेवढी दुसऱ्या कोणी खाल्ली नाहीत, म्हणून प्रथम त्याची दखल घेणे प्राप्त ठरते.

औरंगाबाद, बिदर, हैदराबाद आणि विजापूर अशा सहा सुभ्यांचा सुभेदार नेमला गेला. हा प्रदेश साम्राज्यासाठी अत्यंत महत्त्वाचा होता.

निजाम १७१३मध्ये दख्खनला रवाना झाला. त्याला मराठ्यांच्या विरोधाला तात्काळ तोंड द्यावे लागले. मराठ्यांना सय्यदांनी चौथाई वसूल करण्याचे हक्क दिले होते. निजामाची ही सुभेदारी दोन वर्षे चालली. दख्खनचा हा प्रदेश दिल्लीपासून इतका दूर होता की, इकडे स्वतंत्र राज्यच स्थापता येईल असे निजामाला वाटले. त्यात तथ्यही होते. केंद्रसत्ता ढासळायला आता फारसा वेळ लागणार नाही, हे तो ओळखून चुकला होता. विरोध फक्त मराठ्यांकडून होऊ शकत होता आणि त्यांना रोखणे हे त्याचे मुख्य उद्दिष्ट होते.

पण औरंगजेबाच्या २७ वर्षांच्या निष्फळ मोहिमेवरून निजाम आतापर्यंत खूप शिकला होता. जिथे औरंगजेबासारखा बेरकी बादशहा प्रचंड सैन्यासह यशस्वी होऊ शकला नाही, तिथे आपली मात्रा चालणार नाही, हे त्याने पक्के ओळखले होते. त्यांच्यावर त्यांच्या मायदेशात हल्ला करून त्यांना हटवणे शक्य नाही, हे निजाम समजून होता. उलट पर्याय त्यांच्या विस्तारवादी कारवायांना आळा घालणे आणि आपल्या अखत्यारीतील मुलखातील त्यांच्या चौथाईच्या हक्काला मोडता घालणे. मराठ्यांमध्ये बेदिली माजविण्यासाठी त्याने प्रयत्न केला. पण यापैकी कोणताही मनसुबा सफल होण्याआधीच त्याला दिल्लीचे बोलावणे आले.

निजामाला सय्यदांप्रमाणे बादशहा होण्यास किंवा दिल्ली दरबारात दोन नंबरचे पद म्हणजे वजिरी मिळवण्यात अजिबात स्वारस्य नव्हते. दिल्लीच्या कटकारस्थानांच्या आणि खुनाखुनीच्या कारस्थानात राहून स्वत:चा जीव सदैव धोक्यात टांगता ठेवण्याची त्याला अजिबात इच्छा नव्हती. त्याची महत्त्वाकांक्षा होती दुरून दिल्लीच्या तख्ताला

कुर्निसात करीत दख्खनमध्ये स्वतंत्र राज्य करण्याची. उद्दिष्टपूर्तीसाठी सैतानाचीही मदत घेण्याची त्याची तयारी होती. त्यासाठी त्याने वेळोवेळी मराठ्यांची मदत घेतली आणि पुढे त्यांच्याशीच उभा दावा मांडला. शेवटी निजाम आपल्या हयातीमध्ये बाळाजी विश्वनाथ-बाजीराव बाळाजी आणि बाळाजी बाजीराव (नाना) अशा तीन पेशव्यांना आणि या तिघांपेक्षाही दीर्घायुषी स्वामी शाहू अशा चौघांना पुरेपूर पुरला.

निजामाला दिल्लीला बोलावल्यानंतर त्याच्या जागी सय्यद हुसेनअली दख्खनचा सुभेदार नेमला गेला, तर निजामाला त्या बदल्यात माळव्याची सुभेदारी देण्यात आली. प्रतिष्ठा व ताकद या दोन्ही बाबतीत ही सुभेदारी कमी दर्जाची होती. दख्खनमध्ये बस्तान बसवण्यात अडथळा आला होता. पण दिल्लीत राहून सदैव भीतीच्या छायेत वावरण्यापेक्षा निम्म्या अंतरावरचा माळवा सुरक्षित असा हिशेब करून त्याने ती नेमणूक स्वीकारली. त्यावेळी माळव्यात मराठ्यांचे मोठे सैन्य होते. पण निजामाला स्वत:बद्दल खात्री होती की, आपण मराठ्यांना हाताळू शकतो. पुन्हा पुढे सोयीच्या वेळी सय्यदांचा हिशेब करण्यासाठी शक्तीही वाढवू शकतो. १७१६ मध्ये त्याने उज्जैनचा रस्ता धरला. शत्रूंना कुटुंबातल्या कोणाला ओलीस ठेवण्याची संधी मिळू नये, तसेच संपत्ती गडप करता येऊ नये यासाठी निजामाने आपला सगळा कुटुंब कबिला आणि जंगम मालमत्ता सोबत नेली.

सय्यदांनी दोन तरुण कळसूत्री बादशहांची वाट एका वर्षात लावली. त्यांना मुघलांचे तखतच बळकावयाचे आहे एवढे न लपवण्याइतका निजाम भोळा नव्हता. तो औरंगजेबाचा पक्का चेला होता. संशयी तर होताच, माणसांची लक्षणे ओळखण्यातही तरबेज होता. औरंगजेबाचा धर्मांधपणा किती महाग पडला हे त्याने पाहिले होते. त्यामुळे 'काफिरां'शी गरजेपुरतेच संगनमत करण्यात त्याला काही वाटले नव्हते. उद्या सय्यदांनी आपला काटा काढण्याचा प्रयत्न केलाच तर त्यांचे पारिपत्य करता यावे, यासाठी त्याने आपली लष्करी ताकद वाढवायला सुरुवात केली. त्याने मोठ्या प्रमाणावर सैन्य भरती सुरू केली. मोठा तोफखाना तयार केला. तोफखाना हाताळण्यासाठी, देशी लोकांना तयार करण्यासाठी त्याने युरोपीय तज्ज्ञ मोठा खर्च करून मिळविले. युरोपीय शक्ती हिंदुस्थानातील बलवंतांच्या पदरी ठेवून हिंदुस्थानच्या सत्ताकारणात हात मिळविण्यास उत्सुक होत्या. मराठ्यांकडेही महादजी शिंद्यांनी फ्रेंचांच्या मदतीने जबरदस्त तोफखाना उभारला होता.

या गोष्टींवर अर्थात सय्यद बंधूंची नजर होतीच. त्यांनी या 'तुर्राणी लष्करा'ला तात्काळ दिल्लीला येण्याचे फर्मान सोडले. निजामाने हुकमाची अंमलबजावणी केली नाही तर माळव्यावर स्वारी करण्याची तयारी चालवली. बादशहा मोहम्मदशाहला सय्यदांच्या मुठीत राहण्याची इच्छा नव्हतीच. निजाम बंड करील आणि यशस्वी होईल अशी आशा त्याला वाटत होती. तो आपल्या आईमार्फत निजामाला फूस देत होता

आणि सय्यदांचे पारिपत्य केल्यास मोठे मानाचे पद देण्याचे वारंवार सूचित करीत होता.

पन्नास वर्षे वयाचा, मुरब्बी, दरबारी कट-कारस्थानांचा वस्ताद निजाम. त्याला सय्यदांच्या कारवायांची पूर्ण माहिती होती. दिल्लीला जाऊन जीव घालवण्याइतका तो बावळट नव्हता. दख्खनची त्याला चांगली माहिती होती. त्याच्यासाठी सय्यदांविरुद्ध लढायला उभे राहतील असे दोस्त होते. त्याने आपला तळ सरळ दख्खनलाच नेला. त्याचे हे कृत्य म्हणजे बंडच होते. त्यात यशस्वी झाला तरच त्याचा निभाव लागला असता.

त्यासाठी त्याला असीरगडचा मजबूत किल्ला हवा होता. पण वेढा घालून बसण्यात महिने खर्च होतील आणि तेवढ्यात मुघल आपल्याला गाठतील, हे लक्षात घेऊन निजामाने किल्लेदाराला भली मोठी लाच देऊन किल्ला घेतला. हा सय्यदला मोठा हादरा होता. तर बादशहा मोहम्मदशाह याच्या पोटात आनंदाच्या उकळ्या फुटत होत्या. सय्यदांनी औरंगाबादचा अवघा २० वर्षे वयाचा सुभेदार यासिम अली याला निजामास दख्खनमध्ये जाण्यापासून 'फौरन' रोखण्याचा हुकूम दिला. यासिम अलीने सैन्य वाढविण्यासाठी मराठ्यांची भरती सुरू केली. सय्यदांनी याशिवाय दिल्लीहून दिलावरअली खान याला २० हजार सैन्यासह निजामावर पाठीमागून हल्ला करण्यासाठी पाठवले. त्याच्या या सैन्यात बुंदीचा राजा आणि मारवाडचा गजसिंग याचे राजपूत सैन्यही होते.

अशा प्रकारे उत्तरेकडून एक सैन्य आणि दक्षिणेकडून दुसरे सैन्य यांच्या चिमटीत सापडण्याची निजामाची इच्छा नव्हती. त्याने प्रथम दिलावरअलीचा निकाल लावून मग बच्चा यासिम अलीकडे बघण्याचा निश्चय केला. त्याने उज्जैन सोडले. नर्मदा ओलांडली आणि खानदेशची राजधानी बऱ्हानपूर केली. आता तो माळवा व दख्खन यांच्या बरोबर मध्यावर दिलावरअली दक्षिणकडे येत होता तर यासिम अली आता उत्तरेकडे चालला होता. दिलावरअली खानाने निजामाच्या हालचाली पाहून उंच जागा गाठली. खंदक खणले, तोफखाना मांडला. निजामाने त्याच्यावर समोरून हल्ला न करता बारा मैलांचा वळसा घालून दिलावराच्या गाफील पिछाडीवर हल्ला चढवला. ९ जून १७२० रोजी झालेल्या या लढाईत निजामाने दिलावरचा धुव्वा उडवला. त्याचा तोफखाना, घोडदळ बंदुकबाज, भालाईत, पायदळ यापुढे दिलावराच्या मोर्चे बांधून बसलेल्या सैन्याचा टिकाव लागला नाही.

आता सय्यदांनी वेगळा पवित्रा घेतला. त्यांनी निजामाला दख्खनच्या सहा सुभ्यांचा सुभेदार नेमण्याचे जाहीर केले. पण यासिम अलीला निजामावर दक्षिणेकडून चाल करण्याचा गुप्त आदेश दिला. यासिम अली हा काही शिपाईगडी नव्हता. निजामाने प्रथम त्याच्याकडे मध्यस्थ पाठवले. यासिम अलीने त्यांना धुडकावून लावले. त्याने लढाई

देण्याचाच हेका चालवला. निजामाच्या सुसंघटित आणि कुशल नेतृत्व लाभलेल्या सैन्यापुढे यासिम अलीचा टिकाव लागला नाही. त्याच्या सैन्याने माघार घ्यायला सुरुवात केली. खुद्द यासिम अली रणांगणात लढताना पडला.

आता सारा दख्खन प्रांत निजामाच्या वर्चस्वाखाली आला तर सय्यदांची सद्दी संपली. या सगळ्या गडबडीत बादशहा मोहम्मदशाह कुठचीच बाजू आपली असे दाखवीत नसला तरी त्याला निजामाची सरशी व्हावी असेच वाटत होते. सय्यद बंधू आता घायकुतीला आले. त्यांनी खुद्द बादशहाच्या नेतृत्वाखाली निजामावर प्रचंड सैन्य पाठवायचे ठरवले. सल्लागार व प्रत्यक्ष सेनापती फील्ड कमांडर म्हणून हुसेनअली बादशहाबरोबर जाणार होता. ५०,००० उत्तम प्रशिक्षित व शस्त्रसज्ज सैन्य अजमेर मार्गे दख्खनकडे जायचे होते. त्याला मारवाडच्या महाराजा अजितसिंगचे सैन्य वाटेत मिळायचे होते. बादशहाला शिपाईगिरी करण्यात स्वारस्य नव्हते. पण वरकरणी मात्र धोरणाचा भाग म्हणून त्याने मोठा आवेश दाखवला.

दरम्यान निजामाच्या तुर्राणी मित्रांनी हुसेनअलीचा दख्खनच्या मार्गावरच खून करण्याचा कट रचला. त्याची कल्पना बादशहाला देण्यात आली. दिल्लीपासून ६० मैलांवर तळ पडलेला असताना हुसेनअली रोजच्याप्रमाणे बादशहाला भेटला. तो बादशहाच्या डेऱ्यातून बाहेर पडून पालखीत बसतो न बसतो तोच त्याचा एक विश्वासू माणूस एका सरदाराकडून काही निरोप घेऊन आला. हा कटाचाच एक भाग होता. कटवाल्यांनी सय्यदांचेच पाठीराखे फोडले होते. त्या जासूदाने आपल्या अंगरख्यातून खंजीर काढून तो इतक्या जोरात हुसेनअलीच्या छातीत खुपसला की, तो तात्काळ ठार झाला. छावणीत हाहाकार उडाला. शेवटी तुर्राण्यांची सरशी झाली. हुसेनअलीचे मुंडके उंच काठीला टोचून छावणीत फिरवण्यात आले. सय्यद अब्दुल्लाने सूड घेण्याचा प्रयत्न केला. त्याने मोठे सैन्य उभारून चाल केली. कुतुबमिनारजवळ झालेल्या लढाईत सय्यदाचा पाडाव झाला. त्याला पकडून तुरुंगात टाकण्यात आले. तिथेच तो मेला.

सय्यदांचा निकाल लागल्यावर तुर्राणी पक्षाने निजामाला वजीर नेमण्यासाठी बादशहाचे मन वळवले. १७२२च्या फेब्रुवारीत बादशहाने दरबार भरवून त्याला वझीर-ए-सल्तनत (पंतप्रधान) नेमला. पण तेव्हापासूनच त्याच्याविरुद्ध कारस्थाने सुरू झाली. राजपूत आणि हिंदी-मुसलमान गट निजामाच्या विरुद्ध होते.

सय्यदांच्या बेड्या तुटल्यानंतर बादशहा रंगविलासात बुडाला. त्याने कारभाराकडे लक्ष देणे सोडून दिले. सरदार-दरकदारांमधील भांडणे मिटवण्यासाठी काही केले नाही. त्याचा बहुतेक वेळ जनानखान्यात जायला लागला. याचा फायदा घेऊन निजामाच्या शत्रूंनी बादशहाचे मन निजामाविरुद्ध कलुषित केले. निजाम शिस्तीचा प्रशासक होता.

त्याने अनेक प्रशासकीय व आर्थिक सुधारणा करायचे ठरवले. पण बादशहा त्याचे निर्णय बदलू लागला. निजाम अत्यंत कडक व जुन्या वळणाचा होता. बादशहाचे नवे दोस्त निजामाच्या वागण्या-बोलण्याची, त्याच्या अडखळत चालण्याची, अर्ध हिंदुस्थानी उच्चारांची, विचित्र दाढीची, सतत पान खाण्याच्या सवयीची टवाळी करू लागले. भर दरबारात 'देखो दख्खनी बंदर कैसे नाच रहा है' असे बादशहाला सांगू लागले. बादशहाने त्याला अटकाव करण्याऐवजी उत्तेजनच देण्याचा उपक्रम चालवला. अखेर हे असह्य झाले. त्याने १७२३च्या अखेरीस बादशहाच्या परवानगीने दख्खनचा रस्ता धरला. त्याने आपला सबंध कुटुंबकबिला दख्खन सुभ्याची राजधानी औरंगाबाद येथे नेला.

तो निघाल्याबरोबर बादशहाने आधीपासून हैदराबादेत असलेल्या मुबारकखानाची दख्खनच्या सुभ्यावर नेमणूक केली. आता निजाम व मुबारकखान यांचा संघर्ष अटळ होता. औरंगाबादजवळ लढाई झाली. निजामाच्या तोफखान्यापुढे मुबारकखानाच्या तिप्पट जास्त सैन्याचे काही चालले नाही. या लढाईत बाजीरावांनी ८००० घोडदळ निजामाच्या मदतीला दिले होते. निजामाने मुबारकखानाचे शीर चांदीच्या ताटातून बादशहा मोहम्मदशाह याच्याकडे पाठवले. या लढाईत बाजीरावांनी जरी निजामाला साहाय्य केले असले तरी, ते एक शत्रू कमी करण्यासाठी होते. येथून पुढे मात्र निजाम-बाजीराव असा संघर्ष बाजीरावांच्या हयातभर चालला. निजाम बाजीरावांनंतरही मराठ्यांना त्रास देत राहिला.

> "बाजीराव आणि निजाम यांच्यातील संघर्षाचे अनेक पैलू आपल्याला इतिहासात आढळून येतील. निजामाचे प्रत्यक्ष मैदानावर मराठ्यांशी लढण्याचे जेवढे प्रसंग आले त्यापेक्षाही राजकारणातील त्याच्या चाली (उपद्व्यापांनी) या मराठ्यांच्या आणि पर्यायाने त्याकाळच्या बाजीरावांच्या राजकारणात फारच अडथळा आणीत. निजामाने तर सदैव मराठ्यांमध्ये फूट पाडून त्यांच्या विरोधकांना छुपी किंवा काही प्रसंगी उघडपणे मदत करून सतत मराठेशाहीला खिंडार पाडण्याचे यत्न केले. अशा तिढ्याविरुद्ध बाजीरावांचा झालेला सामना हा म्हणूनच दोन कसलेल्या मल्लांच्या कुस्तीसारखा रंगतदार वाटतो."

बाजीरावांच्या नेत्रदीपक, अजिंक्य कारकिर्दीचा परामर्श घेण्यापूर्वी, बाजीरावांचा उदय कोणत्या व कशा परिस्थितीत झाला ते पाहणे आवश्यक ठरते.

❏❏❏

३

पेशवे बाजीराव

बाजीरावांचा जन्म १७००चा. त्याच्या मागून आठ वर्षांनी चिमणाजींचा जन्म झाला. ते इतिहासात चिमाजी आप्पा म्हणून प्रसिद्ध आहे. मरण्यापूर्वी बाळाजींनी बाजीरावांचे लग्न चासकमानच्या जोशांची मुलगी काशी हिच्याशी लावून दिले. त्यांनी आपल्या दोन्ही मुलांना शिपाईगिरीचे शिक्षण दिले. मुलगे सिंहासारखे निर्भय आणि वाघासारखे ताकदवान असावेत, त्यांच्या अंगी नेतृत्वगुण असावेत असा त्यांचा आग्रह होता. बाजीराव 'पट्टा' नावाची लांब लवचिक तलवार चालवण्यात पटाईत होते. दोघाही भावांनी तालमीत शरीर कमाविले होते. बाजीराव उंच, रुंद छातीचे. चिमाजीही शूर पण दमेकरी.

बाजीरावांचे लहानपण छावण्या आणि रणक्षेत्रे यांवर गेल्याने त्याचे शिक्षण व्यवहारापुरतेच झाले होते. बाजीराव अवघे अकरा वर्षांचे असताना दमाजीने त्याला थोरातावरच्या मोहिमेत नेले होते. बाळाजींना दमाजीने विश्वासघाताने पकडले. त्याच्याबरोबर बाजीरावांनाही पकडले होते. शाहूंनी खंडणी भरून त्यांना सोडविले. बाळाजींच्या शेवटच्या दोन वर्षांमध्ये बाजीरावांनी सैन्याचे नेतृत्व केल्याचे इतिहास सांगतो. सय्यद हुसेनअली दिल्लीवर (फर्रूखसियर बादशहाविरुद्ध) चालून गेला, त्यावेळी बाळाजी मराठा सैन्यासह त्याच्या मदतीला गेले होते. पोरसवदा बाजीरावांकडे घोडदळाच्या एका पथकाचे नेतृत्व होते. ते वडिलांबरोबर दिल्लीत महत्त्वाच्या वाटाघाटीच्या वेळी हजर झाले. त्यामुळे बाजीरावांना दरबारी 'खेळां'चाही अनुभव आला. याच काळात त्यांची जयपूरच्या महाराजा जयसिंगाशी मैत्री झाली. याच वयात बाजीराव एक उत्तम लष्करी नेता आणि मुत्सद्दी म्हणून तयार होत होते.

१७२०च्या एप्रिल महिन्यात शाहूंनी बाजीरावांना पेशवा नेमले. त्यावेळी त्यांचे वय फक्त २० होते. पण ग्रँट डफ म्हणतो त्याप्रमाणे बाजीरावांकडे ''आखणी करणारे डोके आणि अंमलबजावणी करणारे हात'' दोन्ही होते. बाजीरावांचा धाकटा भाऊ चिमणाजी फक्त १० वर्षांचा होता. त्याला शाहूंनी पंडित हा किताब व दमाजी थोरातांची जहागिरी बहाल केली.

बाजीरावांच्या नेमणुकीचे शाहूंच्या जुन्या सरदारांना व सल्लागारांना मोठे वैषम्य वाटले. त्यांच्यामध्ये श्रीपतराव प्रतिनिधी म्होरक्या होता. त्याने बाळाजींच्या वेळेपासून काही दक्षिणी व कोकणस्थ ब्राह्मण आणि मराठे यांची फळी तयार करायला सुरुवात केली होती. या जुळणीला 'दख्खन पक्ष' म्हणत.

बाजीरावांना पेशवेपद मिळायच्या आधीपासून मुघल साम्राज्यात मोठी बेदिली निर्माण झाली होती आणि बाजीराव पेशवे होईपर्यंत ती बरीच विकोपास गेली होती. सय्यद बंधू शिखराजवळ जाऊन खाली कोसळले होते. त्यांचे नामोनिशाण शिल्लक राहिले नव्हते. निजामाने चंबळच्या दक्षिणेकडील मुलूख, थेट कावेरी नदीपर्यंतचा मुलूख बळकावला होता. त्याने स्वातंत्र्य पुकारले नव्हते इतकेच. दिल्लीपासून थोड्या मैलांच्या पलीकडे सुरतपर्यंत रजपुतांनी जम बसवला होता. जाटांनी आणि रोहिल्यांनी स्वत:ची संस्थाने स्थापन केली होती. मुघल साम्राज्य ढासळायला लागले होते. याचा फायदा घेऊन मुघल मुलूख मारावा अशी बाजीरावांची भूमिका होती.

तर प्रतिनिधी दक्षिण दिशा निर्वेध करून मग उत्तरेकडे वळावे असा आग्रह धरून होता. कोकणात सिद्दी बळावला आहे. निजाम वेशीवर उभा आहे. तेव्हा प्रथम आहे ते भक्कम अभेद्य असेच करावे. मुघलांनी शिवाजी महाराजांचा जो मुलूख बळकावला आहे तो परत मिळवावा. जिंजी पुन्हा घ्यावी. शिवाजी महाराजांचा विजापूरकरांकडून खेचून घेतलेला प्रदेश पुन्हा जिंकावा. त्या आधी दिल्लीच्या विरुद्ध जाणे घातक ठरेल असा प्रतिनिधीचा युक्तिवाद होता. बाजीरावांनी केलेल्या प्रतिवादाला शत्रूने अनुकूल प्रतिसाद दिला. बाजीरावांनी प्रतिप्रश्न केला. ''आज मुघल काय आहेत, आपसात

१७२०च्या एप्रिल महिन्यात शाहूंनी बाजीरावांना पेशवा नेमले. त्यावेळी त्यांचे वय फक्त २० होते. पण ग्रँट डफ म्हणतो त्याप्रमाणे बाजीरावांकडे "आखणी करणारे डोके आणि अंमलबजावणी करणारे हात" दोन्ही होते. बाजीरावांचा धाकटा भाऊ चिमणाजी फक्त १० वर्षांचा होता. त्याला शाहूंनी पंडित हा किताब व दमाजी थोरातांची जहागिरी बहाल केली.

भांडणाऱ्या ऐदी, विलासी मूर्खांचा दरबार! हिंदुस्थान मुक्त करण्याची ही अपूर्व संधी सोडता नये.''

निजाम आणि बाजीराव

सय्यद बंधूंचा निकाल लागण्याच्या सुमारासच बाजीरावांची पेशवे म्हणून नेमणूक झाली. सय्यदांच्या नाशामुळे मराठ्यांसाठी मात्र अडचणीची परिस्थिती निर्माण झाली. बाळाजी विश्वनाथांनी केवळ दख्खनच्या सहा सुभ्यांमध्ये नव्हे, तर माळवा व गुजरातमध्ये चौथाई, सरदेशमुखी वसूल करण्याचे हक्क मिळवले होते. पण निजाम व मुघल दरबारातील इतर मानकरी यांच्याकडून या वसुलीला विरोध होणार हे शाहू महाराज व बाजीराव या दोघांनीही ओळखले होते. आणि निजामाच्या मनातही अर्थात वेगळे काही नव्हते. त्याने कोल्हापूरच्या संभाजीला मराठ्यांच्या चौथाईच्या हक्कावर दावा करण्यासाठी चिथावण्या देण्यास सुरुवात केली. त्याने साळसूदपणे प्रयत्न केला. खरा वारस कोण? खरा दावेदार कोण? अशा प्रकारे निजामाने मराठ्यांच्या दोन राज्यांमध्ये यादवी पेटवण्याचा उद्योग आरंभला. निजामाशी युद्ध करून त्याचा कायमचा बंदोबस्त करावा, असा बाजीरावांचा आग्रह होता. त्याने बाजीरावांना निजामाची भेट घेऊन मामला सोडवण्यास भाग पाडले. त्यांची भेट १७२१च्या जानेवारीत खानदेशामध्ये चाळीसगाव येथे ठरली. तिथे निजामाने मोठ्या सैन्यासह डेरा टाकला होता. बाजीरावांच्या स्वागतासाठी वैभवाचे प्रदर्शन मांडले होते.

चार दिवस चर्चेच्या फेऱ्या झडल्या. इथे बाजीरावांच्या मुत्सद्दीपणाचाही कस लागला. शेवटी बाजीरावांची खात्री झाली की, निजाम सुखासुखी मराठ्यांचा दावा मान्य करणार नाही. त्याला भाग पाडावे लागेल. त्यावेळी निजाम वजीर होता. पण १७२२साली मुबारिजखानाचा पराभव केल्यानंतर त्याने दख्खनचा कब्जा केला. औरंगाबाद राजधानी केली. नंतर मराठ्यांच्या भीतीने ती हैदराबादला स्थलांतरित केली. १७२४मध्ये तो स्वतंत्रच झाला. तेथपासून पुढे १९४८साली लष्करी कारवाई करून भारतात सामील केले जाईपर्यंत ते राज्य २२४ वर्षे टिकले. त्याने मराठ्यांना मराठी राज्याच्या अखेरपर्यंत नडले. चाळीसगावच्या भेटीनंतरही निजाम स्वस्थ बसला नव्हता. त्या काळात शाहूने कर्नाटकच्या दोन मोहिमांमध्ये बाजीरावांना गुंतवले. पण त्याची नजर मध्य आणि उत्तर हिंदुस्थानवर लागलेली असल्यामुळे त्याचे कर्नाटक मोहिमांमध्ये मन नव्हते. पुन्हा त्याला श्रीपतराव प्रतिनिधीबरोबर जावे लागले. ते तर त्याला बिलकुल आवडणारे नव्हते.

निजाम-बाजीराव भेटीबद्दल व्ही.जी. दिघे यांच्या 'Empire of Maratha Expansion' मुंबई, १ नोव्हेंबर, १९४४'- या बाजीरावांवरील प्रबंधात (सर जदुनाथ सरकार यांच्या मार्गदर्शनाखाली केलेल्या संशोधनावरून) थोडी वेगळी आणि अधिक माहिती आपल्याला मिळते. दिघे म्हणतात, पहिली भेट १७२१ जानेवारी. दुसरी १७२३ फेब्रुवारी झाबुनाजवळ. तिसरी १७२४ मे नालंदा येथे. मग चाळीसगाव जवळ झालेली भेट कोणती असा प्रश्न पडतो. १७२४च्या भेटीत निजामाने बाजीरावांस स्वराज्याची व इतर काही सनदा दिल्या, असे श्री. दिघे डॉ. पवार यांच्या हवाल्याने नमूद करतात.

❑❑❑

४

मुघल

सत्तेतील शेवटच्या काळात मुघलांचे साम्राज्य आतून पोकळ झाले असले तरी बाहेरून नीट होते. तर मराठी राज्य एका प्रदीर्घ स्वातंत्र्यलढ्यातून बाहेर पडून सावरू लागले होते.

औरंगजेबाबरोबरच तत्कालीन जगातल्या एका सर्वात वैभवशाली आणि सामर्थ्यवान साम्राज्याचा शेवट सुरू झाला. अकबराने स्थापन केले, शाहजहान आणि औरंगजेब यांनी वाढवले, पण त्यांच्या पुढच्या पिढ्यांना ते साधे सांभाळतासुद्धा आले नाही. पहिल्या धक्क्यासरशी त्याची इमारत खचली. खजिना थोड्याच काळात रिता झाला. लष्कर पराभूत मनोवृत्तीचे बनले. प्रशासन बारगळले. या ऱ्हासाला स्वतः औरंगजेब कारणीभूत होता. त्याचे धर्मवेडे धोरण, कधी न संपणाऱ्या लष्करी मोहिमा यामुळे त्याची प्रशासनावर पकड राहिली नाही. त्याने प्रत्येक गोष्टीला धर्माचा रंग दिल्यामुळे मुत्सद्देगिरीचा लोप झाला. पुष्कळ मोठे, पण निःसत्त्व अशी मुघल साम्राज्याची अवस्था झाली. शिवाय निसर्गाची अवकृपा साथीला होतीच! सतत पडणाऱ्या दुष्काळामुळे आणि सामर्थ्य ऱ्हासाला लागल्यामुळे कमी होत जाणाऱ्या सारा, कर वसुलीमुळे औरंगजेबाचा खजिना रिकामा होत होता. तो भरून काढण्यासाठी जिझिया कर लावण्यावाचून त्याला पर्याय राहिला नाही. त्यामुळे बहुसंख्य हिंदूंचा असंतोष त्याने ओढवून घेतला.

त्याचे वारस विलासी, मूर्ख, मनोदुर्बल, नालायक असे होते. ऱ्हास थांबवण्याची कुवत आणि अक्कल एकातही नव्हती. त्यामुळे औरंगजेबाच्या पश्चात साम्राज्य मोडून त्याचे सर्वस्वी स्वतंत्र किंवा निमस्वतंत्र तुकडे झाले. आपल्या मुलांमध्ये यादवी होईल अशी भीती औरंगजेबाला वाटत होती. कारण ती मुघल साम्राज्याची ऐतिहासिक परंपरा होती. औरंगजेबाने (आणि त्याच्या आधी शाहजहाननेदेखील) आपल्या भावांचा

निकाल लावूनच सत्ता मिळवली होती. त्याने आपले तीन मुलगे - मुअज्जम, आझम व कामबक्ष यांनी शांतपणे साम्राज्याची वाटणी करावी असे मृत्युपत्रात म्हटले होते. (चौथा अकबर आधीच चित्रातून पुसला गेला होता.)

पण औरंगजेबाच्या मरणानंतर झालेल्या वारशाच्या युद्धांमध्ये आझम व कामबक्ष लढायांमध्ये ठार झाले. औरंगजेबाप्रमाणे आपल्या भावांची दशा बादशहा झालेल्या मुअज्जमने केली नाही इतकेच. मुअज्जम बहादूरशाह हे नाव धारण करून तख्तावर बसला. त्याच्या कारकिर्दीत राजपूत दुरावत गेले. शीख व जाट जास्त बंडखोर बनले. दक्षिणेतून मराठे माळव्यापर्यंत यायला लागले होते. औरंगजेबाच्या हयातीतच नेमाजी शिंदे माळव्यात धुमाकूळ घालीत होता. चिरे ढासळायला लागले होते. बहादूरशाह सत्ताभ्रष्ट झाला, त्यावेळीही मराठे माळव्यापर्यंत लूटमार करीतच होते.

मुघलाईत प्रत्येक बादशहाने थोडे का होईना, पण काही कर्तृत्व गाजवून साम्राज्य वाढवण्याच्या दृष्टीने प्रयत्न केल्याचे दिसते, पण बहादूरशाह मात्र याबाबतीत अगदीच उणा ठरतो. त्याने बादशाही दौलतीत काही भर घातली अथवा नाही ते सोडाच, पण बादशाहीशी संबंधित हितचिंतकांना दूर सारून तो दिल्ली तख्तविरोधी वातावरण निर्माण करता झाला. त्याचा बराचसा कालावधी हा चैन, विलास यात जात असे.

बहादूरशाह ६५ वर्षांचा होता. त्याला हयातभर मरण्याची किंवा तुरुंगात जाण्याची भीती वाटत होती. कदाचित त्यामुळेच तो विचित्र वागत असे. लाहोरमधला प्रत्येक कुत्रा ठार करा, असा हुकूम त्याने एकदा सोडला होता. तो १७१२मध्ये मरण पावला. पुन्हा वारशाचे युद्ध. चारापैकी तीन मुलगे लढायांमध्ये ठार झाले आणि जहांदरशाह बादशहा झाला. हा राजा व्हायला तद्दन नालायक होता. अत्यंत स्त्रीलंपट. तो लाल कुंवर नावाच्या दरबारी नर्तिकेवर इतका लट्टू झाला होता, की त्याने तिला राणीचा दर्जा दिला. तिच्या हौशी पुरवण्यासाठी तो अक्षरशः वाट्टेल ते करीत असे.

तिच्या मर्जीसाठी त्याने यमुनेचे दोन्ही काठ मातीच्या पणत्यांनी चार महिने उजळायला लावले. त्यासाठी इतके तेल लागत असे की, तेल भयंकर महागले. शेवटी दिल्लीमधले सगळे तेल संपले. त्यानंतर तुपाचा वापर सुरू झाला. तोवर ते देखील मिळेनासे झाले. चार महिने हा वेडाचार चालला होता. एकदा या स्त्रीला संपूर्ण बोटभरून माणसे यमुनेत बुडताना बघायची इच्छा झाली. सबब बादशहा सलामतनी यमुनेत ८० माणसांनी भरलेला मचवा उलटवायला लावला. फक्त नऊ जण वाचले. अशा प्रकारचे बेताल, बेबंद, लंपट, नशाबाज जीवन व्यतीत करणाऱ्या बादशहाकडून कारभार तो काय होणार? कारभाराच्या नाड्या वजीर आणि सरदार-दरकदार यांच्या हाती गेल्या. परिणाम व्हायचा तोच झाला. तख्त कोसळू लागले.

त्याचा पुतण्या फर्रूखसियर याने आपल्या बापाचा सूड घ्यायचा निश्चय केला. त्याला मित्र नव्हते. खजिना रिता होता. त्याच्याकडे सैन्य नव्हते. पण दोन मातब्बर माणसांचा, सय्यद बंधूंचा पाठिंबा होता. सय्यद हुसेनअली बराहा व सय्यद अब्दुल्लाखान बराहा. हुसेनअली बिहारचा तर अब्दुल्लाखान अलाहाबादचा सुभेदार. या दोघांना फर्रूखसियरच्या बापामुळेच सुभेदाऱ्या मिळाल्या होत्या. फर्रूखसियर त्यांना शरण गेला. त्यांना मोठ्या अधिकाराच्या जागा द्यायचे त्याने कबूल केले. सय्यद बंधू महत्त्वाकांक्षी, कारस्थानी आणि कपटी होते. ते ही संधी कशी सोडतील?

त्यांनी गंगा व यमुना यांच्या मधल्या दोआबात (दो + आब = दोआब. दोन पाण्यांमधला प्रदेश) मोठे सैन्य उभारले. जहांदरशाहनेही घाईघाईने सैन्य जमवण्याचा प्रयत्न केला. पण सैनिकांना कित्येक महिने पगारच दिलेला नव्हता. त्यांनी पगार दिल्याशिवाय लढायला नकार दिला. शेवटी राजवाड्यातली सोन्याचांदीची भांडी मोडून, खजिन्यातली रत्ने काढून पैसा उभा करण्यात आला.

१७१२च्या डिसेंबरात आग्र्याजवळ शामगढ येथे दोन्ही सैन्ये समोरासमोर आली. पुढे निजाम झालेला चिन किलीच खान याच्यावर जहांदरशाहची मोठी भिस्त होती. तो आपल्या सैन्यासह जाऊन शत्रूला मिळाला. जहांदरशाहचा पराभव अटळ होता. त्याला १७१३मध्ये दिल्लीच्या किल्ल्यात मान मोडून ठार करण्यात आले. त्याचे डोके कापून एका तबकावर ठेवून फर्रूखसियर याला नजर करण्यात आले. नंतर काठीला टोचून हत्तीवरून दिल्लीत फिरवण्यात आले.

फर्रूखसियर मयूरासनावर आरूढ झाला. हा देखणा, आनंदी; पण भित्रा, लुच्चा आणि क्रूर होता. त्याची राजवट एकंदर सात वर्षांची. त्याचा दरबार हे कटकारस्थानांचे आगार बनले. सय्यद बंधूंचा पाठिंबा नसता तर तो क्षणभर टिकला नसता. फर्रूखसियर त्यांच्या हातचे बाहुले बनला. पण मनातून जळत राहिला. त्यांच्या विरुद्ध इतर सरदारांना भडकवून त्यांचा काटा काढण्याचा प्रयत्न करू लागला. सय्यद बंधू शिया मुस्लीम होते. फर्रूखसियरने अब्दुल्लाला वजीर म्हणजे पंतप्रधान आणि हुसेनला सरसेनापती नेमले होते. त्यामुळे सुन्नी सरदारही त्यांचा द्वेष करीत होते. शेवटी सय्यद बंधूंनी सोक्षमोक्ष लावून टाकायचे ठरवले. त्यांनी मराठ्यांचीही मदत मिळवली. त्या बदल्यात त्यांना काही विशिष्ट प्रदेशात चौथाई वसूल करण्याचा हक्क दिला.

सय्यदांना शत्रू फार होते. ते बाटलेल्या हिंदू आईबापांपोटी जन्माला आले होते. त्यांना परदेशी मुसलमानांपेक्षा हिंदू जवळचे वाटत होते. त्यांच्या सैन्यात मराठ्यांची संख्या लक्षणीय होती. हे त्यांच्याबद्दलच्या सुन्नी वगैरेंच्या द्वेषाचे आणखी एक कारण होते. आणि फर्रूखसियर याचा लोकांच्या मदतीने सय्यद बंधूंचा काटा काढायचा प्रयत्न चालला

होता. सय्यद आपल्याला पदच्युत करतील अशा भीतीने तो पछाडला होता. आपल्याला पदच्युत करून आपल्या भावांपैकी कोणाला तरी गादीवर बसवतील, अशा भीतीने फर्रूखसियरने त्यांचे डोळे काढवले आणि त्यांचा तख्तावर बसण्याचा हक्क नष्ट केला.

शेवटी सय्यद बंधू व बादशहा यांमध्ये वितुष्ट विकोपाला गेले. हुसेनअली जो शिपाईगडी होता त्याला दख्खनचा सुभेदार म्हणून पाठवण्यात आले होते. तो प्रचंड सैन्य घेऊन दिल्लीवर चालून आला. त्याचे अर्धे सैन्य मराठा होते आणि मराठा सैन्याचा सेनापती होता पेशवा बाळाजी विश्वनाथ. (याच्या बदल्यातच मराठ्यांना चौथाई वसूल करण्याचा हक्क मिळाला होता.)

हुसेनअलीचे सैन्य जवळ येताच फर्रूखसियरचा धीर सुटला. त्याने आपल्या पाठीराख्यांना सल्ला विचारला. जयपूरच्या सवाई जयसिंगाखेरीज बाकी सगळ्यांनी सांगितले की, सय्यदसमोर आपला टिकाव लागणार नाही. त्याच्या आधारावर फर्रूखसियर लढायला तयार झाला होता. पण शेवटी त्याने कच खाल्ली आणि सय्यदांच्या मागण्या मान्य केल्या. हुसेन सैन्याच्या अग्रभावी राहून दिल्लीत शिरला. फर्रूखसियरचे उरलेसुरले सगळे अवसान गळाले. तो जनानखान्यात लपला. त्याला पकडून प्रथम त्याचे डोळे काढण्यात आले आणि मग ठार करण्यात आले. ते वर्ष होते १७१९ आणि फर्रूखसियरचे वय होते ३६ वर्षे.

आता सय्यद बंधू मुघल साम्राज्याचे सर्वेसर्वा बनले. त्यांनी अफाट राजकीय व आर्थिक शक्ती प्राप्त केली. फर्रूखसियरच्या मित्रांच्या मालमत्ता जप्त केल्या. आता त्यांच्यात दिल्लीमध्ये सय्यद घराण्याची गादी स्थापन करण्याची महत्त्वाकांक्षा बळावली. दोघांपैकी थोरला अब्दुल्लाखान चपळ बुद्धीचा व कटकारस्थाने करण्यात पटाईत होता. पण लंपटही होता. त्याच्या अनेक बायका होत्या. खेरीज शेकड्यावारी रखेल्या होत्या. तो लैंगिक सुखाच्या पुरता आहारी गेला होता. धाकटा हुसेनअली हा भक्कम चारित्र्याचा माणूस होता. उत्तम सेनापती होता. प्रारंभी त्यांच्यात परस्परांबद्दल गाढ विश्वास होता. पण लुबाडून मिळवलेल्या संपत्तीच्या वाटणीबाबत मात्र अविश्वास निर्माण झाला होता.

लोकमताचा, तसेच इतर शक्तींचा विचार करून ते अशा निष्कर्षाला आले की, फर्रूखसियरच्या जागी आपल्यापैकी एकाला बसवणे अशक्य आहे. तेव्हा त्यांनी फर्रूखसियरला ठार केल्यानंतर दोन बुजगावणी-जहांदरशाहच्या भावाचे मुलगे गादीवर बसवले. पहिला काही महिन्यांतच क्षयरोगाने मेला. दुसरा रफीसुद्दौला याचे वय फक्त वीस होते. तो देखील थोड्याच महिन्यांत मेला. त्याच्यावर सय्यद बंधूंनी आर्सेनिकचा विषप्रयोग केला असा प्रवाद आहे. त्यांना मयूरासन बळकावण्याची घाई झाली होती. पण त्याबरोबरच त्यांना कळत होते की, आपण सरदार, मानकरी, अमीर, उमराव यांच्या निष्ठेवर हुकूमत

ठेवू शकत नाही. निजाम-उल-मुल्क, जयपूरचा महाराजा जयसिंग, जोधपूरचा महाराजा अजितसिंग या मातब्बर शक्ती होत्या. त्या एकत्र येत्या तर सय्यदांना जड गेले असते.

सय्यदांना वाटले की, राजपूत व इतर हिंदू सरदारांच्या पाठिंब्यावर नवे राजघराणे स्थापन करता येईल. जयसिंग आणि अजितसिंग यांना आपलेसे करून उत्तम प्रशिक्षित आणि शस्त्रसज्ज राजपूत सैन्याचा पाठिंबा मिळवण्यासाठी त्याने औरंगजेबाने बसवलेला जिझिया कर उठवला. त्यामुळे मुल्ला-मौलवी नाराज झाले. आग्रा व दिल्लीमध्ये किरकोळ उठाव झाले. सय्यदांविरुद्ध जनतेचा उठाव होण्याची लक्षणे दिसू लागली. मुघल साम्राज्यच लयाला जाते की काय, अशी अवस्था होती.

सय्यदांनी मराठे व राजपूत यांचा अनुनय करण्याचा प्रयत्न केला. त्यांनी मराठ्यांबरोबरचा तह कायम केला. जोधपूरच्या अजितसिंगाला अहमदाबादचा सुभेदार नेमले. जयपूरच्या जयसिंगाला सुरतचा लष्करी कमांडर नेमले. पण निजामाच्या वाटेला सय्यद गेले नाहीत. निजाम स्वतः सामर्थ्यवान होता. दरबारात त्याला अनुयायी होते. तो सय्यदांच्या हो ला हो करणारा नव्हता.

१७१९ सालीच दोन नामधारी बादशहांचा निकाल लावल्यानंतर सय्यदांनी बहादूरशाहच्या आणखी एका नातवाला, रोशन अख्तर याला मोहम्मदशाह म्हणून तख्तावर बसवले. सुरुवातीला हा मोहम्मदशाह सावधपणे वागला. सय्यदांचे निर्णय मान्य करीत राहिला. हा बादशहा वयाने कच्चा असला, तरी संधीची शांतपणे वाट पाहण्याइतका शहाणा होता. औरंगजेबानंतरच्या तेरा वर्षांत वारशाच्या सात रक्तरंजित लढाया झाल्या होत्या. त्यामध्ये बरेच सरदार, शहाजादे, मांडलिक बळी पडले होते. सैनिकांचा तर प्रचंड संहार झाला होता. मराठे, जाट, शीख, बुंदेल व राजपूत यांच्या विरुद्धच्या मोहिमांमध्ये आणखी मोठे नुकसान झाले होते. औरंगजेबाच्या राजपुतान्यातील मोहिमा, हिंदू मंदिरांचा विध्वंस, जिझिया कर यामुळे राजपूत व इतर हिंदू समाजही दुखावले होते. आता मुघल दरबारात आपले काही स्थान नाही, अशी त्यांची भावना झाली होती आणि त्यांची साम्राज्यनिष्ठा संपुष्टात आली होती. ते तटस्थपणे मुघल दरबारातील कारवायांकडे पाहणेच जास्त पसंत करीत होते. अशा प्रकारे मुघल सेनेचे केंद्रच डळमळीत झाले असताना दक्षिणेत मराठे एक तुल्यबळ शक्ती म्हणून उदयास येत होते.

बाजीरावांच्या उदयकाळची परिस्थिती

लष्करी डावपेचांसंबंधी महत्त्वाचा वृत्तान्त

आग्रा व दिल्ली येथे खळबळजनक घडामोडी वेगाने घडत होत्या. यामुळे दक्षिणेकडील मंडळींना पुढील धक्कादायक घटना ऐकावयास मिळण्यापूर्वी कोणतीही प्रतिक्रिया व्यक्त

करण्यास फारच कमी अवधी मिळत होता. इतिहासात अशा प्रकारच्या फसवणुकीच्या व गुप्त खलबतांच्या साक्षीदार असलेल्या अनेक घटना आहेत ज्या १७१९ सालात व त्यानंतरच्या वर्षांमध्ये घडल्या. मुघल बादशहाच्या दरबारात जे सत्तेत होते त्यांनाच उद्याचा भरवसा नव्हता. त्यांचे आयुष्य व संपत्ती ही पूर्णतः बादशहाच्या मर्जीवर अवलंबून होती. प्रत्येक सरदाराने, त्याला आपापली स्वामीनिष्ठा दाखविली होती, परंतु त्याच्या प्रकोपाचा किंवा दयेचा पुढील वाटेकरी कोण असेल, हे कोणालाही माहीत नसे. शाहू व त्यांचा नवा पेशवा, बाजीराव हे या भयनाट्याच्या केंद्रस्थानी नव्हते, परंतु ते त्यांच्या हालचालींवर नजर ठेवून होते. त्यांच्या पुढील डावपेचांची आखणी करीत होते, ज्यामुळे सत्तासंघर्षात, (जो आग्रा व दिल्लीत सुरू होता) मराठ्यांच्या हिताची गळचेपी होणार नव्हती.

मागे उल्लेखिलेल्या संदर्भांच्या थोडे अधिक खोलात जाऊन पाहाता आणि ब्रिगेडियर पळसोकर ह्यांच्या पुस्तकाचा संदर्भ पाहाता फेब्रुवारी १७१९ मध्ये फर्रूखसियर याला सय्यद बंधूंनी सिंहासनावरून दूर केले. त्यांनी रफिउद्दाराजा याला दिल्लीच्या सिंहासनावर बसविले. त्याला क्षयरोग झाला व जूनमध्ये तो मरण पावला. त्यामुळे सय्यद बंधूंनी रफिउद्दाराजा याचा थोरला बंधू रफिसुद्दौला याला दिल्लीच्या सिंहासनावर बसविले. हा बादशहादेखील १७ सप्टेंबर रोजी मरण पावला. त्यानंतर सय्यद बंधूंनी बहादूरशाहचा १८ वर्षीय नातू रोशन अख्तर याचे नामकरण मोहम्मदशाह असे केले व त्यास २८ सप्टेंबर १७१९पासून दिल्लीच्या सिंहासनावर बसविले. औरंगजेबाच्या पुढील पिढीतील सुन्नी पंथीय, ह्याचे पूर्वज ताश्कंदच्या ईशान्येकडील परगणा येथील रहिवासी होते, असा तरुण मोहम्मदशाह हा एक धडाडीचा राज्यकर्ता होता. त्याचा अमू दर्याच्या उत्तरेकडून आलेल्या परगण्यातील व्यक्तींवर दृढ विश्वास होता. मराठे त्यांना 'तुर्राणी' असे संबोधत. (निझाम-उल-मुल्क हा तुर्राणी होता) सय्यद बंधू हे मेसोपोटामिया, जो अलीकडे इराक म्हणून ओळखला जातो, त्या घराण्यातील होते. त्यांचे पूर्वज अकबर व औरंगजेब यांच्या चाकरीत होते आणि गंगा-यमुनेच्या पठारांवर ते स्थिरावले होते.

राजपूत राज्यकर्ते आणि त्यांची पार्श्वभूमी

मोहम्मदशाह, हा उमदा परंतु हतबल असलेला बादशहा होता, पण सर्व महत्त्वपूर्ण निर्णय हे सय्यद बंधूच घेत असत. त्यांच्या या निर्णयानुसारचे पहिले पाऊल म्हणजे त्यांनी जोधपूर येथील राजा अजितसिंग या राजपूताला (१६७८-१७२४) गुजरात व अजमेरचा सुभेदार म्हणून नेमले आणि जयपूर येथील राजा सवाई जयसिंग (१६९९-१७४३) याला अतिरिक्त भूप्रदेश बहाल केला.

राजपूत राज्यकर्त्यांची तीन प्रमुख राज्ये होती, जयपूर (सवाई जयसिंग), जोधपूर

(राणा अजितसिंग) व उदयपूर (राणा अमरसिंग). हा कालावधी १७०० ते १७१६ असा होता. तर राणा संग्रमसिंग याचा कालावधी १७१६ पासून १७३४ पर्यंत असा होता. तिथे अनेक छोटी राज्ये होती. ती एकमेकांना खेटून वसली होती. या तीन महत्त्वपूर्ण राज्यांचा व दिल्लीच्या बादशहाचा जो सत्तासंबंध होता तो जाणून घेण्याची गरज आहे, कारण दिल्लीच्या दरबारात त्यांनी ह्या काळात एक महत्त्वपूर्ण भूमिका बजावली. त्यातच ते बाजीरावांच्या नेतृत्वाखाली मराठ्यांच्या नजीक आले. अकबराच्या कारकिर्दीत राजपूत राजपुत्रांनी, दिल्लीच्या बादशहाचे आधिपत्य मान्य केले होते आणि गरजेनुसार त्यांच्या सैन्यासह त्याला सहकार्य केले होते. त्यांच्यापैकी काहीजणांनी तर बादशहाला आपल्या मुली लग्नात दिल्या होत्या. जेव्हा एखादा राजपूत राजपुत्र मृत्युमुखी पडत असे, तेव्हा त्याच्या उत्तराधिकाऱ्याला बादशहाची मान्यता मिळत असे. मिर्झा राजे जयसिंग (ज्यांनी शिवाजीविरोधी मोर्चेबांधणी केली होती) यांच्या काळापासून त्यांचे पुत्र औरंगजेबाच्या सैन्यात सेवा करीत होते.

सवाई जयसिंग हे मिर्झा राजे जयसिंग यांचे खापरपणतु होते. त्याचे वडील बिशेनसिंग यांचे १६९९ मध्ये निधन झाल्यानंतर औरंगजेबाने त्याला जयपूरच्या राजेपदी बसविले. त्याला सवाई अशी उपाधी देण्यात आली. ही उपाधी औरंगजेबाने दिली. (१७१२ मध्ये मोहम्मदशाह याने राजघोषणेद्वारे ही औपचारिकता पूर्ण केली) १७०२ मध्ये विशालगडावर कब्जा मिळविण्याच्या मोहिमेत त्याने सक्रिय सहभाग घेतला. औरंगजेबाच्या मृत्यूनंतर सवाई जयसिंग जयपूरला परतला. या मोहिमेत मोहम्मदशाहला त्याच्या ताकदीचा अंदाज आला. सवाई जयसिंग हा तरबेज खगोलशास्त्रज्ञ होता. त्याने १७२१ ते १७२४ या कालावधीत दिल्लीत (जंतरमंतर) आणि १७३२ मध्ये उज्जैनीत माळव्यातील सुभेदार असताना दोन दगडी वेधशाळा बांधल्या. तसेच त्याने १७२८ ते १७३४ या कालावधीत जयपूर येथे नवीन राजधानी उभारली.

बहादूरशाहने जेव्हा १७०८ मध्ये दक्षिणेकडे आपला बंधू कामबक्ष याचा बंदोबस्त करण्यासाठी कूच केली तेव्हा त्याने राजपूतांसोबतचे मतभेद मिटविले. विशेषतः उदयपूरचे राणा अमरसिंग व जोधपूरचे अजितसिंग यांच्याशी असलेले मतभेद मिटविले. या दोघांनीही आपापल्या सैन्यासह त्यांना नर्मदेपर्यंत सोबत केली. बादशहाने जेव्हा नदी ओलांडली तेव्हा ते आपापल्या राजधानीत परतले. त्यानंतर काही महिन्यांनी हे तीन राज्यकर्ते (अमरसिंग, अजितसिंग व सवाई जयसिंग) हे उदयपूर येथे एकत्र भेटले आणि यापुढे आपापल्या मुली बादशहाला (लग्नात आंदण) न देण्याची किंवा शक्यतोवर बादशहाला मदत न करण्याचे ठरविले. जर त्यांना बादशहाशी लढण्याचा प्रसंग आलाच तर ते मराठ्यांची मदत घेणार होते. या निर्णयामुळे बादशहाचा उघड अपमान झाल्याने, त्याने या तिघांना शिक्षा करण्याचे आदेश सय्यद हुसेनला दिले. सुरुवातीस हुसेनला या

तिघांच्या एकत्रित सैन्यामुळे विजय मिळविता आला नाही. परंतु जेव्हा ते विभागले गेले तेव्हा त्यांनी अजितसिंगच्या सैन्यावर हल्ला चढविला. त्याला त्याच्या मुलीचा विवाह बादशहाशी लावण्यास भाग पाडले आणि त्याचा पुत्र अभयसिंग याला त्याच्या चाकरीत पाठविण्यास प्रवृत्त केले. हे १७१४मध्ये घडले. त्यानंतरच्या वर्षात राजेशाही थाटातील विवाह पार पडला आणि अजितसिंग याला गुजरातचा सुभेदार म्हणून नेमले. याच टप्प्यावर बाळाजी विश्वनाथ याने सवाई जयसिंग यांच्याशी मैत्रीचे संबंध प्रस्थापित केले.

डिसेंबर, १७१३मध्ये बादशहाने सवाई जयसिंग याची माळव्याचा सुभेदार म्हणून नेमणूक केली व उज्जैनला मुख्यालय उघडले. खंडेराव दाभाडे व कान्होजी भोसले यांच्या नेतृत्वाखालील मराठा फौजांनी फेब्रुवारी, १७१५मध्ये माळव्यात प्रवेश केला. मे महिन्यात, सवाई जयसिंग याने आपल्या सैन्यास मराठा फौजांना हुसकावण्यास पाठविले. याप्रसंगी लढाईची मोठी धुमश्चक्री उडाल्यानंतर त्यांना ते शक्य झाले. बादशहाने जयसिंगाची प्रशंसा केली, त्यास सय्यद बंधूंविरुद्ध हात बळकट करण्यासाठी दिल्लीला बोलाविले. जयसिंग दिल्लीला गेला नाही आणि जयपूरला परतला. एव्हाना त्याचे उज्जैन येथील स्थान निझामाचा चुलतभाऊ आमीन खान याने घेतले होते.

याचवेळी निझाम-उल-मुल्क औरंगाबादहून दिल्लीला आला आणि त्याच्या जागी सय्यद हुसेन याची नेमणूक करण्यात आली. बादशहा फर्रूखसियर याने दाऊद खान पन्नी यास हुसेन औरंगाबादला पोहोचण्यापूर्वी त्याला ठार मारण्याचा आदेश दिला. परंतु ऑगस्ट, १७१५मध्ये बुऱ्हाणपूर येथे झालेल्या लढाईत दाऊद खान स्वतःच मारला गेला. हुसेन बादशहाच्या मार्गाने पुढे गेला आणि त्या दोन बंधूंनी त्याला सिंहासनावरून दूर करण्यासाठी खलबत केले. या कामी शाहू व बाळाजी विश्वनाथ यांच्या नेतृत्वाखाली मराठ्यांनी सय्यद हुसेनला सहकार्य केले.

महत्त्वाकांक्षी व धोरणी निझाम-उल-मुल्क हा एक असंतुष्ट सरदार होता. त्याने बिहार येथे जाण्यास सुभेदार म्हणून नियुक्ती झाल्यावर नकार दिला. मोहम्मदशाह दिल्लीचा बादशहा झाल्याच्या प्रसंगी तो दिल्लीत हजर होता. मार्च, १७१९मध्ये फर्रूखसियर याला सिंहासनावरून दूर केल्याच्या एक महिन्यानंतर त्याने ''माळव्यात राहण्याची परवानगी मिळेल''या अटीवरच तेथील सुभेदारपद स्वीकारले. उज्जैनला त्याने सैन्याची जमवाजमव सुरू केली होती, तिथे जाण्यास तो निघाला. जेव्हा हुसेन सय्यदने त्याला ह्याविषयी जाब विचारला, तेव्हा त्याने माळवा प्रांतात मराठ्यांची संभाव्य घुसखोरी होण्याची बाब निदर्शनास आणून दिली. हुसेनअलीचे या उत्तराने समाधान झाले नाही. त्याला निजामाच्या कपटी डावपेचांचा संशय आला व त्याने दिलावर अली यास औरंगाबादहून त्याचे कुटुंब परत आणण्याच्या बहाण्याने पाठविले.

निझामावर उत्तरेकडून दिलावर अली हल्ला चढवेल आणि दक्षिणेकडून औरंगाबादचा २० वर्षीय सुभेदार आलम हल्ला चढवेल, अशी योजना होती.

दरम्यान, निजामाला सय्यद बंधूंच्या योजनेचा बादशहाकडून, त्याच्या आईकडून तसेच चुलत भावंडाकडून पत्ता लागला. त्याला दिल्लीला वर्दी देण्यासाठी बादशहाच्या नावाखाली सय्यद बंधूंनी सोडलेले फर्मान मिळाले. निजामाने आदराने आदेशांचा स्वीकार केला. आपण दिल्लीलाच जातो आहे असे भासवून तो ईशान्येकडे भोपाळला गेला. परंतु दोराहापासून (भोपाळच्या वायव्येकडे पंधरा मैल) काही अंतरावरच तो दक्षिणेकडे वळला आणि फालघाटच्या पूर्वेकडून तो नर्मदेकडे वळला. त्यानंतर त्याने खारगोणेमार्गे बीजागड ते बुऱ्हाणपूर असा मार्ग निवडला. त्याच्या मुलाने त्यापूर्वीच असीरगड किल्ल्याचा ताबा घेतला होता. त्याने तापी नदीच्या काठावरील बुऱ्हाणपूर येथील लालबाग येथे तळ ठोकला. विदर्भातील अचलपूर येथून आलेल्या ऐवजखान याने त्याच्याशी हातमिळवणी केली.

खांडवा व बाळापूरची लढाई (जून व जुलै १७२०)

उत्तरेकडून नर्मदा नदी ओलांडून जेव्हा दिलावर अली आपल्या १६,००० सैनिकांसह आला तेव्हा ६ जून १७२० रोजी निझामाने तापी नदीच्या काठावर आपले सैन्य वळविले. दुसऱ्या दिवशी आलम अलीने आपल्या ३०,००० सैनिकांसह (त्यात अर्ध्याहून अधिक मराठ्यांचा समावेश होता) औरंगाबादहून बुऱ्हाणपुराकडे कूच केली. ही घटना घडण्यापूर्वी साधारणतः दोन महिने आधी १७ एप्रिलला १९२० रोजी बाजीरावांनी 'पेशवा' हे पद मिळवले होते. आलम अली सोबत येण्याची वाट दिलावर अलीने पाहिली नाही. निजामाने ७ जून रोजी तापी नदी ओलांडली तेव्हा दिलावर अली त्याच्याविरुद्ध चालून गेला आणि निझाम तापीच्या उत्तर काठावर पोहोचला. आपल्यासोबत तोफा घेऊन आलेल्या निजामाने बुऱ्हाणपूरहून उत्तरेकडील १६ मैलांवर असलेल्या रतनपूर येथे तळ ठोकला.

खांडवा व हुसैनपूर यांच्या दरम्यान १९ जून १७२० रोजी दोन्ही सैन्यांमध्ये धुमश्चक्री उडाली. दिलावर अली यात मारला गेला व त्याचप्रमाणे अनेक योद्धे मारले गेले. निझामाने पुन्हा तापी नदी ओलांडली आणि तो आलम अलीच्या आगमनाची प्रतीक्षा करीत थांबला. दिलावर अलीच्या पराभवाची बातमी जेव्हा आलम अलीपर्यंत येऊन पोहोचली तेव्हा तो बुऱ्हाणपूरच्या मार्गावर होता. त्याने पुढे आगेकूच केली नाही.

दिलावर अलीने स्वतःच्या मर्जीनुसार वर्तन केल्याचा खलिता धाडून सय्यद बंधूंनी निजामाशी सांधे जोडणीचा प्रयत्न केला. त्यामुळे त्याची शिक्षा त्याला मिळाली, असेही म्हटले. निजामाच्या वाटेतील कुंपणे दूर सारण्यासाठी त्यांनी बादशहाच्या सहीचा आदेश त्याला पाठवून, त्याला दख्खनचा सुभेदार म्हणून घोषित केले. बाह्यतः निजाम व आमीनखान यांनी दोन्ही सय्यद बंधूंशी मैत्री असल्याचा बहाणा केला.

भूदल आणि नौदलाचे धोरण

इंग्रज व पोर्तुगीजांसोबतचे बिघडते संबंध

पश्चिम किनारपट्टीवर कान्होजी आंग्रे यांचे इंग्रज व पोर्तुगीजांसमवेतचे संबंध अधिक वेगाने बिघडत चालले होते. शाहूंच्या आरमाराचा प्रमुख सरखेल या नात्याने ते या दोन्ही परकीय सागरी सत्तांच्या संपर्कात आले होते. जेव्हा त्यांनी शाहूंच्या सेवेत रुजू व्हायचे ठरविले तेव्हा त्यांना सरखेल ही पदवी बहाल करण्यात आली. तसेच, खांदेरी, कुलाबा (अलिबाग), सुवर्णदुर्ग व विजयदुर्ग या चारही किल्ल्यांचा (जे स्वराज्याचाच भाग होते) ताबा देण्यात आला, परंतु मार्च १७१९च्या करारानुसार शाहू बादशहासोबतच होते.

जंजिरा किल्ल्यावर आपल्या सैन्याला हल्ला करणे सुकर व्हावे याकरिता शिवाजी महाराजांनी १६८२मध्ये खांदेरी किल्ला बांधला. हा किल्ला मुंबईच्या जवळ असल्यामुळे इंग्रजांनी त्यांचे किल्ला काबीज करण्याचे प्रयत्न हाणून पाडले. तसेच शिवकालापूर्वी बांधण्यात आलेल्या अलिबाग येथील कुलाबा किल्ल्याला १६८२मध्ये बळकटी देण्यात आली. याच किल्ल्याला पुढे आरमाराचे प्रमुख केंद्र बनविण्यात आले.

विजापूरच्या राज्यकर्त्यांनी सोळाव्या शतकात केव्हातरी सुवर्णदुर्ग बांधला. जंजिरावरील हल्ला करणे सुकर व्हावे, या उद्देशाने शिवाजी महाराजांनी १६६० मध्ये त्याची डागडुजी केली. किनारपट्टीपासून पाऊण मैलावरील आठ एकरांच्या बेटावर तो उभारण्यात आला.

विजयदुर्ग (ज्याचे जुने नाव घेरीया होते) हा सुवर्णदुर्गच्या दक्षिणेस १०० मैलांवर असून विजापूरच्या राज्यकर्त्यांनी आणि नंतर शिवाजी महाराजांनी बळकटी दिलेला असा हा किल्ला आहे. या किल्ल्याची तिहेरी तटबंदी त्यांनीच बांधली आणि अंतर्गत रचनाही मजबूत केली. जंजिऱ्यातील सिद्दीच्या हालचालींवर बारीक नजर ठेवण्यासाठी कामी येणारा किल्ला म्हणून शिवाजी महाराजांनी या किल्ल्याच्या देखरेखीवर बरीच रक्कम खर्च केली. सागरी चकमकीत हस्तगत केलेल्या वस्तू व पैसा-अडका यांचा साठा करण्यासाठीही महाराजांनी या किल्ल्याचा वापर केला. जंजिऱ्याच्या सिद्दीशी लढताना कान्होजी आंग्रे यांनी स्वतः या किल्ल्याची जबाबदारी स्वीकारली.

नाविक सामर्थ्य, बाजीरावांचे नेतृत्व

महासागरात नौकाविहार करण्याच्या मराठ्यांच्या लढाऊ नौका सुरक्षित ठेवण्याची जबाबदारी कान्होजी आंग्रेवर सोपविण्यात आली आणि सागरी हद्दीवरील हुकूमत सलामत ठेवण्याची जबाबदारीही त्यांच्याकडेच देण्यात आली होती. त्यांनी असे ठरविले की, पश्चिम किनाऱ्यावरील खोल समुद्रात जाणाऱ्या नौकांवर देखरेख करण्याची गरज

असून, ही देखरेख मराठ्यांच्या युद्धनौका करतील. कान्होजी आंग्रे यांची नाममुद्रा असलेले ओळखपत्र या नौकांनी बाळगणे आवश्यक होते. पोर्तुगीजांनीही असे सुचविले की, नौकांनी आपापले ओळखपत्र बाळगावे व इंग्रजांनीही असेच ठरविले. या दोन परकीय शक्ती कान्होजी आंग्रेच्या प्रमुख विरोधक होत्या. त्यांच्या इतर विरोधकांमध्ये जंजिरा येथील सिद्दी, वाडीचे सावंत आणि वेंगुर्ला येथील डच यांचा समावेश होता. ज्यावेळी बाजीरावांची पेशवा म्हणून निवड झाली, तेव्हा कान्होजींच्या ताफ्यात साठहून अधिक प्रकारच्या युद्धनौका होत्या. त्यात प्रत्येकी १६ ते २० तोफा वाहून नेणाऱ्या सहा महानौका, प्रत्येकी ८ ते १० तोफा वाहून नेणाऱ्या ३०हून अधिक नौका आणि लहान नौकाही होत्या. या नौकांवर ६००० खलाशी होते. (सप्टेंबर १७२०मध्ये जेव्हा पोर्तुगीज व्हॉइसरॉय, कॉन्डी-दा-इरीसेरीया याने आपला अधिकार आपला उत्तराधिकारी फ्रान्सिस्को जोझ दी सम्पाय कास्ट्रो याच्याकडे सोपवला, तेव्हा त्याने मागे ठेवलेल्या टिपणांमध्ये ही संख्या नमूद केलेली आहे.) इंग्रजांकडे एक ३२ तोफा वाहून नेणारी महानौका, प्रत्येकी ५ ते १२ तोफा वाहून नेणाऱ्या वीस नौका होत्या.

१७१३मध्ये कान्होजींनी इंग्रजांसह वाटाघाटी करून मुंबई बंदराचा त्यांच्या नौकांसाठी वापर करण्याची परवानगी मिळवली. याचा मोबदला म्हणून ईस्ट इंडिया कंपनीच्या नौका व परदेशी चीजवस्तू वाहून नेणारी मालवाहू जहाजे यांना किनारपट्टीपासून काही अंतरावर नांगर टाकण्यासाठी जागा देण्याचे मान्य केले. मुंबईच्या गव्हर्नरपदी चार्ल्स बून यांचे आगमन झाल्यावर उभयतांमधील संबंध बिघडले. बूनने केवळ मुंबई बेटाच्या रक्षणासाठी सैन्य उभारले नाही तर त्याने पुढील दोन वर्षांमध्ये ९ नवीन नौकाही (ब्रिटानिया, व्हिक्टरी, डेफियान्स, रीव्हेन्ज, फेम, हन्टर, हॉक, इगल आणि प्रिन्सेस अमेलिया) तयार केल्या. या नौकांवर एकूण १४८ बंदुका आणि १,२५० सशस्त्र खलाशी होते. सागरावर मुक्त सत्ता गाजवण्याची मक्तेदारी केवळ इंग्रजांचीच आहे, असा बूनचा समज होता. त्याने कान्होजी आंग्रे यांचा उल्लेख 'सागरी चाचा' (सी पायरट) असा करून त्यांना अद्दल घडविण्याचे ठरविले. सन १७१७मध्ये कान्होजींनी 'सक्सेस' या इंग्रजी नौकेवर ताबा मिळवला. त्यानंतर इंग्रज आपल्यावर हल्ला करण्याच्या पवित्र्यात आहेत हे पाहताच त्यांनी 'रॉबर्ट ' व 'ऑटर 'या नौकाही ताब्यात घेतल्या. इंग्रजांनी माहीमनजीक आंग्रेंची एक नौका हस्तगत केली आणि यास प्रत्युत्तर दिले. एप्रिल, १७१८मध्ये उभय शत्रूंमध्ये सागरी युद्ध सुरू झाले.

याच महिन्यात इंग्रजांच्या नौकांनी विजयदुर्ग किल्ल्यावर हल्ला चढविला. मात्र या धुमश्चक्रीत त्यांचे २०० सैनिक धारातीर्थी पडले व ३०० सैनिक जखमी झाले. नोव्हेंबर महिन्यात चार्ल्स बून याने खांदेरी किल्ल्यावर आक्रमण केले. तो पराभूत झाला.

पावसाळ्यानंतर त्यांच्या नौकांनी कुलाब्याच्या किल्ल्यावर दारूगोळ्यांचा वर्षाव केला व सप्टेंबर १७१९मध्ये विजयदुर्गाच्या दिशेने सागरी प्रवास सुरू केला. या किल्ल्यावरील दुसऱ्या हल्ल्यात इंग्रजांना विजयदुर्गवर विजय मिळविण्याऐवजी भरपूर नुकसान मात्र सोसावे लागले. याचवेळी बाजीरावांचा मेव्हणा रामचंद्र महादजी जोशी (चासकर), याने कल्याणच्या किल्ल्यावर ताबा मिळवला. पोर्तुगीजांच्या आधिपत्याखाली असलेल्या वसई व शेजारच्या गावांवर धाडी टाकण्यासाठी त्याने मोठे सैन्य वापरले.

त्याने पोर्तुगीजांकडे सरदेशमुखी मागितली. परंतु त्यांनी ती प्रदान करण्यास नकार दिला. कारण, मराठ्यांना मुघलांकडून हा अधिकार मिळाल्यामुळे तो केवळ मुघलांच्या भूप्रदेशाला लागू पडतो असा युक्तिवाद केला. वर्षाच्या अखेरपर्यंत वाटाघाटी सुरूच होत्या. परंतु त्यात कमी यश मिळाले.

१७२०मध्ये कान्होजींनी 'शेरलेट' या इंग्रजी नौकेवर ताबा मिळविला. आंग्रे यांचे पोर्तुगीजांशी त्यापूर्वी फारसे चांगले नव्हते. त्यांनाही सुटका हवी होती. त्या वर्षी नोव्हेंबर महिन्यात कान्होजी जिवंत किंवा मृत अवस्थेत पकडण्याचा गुप्त प्रयत्न झाला. हा प्रयत्न फसला. गोव्याहून कुलाब्याकडे निघालेल्या ६५ नौकांपैकी केवळ १३ नौकाच किल्ल्याच्या परिसरात पोहोचल्या. त्यानंतर इंग्रजांनी ऑगस्ट १७२१मध्ये पोर्तुगीजांशी हातमिळवणी करून कान्होजींविरुद्ध युद्ध पुकारण्याचे ठरविले. पोर्तुगीजांचा इंग्रजांवर अजिबात विश्वास नव्हता. शिवाय, त्यांचे सैन्य कमी होते व लढाईच्या ऐन मध्यावर ते माघार घेणारे होते. ह्या गोपनीय युतीची बातमी कान्होजींपर्यंत पोहोचली. त्यांनी पोर्तुगीजांबरोबर शांततेचा तह केला. परंतु त्याचवेळी आपल्या मुख्य नाविक छावण्यांचे सबलीकरण केले. त्यांनी कुलाब्याच्या किल्ल्यावर १००० पायदळ व ७०० घोडदळ तैनात केले. महासागरांमध्ये कर वसूल करण्याचे काम त्यांच्या नौकांनी सुरू ठेवले. अलिबागच्या दिशेने पिलाजी जाधवला रवाना करणाऱ्या बाजीरावांकडे त्यांनी सैन्याच्या सबलीकरणाची मागणी केली. २९ नोव्हेंबर, १७२१ रोजी चौल इथे

१२ डिसेंबर रोजी इंग्रजांनी कुलाब्यावर हल्ला चढवला, तेव्हा मराठ्यांनी एवढ्या ताकदिनीशी प्रतिहल्ला चढविला, की इंग्रजांचा मुख्य अधिकारी मॅथ्युस त्यात जखमी झाला. उरलेल्या सैन्याने किल्ल्यातून पलायन केले. मराठ्यांनी त्यांच्या तोफा व दारूगोळा ताब्यात घेतला. इंग्रजांच्या या पराभवामुळे पोर्तुगीजांना पटले, की इंग्रजांची लढाऊ वृत्ती कमी झाली असून, ते दोघेही अपयशी ठरताहेत. बाजीरावांनी व्यक्तिशः सैन्याचे नेतृत्व केले होते, अशी ही पहिली लढाई होती.

इंग्रज आणि पोर्तुगीजांच्या नौका एकत्र आल्या. त्यात सहा हजार सशस्त्र खलाशी होते. याच सुमारास बाजीराव आपल्या ७००० घोडदळासह पिलाजी जाधवास येऊन मिळाला. १२ डिसेंबर रोजी इंग्रजांनी कुलाब्यावर हल्ला चढवला, तेव्हा मराठ्यांनी एवढ्या ताकदिनीशी प्रतिहल्ला चढविला, की इंग्रजांचा मुख्य अधिकारी मॅथ्युस त्यात जखमी झाला. उरलेल्या सैन्याने किल्ल्यातून पलायन केले. मराठ्यांनी त्यांच्या तोफा व दारूगोळा ताब्यात घेतला. इंग्रजांच्या या पराभवामुळे पोर्तुगीजांना पटले, की इंग्रजांची लढाऊ वृत्ती कमी झाली असून, ते दोघेही अपयशी ठरताहेत. बाजीरावांनी व्यक्तिशः सैन्याचे नेतृत्व केले होते, अशी ही पहिली लढाई होती.

ही बातमी गोव्यापर्यंत पोहोचली. एवढ्या सामर्थ्यशाली मराठा फौजेला भूमीवर व खोल समुद्रात नामोहरम करणे हे सहज शक्य नाही, अशी जाणीव पोर्तुगीजांना झाली. पोर्तुगीज व्हॉइसरॉय, फ्रान्सिस्को जोझ दी साम्पय कास्ट्रो याने मराठ्यांचा वरचष्मा लागू होण्यापूर्वी शरणागती पत्करली. तो त्याच्या नौकेतून कुलाबा येथे आला आणि तिथून अलिबागच्या उत्तरेकडे एका मैलावर असणाऱ्या वर्सोलीकडे गेला. ९ जानेवारी १७२२ रोजी त्याने मराठ्यांशी सलोख्याचा तह केला. बाजीरावांचे सासरे महादजी कृष्णाजी जोशी (चासकर), यांनी शाहूंच्या वतीने या तहपत्रावर स्वाक्षरी केली. या प्रसंगी उपस्थित असलेल्या प्रमुख मराठा सरदारांमध्ये खंडेराव दाभाडे या सेनापतीचा समावेश होता. वर्सोलीच्या तहानुसार पोर्तुगीजांनी मराठ्यांचे शत्रू असणाऱ्यांच्या नौकांना संरक्षण न देण्याचे मान्य केले. पोर्तुगीजांशी सलोख्याने न वागणाऱ्या मराठ्यांच्या शत्रूंशी लढा देण्याच्या कामी मराठ्यांना मदत करण्याचे त्यांनी ठरविले. उभय सत्तांच्या अखत्यारीतील किल्ल्यावर कोणत्याही सत्तेच्या व्यापाऱ्यांना मुक्त प्रवेश देण्याचे ठरविण्यात आले. पेशव्यांना वाजवी दरात दारूगोळा विकण्याचे पोर्तुगीजांनी मान्य केले. त्याबदल्यात पेशव्यांनी कान्होजीच्या ताब्यातील पोर्तुगीजांच्या नौका परत करण्याचे आश्वासन दिले. परंतु हा तह अल्पकालीन ठरला.

मराठ्यांचे सत्तासामर्थ्य जसजसे वाढले तसतसे त्यांनी इंग्रज आणि पोर्तुगीज या दोघांकडून चौथाई वसूल करण्याचे घोषित केले. त्यामुळे असंतोष पसरला व वातावरण अधिक स्फोटक झाले. मुंबईचा गव्हर्नर चार्ल्स बून याच्या जागी विल्यम फिप्स यांची जानेवारी १७२२मध्ये निवड झाली. बाजीराव जेजुरीस गेले होते तिथे २ फेब्रुवारीला त्याची शाहूंशी भेट झाली. जंजिरा येथील सिद्दीने या वादात आपले नाक खुपसले नाही.

❑❑❑

६

शिवाजी आणि बाजीराव : युद्धनीती

युद्ध उद्दिष्ट-स्ट्रॅटेजिक ऑब्जेक्टिव्ह, युद्ध पद्धती (टॅक्टिकल मनुवर) आणि सैन्यदलांचे घटक (कॉम्पोनन्टस ऑफ फोर्सेस) ही तीन तत्त्वे युद्धशास्त्राचा विचार करताना लक्षात घ्यावयास हवीत. शिवछत्रपतींनी सुरू केलेल्या युद्धशास्त्राचा मुख्य बिंदू स्वराज्य स्थापना हा असून तेच त्यांचे युद्ध उद्दिष्ट होय! याच तीन तत्त्वांचा आणखी खोलवर जाऊन अभ्यास होणे गरजेचे आहे. युद्धशास्त्राच्या चिकित्सेत तीन प्रमुख अंगांचा अंतर्भाव होता. ती तीन अंगे म्हणजे विशाल युद्धनीती (ग्रॅन्ड स्ट्रॅटेजी), लष्करी युद्धनीती (मिलिटरी स्ट्रॅटेजी) आणि युद्धव्यवहार (टॅक्टिस). ब्रिटिश युद्धशास्त्रज्ञ कॅप्टन लीडेलहार्ट यांच्या म्हणण्याप्रमाणे महान किंवा विशाल युद्धनीती ही प्रत्येक राष्ट्राच्या अंतिम राष्ट्रीय उद्दिष्टांनी निगडित असते. राष्ट्रीय स्तरावर राजकीय नेते राष्ट्राचे उद्दिष्ट निश्चित करतात आणि या उद्दिष्टांप्रमाणे राष्ट्राची विशाल युद्धनीती ठरते. हीच गोष्ट आंतरराष्ट्रीय स्तरावर लागू पडते. दुसऱ्या महायुद्धात चर्चिल, स्टॅलिन व रुझवेल्ट या नेत्यांनी जागतिक शांतता प्रस्थापित करणे, हे आंतरराष्ट्रीय उद्दिष्ट ठरवून त्यासाठी जर्मनीचा बिनशर्त पराभव अशी विशाल युद्धनीती पक्की केली. याच न्यायाने हिंदवी स्वराज्य स्थापना हे उद्दिष्ट ठरवून त्याच्या पूर्ततेसाठी आड येणाऱ्या सर्व विरोधी शक्तींचा मग त्या स्वकीय असोत वा परकीय असोत- बीमोड करणे हीच विशाल युद्धनीती छत्रपतींनी निश्चित केली आणि बाजीरावांनी तिचा योग्य स्थळ-काळ पाहून विस्तार केला.

विशाल युद्धनीती कार्यवाहीत आणताना अनेक तऱ्हेच्या दबावांचा उपयोग करावा लागतो. शक्यतो युद्ध टाळून अशा दबावाने कार्यसिद्धी होत असेल तर युद्धाच्या

साधनसंपत्तीचा अपव्यय न होता ती आणखी परिणामकारक कार्यवाहीसाठी राखून ठेवता येते. लीडेलहार्ट यांच्या मताप्रमाणे हे दबाव राजनैतिक (डिप्लोमॅटिक), आर्थिक (फिनॅन्शिअल), व्यापारी (कमर्शियल) आणि नैतिक (मॉरल) अशा प्रकारचे असतात. छत्रपतींनी महाराष्ट्राच्या सर्व जातीजमातींतून हुशार, धूर्त आणि स्वामिनिष्ठ अशी माणसे वेचून त्यांना आपले वकील म्हणून परकीयांच्या दरबारी ठेवले. शहाजीराजांना आदिलशहाने कैद केल्यावर त्यांनी दबाव आणण्यासाठी आपला दूत मुघल शहजादा मुरादबक्ष याजकडे रवाना केला व मुघलांनी विजापूर दरबारावर दबाव आणून शहाजीराजांची सुटका व्हावी यासाठी प्रयत्न केले. निरनिराळ्या मोहिमांसाठी पैशांची अडचण सर्वच सत्ताधाऱ्यांना भासते तशी ती शिवाजी महाराजांनाही भासली. (बाजीरावांना तर ती राज्याच्या विस्ताराच्या प्रमाणात खूपच भासली.) वेगवेगळ्या प्रदेशात संपर्क ठेवणाऱ्या त्यांच्या दूतांनी त्यांना खबर दिली होती, की सुरत येथे भरभराटीची बाजारपेठ असून व्यापाऱ्यांकडे अमाप पैसा आहे. तीच गोष्ट हुबळी शहराबद्दल. सुरतेवरील हल्ल्यात महाराजांनी आपली सेना शहराच्या ८ मैल बाहेर ठेवून स्वराज्य स्थापनेसाठी पैशाच्या रकमेची मागणी केली व ती पूर्ण झाल्यास शहरास धक्काही न लावता परत जाण्याचे आश्वासन दिले. ही मागणी पूर्ण न झाल्यामुळेच शहरातून दडवलेला पैसा जमिनी खणून वसूल करावा लागला.

अशा तऱ्हेच्या आर्थिक दबावाप्रमाणेच परकीय व्यापाऱ्यांच्या पश्चिम किनाऱ्यावरील वखारींवर व्यापारी दडपण आणणे आवश्यक झाले. छत्रपतींना ही गोष्ट माहीत होती की, इंग्रज, फ्रेंच, पोर्तुगीज यांच्याकडे आजकालच्या भाषेत अत्याधुनिक शस्त्रसामग्री-सोफिस्टिकेटेड मिलिटरी हार्डवेअर आहे. त्यांना लांब पल्ल्यांच्या तोफा व बंदुका, हातबॉम्ब हँड ग्रेनेडस आणि बचाव-स्थानके उडवून देण्यासाठी ज्वालाग्रही इंधनाचे एक्स्प्लोसिव्ह मटेरियल सुरुंग यांची जरुरी होती. या सर्व वखारींकडून निर्यात होणारा माल देशाच्या अंतर्गत भागांतून येत असे व वखारींचे दैनंदिन जीवन याच भागावर अवलंबून असे. त्यामुळे या प्रदेशाची नाकेबंदी करून वखारीचा कारभार बंद पाडण्याची शक्ती महाराजांपाशी होती. परंतु तसे न करता नुसत्या धमकीने त्या बदल्यात या परकीय वखारींकडून शस्त्रास्त्रे मिळविणे व दबाव कायम ठेवणे हेच त्यांचे धोरण होते. या सर्व दबावांबरोबरच नैतिक दबाव राखणे हे छत्रपतींच्या विशाल युद्धनीतीचे एक खास वैशिष्ट्य म्हणून सांगावे लागेल. पहिले तीन दबाव सर्वच काळात प्रत्येक सत्ताधाऱ्याला वापरात आणावे लागतात. परंतु स्वत:च्या निष्कलंक चारित्र्याने आणि इतरांबद्दलच्या सौहार्दाने नैतिक अधिष्ठान निर्माण करणे शिवाजी महाराजांखेरीज फारच थोड्या सत्ताधीशांनी केलेले आढळते. आपल्या सैनिकांना आज्ञापत्रातून त्यांची

सक्त ताकीद होती की, सैन्य मार्गक्रमण करीत असताना उभ्या पिकांपासून दूर राहावे, गरजेची कोणतीही गोष्ट पैसे देऊन विकत घ्यावी, प्रार्थनास्थळांना धक्का न लावता त्यांचा आदर करावा व कोणत्याही धर्माचा धर्मग्रंथ हाती आल्यास तो त्या धर्माच्या अनुयायांना आदराने द्यावा, या खेरीज लुटीत मिळणारी मालमत्ता सरकारी तिजोरीत जमा करावी आणि कोणत्याही धर्माची महिला लढाईत हाती आल्यास तिला योग्य आदराने वागवून तिच्या परिवाराकडे पाठवून द्यावे. कल्याणच्या सुभेदाराच्या सुनेस छत्रपतींनी दिलेली आदर्शवत् वागणूक महाराष्ट्रात आबालवृद्धांस माहीत आहे. काही जाणकार असे म्हणतात की, अशा तऱ्हेची घटना घडलीच नाही, जर ही घटना बनावट असली तर या देशाच्या ३५०० वर्षांच्या प्रदीर्घ इतिहासात झालेले शेकडो महाराजे, बादशहा आणि गव्हर्नर जनरल यांच्या कुणाच्या बाबतीत स्वत:ची प्रतिमा उजळ करण्यासाठी अशातऱ्हेची घटना कशी बनविली गेली नाही? व इतिहासाने त्याची नोंद केली नाही? असो, एकंदरीत पाहता, विशाल युद्धनीती कार्यवाहीत आणण्यासाठी आधुनिक युद्ध शास्त्रज्ञांच्या मते ज्या गोष्टी सर्वोच्च नेत्याने करावयास पाहिजेत त्या सर्व शिवाजी महाराजांनी प्रत्यक्षात केल्या.

राष्ट्रीय उद्दिष्ट ध्यानात ठेवून देशाचे राजकीय नेते महान युद्धनीती निश्चित करतात व ती नीती कार्यवाहीत आणण्यासाठी राष्ट्रातील सर्व साधनसंपत्तीचा विनियोग या कार्यवाहीसाठीच झाला पाहिजे असा दंडक घालून देतात. विशाल युद्धनीती प्रत्यक्षात आणण्याची जबाबदारी सर्वोच्च सेनापतीकडे सुपूर्द करण्यात येते. लष्करी युद्धनीती म्हणजे नेमके काय, याचे स्पष्टीकरण करताना जर्मन युद्धशास्त्रज्ञ मार्शल व्हॉन, फील्डमार्शल फॉन मोल्टके म्हणतात की, एखाद्या विशिष्ट परिस्थितीत आपल्या नियंत्रणाखाली असणारी साधनसंपत्ती योग्य तऱ्हेने, योग्य वेळी आणि योग्य ठिकाणी पुरेपूर वापरात आणून शत्रूचा विमोड करणे आणि आपणांस नेमून दिलेले उद्दिष्ट पुरे करणे. यासाठी जरूर असलेले शास्त्र आणि कला याबद्दल लीडेलहार्ट, 'स्ट्रॅटेजी ऑफ द इन्डायरेक्ट ॲप्रोच' या आपल्या जगन्मान्य ग्रंथात लिहितात की,

> "लष्करी युद्धनीतीत युद्धाकरिता युद्ध ही धारणा असू नये. प्रत्यक्ष लढाई केलीच पाहिजे, असे नाही. याकरिता लढाईस तोंड लागण्यापूर्वी अशी परिस्थिती निर्माण केली पाहिजे की, जी आपल्याला अत्यंत फायदेशीर व शत्रूला अतिशय अडचणीची होईल. ही परिस्थिती कधी निर्माण होईल? जर तुम्ही शत्रूची उपस्थिती उधळून लावली, जर तुम्ही शत्रूच्या योजना मुळातच उखडून

टाकल्या आणि जर तुम्ही शत्रूची पुरवठा व रसद वाहिनी तोडून टाकलीत तर अशी परिस्थिती निर्माण होईल की, शत्रू जवळजवळ अर्धमेला होईल व तो शरणागतीच्या अवस्थेस येऊन पोहोचेल. तसे न झाले तर, प्रत्यक्ष लढाई करून त्याला एक जबर तडाखा द्यावा लागेल, ज्यामुळे त्याचा अंतिम नि:पात होईल. बाजीरावांच्या मोहिमांतून रसद तोडण्याची, पाणी तोडण्याची नीती पुरेपूर वापरलेली दिसते."

छत्रपतींच्या ३५ वर्षांच्या मोहिमगिरीकडे दृष्टिक्षेप टाकल्यास आपणांस असे आढळते की, लीडेलहार्टने उल्लेख केलेली लष्करी युद्धनीतीची कार्यवाही निरनिराळ्या वेळची परिस्थिती लक्षात घेऊन महाराजांनी वापरात आणली. स्थूलमानाने या कालखंडाचे तीन भाग पडतात. पहिला भाग इ.स. १६४५ ते १६६०पर्यंतचा, जो केवळ बचावात्मक पवित्र्याचा प्युअरली डिफेन्सिव्ह पोस्चर होता. दुसरा इ.स १६६० ते १६७२, ज्या काळात महाराजांनी आक्रमक बचाव असा पवित्रा ठेवला. तिसरा भाग इ.स. १६७२ ते १६८० या काळात, त्यांचा पवित्रा संपूर्णपणे आक्रमक होता. पहिल्या कालखंडात म्हणजे १६४५ ते १६६० या काळात स्वराज्य स्थापनेच्या कार्यास नुकतीच सुरुवात झाली होती. उत्तरेस मुघल व पूर्वेस आणि दक्षिणेस आदिलशाही या दोन प्रस्थापित शक्तींविरुद्ध लढा द्यावयाचा होता. त्यामुळे केवळ बचावात्मक पवित्रा ठेवणेच भाग होते. लढाईचे कार्यक्षेत्र महाराष्ट्राच्या काही भागापुरतेच मर्यादित होते. सैन्याची जमवाजमव धीमेपणाने पण मजबूत पायावर चालू होती. याच कारणास्तव फत्तेखानाविरुद्ध झालेल्या १६४८च्या पुरंदरच्या पहिल्या लढाईत व १६५९मध्ये झालेल्या अफझलखानाविरुद्धच्या प्रतापगडच्या लढाईत छत्रपतींचा पवित्रा सर्वस्वी बचावात्मक होता. या १५ वर्षांत त्यांच्या सेनेची संख्या - पायदळाची चार ब्रिगे्रडस् (अंदाजे १२००० ते १५०००) व घोडदळाची दोन ब्रिग्रेडस् (अंदाज ७००० ते ८०००) एवढी असावी असे अनुमान निरनिराळ्या बखरींतील आकड्यांत योग्य ती वजावट करून काढता येते. दुसऱ्या कालखंडात (१६६० ते १६७२) संघटित व नियंत्रित सेना पदरी असल्यामुळे दूरवरच्या मोहिमा हाती घेणे शक्य झाले. उत्तरेत सुरतेपर्यंत तर दक्षिणेत हुबळीपर्यंत मराठी फौजा धडक हल्ले करू लागल्या. नाशिकजवळ वणी-दिंडोरीच्या टेकड्यात दाऊदखानावर केलेला तुफानी हल्ला व सोलापूरजवळ उमराणी येथे बहलोलखानाविरुद्ध केलेली धमाल धुमश्चक्री अशा लढाया शक्य तेथे आक्रमक पवित्रा या सदराखालीच येतात. या उलट

"शाहिस्तेखान टोलेजंग सेना घेऊन खुद्द पुण्यात आला तरी त्याच्याशी आमनेसामने (आयबॉल टू आयबॉल कॉन्फ्रंटेशन) करणे शक्य नव्हते म्हणून त्याला घालवून देण्यासाठी एक धाडसी असा अचानक हल्ला, कमांडो रेड करणे हीच योग्य गोष्ट होती. या अचानक हल्ल्याचे शेवटच्या धाग्यापर्यंत केलेले तपशीलवार नियोजन व स्वत:च्या नेतृत्वाखाली केलेली त्याची साहसपूर्ण आणि कल्पक कार्यवाही पाहिली तर अशा तऱ्हेच्या रेड हल्ल्याचा हा वस्तुपाठच म्हणावा लागेल. या काळात सेनेची संख्या वाढत होती तरी अत्यंत सूत्रबद्ध हालचाली, गतिमानता-मोबिलिटी आणि अनपेक्षित धक्का-सरप्राईज या तीन तत्त्वांवर सेनेचे प्रशिक्षण सातत्याने करून सेनादलांत घणाघाती आणि आक्रमक वृत्ती निर्माण केली."

फ्रेडरिक द ग्रेट आणि नेपोलियन या दोन ख्यातनाम सेनापतींनी आपल्या सेना अशाच अत्युच्च स्तरावर प्रशिक्षित केल्या होत्या. १६६८ मध्ये मिर्झा राजा जयसिंग ८०,००० मुघल सेना घेऊन पुरंदरापर्यंत पोचले. पुरंदरला वेढा पडला. महाराजांनी विचार केला की, या ठिकाणी डायरेक्ट कॉन्फ्रंटेशन करणे अशक्य आहे म्हणून केवळ बचावात्मक पवित्र्यात त्यांनी मुघलांना २३ किल्ले देण्याचे कबूल केले व बादशहाच्या भेटीसाठी दिल्लीस जाण्याचे मान्य केले. परंतु त्यानंतर १६७१मध्ये मुघल सरदार कारतलबखान मोठी सेना घेऊन पनवेलपर्यंत पोचला. त्याला मात्र उंबरखिंडीत गाठून महाराजांनी त्याची धूळधाण करून टाकली. तिसरा भाग १६७२ ते १६८०चा. या कालखंडात मोहिमेचे क्षेत्र दक्षिण हिंदुस्थानभर पसरले. सेनेची संख्या ४० हजार घोडदळ व २० ते ३० हजार पायदळ एवढी झाली. सध्याच्या सैन्य रचनेप्रमाणे ६० ते ७० हजार सैन्याचा एक विभाग म्हणजे एक कोअर होते. पण महाराजांच्या सैन्याचे वैशिष्ट्य असे की, हा ६० ते ७० हजारचा विभाग फिरता होता, ज्याला मोबाइल फिल्ड आर्मी असे म्हणतात. १६७४मध्ये मद्रास येथील इंग्लिश फॅक्टरीचा अध्यक्ष लिहितो की, शिवाजी हा डाकू किंवा दरोडेखोर नसून ६०,००० फौज जवळ बाळगणारा तो एक विजयी आक्रमक आहे. सध्याच्या हैदराबादमध्ये कुतुबशहाशी सख्य करून महाराजांनी आपली दक्षिण दिग्विजयाची मोहीम उघडली ती थेट पाँडिचेरी-मद्रासपर्यंत धडक मारून सध्याच्या केरळ राज्यामधून ते वर आले. या संपूर्ण आक्रमक स्वाऱ्यांत त्यांना रोखणारी एकही शक्ती या प्रदेशांत नव्हती.

चिनी युद्धशास्त्रज्ञ सुन झू म्हणतो की, संपूर्ण आक्रमक कारवाई ही धरणाचा बांध फुटल्यावर वेगाने खळाळत जाणाऱ्या पाण्याप्रमाणे असते. महाराजांचा दक्षिण

दिग्विजय त्याच धर्तीचा होता. ही आक्रमक कारवाई केवळ भूप्रदेशावरच मर्यादित नव्हती. छत्रपतींनी ओळखले होते की, खंबायतच्या आखातापासून कारवारपर्यंतचा ५०० मैलांचा पश्चिम किनारा ही मराठी राज्याची महत्त्वाची बगल (Vital Flank) आहे. ती आपल्या स्वामित्वाखाली असल्याशिवाय आपला भूप्रदेश सुरक्षित राहणार नाही. १६५० ते १६६० या काळात कल्याण व भिवंडी येथे जहाजे बांधण्याचे कारखाने सुरू करून त्यांनी मराठी आरमार वाढविण्यास सुरुवात केली. १६७४-७५पर्यंत मराठी आरमार पश्चिम किनाऱ्यावर एवढे प्रबळ झाले की, त्यांनी इंग्रजांचे 'डोव्ह' हे जहाज पकडले व 'रीव्हेंज' हे दुसरे जहाज आक्रमणाच्या टप्प्यात आणले. मुंबई या त्यावेळच्या एका मच्छीमारी बंदराचे महत्त्व महाराजांनी ओळखले होते. म्हणूनच मुंबई बंदरावर नजर ठेवणारी खांदेरी व उंदेरी ही बेटे ओसाड आहेत, अशी खबर मिळाल्याबरोबर ती कब्जात घेण्याची आज्ञा त्यांनी दिली व तेथे शिबंदी ठेवून संरक्षणाच्या दृष्टीने व तोफा लावण्यासाठी तटबंदी उभारण्यास प्रारंभ केला. १६८० मध्ये छत्रपतींचे निधन झाले, तसे झाले नसते तर त्यानंतर त्यांची आक्रमक चढाई बहुधा उत्तरेच्या दिशेने चालू झाली असती. बाजीरावांना उत्तरेच्या स्वारीचे इतके वेड होते की, त्याने अंतर्गत विरोध झुगारून उत्तरेला हल्ला कायम ठेवला.

गेली अनेक शतके मराठी युद्धशास्त्र (वॉरफेअर) म्हटले की 'गुरीला (गनिमी) वॉरफेअर' असे एक समीकरणच बनून गेले आहे. त्याचप्रमाणे शिवाजी महाराज म्हणजे 'गुरीला लीडर' असाही एक गैरसमज आहे. आतापर्यंत केलेल्या विवेचनावरून हे स्पष्ट होईल की, केवळ पहिल्या टप्प्यातच म्हणजे इ.स. १६४५पासून १६५०-५५पर्यंत मुघल किंवा आदिलशाही यांना उघड आव्हान देणे शक्य नसल्यामुळे केवळ बचावात्मक पवित्रा ठेवून महाराजांनी स्वराज्य स्थापनेचे काम चालू ठेवले. याच काळात त्यांना 'मारा आणि पळा' (Hit and Run) ही गनिमी युद्धाची पद्धत अवलंबावी लागली. ज्या ज्या ठिकाणी प्रस्थापित शासनाविरुद्ध उघडपणे लढा देणे अशक्य असते त्या त्या ठिकाणी प्रतिकारशक्ती संघटित नसल्यामुळे अशा प्रतिकारात्मक गटांना गुरीला युद्धाचा वापर करावा लागतो. आज अफगाणिस्तानमध्ये अमेरिकेच्या जबर सेनाशक्तीपुढे अफगाण गुरीलांना उघडपणे व मोठ्या प्रमाणावर संघटित प्रतिकार करता येत नाही म्हणून 'मारा आणि पळा' या तत्त्वांचा अवलंब करावा लागतो, पण अमेरिकी वायुदलापुढे, खास करून मनुष्यविरहित ड्रोन विमानांमुळे हे चालत नाही.

छत्रपतींच्या पुढच्या दोन टप्प्यांत संघटित सेना उभारल्यावर त्यांची मोहिमगिरी एक विजयी आक्रमक (कॉन्करर) म्हणूनच होती. त्याचबरोबर त्यांनी हे दाखवून दिले की, प्रस्थापित शक्तीविरुद्ध गुरीला तंत्राचा वापर करून सत्ता काबीज करणे शक्य आहे

म्हणूनच गुरीला युद्धपद्धतीचे सैनिकी इतिहासातील एक जनक म्हणूनच त्यांचा उल्लेख करावा लागेल. मराठ्यांच्या युद्धशास्त्राबद्दल एक सामान्य समज आहे तो म्हणजे गनिमी कावा. अनेकजण अनेक प्रसंगी या वाक्प्रचाराचा वापर करताना दिसतात. गनिमी कावा म्हणजे नेमके काय? असे कोणास विचारले तर त्याचे स्पष्टीकरण त्यांना करता येत नाही. तेव्हा या प्रख्यात आणि लोकमान्य वाक्प्रचारांची स्पष्टीकरणे आवश्यक आहेत. गनीम (गलीम) म्हणजे शत्रू. या शत्रूचे डावपेच म्हणजे गनिमी कावा. पण याचा लष्करी अर्थ काय? याचा लष्करी अर्थ असा की, शत्रूचे डावपेच ओळखून भूगोल आणि निसर्गाचा फायदा घेऊन ते उधळून लावण्यासाठी केलेली कारवाई म्हणजेच आपल्या दृष्टीने गनिमी कावा होय. ही प्रक्रिया आधुनिक युद्धशास्त्रात महत्त्वाची बाब आहे. सध्याच्या युद्धपद्धतीत लढाईचे बेत आखताना आपले संख्याबल, शत्रूचे संख्याबल, युद्धाची भूमी आणि युद्ध करण्यास व ते संपविण्यास लागणारा वेळ हे सर्व घटक लक्षात घेऊन सेनापती आपली योजना बनवितो.

याला परिस्थितीचे मूल्यमापन (Appreciation of the situation) असे म्हणतात. हे मूल्यमापन सर्वस्वी आपल्या दृष्टिकोनातून केलेले असते. त्याचबरोबर आपण जे करणार आहोत या विरुद्ध शत्रूचे बेत काय असतील, दिलेल्या परिस्थितीत शत्रू काय करेल हे पाहणेही अगत्याचे आहे. याचकरिता शत्रूच्या दृष्टिकोनातून अशाच तऱ्हेचे मूल्यमापन केले जाते, त्याला 'ॲप्रिसिएशन फ्रॉम द एनिमिज पॉइंट ऑफ व्ह्यू' असे म्हणतात. जर शत्रूचा बेत आपल्या बेताने उधळला जाणार असेल तरच आपला नियोजित बेत हमखास यशस्वी होईल, दुसऱ्या महायुद्धात फील्डमार्शल माँटगोमरी हे आपले बेत कार्यवाहीत आणण्यापूर्वी मार्शल रोमेलचे बेत काय असतील याचा विचार करून मगच आपले बेत पक्के करीत. शिवाजी महाराजांच्या युद्धनीतीत शत्रू हा मध्यबिंदू होता. शत्रूला कोणकोणत्या भल्या व बुऱ्या मार्गाने विस्थापित आणि विच्छिन्न करून अडचणीत आणता येईल याचा विचार करून त्याची कार्यवाही ते प्रत्यक्षात आणीत. हाच छत्रपतींच्या गनिमी काव्याचा खरा अर्थ होय. याच युद्धतंत्राने ३५ वर्षांच्या मोहिमांमध्ये ते सदैव यशस्वी राहिले. त्यांच्यानंतर काही प्रमाणात संभाजी महाराज यांनी हे तंत्र यशस्वीरित्या वापरले, पण दुर्दैवाने ते अल्पायुषी ठरले. पहिले बाजीराव पेशवे यांनी या तंत्राचा पूर्ण अभ्यास करून मराठ्यांची सत्ता हिंदुस्थानभर वाढवीत नेली.

छत्रपतींची लष्करी कारवाई (१६४२ ते १६४८) - पूर्वार्ध

युद्धशास्त्रातील विशाल युद्धनीती-ग्रॅण्ड स्ट्रॅटेजी आणि लष्करी युद्धनीती-मिलिटरी स्ट्रॅटेजी या दोन प्रमुख अंगांतून मराठा युद्धशास्त्राचे तिसरे अंग म्हणजे युद्ध व्यवहार

अथवा टॅक्टिस याचा आढावा घेऊ. युद्धनीती ही सेनापतीची बुद्धी, त्याचा अनुभव आणि त्याची कल्पकता यावर अवलंबून असते. याउलट युद्धव्यवहार ही एक कला आहे. उपलब्ध असलेल्या सेनासामग्रीवर रणक्षेत्राचा शक्य तितक्या कौशल्याने वापर करून शत्रूला नामोहरम करणे हे युद्धव्यवहाराचे अंतिम उद्दिष्ट होय. शिवाजी महाराज केवळ१२ वर्षांचे असताना म्हणजे १६४२मध्ये त्यांची, मातोश्री जिजाबाईसाहेबांबरोबर बंगलोर जहागिरीतून पुणे जहागिरीत रवानगी झाली. त्याआधी १२ वर्षे (१६३०) आदिलशहाचे सरदार मुरार जगदेव यांनी पुणे बेचिराख करून त्यावरून गाढवाचा नांगर फिरविला होता. त्यामुळे थोडे दिवस पुणे शहरापासून दक्षिणेस कात्रज घाटापलीकडे असलेल्या खेडेवारे (आता शिवापूर) या ठिकाणी मुक्काम करून १६४३मध्ये महाराज पुण्यात नवीन बांधलेल्या लालमहालामध्ये राहावयास आले. पुणे, सुपे व इंदापूर ही पुणे जहागिरीची तीन प्रमुख गावे. पुण्याच्या पश्चिमेस (उत्तरेकडील) माळशेज घाटापासून खाली भोरपर्यंत जवळजवळ २०० कि.मी. उत्तर-दक्षिण व ९० कि.मी. पश्चिम-पूर्व असा मावळचा भाग पसरलेला. भीमा, मुळा, मुठा आणि नीरा या नद्यांनी निर्माण केलेल्या खोऱ्यांतून फुलाफळांनी बहरलेली ही एक सुवर्णभूमी. आपल्या वैभवाचे पुनरुत्थान करण्यासाठी एका महान योजकाची ही भूमी वाट पाहात होती.

इ.स १६४४च्या दिवाळी पाडव्यास किंवा १६४५च्या मकरसंक्रांतीस महाराजांनी १०००/१२०० मावळ्यांना हिंदवी स्वराज्य स्थापनेची शपथ दिली. अशा रीतीने पुणे तळाच्या नैऋत्येस असलेली केंद्रे (स्ट्राँग पॉइंटस) महाराजांच्या ताब्यात आली. त्यानंतर त्यांनी आपली दृष्टी उत्तरेकडील चाकण-जुन्नर या मार्गाकडे वळविली. याच सुमारास चाकणचा ठाणेदार फिरंगोजी नरसाळा याने आपण होऊन ठाणे महाराजांच्या ताब्यात देण्याचे ठरविले. इ.स. १६३६मध्ये झालेल्या मुघल आणि आदिलशहा यांच्यातील

गनीम (गलीम) म्हणजे शत्रू. या शत्रूचे डावपेच म्हणजे गनिमी कावा. पण याचा लष्करी अर्थ काय? याचा लष्करी अर्थ असा की, शत्रूचे डावपेच ओळखून भूगोल आणि निसर्गाचा फायदा घेऊन ते उधळून लावण्यासाठी केलेली कारवाई म्हणजेच आपल्या दृष्टीने गनिमी कावा होय. ही प्रक्रिया आधुनिक युद्धशास्त्रात महत्त्वाची बाब आहे. सध्याच्या युद्धपद्धतीत लढाईचे बेत आखताना आपले संख्याबल, शत्रूचे संख्याबल, युद्धाची भूमी आणि युद्ध करण्यास व ते संपविण्यास लागणारा वेळ हे सर्व घटक लक्षात घेऊन सेनापती आपली योजना बनवितो.

कराराप्रमाणे भीमेच्या उत्तरेचा सर्व प्रदेश मुघलांकडे राहावा व भीमेच्या दक्षिणेकडील प्रदेश आदिलशहाकडे राहावा असे ठरले होते. चाकणचे ठाणे मुघलांकडे असल्यामुळे ते ताब्यात आल्यास पुणे-चाकण हा मार्ग आपल्या आधिपत्याखाली येईल, हे जाणून महाराजांनी फिरंगोजीचे म्हणणे ताबडतोब मान्य केले व त्याच्या निष्ठेबद्दल त्यालाच चाकणच्या ठाण्यावर आपला ठाणेदार म्हणून नेमले. एकदा चाकण ताब्यात आल्यावर त्यांची दृष्टी तेथून ५० कि.मी. दूर असलेल्या जुन्नर या मुघल ठाण्याकडे गेली. शिवनेरी या स्वत:च्या जन्मस्थानाजवळच हे ठाणे असल्यामुळे ते स्वत:च्या ताब्यात असणे त्यांना योग्य वाटले. १६४६-४७मध्ये त्यांनी जुन्नर ठाण्यावर चढाई करून ठाणे ताब्यात घेतले. जुन्नरच्या पाडावात विपुल द्रव्य, उत्तम तऱ्हेचे २०० घोडे, काही हत्ती व शस्त्रसामग्री महाराजांच्या हाती लागली. अशा रीतीने पुणे-चाकण-जुन्नर ही एक प्रमुख दळणवळण प्रणाली-लाइन ऑफ कम्युनिकेशन, युद्धतळाच्या नियंत्रणाखाली आली.

इ.स. १६४७मध्ये पुणे तळावर नजर रोखणारा कोंडाणा हा मोक्याचा किल्ला थोडीशी किंमत देऊन घेण्यासारखा आहे, अशी खबर मिळाली. कोंडाण्याचे नामजाद किल्लेदार दादाजी कोंडदेव यांचे इ.स. १६४७मध्ये निधन झाल्यावर किल्ल्याची हवालदारी सिद्दी अंबर यांजकडे गेली. बापूजीपंत मुद्गल या आपल्या वकिलाकरवी सिद्दी अंबरला पुरेसे सोने मिळाल्यावर सिद्दीने किल्ला महाराजांच्या स्वाधीन केला.

याच सुमारास पुरंदर या तितक्याच मोक्याच्या किल्ल्यावर किल्लेदार निळोजी नीलकंठ यांच्या पश्चात त्यांचे दोन मुलगे पिलाजी व शंकराजी यांची वाटण्यावरून भांडणे सुरू होती. शिवाजीराजांनी विचार केला की, ही भाऊबंदकीची भांडणे अशीच चालू राहिली तर एक दिवस विजापूर दरबाराकडून एखादा मुसलमान किल्लेदार नेमला जाईल व आपले काम अधिकच अडचणीचे होईल. तेवढ्यात या बंधूंनी राजांनाच मध्यस्थ म्हणून पाचारण केले. या संधीचा फायदा घेऊन राजे एक मोठी तुकडी बरोबर घेऊन पुरंदरास गेले. एक-दोन दिवस ख्यालीखुशालीची बातचीत झाल्यावर व त्या अवधीत गडाची संपूर्ण पाहणी केल्यावर एके दिवशी दोघा भावांना कैद केले व गड ताब्यात घेऊन तेथे आपले ठाणे बसविले. तोरणा, राजगड व रोहिडा यांच्याबरोबरच कोंडाणा व पुरंदर हे बलाढ्य किल्ले हाती आल्यामुळे पुणे तळाला या डोंगरी प्रदेशातून कोणताही धोका राहिला नाही. आता पूर्वेकडील सपाट व मोकळ्या प्रदेशात अहमदनगर आणि विजापूरकडे जाणारे मार्ग कब्जात आणणे जरूर होते. पुणे-इंदापूर मार्गावरील सुपे या दळणवळणाच्या बिंदूवर (फोकल पॉइंट कम्युनिकेशन) राजांचे (सावत्र) मामा संभाजी मोहिते जहागिरीचा कारभार पाहत असत. सुप्याहून वर पुणे-अहमदनगर मार्गावर असलेल्या शिरूरकडे जाणारा रस्ता होता. तसेच खाली निऱ्यावरून फलटण-

विजापूरकडे जाणाराही मार्ग होता. अशा तऱ्हेने मध्यवर्ती ठाणे आपल्या कब्जात आणावे या उद्देशाने होळीच्या सणाचे मामांकडून बक्षीस मागण्यासाठी म्हणून राजे आपल्या तुकड्या घेऊन सुप्यास गेले. एकदोन दिवसांच्या वास्तव्यात तेथील एकंदर अंदाज घेऊन एक दिवस मोहित्यांना नजरबंद करून पुण्यास पाठविले व सुप्याचा कारभार आपणाकडे घेतला. अशातऱ्हेने इ.स. १६४३ ते १६४७ या चार-पाच वर्षांच्या काळात पुण्याच्या युद्धतळाभोवतालचे सर्व Strong Points व Lines of Communications यावर संपूर्ण अधिकार प्रस्थापित करून तळ सुरक्षित केला. हे सर्व करत असताना प्रत्येक ठिकाणी त्यांच्या झेंड्याखाली येऊन मिळणाऱ्या माणसांमधून जवळजवळ दोन पायदळ पलटणी उभारल्या गेल्या व लुटीच्या घोड्यांतून एक घोडदळाचा रिसाला तयार झाला. युद्धतळाचे संरक्षण करण्यास एक आघाती दल (स्ट्राइक फोर्स) उपलब्ध झाले.

वरील सर्व घटना घडत असताना त्याविषयीचे वर्तमान राज्यकर्त्या विजापूर सुलतानास पोहोचत होते. यावेळी दरबारात खवासखान, मुरार जगदेव, रणदुल्लाखान व मुस्तफाखान या चार प्रबळ सरदारांत अंतर्गत भांडणे शिगेस पोहोचली होती. सुलतानाने पहिल्या दोघांची हत्या केली. याच वेळी रणदुल्लाखानाचे निधन झाले. त्यामुळे मुस्तफाखान या अफगाण सरदाराचे दरबारात पारडे जड होऊन सुलतान महंमद आदिलशहा त्याच्याच तंत्राने वागू लागला. मुस्तफाखानाच्या मार्गात आता फक्त एकच प्रबळ सरदार राहिला होता, तो म्हणजे बंगलोर जहागिरीवर असलेले शहाजीराजे. दक्षिणेतील सर्व हिंदू राजांशी त्यांचे संबंध स्नेहाचे होते. त्यामुळे आदिलशाहीविरुद्ध ते या राजे लोकांना चिथावून देतात असा आरोपही मुस्तफाने आदिलशहाकडे केला होता. शहाजीराजांची धोंड कायमची दूर करावी या उद्देशाने त्यांनी शहाजीराजांवरील आरोप व शिवाजीराजांची पुणे जहागिरीतील आक्रमक कारवाई या दोन्ही गोष्टी सुलतानापुढे ठेवून या पितापुत्रांविरुद्ध पाऊल उचलण्यासाठी निर्णायक कारवाई करण्याचे ठरविले. फरादखान या ज्येष्ठ सेनानीला शहाजीराजांचे ज्येष्ठ पुत्र संभाजीराजे यांच्याविरुद्ध मोठे सैन्य देऊन बंगलोरकडे रवाना केले व फत्तेखान या दुसऱ्या सेनानीस आपल्या तुकड्यांसह शिवाजीराजांविरुद्ध चाल करून जाण्याचा हुकूम मिळाला. संभाजीराजांनी फरादखानाचा पराभव करून त्याला विजापुरास परत जाण्यास भाग पाडले.

छत्रपतींची लष्करी कारवाई (१६४२ ते १६४८) - उत्तरार्ध

फरादखानाचा पराभव झाल्यानंतर फत्तेखान या दुसऱ्या सेनानीस आणि त्याच्या सहसरदारांस पुरंदरच्या स्वराज्याच्या पहिल्या मोठ्या लढाईत अवघ्या अठरा वर्षे वयाच्या महाराजांनी आणि त्यांच्या उमलत्या मराठा सरदारांनी लष्करी युद्धनीती-

मिलिटरी स्ट्रॅटेजी आणि युद्धव्यवहार टॅक्टिक्सचा वापर करून आपल्यापेक्षा आकाराने पाचपट मोठ्या असलेल्या शत्रूचे कसे निर्दालन केले ते पाहू. फत्तेखानाचा उल्लेख फत्तेखान खुदावंदखान या नावाने विजापुरी फर्मानात आला आहे. कदाचित त्याने मिळविलेल्या पहिल्या एखाद्या मोहिमेत विजय (फतेह) प्राप्त केल्याबद्दल त्याला फत्तेखान हा किताब देण्यात आला असावा. खुदावंदखान या नावावरून तो पठाण किंवा अफगाण असण्याची अधिक शक्यता आहे. त्याच्या सेनेत रतन शेख, मिनाद शेख मुसेखान व शरीफखान असे चार मुसलमान सरदार व मताजी घाडगे, बाजी नाईक निंबाळकर (फलटण) आणि हैबतराव बल्लाळ असे तीन मराठा सरदार होते. ज्या अर्थी सात मातब्बर सरदार त्याच्या एकत्रित अधिकाराखाली होते, त्याअर्थी फत्तेखान हा दरबारातील पहिल्या श्रेणीचा सरदार असावा असेच म्हणावे लागेल. म्हणजे तो ४० ते ५० या वयोगटातील असावा. त्याच्या अंमलाखाली खास विजापूरची कमीतकमी १०,००० सेना असणे संभवते. केदारजी खोपडे देशमुखांना खान 'कोंडाण्याच्या मसलतीवर' येत असल्याचे बादशाही फर्मान म्हणते. कोंडाण्यासारख्या अभेद्य किल्ल्यासाठी पठाणांचा जास्त भरणा असलेली निवडक फौज दरबाराने नियुक्त केली असावी. बाकीच्या सात सरदारांकडे हशम इन्फन्ट्री आणि लष्कर कॅव्हेलरी मिळून प्रत्येकी कमीतकमी १५०० फौज असा (१५००×७) जवळजवळ १०,०००ची काँटिंजंट सेना असावी. म्हणजे विजापूरची १०,००० व जहागिरदारांची १०,००० अशी २०,००० सेना म्हणजे आजकालची एक डिव्हिजन फत्तेखानास उपलब्ध झाली. सध्याच्या डिव्हिजनचा कमांडर मेजर जनरल या श्रेणीचा अधिकारी असतो. कारवाई डोंगराळ प्रदेशात होणार असल्यामुळे ६० टक्के (१२०००) पायदळ व ४० टक्के (८०००) घोडदळ अशी या सेनेची विभागणी करता येईल.

फत्तेखानाच्या चढाईचा मार्ग - (ॲक्सिस ऑफ ॲ१डव्हान्स) विजापुराहून निंबर्गी-मंगळवेढा-पंढरपूर-शिंगणापूर व फलटण असा असावा. इतक्या मोठ्या ५ ते १०,००० फौजेबरोबर पुरवठा करणारी यंत्रणा म्हणजे हत्ती, उंट व बैलगाड्या असल्या पाहिजेत. या सर्व माणसांना आणि जनावरांना मुबलक पाणी ही अत्यंत मोठी गरज. म्हणूनच भीमा नदीच्या जवळपासचा हा मार्ग खानाने घेतला असावा. फलटणचे निंबाळकर हे विजापूरचे या भागातील मातब्बर सरदार. खानाच्या मुख्य सेनेने विजापूरहून आगेकूच केल्यावर इतर सरदार आपापल्या ठिकाणाहून मुख्य सेनेस फर्मानाबरहुकूम येऊन मिळाले असावेत. याचा अर्थ फलटण मुक्कामी ही सेना एकत्रित झाली असावी. आत्ताच्या भाषेत फलटण ही त्या अर्थाने 'कॉन्संट्रेशन एरिया' म्हणावी लागेल.

खोपडे देशमुखांना पाठविलेल्या विजापुरी फर्मानात खान कोंडाण्याकडे

येत असल्याचा स्पष्ट उल्लेख आहे. त्यावरून विजापुराहून निघताना आपणांस कोंडाण्याकडे चाल करावी लागणार असा फत्तेखानाचा कयास असावा. परंतु प्रत्यक्षात तो कोंडाण्याकडे गेला नाही तर, नीरा नदी पार करून त्याने आपली सेना कऱ्हा नदीच्या तीरावरील खळद व बेलसर या दोन गावांमधील कडेपठारावर म्हणजे किल्ले पुरंदरच्या पूर्वेस आणून ठेवली. याचा अर्थ असा की, फलटण मुक्कामी आल्यावर त्याला ही पक्की खबर लागली असावी की, शिवाजीराजे कोंडाण्यास नसून पुरंदरला आले आहेत. या अर्थाने खळद-बेलसर टापू हा केवळ एक कँपिंग ग्रऊंड म्हणून होता किंवा लढाईच्या दृष्टीने या टापूस असेम्ब्ली एरिया असे म्हणता येईल.

विजापूरकरांच्या समजुतीप्रमाणे शिवाजीराजे कोंडाण्यास होते असे गृहित धरले तर तो गड सोडून ते पुरंदरला का आले, याचे लष्करी विवेचन करणे आवश्यक आहे. ते कोंडाण्यासच राहिले असते तर शत्रूच्या चढाईच्या मार्गापासून (एनिमीज ॲक्सिस ऑफ ॲडव्हान्स) ते खूपच दूर राहिले असते व त्यामुळे शत्रूच्या हालचालींवर लक्ष ठेवणे अशक्य झाले असते. दुसरी गोष्ट अशी की, पुरंदर मोकळा सोडला असता तर एवढी मोठी सेना बरोबर असलेल्या खानाने तो ताबडतोब आपल्या कब्जात घेऊन तेथे विजापुरी ठाणे बसविले असते. तिसरी गोष्ट अशी की, पुरंदर खानाच्या ताब्यात जातो तर पुढे येऊन पुणे या राजांच्या युद्धतळावरच त्याने आपला अंमल कायम केला असता व कोंडाण्याला सावकाश मजबूत वेढा दिला असता. शत्रूच्या या काव्याचे योग्य मोजमाप करूनच राजांनी पुरंदरवर येण्याचे व तेथेच खंबीर अशी संरक्षण फळी उभारण्याचे ठरविले असावे. गनिमाच्या काव्याचे लष्करी मूल्यमापन व तो उलटवून लावण्याची कारवाई हाच तो मराठ्यांचा गनिमी कावा!

पुरंदरची पहिली लढाई असे ज्या लढाईचे सार्थ वर्णन करता येईल त्या लढाईस आता प्रारंभ होईल. मराठ्यांचे इतिहासकार या लढाईस खळद-बेलसरची लढाई म्हणतात ते चुकीचे आहे. खळद व बेलसर या गावांच्या दरम्यान फत्तेखानाचा कॅम्प होता. ही जागा फक्त असेम्ब्ली एरिया होती. जी रक्तरंजित धुमश्चक्री झाली ती पुरंदरच्या तटावरच. लष्करी विवेचनाच्या दृष्टीने चार भाग - फेजेस - पडतात, ते असे - १) हैबतराव बल्लाळचा ॲडव्हान्स गार्ड, २) कावजीची प्रतिचढाई, ३) बाजी जेधे यांची धाड, ४) फत्तेखानाचा धडक हल्ला.

खळद-बेलसर टापूत आपली सेना प्रस्थापित झाल्यावर फत्तेखानाच्या दृष्टीने पुढील पर्याय होते – १) पुरंदरवर समोरासमोर उत्तरेकडून धडक हल्ला - फ्रंटल असॉल्ट करणे या पर्यायात उणीव अशी होती की, तसे केल्यास शिवाजीराजे गडाच्या दक्षिणेकडून निसटून कोंडाण्याकडे जाऊ शकले असते, २) खळद-बेलसरला कॅम्प तसाच ठेवून

एका छोट्या विभागास दक्षिणेकडून शिरवळवर पाठविणे व नीरेच्या उत्तरेस नाकेबंदी करून शक्य झाल्यास गडावर उत्तर व दक्षिण अशा दोन्हींकडून हल्ला चढविणे, ३) पुरंदरला बगल मारून सरळ पुण्यावर चाल करणे. असे करण्याने शिवाजीराजांना पकडणे अशक्य झाले असते व मोहीम विनाकारण वाढली असती.

या सर्व पर्यायांचा एक अनुभवी सेनापती या नात्याने फत्तेखानाने विचार केला असावा. दुसरा पर्याय युद्धव्यवहाराच्या दृष्टीने योग्य असल्यामुळे फत्तेखानाने एक शत्रू-संपर्क गट - ॲडव्हान्स गार्ड - शिरवळच्या दिशेने पाठविण्याचे ठरविले. या गटाचे नेतृत्व हैबतरावचा पुत्र बल्लाळ याजकडे दिले व अंदाजे १००० संख्येच्या या गटाने शिरवळवर कूच केले. या सर्व हालचाली होत असताना शिवाजीराजे गडावरून प्रत्येक हालचालीवर लक्ष ठेवून होते. युद्धव्यवहाराच्या नीतीप्रमाणे आपण जेव्हा बचावाच्या पावित्र्यात असतो - इन डिफेन्स पोझिशन - त्यावेळी अकाली कारवाई करणे धोक्याचे ठरते. राजांनी बल्लाळच्या गटास शिरवळपर्यंत येऊ दिले. पण त्यानंतर त्याला रोखणे आवश्यक होते. बल्लाळचा गट शिरवळला पोहोचून स्थिरावत असतानाच एके दिवशी सूर्योदयापूर्वीच कावजी या धाडसी नेत्याच्या अधिकाराखाली गोदाजी जगताप, भीमाजी वाघ, संभाजी काटे व शिवाजी इंगळे अशा चौघांच्या प्रत्येकी १००-१५० च्या टोळ्यांनी बल्लाळच्या गटावर तुफानी हल्ला चढविला. बल्लाळाने शिरवळजवळच्या सुभानमंगळगढी या गढीचा आश्रय केला. कावजीने गढीचा दरवाजा फोडून आत प्रवेश केला. गढीत झालेल्या रणधुमाळीत कावजीने बल्लाळास ठार केले. आपला नेता पडला हे पाहताच त्याच्या गटातील सैनिकांनी रणातून पळ काढला व ते निर्नायकी दल परत खळद-बेलसऱ्याच्या मुख्य छावणीस परतले.

बल्लाळाच्या गटाची धूळधाण झाल्यावर खानाने टाकलेला डाव शिवाजीराजांच्या अचानक कारवाईने सपशेल उलटला होता. या अवस्थेत खानाचा समतोल ढासळून गेला. अशा या गोंधळात टाकणाऱ्या अवस्थेतच शिवाजीराजांनी दुसरी चाल केली. कान्होजी नाईक जेधे यांचे तडफदार पुत्र बाजी जेधे यांच्या नेतृत्वाखाली १००/१५० स्वारांची एक टोळी खळद-बेलसरच्या मुख्य छावणीवर धाड घालण्यासाठी, कमांडो रेड धाडण्यात आली. अशी धाड घालण्याचे दोन उद्देश असतात. एक-शत्रूच्या शिबिरात घबराट निर्माण करून त्याचे नैतिक धैर्य खच्ची करणे. दुसरे - या प्रयत्नात शत्रूच्या उपस्थितीविषयी अधिक माहिती गोळा करणे, बाजी जेधे यांची तुकडी एके दिवशी सूर्यास्तास खानाच्या छावणीत घुसली. बऱ्याचशा कापाकापीनंतर खानाचे लोक सावध झाले व त्यांनी जेध्यांच्या तुकडीला घेरले. भगवा झेंडा नेणारा स्वार जखमी होऊन घोड्याखाली आला. ते पाहिल्याबरोबर जेध्यांनी झेंड्याकडे धाव घेऊन तो आपल्या

हाती घेतला. जखमी स्वारास पुन्हा घोड्यावर बसविले व आपल्या साथीदारांना त्वरित माघारी जाण्याची आज्ञा केली. ही तुकडी परत गडावर आली आणि झाल्या हकिकतीचा रिपोर्ट शिवाजीराजांना दिला. राजे खूष झाले व त्यांनी बाजी जेध्यांना पोशाख आणि दोन तुर्की घोडे देऊन त्यांना बारगीरांवरील अधिकारी नेमले.

बल्लाळच्या गटाचा उडालेला धुव्वा आणि जेध्यांची धाड या दोन आक्रमक हालचालींमुळे फत्तेखानास आता काहीतरी निर्णायक हालचाल करणे भाग होते. गडाच्या पिछाडीकडून कार्यवाही करण्याचा डाव फसला होता. त्यामुळे आता गडाच्या तोंडावरच उत्तरेकडून धडक हल्ला - फ्रंटल असाल्ट - हा एकच पर्याय उपलब्ध होता. एक-दोन दिवसांच्या तयारीनंतर खानाने आपली सेना गडाच्या अगदी जवळ आघातपूर्व जागी -फॉर्मिंग ऑफ प्लेस - आणली. तेलीणीचा माळ व सोजीरवड या (सध्या ओळखल्या जाणाऱ्या) ठिकाणी ही जागा असावी. हा हल्ला त्यावेळच्या प्रथेप्रमाणे सूर्योदयानंतर थोड्याच वेळाने सुरू झाला असावा. हल्ला करण्याच्या रचनेमध्ये - बॅटल फॉर्मिशन - मुसेखानाच्या नेतृत्वाखाली दोन-तीन हजार कडव्या पठाणांची तुकडी अग्रभागी - लीनिंग वेव्हज होती. त्याच्या डाव्या बगलेस मताजी घाडगे यांचे पथक व उजव्या बगलेस निंबाळकरांचे पथक होते. त्यामागे खुद्द फत्तेखान लढाईचे नियंत्रण करण्यासाठी आपल्या मदतनिसांसह चालत होता. त्याच्या मागे शरीफ शहा व रतन आणि मिनाद शेख यांची पथके होती. शत्रूची सेना गड चढू लागल्याबरोबर गडाच्या कड्याकपाऱ्यांतून बसलेल्या मराठी फौजेने वरून मोठाले दगड, गोफणीतून छोटे दगड, जळते पलिते आणि उकळलेले तेल यांचा भडिमार केला. शत्रूची जबर हानी होऊ लागली तरीसुद्धा मुसेखानाने धडक मारून आपली तुकडी गडाच्या माचीवर आणली. माची शत्रूच्या ताब्यात गेली, तर गड लढविणे अशक्य होईल हे तात्काळ ओळखून बचावाचे नियंत्रण करणाऱ्या शिवाजीराजांनी पुरंदर किल्ल्याच्या अनेक मोक्याच्या ठिकाणी विखुरलेल्या सर्व पथकांना माचीभोवती एकत्रित होण्याचा हुकूम दिला. लढाईचा सर्वात अधिक जोर हा मुसेखानाच्या पथकाकडून होता. तेव्हा तोच तोडून काढणे गरजेचे होते. आज्ञेप्रमाणे सर्व पथकांनी मुसेखानाच्या पथकाभोवती गर्दी केली. त्या रणधुमाळीत गोदाजी जगताप व मुसेखान या दोन वीरांचे आमनेसामने तलवारीने द्वंद्वयुद्ध झाले. त्यात गोदाजीने मारलेल्या एका घावाने मुसेखान अक्षरशः उभा चिरला गेला आणि तो जमिनीवर कोसळला. आपला नेता पडल्याबरोबर पठाणांनी माघार घेतली. मुसेखानाच्या तुकडीची पिछेहाट पाहताच घाडगे व निंबाळकर यांच्या तुकड्या रणांगण सोडून माघारी निघाल्या. आघाडीची पथके पाठीमागे येत असल्याचे पाहून शरीफ शहा व दोघे शेख यांच्या तुकड्याही मागे हटल्या. फत्तेखानाने त्यांना

थोपविण्याचे शर्थीचे प्रयत्न केले पण ते वाया गेले. पराभूत खानाने व त्याच्या उर्वरित सेनेने विजापूरची वाट धरली. स्वातंत्र्याच्या या पहिल्यावहिल्या लढाईत १८ वर्षांचे शिवाजीराजे एका कसलेल्या सेनानीच्या पाचपट फौजेविरुद्ध विजयी झाले.

> "पुरंदरची ही पहिली लढाई हा बचावात्मक लढाईचा एक वास्तुपाठच मानावा लागेल. बखरीतून दिल्या गेलेल्या आकड्यांमध्ये जरूर ती वजाबाकी करून खुद्द पुरंदरावर महाराजांकडे जास्तीत जास्त ३००० पायदळ व १५०० घोडदळ असावयास हवे. त्यामुळे ४५०० किंवा ५००० धरले तरी संख्याबळात खान ४ ते ५ पटीने वरचढ होता. ही उणीव गनिमी संहार शक्तीने भरून काढली असे दिसते. परमानंदाच्या वर्णनाप्रमाणे खानाच्या फौजेकडे धनुष्य-बाण, ढाल-तलवार, भाले व गदा ही शस्त्रे होती. तर या उलट मराठ्यांकडे या सर्व शस्त्रांशिवाय तोफा, बंदुका व उल्काबाण म्हणजे रॉकेटस होती, असे दिसते. युद्धव्यवहाराच्या दृष्टीने पाहता, शत्रूची प्रत्येक हालचाल ओळखून क्रमाक्रमाने ती मोडून काढणे शत्रूचे सर्व पर्याय नष्ट करून त्याला कोणता तरी एकच पर्याय ठेवणे व शेवटी तो आपल्या माऱ्याच्या टप्प्यात आपण होऊन चालत येईल तेव्हा त्याला खेळविणे ही अलेक्झांडर, नेपोलियन आदी जगन्मान्य सेनानींची नीती शिवाजीराजांनी प्रत्यक्षात आणली, तशीच बाजीरावांनीही ती अंमलात आणल्याचे दिसते."

ताकद, बुद्धी असलेल्या सर्वसामान्य माणसांना (मावळ्यांना) हेरून, आपल्या तालमीत तयार करून, त्यांना जीवाचे नाते देऊन त्यांच्याकडून स्वराज्यासाठी असामान्य पराक्रम गाजवून घेणे ही महाराजांची खासीयत! ती जवळजवळ तशीच बाजीरावांमध्ये उतरली होती. राज्यकारभारात-युद्धकारणात-सर्वात जमेची बाजू म्हणजे हे असे खंदे शिलेदार होत, हे समजणे आणि त्याची अंमलबजावणी करणे, हे या दोघांतील साम्यस्थळ आहे.

आता या छत्रपतींच्या युद्धनीतीच्या वारशाचा सर्वात जास्त उपयोग जर कोणाला झाला असेल तर तो बाजीराव पेशव्यांना. हिंदुस्थानात भीमेपासून यमुनेपर्यंत स्वैरसंचार करताना या बहाद्दराने युद्धनेतृत्वाची अशी काही कमाल दाखवली की, राजकारणात मुरलेले प्रतिपक्षाचे सेनापतीही हतबल होऊन बसले.

बाजीराव पेशव्यांचे अवघे चाळीस वर्षांचे आयुष्य. त्यातील शेवटची ३० वर्षे निव्वळ लढाईत! पेशवाई प्राप्त झाली तेव्हा उत्तर हिंदुस्थानच्या राजकारणाची कोवळी

सुरुवात झालेली. अशा प्रसंगी एवढ्या निष्णाताप्रमाणे बाजीरावांनी केलेल्या चढाया या विशेष दखलपात्र आहेत.

बाजीरावांच्या युद्धनेतृत्वात छत्रपतींच्या नेतृत्वाची झलक पाहावयास मिळते ती प्रामुख्याने दोन गोष्टींत. एक म्हणजे गनिमी काव्याचे खुल्या मैदानातील वापराचे सुधारित धोरण आणि विशाल भूप्रदेशात सैन्याच्या अचूक आणि वेगवान हालचाली.

नंतरच्या प्रकरणात व परिशिष्टातील कालपटाकडे नजर टाकल्यास आपल्याला सहज लक्षात येईल की, पेशव्यांचे युद्धशास्त्र हे गरजेनुरूप आणि वेळेचे भान राखून होते. वर्षानुवर्षे एकच मोहीम करत बसण्यापेक्षा अचूक हालचाली आणि नेमका मारा करून यश साध्य करायचे हे तंत्र त्यांना व्यवस्थित साधले होते. सैन्यात बाजीराव कटाक्षाने घोड्यांची संख्या जास्त ठेवीत असे. जड तोफा कमी असत. कारण त्यामुळे फौजेच्या अनिरुद्ध संचारास मर्यादा पडण्याची भीती असावी. मोठमोठ्या दौडी मारून शत्रूस हैराण करायचे, आपल्याजवळ शत्रू आला की त्याला वेढून त्याचे दाणा-पाणी तोडायचे आणि त्याची उपासमार करून आपला कार्यभाग साधायचा, हे बाजीरावांचे मुख्य डावपेच होते.

आगामी प्रकरणातून जेव्हा या लढायांचा सविस्तर विचार होईल तेव्हा वाचकांनी हे लक्षात घ्यावे की, रस्ते, रेल्वे, तारायंत्रे, दळणवळणाची साधने अस्तित्वात नसताना बाजीरावांनी आपल्या सैन्याच्या विलक्षण हालचाली केल्या आहेत. आज निव्वळ मजा म्हणूनही एवढी फिरण्याची सामान्य माणसाची क्षमता नाही! मग लढाया लढायच्या (आणि जिंकायच्या), शेकडो शिपायांची जबाबदारी, स्वदेशी घरभेदी आणि शत्रूंना एका वेळीच नामोहरम करणे हे कर्तृत्व असामान्यच म्हणावे लागेल.

बाजीरावांवर नेहमी केला जाणारा आरोप म्हणजे कुशल तोफखाना व शस्त्रास्त्रांची निर्मिती त्यांनी केली नाही. मुद्दा रास्त आहे, पण... सततच्या युद्धाने वाढणारे कर्ज, उत्पन्नाची अस्थिर साधने, सरदारांच्या वाढत्या अपेक्षा या युद्धेतर गोष्टींना सांभाळून

> खरा मुत्सद्दी तोच, की ज्याने टाकलेल्या डावाने पुढील शंभर वर्षांच्या इतिहासाला कलाटणी मिळून नवे वळण लागेल. शिवछत्रपतींच्या काळात संपूर्ण इतिहासाला एक नवे वळण सर्वप्रथम मिळाले. बाजीरावांच्या व शिवछत्रपतींच्या युद्धनेतृत्वाच्या तौलानिक अभ्यासाचा निव्वळ हेतू इतकाच की, कालानुरूप बदललेल्या तंत्राची बैठक पक्की असली तर विजय हा नक्की मिळतोच, हे पटवून देणे.

वीस वर्षांत जवळपास अर्धा हिंदुस्थान पालथा घालायचा ही गोष्ट आणखी कोणाला जमली आहे असे इतिहासात तरी आढळत नाही. प्रत्यक्ष रणांगणावरील मुत्सद्देगिरी श्रेष्ठ की मसलतीतील हा विवेचनाचा विषयच नाही. खरा मुत्सद्दी तोच, की ज्याने टाकलेल्या डावाने पुढील शंभर वर्षांच्या इतिहासाला कलाटणी मिळून नवे वळण लागेल. शिवछत्रपतींच्या काळात संपूर्ण इतिहासाला एक नवे वळण सर्वप्रथम मिळाले. बाजीरावांच्या व शिवछत्रपतींच्या युद्धनेतृत्वाच्या तौलानिक अभ्यासाचा निव्वळ हेतू इतकाच की, कालानुरूप बदललेल्या तंत्राची बैठक पक्की असली तर विजय हा नक्की मिळतोच, हे पटवून देणे.

आता बाजीराव हे 'अजिंक्य योद्धा' कसे ठरले ते आपण पुढे सविस्तर पाहूच.

इथे गनिमी काव्याविषयी बोलताना मलिक अंबरचा उल्लेख केला नाही तर ते सयुक्तिक होणार नाही. शिवाजी महाराजांकडून गनिमी काव्याचे धोरण बाजीरावांनी घेऊन पुढे ते व्यापक आणि गतिमान बनविले हे खरे! परंतु शिवाजी महाराजांना गनिमी काव्याचे धोरण गवसले ते त्यांचे वडील शहाजीराजे भोसले आणि त्यांचे समकालीन सहकारी यांच्याकडून होय. पण त्याचे मुख्यत्वे श्रेय मात्र मलिक अंबरकडे जाते. जाता जाता मलिक अंबरचा थोडा परिचय करून घेऊ.

अल्हुरा येथे जन्मलेला (आताच्या इथियोपियातील) मलिक अंबर हा बालगुलाम (चाईल्डस्लेव्ह) म्हणून विकला गेला होता. पुढे तो अहमदनगरचा वजीर-पंतप्रधान या पदापर्यंत पोहोचला. दख्खनमध्ये त्याने १५०० सैनिकांची खडी फौजही उभी केली. औरंगाबाद शहराची त्याने उभारणी केली. मलिक अंबरला पाश्चात्य युद्ध इतिहासकार या दख्खनेतील गनिमी (गुरीला) युद्धाचा जनक समजतात. मुघलांच्या ताकदीला नमवीत त्याने विजापूरच्या आदिलशहाला नमविले आणि निजामशहाची कोसळणारी सत्ता नव्याने उभारली. त्याचा जन्म कृष्णवर्णीय इस्लामी माया या हब्शी टोळी जमातीत झाला होता. मलिक अंबरला शंभू या नावानेही ओळखत. त्याच्या आईवडिलांनी गरिबीमुळे त्याला गुलाम म्हणून विकले. प्रथम येमेनमधील अल-मुखा या ठिकाणी नेण्यात आले. तिथे परत लिलाव होऊन २० डुकॅटना (आफ्रिकेतील तेव्हाचे

> छत्रपतींच्या युद्धनीतीच्या वारशाचा सर्वात जास्त उपयोग जर कोणाला झाला असेल तर तो बाजीराव पेशव्यांना. हिंदुस्थानात भीमेपासून यमुनेपर्यंत स्वैरसंचार करताना या बहाद्दराने युद्धनेतृत्वाची अशी काही कमाल दाखवली की, राजकारणात मुरलेले प्रतिपक्षाचे सेनापतीही हतबल होऊन बसले.

चलन) बगदाद येथील गुलामांच्या बाजारात पुन्हा विकण्यात आले. पुन्हा तिसऱ्यांदा क्वादी अल-क्वादात या मक्केतील गुलामांच्या दलालाने विकत घेऊन त्याला बगदादातील मीर कासीम अल-बगदादी या माणसाला विकले. इथियोपियातील इतर हबशी गुलामांप्रमाणेच त्याची रवानगी आशियात झाली. असे करता करता शेवटी तो दख्खनच्या पठारावर येऊन पोहोचला.

१६०७ ते १६२६ या काळात त्याने अहमदनगरच्या निजामशहाचा वजीर-पंतप्रधान, मुर्ताझा निजामशहाची ताकद मोठे सैन्य उभारून वाढविली. राजधानी परांड्याहून जुन्नरला नेली. त्याचप्रमाणे खडकी ही नवी राजधानी उभारली. औरंगजेबाने आपल्या दख्खनच्या स्वारीत तिचे नामकरण औरंगाबाद असे केले. मलिक अंबर हा वास्तुशास्त्राचा चाहता होता. मलिक अंबरचे भू-मापन, महसूल आणि राज्याचे तिजोरी व्यवस्थापनशास्त्रांचा मराठ्यांच्या राज्य व्यवस्थापनेवर मोठा पगडा होता, असे दिसते. उत्कृष्ट वेगवान घोडदौड, योद्धे आणि बेसावध शत्रूवर अचानक छापा मारून आश्चर्यचकित अवस्थेत गारद करणे ही त्याची खासियत होय. त्याच्या कर्तृत्वात त्याला शहाजीराजे भोसलेंची साथ मिळाली. शहाजहाँनची सावत्र आई नूरजहाँ हिला शहाजहाँनला दूर करून आपल्या जावयाला दिल्लीच्या तख्तावर बसवायचे होते. परंतु तिचा हा डाव मराठा सरदारांना वापरून मलिक अंबरने उधळून लावला. जलनियोजनाच्या योजनेत नहार-कालवे बांधणीबद्दल त्याची विशेष ख्याती होती. खाम नदीवर केवळ अडीच लाख रुपये खर्च करून त्याने फक्त पंधरा महिन्यांत बांधलेल्या औरंगाबाद येथील नहार-कालवा हा आजही जलनियोजनाचा एक उत्कृष्ट नमुना मानला जातो. शिवाजी महाराजांच्या जन्माच्या आधी चार वर्षे जरी मलिक अंबरचा मृत्यू झालेला असला तरी शहाजीराजांच्या आणि त्यांच्या सहकाऱ्यांच्या शिकवणुकीत महाराज तयार होत असताना मलिक अंबरच्या युद्धशास्त्राचे खोल संस्कार त्यांच्यावर झाले होते, असे अनेक इतिहासकारांचे म्हणणे आहे. म्हणून येथे मलिक अंबरचा उल्लेख करणे गरजेचे होते.

बाजीराव २० वर्षे पेशवे राहिले. तेवढ्या काळात त्यांनी मराठ्यांची देशातील सर्वश्रेष्ठ शक्ती म्हणून दरारा बसवला. बाजीरावांनी जे सैन्य घेऊन पुढचे सगळे पराक्रम केले ते कसे होते, बाजीरावांचे आपल्या सैन्याबरोबरचे संबंध कसे होते, हे देखील याच ओघात पाहणे योग्य ठरते. बाजीरावांची पसंती चपळाईला, सैन्याच्या अनपेक्षित हालचालींना होती आणि त्यासाठी घोडदळच उपयोगाचे होते. मराठा घोडदळात दोन प्रकारचे घोडेस्वार सैनिक असत. शिलेदार स्वत:चा घोडा व शस्त्रे बाळगणारे. हे मोहिमेला बोलावताच येत असत. ते तरबेज घोडेस्वार असत आणि तलवार चालवणे, भालाफेक यामध्येही तरबेज असत. याखेरीज 'बारगीर' असत. त्यांना घोडा, शस्त्रे वगैरे

सरकारी खर्चाने पुरवली जात. अर्थात ते कमी तरबेज असत असे नाही. पण शिलेदाराला वेतन जास्त असे. मराठे सरदार स्वतःची लहानलहान सैन्ये ठेवून असत. मोहिमांच्या वेळी ते वाटेवर सोयीस्कर ठिकाणी बाजीरावांना येऊन मिळत. भाले, तलवारी आणि ढाल ही घोडदळाची हत्यारे होती. घोडेस्वारापाशी चकमकीच्या बंदुका असत. म्हणजे बंदुकीच्या नळीत दारू व छर्रे ठासायचे व त्यांना चकमकीने बत्ती द्यायची अशा बंदुका. ही पथके वेगवान असत. त्यांच्या लढाईच्या सोयीनुसार तैनात केली जात असत किंवा जरूर तिथे बोलावली जात असत. अधिकाऱ्यांना शिरस्त्राण व साखळ्यांचे चिलखत, असे खास संरक्षण असे. दोन सैनिकांमध्ये एक घोडा जास्तीचा असे. हे सैन्य दिवसाला ५०-५० मैलांच्या मजला मारीत असे. ते तंबू किंवा इतर सामान बाळगत नसत. ज्या प्रदेशात असत तिथूनच आपल्या गरजा भागवीत. खडाखडीची (सेट पीस) लढाई मराठे करीत नसत. शत्रूभोवती घिरट्या घालून त्यांना हैराण करणे हे त्यांचे खास तंत्र होते. शत्रूची रसद तोडून त्यांची उपासमार करायची आणि त्याला जेरीस आणायचे.

शिवाजी महाराजांच्या काळातील युद्धतंत्र बाजीरावांनी पूर्णत्वास नेले असे म्हटले तरी अतिशयोक्ती ठरणार नाही. बाजीराव सामान्य माणसांसारखेच राहायचे. ते खातात तेच अन्न खायचे. ते झोपतील तसे झोपत. ते शिवाशिव पाळीत नव्हते. त्यांना थकवा माहीत नव्हता. ते आघाडीवर राहून नेतृत्व करत. त्यांच्या वेगळ्या जीवनशैलीमुळे त्यांनी माणसे जोडली. अनेक जिवाभावाचे मित्र निर्माण केले. मराठ्यांत एकदिली वाढवली. युद्धाच्या वेळी या ऐक्य भावनेचा उपयोग त्याला सर्वात जास्त झालेला दिसतो. तो कसा ते पुढच्या लढाईच्या प्रकरणांमध्ये स्वच्छपणे दिसतो. त्यासाठी त्यांच्या मोहिमांकडे आता वळू.

❑❑❑

६

कर्नाटकच्या मोहिमा

शाहू महाराजांस बाजीरावांचा उत्तरेकडे जाण्याचा उत्साह मोडून कर्नाटकावर मोहिमा करण्याची गरज का पडली? त्या काळात तत्कालीन मद्रास प्रांताचा बराच भाग कर्नाटकात होता. राजाराम महाराज ज्या जिंजीच्या किल्ल्यावर जाऊन राहिले तो मद्रासच्याही (चेन्नई) दक्षिणेस काही अंतरावर आहे. १७२९च्या सुमारास निजाम त्या बाजूकडे आपल्या राज्याचा विस्तार करण्यासाठी उतरणार, अशा बातम्या शाहू महाराजांना मिळाल्या होत्या. निफाडच्या पुंड-पाळेगारांनी ठिकठिकाणी बंडावा मांडला होता.

पाश्चात्य लष्करी सिद्धांतानुसार व दिल्लीपासून खूप दूरचा प्रदेश ताब्यात ठेवणे 'स्ट्रॅटेजिकली आणि टॅक्टिकली' महत्त्वाचे होते. शिवाजी महाराजांनी व्यंकोजीराजांशी भांडून हा प्रदेश मिळवला होता. त्यावेळी त्याचे इंगित हेच होते. माघारीसाठी, शत्रूला त्याच्या बलस्थानापासून दूर खेचण्यासाठी जागा पाहिजे म्हणून त्यांनी मद्रासकडचा कर्नाटक जहागिरीतला मुलूख मिळवला होता. म्हणूनच राजाराम महाराज येथे शत्रूच्या वेढ्यात सापडूनही स्वराज्य लढवीत कित्येक वर्षे राहिले.

मराठ्यांच्या उत्तरेकडच्या महत्त्वाकांक्षेला मागच्या बाजूने खुंटी मारून शह द्यावा असे निजामासारख्या धूर्त, कधीही प्रयत्न न सोडणाऱ्या राजकारण्याला वाटत असल्यास नवल नाही. कर्नाटकात मराठ्यांच्या दोन स्वाऱ्या झाल्या. एक १७२५ नोव्हेंबर ते १७२६ मेपर्यंतची चित्रदुर्गाची स्वारी. दुसरी १७२६ नोव्हेंबर ते १७२७ एप्रिलपर्यंतची श्रीरंगपट्टणची स्वारी. या प्रत्येक स्वारीचा कालावधी सहा महिन्यांचा होता. (कर्नाटक या संज्ञेचा अर्थ मराठे आंध्र प्रदेश, कर्नाटक, तामिळनाडू व केरळ या भागांचा समावेश असलेले दक्षिणेचे पठार असा लावत.)

कर्नाटकातील मुघल बादशहा सदातुल्ला खान याने मद्रासच्या पश्चिमेस अरकोट येथे आपली मुख्य कचेरी स्थापन केली. दक्षिणेस आणखी पुढे शाहू महाराज यांचा सावत्रभाऊ सरखोजी हा शहाजीराजांच्या (आपल्या पणजोबांच्या) वतनवाडीवर राज्य करत होता. शिवाजी महाराज आणि तद्नंतर राजाराम यांनी कोप्पल, कुरनूल, कुडाप्पा, वेल्लोर, अरकोट आणि जिंजी येथे आपली सत्ता प्रस्थापित केली होती. यापैकी काही जागांवर सध्या निजाम किंवा दिल्लीचा बादशहा यांच्या नावाखाली काही सरदार स्वतंत्रपणे राज्य करत होते. संताजी घोरपडे यांचा भाऊ, बहिर्जी आणि त्याचा पुत्र सिधोजी यांनी गुटीच्या परिसरात आपली सत्ता प्रस्थापित केली होती. त्यांची शाहू महाराजांप्रती निष्ठा होती. श्रीरंगपट्टण येथे दोड्डा कृष्णराजे बोड्डीयार यांचे राज्य होते. (मूलतः ते विजयनगरच्या राज्यकर्त्यांच्या आधिपत्याखाली होते आणि त्यानंतर स्वतंत्र झाले.)

"शाहू महाराजांना आपला दत्तक पुत्र फत्तेसिंह भोसले याला दक्षिणेकडील राज्यांचा विशेषतः कर्नाटकचा कारभार सोपविण्याची इच्छा होती. शाहू महाराजांनी फत्तेसिंहवर या मोहिमेची जबाबदारी सोपविली आणि दक्षिण प्रांताचा परिचय असलेले श्रीपतराव प्रतिनिधी, खंडेराव दाभाडे यांचे पुत्र त्रिंबकराव आणि सरलष्कर सुलतानजी निंबाळकर यांना फत्तेसिंह भोसले यांच्यापुढे उभे राहण्याचे आदेश दिले. त्यांच्यापैकी प्रत्येकाने आपल्यासोबत सुमारे ४००० घोडदळ आणले होते. दक्षिणेकडे कूच करणाऱ्या या सैन्यावर निजामाने संशय घेऊन युद्धरूपात विरोध करण्याची दाट शक्यता होती. याकरिताच शाहू महाराज यांनी बाजीरावांना पिलाजी जाधव यांच्यासमवेत हैदराबादला जाण्याची आणि या मोहिमेचा हेतू निव्वळ कर्नाटकातून चौथाई वसूल करणे हा असल्याचे त्याला समजावून सांगण्याची आज्ञा केली. परंतु अन्य सरदारांनी बाजीरावांस या मोहिमेवर पाठवावे असे सूचित केले. अशा प्रकारे बाजीरावांनी कर्नाटक मोहिमेची जबाबदारी स्वीकारली आणि तिचे नेतृत्व केले. साहजिकच या पंचवीस वर्षीय पेशव्यांनी आपले सहकारी आणि वरिष्ठ यांच्यात आपल्या क्षमतांविषयी विश्वास निर्माण केला."

त्रिंबकरावास बाजीरावांसह जाण्याची अनुज्ञा मिळाली नाही. निजामाविषयीची भीती कमी करण्यासाठी बाजीरावांनी आपल्या काही सरदारांना या मोहिमेवर जाण्याची परवानगी दिली.

२४ डिसेंबर १७२५ रोजी मराठ्यांच्या विविध फौजा साताऱ्याच्या पूर्वेकडील पंढरपूर

येथे एकत्र झाल्या आणि त्यांनी निजामाच्या मुलुखाच्या सीमांजवळून दक्षिणेकडे कूच केले. बाजीरावांनी विजापूरचा मार्ग निवडला आणि गुलबर्गाकडे एक फौज रवाना केली. गलगलीच्या उत्तरेकडील कृष्णा नदी ओलांडून त्याच्या फौजा तुंगभद्रेच्या उत्तरेकडील काठावर वसवलेल्या कोप्पल येथे पोहोचल्या. १२ फेब्रुवारी, १७२६ रोजी तो बेळहट्टी येथे पोहोचला. त्याच्या सैन्याने तेथे एक आठवड्यासाठी तळ ठोकला. तिथे बाजीरावांनी सोंडा येथील राजाकडून जुनी येणी वसूल करून त्याला परकीय आक्रमणापासून संरक्षण करण्याचे आश्वासन दिले आणि त्यानंतर चित्रदुर्गाकडे कूच केली. तिथे ते २० मार्च ते ६ एप्रिल या कालावधीत वास्तव्यास होते. या कालावधीत त्यांनी स्थानिक सरदारांची भेट घेऊन त्यांना मराठ्यांकडून सहकार्य मिळण्याबाबतचे आश्वासन दिले. त्यांच्याकडून चौथाई वसूल केली. ते दक्षिणेत दीर्घकाळ राहून पुढे गेले असते, परंतु त्यांच्या अनुपस्थितीत साताऱ्यात फारशी चांगली परिस्थिती नव्हती.

शिवाजी महाराजांचे स्वयंघोषित कायदेशीर वारसदार संभाजी (राजाराम आणि राजसबाई यांचे पुत्र) राजगादीकरता शाहूमहाराजांबरोबर युद्ध करण्याची दाट शक्यता होती. काही प्रमुख मराठा सरदारांचा त्यांना पाठिंबा होता. आपल्या या चुलतभावाची समजूत काढण्यासाठी शाहूमहाराजांनी त्याच्यासोबत करार करून आपले सैन्य केवळ पंढरपूरवर लक्ष केंद्रित करत असल्याचे सांगितले. हा करार करूनही संभाजीने चंद्रसेन जाधव (ज्याला निजामाने बदामी परिसरातील जहागीर यापूर्वी बहाल केली होती) याच्याशी संधान बांधले. त्याने फेब्रुवारी १७२६मध्ये संभाजीस निजामाकडून सहकार्य मिळवून देण्याचे आश्वासन दिले आणि कृष्णा नदीच्या काठावरील तेरदळ येथे आपल्या सैन्याला रवाना होण्याचा सल्ला दिला. निजामानेही त्याला अदोनीस येणार असल्याचे सूचन केले, यामुळे संभाजी खूश झाला.

१७२५मध्ये निजामाला जाऊन मिळालेला उदाजी चव्हाण आणि ऐवज खान यांनी शाहूमहाराजांना सत्तेवरून दूर करण्याचे खलबत करण्यासाठी तेरदळ येथे येण्याचे निश्चित केले. संभाजी आणि चंद्रसेन जाधव हे पन्हाळ्याकडे कूच करत आहेत आणि साताऱ्यावर आक्रमण करणार आहेत अशी बातमी इतरत्र पसरली. या घडामोडींची बातमी कळताच बाजीरावांनी ७ एप्रिल रोजी चित्रदुर्ग सोडले आणि २३ मे रोजी तो साताऱ्यात दाखल झाला. त्याने परतताना हरपन्हाळ्ळी, धारवाड, गोकाकचा मार्ग पत्करला. फत्तेसिंह भोसले हा तंजावरला सरखोजीला भेटण्यासाठी गेला.

या मोहिमेत बाजीरावांनी काय मिळविले? एका समकालीन वृत्तानुसार, ''सैन्याने जुनी येणी वसूल केली, स्थानिक सरदारांनी शाहूमहाराजांकडून जबरदस्तीने हिरावून घेतलेल्या प्रांतात शाहूमहाराजांची पुन्हा सत्ता प्रस्थापित केली आणि गतकाळात

बेशिस्त वर्तन करणाऱ्यांना सक्त ताकीद दिली.''

दरम्यान, निजामाच्या कारवायांमुळे आपल्या राजधानीजवळ समस्यांना सामोरे जाणाऱ्या शाहूमहाराजांनी आपल्या सैन्याच्या देखरेखीसाठी आवश्यक असलेला पैसा गोळा करण्यासाठी दक्षिणेकडे आणखी एक मोहीम दूरदर्शी धोरणाने राबवावी असा विचार केला. बाजीरावांनी नोव्हेंबर १७२६ ते एप्रिल १७२७ या कालावधीत हाती घेतलेल्या कर्नाटकातील दुसऱ्या मोहिमेचा हा प्रारंभ होता. या दोन स्वाऱ्यांनंतर पालखेडची विख्यात लढाई झाली.

या स्वारीची पाठ फिरताच निजामाने कर्नाटकात चढाई करून पहिल्या मोहिमेचे फलित मोडण्याचा उद्योग आरंभिला. तेव्हा मराठे स्वस्थ बसणार नाहीत, हे निजामाला साहजिकच अपेक्षित होते. त्याच्या हालचालींवर लक्ष ठेवण्यासाठी निजामाने १७२६च्या उन्हाळ्याअखेर हैदराबादहून स्वतः फौजेसह कर्नाटकात अखानीपर्यंत जाऊन तिथून फौजा कर्नाटकाच्या अंतर्भागात पाठवल्या. त्यांनी कर्नाटकात धुमाकूळ घालण्यास सुरुवात केली. तेव्हा शाहू महाराजांनी लगोलग दुसऱ्या मोहिमेची कारवाई केली.

हे पाहून निजाम आणखी एक चाल खेळला. त्याने चंद्रसेन जाधवाला हाताशी धरून मराठ्यांमध्ये कान्होजी भोसले, सरलष्कर सुलतानजी निंबाळकर अशांसारख्या असंतुष्ट सरदारांना फितवण्याचा खेळ केला. बाजीराव पश्चिमेकडून श्रीरंगपट्टणपर्यंत खंडण्या वसूल करीत गेला. या स्वारीत उन्हाळा, पाण्याची टंचाई, साथीचे रोग यांनी मराठ्यांची माणसे फार मेली. पण १७२७नंतरच्या निजामाच्या हालचालीमुळे ही मोहीम पुढे चालवली गेली नाही. या दोन स्वाऱ्यांच्यानंतर पालखेडची विख्यात लढाई झाली.

निजामाच्या घरभेदेपणाच्या उपद्व्यापाचे पर्यवसान पालखेडच्या लढाईत निजामाने दणकून मार खाण्यात व मुंगी शेवगावच्या तहात झाले, पालखेडच्या लढाईमुळे बाजीरावांचे नाव जागतिक युद्धेतिहासात दिमाखाने झळकले.

❑❑❑

७

पालखेडचा विलक्षण संग्राम

बाजीरावांस पेशवाई मिळाल्यानंतरची पहिली पाच वर्षे बादशाहीच्या अनिश्चित घडामोडींमुळे विशेष आणीबाणीची गेली नाहीत व उघड उघड निजामाशी लढून आपली कर्तबगारी तो लोकांसमोर आणू शकला नाही. आणि तसे त्याला करावयाचेही नसावे. त्याची स्वामिनिष्ठा वाखाणण्याजोगी होती. ती टॅक्टिकल, स्ट्रॅटेजिक आणि शहाणपणाचीही ठरली.

मराठ्यांच्या मुत्सद्दी मंडळात वयाने लहान असल्यामुळे बाजीराव अनुभवी मानले जात नसत. त्यामुळे आपले म्हणणे पटवून देण्यात बाजीरावांना फार काळ खर्च करावा लागे. महाराजांचे गनिमी काव्याचे युद्धतंत्र खुल्या मैदानात चढाईच्या स्वरूपात यशस्वीपणे वापरणारे पहिले बाजीरावच होते. बचावासाठी चढाईच जरूरी पडते, म्हणूनच मुघलांचा दक्षिणेतला मार्ग माळव्यातून आहे हे लक्षात घेऊन माळवा काबीज करून तेथे त्याला अटकाव केल्यास आपले राज्य सुरक्षित ठेवता येईल, अशी सुरुवातीला योजना होती. मात्र इथे समोरचा शत्रूही सामान्य नव्हता.

निजामाच्या कारवाया शाहू महाराजांना कळत नव्हत्या असे नाही. पण त्यांची प्रवृत्ती शक्यतो सलोख्याने लढण्याची होती. परंतु त्याने शाहूंनाच नामशेष करण्याचा घाट घातला तेव्हा त्यांना स्वस्थ राहणे अशक्य झाले. निजामाने बाजीरावांचा दु:स्वास करणारे, सरलष्कर सुलतानजी निंबाळकर, कान्होजी भोसले, सेमासाहेब सुभा या शाहू महाराजांच्या सरदारांना लालूच देऊन आपल्याकडे ओढले. तसेच रावरंभा निंबाळकर, उदाजी चव्हाण, चंद्रसेन जाधव यांना हाताशी धरून कोल्हापूरच्या संभाजीराजाला शाहूंविरुद्ध भांडण्यास उठवले. या काळात चंद्रसेन जाधव हा निजामाचा मुख्य हस्तक होता.

बाजीराव व प्रतिनिधी श्रीपतराव, कर्नाटकात असताना निजामाच्या प्रेरणेने संभाजीला शाहूंच्या प्रदेशावर चढाई करण्यास भाग पाडले. स्वत: निजाम कर्नाटकात खोलवर अखानीपर्यंत गेला. तेव्हा मात्र शाहू महाराजांनी बाजीरावांना परत बोलावले. निजामाने मराठ्यांना चौथाई, सरदेशमुखी वसूल करण्यास विरोध चालवला. इतकेच काय, खरा राजा कोण? असा सवाल उभा करून त्याने शाहू व संभाजी यांना हैदराबादेस बोलावले. तिथे आपण स्वत: कोणाचा अधिकार खरा हे ठरवू असा पवित्रा त्याने घेतला.

श्रीपतराव प्रतिनिधीने निजामाचा प्रस्ताव मान्य करण्याचा सल्ला दिला. बाजीरावांनी त्यास विरोध केला. त्यांनी शाहूंना पटवून दिले की, निजामाची पावले त्याचा हेतू मराठ्यांना साफ नेस्तनाबूत करण्याचा आहे. आपण त्याचा नाश केला नाही तर तो आपला नाश करील. युद्धाखेरीज पर्याय नाही हे शाहूंना पटले.

निजाम शेफारला होता. त्याने कोल्हापूरच्या संभाजीला आपल्याकडे वळवून मराठ्यांमध्ये यादवी लावून देण्याचा घाट घातला खरा, पण त्याने बाजीरावांना ओळखले नव्हते. हा पोरसवदा तलवार काय मारणार, असे त्याला वाटत होते. शाहूंचा निकाल लावल्यानंतर संभाजीचा निकाल लावायला तो मोकळा झाला असता. बादशहाच्या सैन्याला तीनदा विजय मिळवण्यातून तो त्या काळातला देशामधला सर्वश्रेष्ठ सेनापती ठरला होता. या लढायांमध्ये त्याने प्रत्येक वेळी संख्येने खूप मोठ्या फौजांचा पराभव केला होता. सैन्याची संघटना आणि तोफखाना यांमध्ये त्याचे खरे बळ होते. पण बाजीरावांशी गाठ पडली तेव्हा त्याला एका वेगळ्या युद्धतंत्राशी प्रसंग पडला. निजामाचे तंत्र जुने खड्या 'सेट पीस' लढाईचे होते. बाजीराव चपळाई, हुलकावण्या आणि शत्रूचा शक्तिपात करून त्याला जेरीस आणण्याच्या तंत्रात तरबेज होते.

दुसऱ्या महायुद्धातील इंग्रजांचे महान सेनापती फील्डमार्शल मॉंटगोमरी यांनी आपल्या *अ हिस्टरी ऑफ वॉरफेअर* या ग्रंथात या पालखेडच्या लढाईचा सविस्तर परामर्श घेताना प्रारंभीच म्हटले आहे. - ''१७२७-२८ च्या पालखेड मोहिमेत बाजीरावांनी सेना नेतृत्वात निजामावर सपशेल मात केली. ही लढाई म्हणजे स्ट्रॅटेजिक आणि टॅक्टिकल मोबिलिटीचा मास्टरपीस होय.''

बाजीरावांचा मुलूखगिरीचा प्रयत्न चालू असताना साताऱ्यास मात्र अनेक विरोधक बाजीरावांविरुद्ध छत्रपतींचे कान भरीत. शत्रूच्या मुलखात युद्ध चालवून त्यास हैराण करावयाचे आणि आपल्या प्रदेशात यायला त्याला वावच द्यायचा नाही अशी बाजीरावांची चाल असताना, दरबारी मंडळींचे मत मात्र विरुद्ध होते. आधी संभाजी, चंद्रसेन जाधव वगैरे घरच्या शत्रूंचा बंदोबस्त करून राजधानी स्थिरस्थावर झाली की बाहेर लक्ष द्यावे असे संकुचित मत होते. या पार्श्वभूमीवर बाजीरावांनी निजामाला

कसा हाताळला हे पाहणे विलक्षण ठरते. ही हाताळणी एका योद्ध्या सेनानीची होती, फितुराची नव्हती.

निजामाचे सैन्य अवजड शस्त्रांनी जडावलेले होते. त्याची साधनसामग्री उत्कृष्ट होती. मुघलांच्या परंपरेनुसार त्याच्या सैन्याची मांडणी पुढे बिन्नीचे सैन्य, त्याच्या मागे डावी बगल. मध्य आणि उजवी बगल. मधला भाग सर्वात मोठा असायचा. त्यातच निजाम असायचा. त्याचा तोफखाना बैलांनी ओढून न्यावा लागत असे. त्याची हलवाहलव सहज आणि वेगाने करता येत नसे. प्रत्यक्ष लढाऊ सैन्याच्या मागे कारकून, हिशेबनीस, जासूद, हेर, कंत्राटदार, दुकानदार, नाचणाऱ्या नर्तकी, गवय्ये, लौंडे आणि फकीरही असत. यालाच बाजारबुणगे म्हणतात. त्यांची संख्या लढणाऱ्यांपेक्षा अनेकदा मोठी असे.

मराठ्यांच्या सैन्याचे वर्णन पूर्वी केले आहेच.

> "बाजीरावांच्या सैन्यात अवजड सामानाला अजिबात थारा नव्हता. सैनिकांच्याही तलवारी, ढाली आणि लांब भाले एवढीच हत्यारे होती. बाजीरावांचे सैनिकही हत्यारे वापरीतच लहानाचे मोठे झाले होते. अत्यंत काटक आणि आवेशाने भारलेले असे हे सैनिक आपल्या सेनापतीवर निस्सीम प्रेम करणारे होते. तो त्यांच्यातच राहत होता. ते खातील ते खात होता. त्यांच्यासारखेच उघड्यावर झोपत होते. तंबू, गाद्या-गिरद्या, धान्य साठवण असले काहीच बाजीरावांच्या सैन्यात नव्हते. ज्या प्रदेशात जावे त्यावरच पोट भरावे असा त्यांचा खाक्या होता. बाजीरावांचे सैन्य संपूर्ण घोडदळाचे असल्याने तो विजेच्या वेगाने अनपेक्षित हालचाली करू शकत असे. दोन सैनिकांमध्ये एक घोडा जास्तीचा असे. त्यामुळे स्वाराच्या मांडीखालचा घोडा पडला किंवा जखमी झाला तर दुसऱ्या घोड्यावर स्वार होऊन दौड करता येत असे. खोळंबा नावाची चीज या सैन्यात कोणालाही माहिती नव्हती."

वर्ष १७२७च्या सुरुवातीस निजाम औरंगाबादेच्या मार्गावर भीर येथे होता. जून ते सप्टेंबर या कालावधीत त्याने धारूर येथे तळ ठोकला. याच कालावधीत जुन्नर येथे चकमकी घडत होत्या. ऑक्टोबर महिन्यात तो साताऱ्याच्या नजीक आल्याची बातमी होती, परंतु त्याने शक्य तेवढ्या आपल्या हालचाली रहस्यमय रीतीने केल्या. जेव्हा तो भीरकडे जात होता तेव्हा तो औरंगाबादकडे येत असल्याचे त्याने इतरांना कळविले. त्याने आपले सरदार (ऐबाजखान, नेवासकर थोरात व पारनेरकर) यांना सिन्नर येथे पाठविले होते. इथे त्यांची तुकोजी पवारासोबत चकमक उडाली. आबाजीपंत पुरंदरे

यांनी शाहूंच्या वतीने लिहिले की, ''म्हसवडच्या दिशेने निजाम साताऱ्यावर हल्ला चढविण्याचा प्रयत्न करीत असल्याचे निजामाच्या सैन्याकडून कळले आहे. शाहू राजे तुमच्यावर व सेनापती (खंडेराव दाभाडे) यांच्यावर अवलंबून आहेत. तुमची योजना काय आहे ते आम्हाला कळू द्या. यावेळी तुम्ही तुमची कामगिरी योग्य रीतीने बजावून शाहूराजेंना खूश करा.''

खंडेराव त्यावेळी त्यांच्या तळेगाव या गावी होते. हे वृद्ध सेनानी गृहस्थ बाजीरावांवर फारसे खूश नव्हते, त्या तरुण शूरवीराकडून आज्ञा झेलावयाची त्यांची मानसिक तयारी नव्हती. त्यांनी बाजीरावांना काही सल्ला देणारी पत्रे लिहिली, ''या पेचप्रसंगी तुम्ही तुमच्यासमवेत सर्वांना घ्या'' असे सांगितले आणि त्यांना तळेगावास भेटावयास बोलाविले. बाजीरावांनी आपल्या एका विश्वासू माणसाला खंडेरावांना नक्की काय अपेक्षित आहे ते जाणून घ्यायला पाठविले.

चर्चेमध्ये खूप मूल्यवान वेळ वाया गेला. अंतिमतः ते वृद्ध सेनानी म्हणाले की, ''एखाद्या शुभ मुहूर्तावर ते तळेगाव सोडतील परंतु त्याऐवजी त्यांचा मुलगा त्रिंबकराव याला या मोहिमेत सहभागी होण्यासाठी पाठवतील.''

निजामाचे व कोल्हापूरकर संभाजींचे सैन्य शाहूंच्या राज्यात शिरायला सज्ज झाले होते. प्रत्यक्ष कारवाई १७२७चा पावसाळा संपल्यानंतर सुरू व्हायची होती. बाजीरावांचे हेरखाते त्याला तिकडच्या खडान्‌खडा बातम्या देत होते. बाजीरावांनी पावसाळ्यातच खुद्द निजामाच्या मुलखात मुसंडी मारली. फक्त ६-७ हजार हलके घोडदळ घेऊन त्याने लांब लांब मजला मारीत प्रसंगी दिवसाला ३० ते ५० मैल निजामाच्या राजधानीच्याच औरंगाबाद जिल्ह्यात चक्रीवादळासारखा प्रवेश केला. निजामाने त्याला अडवण्यासाठी ऐबाजखानाला पाठविले. बाजीराव त्याच्याशी थोडी चकमक करून वाऱ्याच्या वेगाने माहूरवर जाऊन आदळला. गावामागून गावे जाळीत लुटालूट करीत त्याने नोव्हेंबरअखेर जालना जिल्ह्यातील जाफराबाद गाठले. तिथे सैन्याची फेरजुळणी आणि मांडणी करून १७२०च्या डिसेंबर महिन्याच्या मध्यास नागमोडी चालीने उत्तर वऱ्हाड गाठले. तिथे धुमाकूळ घालून अचानक मोहरा थेट मागे वळवला. हदगाव साफ केले. मोठा वळसा घेऊन तो पश्चिमेला खानदेशात शिरला. त्याने गावे जाळली. खजिने लुटले. शस्त्रास्त्रसाठे ताब्यात घेतले. १० दिवस दररोज ३० ते ४० मैल वेगाने त्याच्या मजला चालल्या होत्या.

आपला प्रदेश बेचिराख केला जात आहे एवढेच निजामाला समजले. पण बाजीरावांच्या मनात नेमके काय आहे याचा त्याला अंदाज येईना. हातघाईच्या लढाया टाळीत बाजीराव उलटसुलट दिशांना झंझावाती वेगाने मजला मारीत होता. शत्रूला

गोंधळवून, दमवून दाखवीत होता. निजामाच्या अवजड चिलखतांनी जडावलेल्या घोडदळाला आणि तोफखान्याला कुठे जावे, बाजीरावांना कसे गाठावे हेच समजेनासे झाले. बाजीरावांचे हलके घोडदळ त्याच्याभोवती घिरट्या घालीत होते. त्याच्या सैन्याच्या फळ्यांमधून घुसून बाहेर पडून जात होते. नद्यांवरून, दऱ्याखोऱ्यांमधून बाजीरावांचे सैन्य पुढे, मागे, डावीकडे, उजवीकडे कसेही केव्हाही जात होते.

इथे बाजीराव एक विलक्षण चाल खेळले. आपण बऱ्हाणपूर या धनाढ्य शहरावर जाऊन त्याची राखरांगोळी करणार अशी अफवा त्याने फैलावली. ती खरी वाटावी म्हणून बऱ्हाणपुराच्या दिशेने लहानशी तुकडी मोठा धुरळा उडवीत पाठवली. बाजीरावांच्या या 'इराद्या'मुळे निजामाची अशी काही तारांबळ उडाली की, तो स्वत: ऐबाजखानास बरोबर घेऊन ते शहर वाचवायला निघाला. पुढे ऐबाजखानबरोबर बिनीचे सैन्य आणि मागून स्वत: निजाम अशी मोठी वरात रवाना झाली. त्याचे सैन्य कष्ट, हाल, उपासमार, दुष्काळी प्रदेश असल्याने पाण्याचा अभाव यांनी पार हैराण झाले होते. बऱ्हाणपूर गाठल्यावर त्याला आढळले की बाजीराव सैन्यासह गायब झालेला होता. हा चकवा निजामाला चांगलाच महागात पडला.

आता बाजीरावांनी जो पवित्रा घेतला तो विलक्षणच होता. त्याने निजामाचा प्रदेश अजिबात सोडला. तापी आणि नर्मदा या दोन प्रचंड नद्या ओलांडून तो गुजरातेत घुसला. तेथील मुघल सुभेदार सरबुलंदखान घाबरला. पण तो निजामाचा शत्रू आहे हे बाजीरावांना माहीत होते. त्याला बाजीरावांनी कळवले की, आपण निजामाच्याच हुकुमावरून मुघल प्रदेशावर चालून आलो आहोत. निजामाचा दुटप्पीपणा जगजाहीर होता. त्याला ते खरे वाटले. बाजीरावांनी सरबुलंदखानाला अभय दिले.

गुजरातेत घुसण्यामागचा बाजीरावांचा हेतू लष्करी स्वरूपाचा होता. यालाच इंग्रजीत टॅक्टिकल म्हणतात. निजामाचे बळ त्याच्या तोफखान्यात होते. तो त्याच्यापासून वेगळा केल्याशिवाय त्याच्याशी थेट लढाई करण्यात अर्थ नव्हता. बाजीरावांचा पाठलाग करण्यासाठी तापी आणि नर्मदा या मोठ्या नद्या ओलांडताना निजामाला तोफखाना मागे ठेवायला लागला असता. बाजीरावांना नेमके हेच साधावयाचे होते.

पण बाजीराव कुठे दिसत नाहीत असे पाहून थकलेल्या निजामाने प्रतिपेच टाकला. त्याने बाजीरावांचा पाठलाग सोडून थेट पुण्याचा रस्ता धरला. बाजीरावांनी मोहीम सुरू केली तेव्हा त्याच्याकडे ६-७ हजारांचे लहानसे सैन्य होते. पण नंतर शत्रूच्या प्रदेशात खोलवर शिरत जाताना ते वाढवावे लागले. त्यासाठी पुण्याकडील घोडदळ पथके काढून न्यावी लागली. पुणे त्यामुळे असुरक्षित बनले.

आपली प्रतिष्ठा व नावलौकिक याबद्दल सजग असलेला निजाम राज्यात एका

ठिकाणापासून दुसऱ्या ठिकाणी जात होता. निजामाने त्याच्यासोबत तोफा घेतल्यामुळे अनिवार्यपणे तो धीम्या गतीने प्रवास करीत होता. पुढच्या मुक्कामी त्याचा बाजार थाटला जाई आणि त्याच्या थाटामाटाला शोभेल असा शामियाना थाटला जाई. या तोफांना विशेष संरक्षण लागे आणि त्या हळूहळू न्याव्या लागत. मराठ्यांच्या सिंहासनावर हक्क सांगणारा संभाजी निजामासोबत होता. त्याने स्वतःला आधीच राजा ठरविले होते आणि तो एका ठिकाणाहून दुसऱ्या ठिकाणी धावपळ करताना दिसत नव्हता. काही स्थानिक सरदारही संभाजीकडे नव्या वतनांची मागणी करण्यासाठी आले व त्याला कर दिला. त्यांची प्रशंसा करण्यासाठी त्याला धैर्य, विश्वास व आत्मविश्वास यांचे प्रदर्शन करावे लागले. संभाजी आणि निजामाच्या छावणीतील अन्य मराठी सरदारांच्या उपस्थितीत हिंदूंची देवळे उद्ध्वस्त करण्यासाठी किंवा मालमत्तेची लयलूट करण्यासाठी मोहमद्दीला कोणताही वाव नव्हता. अंतिमतः ही जमीन संभाजीच्या हक्काची होती ज्याची त्याला मूलतः काळजी होती.

तुर्कताज खान, नेवासकर थोरात व पारनेरकर लोहगडाकडे अधिक अंतर जाऊ शकले नव्हते. म्हणून ते चिंचवड व पुणे येथे आले. जेव्हा बाजीरावांनी जालन्यात जाळपोळ केल्याची, सिंदखेड लुटण्याची व बुऱ्हाणपूरकडे आगेकूच केल्याची बातमी येऊन थडकली तेव्हा निजामाने त्याचा पाठलाग करून त्याला युद्धात पराभूत करण्याचे ठरविले. तो जेव्हा बुऱ्हाणपूरला पोहोचला तेव्हा बाजीराव आधीच भडोचकडे गेले होते. जेव्हा निजामाने त्यांचा पाठलाग केला तेव्हा त्याला असे कळले की, बाजीराव अहमदाबादेस गेले आहेत. त्याची सरबुलंदखानाशी सलोख्यांची बोलणी झाली नव्हती त्यामुळे निजामाने पुण्याच्या दक्षिणेस जाण्याचे ठरविले आणि तो त्या प्रांतात मागे सोडून आलेल्या त्यांच्या सरदारांना जाऊन मिळाला. तो जुन्नर या जुन्या व्यापाराच्या केंद्राद्वारे दक्षिणेकडे आला. त्याने उदापूर, नारायणगड, औसेरी आणि खेड (पुण्याच्या उत्तरेकडील सर्व ठिकाणी) त्याने त्यांचा ताबा जुन्नरच्या करीम बेगकडे दिला. तो लोहगडमार्गे पुण्यास आला आणि ८ फेब्रुवारी, १७२८ रोजी संभाजीच्या लग्नास उपस्थिती लावली.

तोपर्यंत, बाजीरावांनी निजामाच्या मुलखात आणि तद्नंतर गुजरातेतही केलेल्या हल्ल्यामुळे निजाम विनाकारण प्रक्षोभित झाला नव्हता, परंतु पुणे येथील संभाजीच्या विवाहसोहळ्यास हजेरी लावून तो जेव्हा अहमदनगरकडे थेट मार्गाने न जाता सुपा व पाटस मार्गे वळला तेव्हा निजाम संतापला. पुरंदर येथे वास्तव्यास असलेल्या शाहूमहाराजांना तसदी न देता (किंवा असे म्हणता येईल की पुरंदर येथील शाहूमहाराजांच्या उपस्थितीची दखल न घेता.) तो रावरंभा निंबाळकर यांना सुपे येथे व नेवासकर थोरात यांना पाटस येथे (राणोजी शिंदे यांना या स्थळी शाहूंनी संरक्षणासाठी नेमले होते) सोडून तो कडेकडेने

तेथून निसटला. पुणे त्यावेळी बारामतीच्या प्रशासकीय अंमलाखाली होते. निजामाच्या फौजांचे तेथे आगमन होताच तेथील ठाणेदार (शाहूंनी नियुक्त केलेले) धायगुडे यांनी बारामती सोडले. त्यांच्याजागी जानोजी निंबाळकर यांची निजामाने नियुक्ती केली.

इतके होईपर्यंत १७२८ चा फेब्रुवारी महिना उजाडला होता. गुजरातेत बाजीरावांना शाहू महाराजांकडून निरोपावर निरोप जात होते. पण बाजीरावांनी त्याकडे लक्ष न देता आग्नेयेकडे वळून गोदावरीकाठच्या निजामाच्या प्रदेशावर झडप घातली आणि पुन्हा लुटालूट, जाळपोळ करीत औरंगाबादवर चाल केली. निजाम घाबरला. त्याने पुण्याकडचे सैन्य काढून घेतले व बाजीरावांच्या पाठलागावर निघाला. त्यावेळी बाजीराव औरंगाबादपासून २८ मैलांवर पालखेड येथे होते. बाजीरावांनी निजामाच्या दोन्ही बगलांवरील प्रदेश सहा दिवस लुटला. निजामाला धान्य, बोकड, गुरे, भाज्या, चारा, काही म्हटल्या काही मिळेनासे करून टाकले. निजामाचे सैन्य एखाद्या दरीतून का घळीतून जाऊ लागले की, बाजीराव त्यावर घणाघाती हल्ला चढवायचे. पण लढाईला तोंड लागताच पळून जात.

आतापर्यंत बाजीराव सतत घोड्यावर स्वार होते. त्यांनी ७०० मैल अंतर कापले होते. ते फक्त २८ वर्षे वयाचे तरुण आणि जोमदार होते. तर निजाम ५७ वर्षे वयाचा, उतरणीला लागलेला. त्याला ही धावपळ अतिशय जड जात होती. त्याचे ऐबाजखान, चंद्रसेन जाधव वगैरे सरदारही वयस्कर झाले होते. सैन्य थकून गेले होते. तर बाजीरावांचे होळकर, शिंदे वगैरे सरदार जवळजवळ त्याच्याच वयाचे. अत्यंत काटक आणि बाजीरावांवर फार जीव असणारे होते. निजामाला पुणतांब्यापाशी (चांगदेवांची समाधी येथे गोदावरीच्या तीरावर आहे.) आपले घोडदळ-पायदळ-तोफखाना, बाजारबुणगे पार करायचे होते. त्याचे नुसते सैन्य ४० हजार होते. त्यासाठी तीन दिवसांचा कार्यक्रम आखलेला होता. बिनीच्या सैन्याने पहिल्या दिवशी गोदावरी पार करायची. दुसऱ्या दिवशी निजाम व तोफखाना तिसऱ्या दिवशी. अशा प्रकारे निजामाचा एक सबंध दिवस त्याच्यापासून वेगळा राहणार होता. बाजीराव याच संधीसाठी टपून बसले होते. निजाम गोदावरी ओलांडतो न ओलांडतो तोच बाजीरावांनी त्याच्यावर धाडीमागून धाडी घालायला सुरुवात केली. त्याच्या सैन्याला पाण्याचा अभाव असलेल्या भागात यायला भाग पाडले. पाण्याबरोबरच शत्रूला अन्न व चारा मिळणार नाही अशी व्यवस्था केली. रसद घेऊन येणाऱ्या गाड्या, खेचरे, गाढवे हाकलून दूर लावण्यात आली. रसद लुटण्यात आली.

बाजीरावांचे सैन्य आता निजामाच्या भोवती घिरट्या घालू लागले. उपासमार, पाणी नाही, घोड्यांना चारा नाही. बाजीराव कधी घाला घालील, या भयाने झोप नाही. सैनिक जागीच आडवे व्हायला लागले. निजामाने थोड्या मोठ्या तोफा जमिनीवर आणल्या

आणि गोदातीरी मुंगी शेवगाव येथे फळी उभारली. पण त्याच्या सैन्याची अवस्था थकवा, उपासमार, झोपेचा अभाव यामुळे लढण्यासारखी राहिली नव्हती. नाइलाजाने त्याने ऐबाजखानाला तडजोडीसाठी पाठवले.

बाजीरावांनी अर्थात काही अटी घातल्या -

- संभाजीला (ताराबाईचा मुलगा) ताबडतोब ताब्यात द्यावे.
- शाहूला मराठ्यांचा एकमेव सार्वभौम राजा म्हणून मान्यता द्यावी.
- दख्खनच्या सहा सुभ्यांमधील चौथाई व सरदेशमुखी यांची थकबाकी द्यावी.
- मावळ प्रांत संभाजी निंबाळकरांकडून काढून मराठ्यांना द्यावा.

यापैकी संभाजीला हवाली करण्याची अट सोडून निजामाने बाकी सगळ्या अटी मान्य केल्या. त्याने वाटाघाटी चालू असतानाच संभाजीला पन्हाळ्यास पाठवून दिले आणि त्याचे नंतर शाहूला जे करायचे असेल ते करावे अशी अट कबूल केली. त्याने बाजीरावांचाही पोशाख देऊन सन्मान केला. या भेटीच्या वेळी सुद्धा निजामाने जे नाटक केले त्याचे वर्णन प्रा. ना. के. बेहरे यांनी आपल्या 'पहिले बाजीराव पेशवे' या ग्रंथात केले आहे.

> "निजाम बाजीरावांना म्हणाला, ''आम्ही दगाबाजी करून तुम्हाला कैदेत टाकले तर काय कराल? तुम्ही आमचा विश्वास फुकट धरला. या वेळी तुमचे शिंदे-होळकर कुठे आहेत? ते तुम्हाला मदत करू शकतील काय?'' त्याच क्षणी बाजीरावांच्या बरोबर आणलेल्या हुजऱ्यांनी अंगरख्यात लपवून आणलेल्या समशेरी सपासप उपसल्या आणि त्यांचे छत्र बाजीरावांच्या शिरावर धरले. बाजीरावांनी निजामाला सांगितले, ''माझे शिंदे-होळकर नेहमीच माझ्याबरोबर असतात. ते मला व मी त्यांना कधीच विसंबत नाही.'' बाजीरावांचे हुजरे हेच हुजऱ्यांच्या वेशातील शिंदे-होळकरादी थोर सरदार होत, हे निजामाला कळताच तो आश्चर्याने स्तंभित झाला... त्याने शिंदे-होळकरांचा गौरव करून त्यांना मानाची वस्त्रे दिली."

बाजीरावांच्या पुढील पराक्रमांचा परामर्श घेण्यापूर्वी त्याने ही नररत्ने कोठून कशी मिळवली, याचा थोडक्यात आढावा घेऊ.

□□□

८

बाजीरावांचे सरदार

युद्धामध्ये मिळालेल्या यशामध्ये वाटा नक्की कोणाचा?

सेनापतीच्या नीतीचा, सरदारांच्या तडफेचा की हाती तलवार घेऊन प्राणपणाने लढणाऱ्या शिलेदार बारगीराचा? या प्रश्नाचे अचूक आणि सर्वमान्य उत्तर देणे जितके कठीण आहे, तितकेच बाजीराव पेशव्यांच्या बरोबरीच्या लढवय्या सरदारांचा त्यांच्या यशातील वाटा जोखणे कठीण आहे.

महान सेनानी आणि महान लढवय्या सरदारांमध्ये ज्या प्रकारची 'वेव्हलेंथ' हवी तशी ती बाजीराव पेशवे आणि त्याच्या सरदारांकडे दिसून येते. पेशव्यांच्या इतिहासकारांनी आणि समाजानेही पेशव्यांच्या जातीभेदाच्या वृत्तीवर भरभरून टीकाटिप्पणी केलेली आपल्याला लक्षात येईल. पण बाजीरावांच्या सरदारांचा आणि त्याच्या नेतृत्वाखाली लढलेल्या सरदारांमध्ये ब्राह्मण सरदारांपेक्षा इतर सरदारच जास्त होते. (मात्र त्यानंतरच्या पेशवाईत सर्वसमावेशकता नसल्याने ती राजवट नंतर ब्राह्मणी स्वरूपाची झाली, असे म्हणायला निश्चितच वाव आहे.)

निजामाने बाजीरावांच्या ज्या शिंदे-होळकरादि सरदारांचा छद्मीपणे उल्लेख केला ती प्रभावळ बाजीरावांभोवती कशी तयार झाली, हे पाहाणे महत्त्वाचे आहे. कारण बाजीरावांच्या मोहिमा यशस्वी करण्यात, त्याच्या अजिंक्यपणात आणि उत्तर हिंदुस्थानात मराठ्यांची प्रभा व क्षेत्र वाढवण्यात या सरदारांची महत्त्वाची भूमिका होती.

'प्रभा व क्षेत्र' हा शब्द मुद्दाम वापरला आहे. कारण पेशव्यांनी मराठ्यांचा दरारा थेट दिल्लीपर्यंत बसवला असला तरी त्या सबंध प्रदेशावर त्यांची निर्भेळ

मालकी स्थापन झाली नाही. "मुल्क खुदा का, मुल्क बादशाह का, अमल मराठों का" अशीच परिस्थिती राहिली, परंतु ती निर्माण करण्यातसुद्धा या सरदारांचे काम महत्त्वाचे होते.

मल्हारराव होळकर

हे मूळचे पुण्याजवळच्या वाफगावचे. मूळ आडनाव वीटकर. ते फलटण तालुक्यातील होळ गावी स्थायिक झाले आणि त्यामुळे होळकर. आर्य जातीचे धनगर, त्यांपैकी खंडोजी हे गावचे चौगुला होते. त्यांना १६९३ रोजी मुलगा झाला. त्याचे नाव मल्हारी ठेवण्यात आले. धनगर जातीचे असून चौगुला झाले म्हणून तथाकथित वरच्या जातीचे लोक त्यांचा मत्सर करीत असावेत. कारण मल्हारीच्या जन्मानंतर तीन वर्षांनी खंडोजी मरण पावल्यानंतर लोकांनी त्रास दिल्यामुळे त्यांची बायको जिवाई मुलाला घेऊन खानदेशात तळोदे येथे भाऊ भोजराज बारगळ याच्याकडे गेली. भोजराजही चौगुला होता, शिवाय कंठाजी कदमबांडे यांच्या सैन्यात पंचवीस स्वारांच्या पथकाचा प्रमुख होता. मल्हारी मामाकडेच वाढला. त्याच्याच पथकात नोकरी करू लागला. मामाचा जावई बनला. लहान वयात लढायांमध्ये चमक दाखवल्याने त्याचे नाव झाले. १७२०मध्ये मराठे व निजाम यांच्या युद्धात मल्हाररावांनी मोठीच मर्दुमकी गाजवली. पुढे काही वितुष्टांमुळे बाजीराव व कदमबांडे यांच्या सैन्याचे युद्ध होण्यापर्यंत पाळी आली असता मल्हाररावांनी वितुष्ट मिटवून समेटही घडवून आणला. तेव्हा बाजीरावांनी १७२१मध्ये त्याला कंठाजी कदमबांडे यांच्याकडून मागून स्वतःकडे घेतले. त्यांनी माळव्यात शिरून तिकडचा मुलूख काबीज करण्यास सुरुवात केली. १७२५मध्ये बाजीरावांनी त्याला ५०० स्वारांची मनसब दिली होती. माळवा-बुंदेलखंडच्या स्वाऱ्यांमध्ये त्यांनी महत्त्वाची कामगिरी पार पाडली.

राणोजी शिंदे

शिंदे सातारा शहराजवळच्या कण्हेर खेडचे पाटील होते. त्या घराण्यातील अंबिकाबाई शाहूंना दिली होती. तिचे वडील औरंगजेबाच्या चाकरीत होते. शाहू कैदेत असतानाच ती वारली. तो आग्रा येथे मारला गेला. त्याच्या घराण्यातील राणोजी बाळाजी विश्वनाथांच्या पदरी बारगीर म्हणजे सरकारचा पगारी घोडेस्वार म्हणून नोकरीस राहिला. निजामावरील मोहिमांमध्ये त्याचे धाडस, शौर्य, नेतृत्व कौशल्य बाजीरावांच्या नजरेस आले. बाजीरावांनी त्याला इतर सरदारांसोबत माळवा व उत्तर हिंदुस्थानच्या मोहिमांवर पाठवले. तिकडे तलवार गाजवून तो बाजीरावांच्या खास विश्वासात दाखल

झाला. पुढे उदाजी पवारांचे बाजीरावांशी बिनसल्याने बाजीरावांनी उदाजीच्या ऐवजी राणोजीवरच कामगिऱ्या सोपवण्याचा प्रघात ठेवला.

उदाजी पवार

बाजीरावांनी उदाजी पवारांवर माळवा व गुजरातवर मराठ्यांचा अंमल बसवण्याची कामगिरी सोपवावी इतके हे कामाचे होते. त्यांनी गुजरात, काठेवाड, बुंदेलखंड, खानदेश एवढ्या मोठ्या प्रदेशात भराऱ्या मारलेल्या दिसतात. त्यांनी गुजरात व माळवा या प्रांतामध्ये मराठ्यांचा वचक बसवण्यात महत्त्वाची कामगिरी केली, पण त्यांचा स्वभाव उर्मट होता. त्यांचे बाजीरावांशी बिनसले. त्यांनी दाभाड्याच्या स्वारीत पेशव्यांविरुद्ध निजामाशी संधान बांधले. त्यावरून बाजीरावांनी त्याचे अधिकार काढून त्यांना कैदेत टाकले व त्याचा भाऊ आनंदराव यांना उदाजीचा अधिकार देऊन त्यांची धार येथे नेमणूक केली.

गोविंदराव बुंदेल

रत्नागिरी जवळच्या नेवरे गावातील नरसिंहपंत खेर यांच्या सहा मुलांपैकी थोरला गोविंद. त्याला बालाजीपंत खेर यांना दत्तक दिला होता. १३-१४ वयाचे असताना गोविंदरावांचे वडील वारले. कुळकर्णीपण गोविंदराव यांच्याकडे आले. पण त्यांना भाऊबंदांनी लुबाडले. नोकरीच्या शोधात गोविंदराव घाटावर आले व बाजीरावांचे शागीर्द म्हणजे खासगी नोकर बनले. शागिर्दांची कामे हलकी असत. स्वामींचे जोडे सांभाळणे वगैरे कामे करावी लागत. काही काळ ते मल्हाररावांकडे काम करीत होते. मल्हाररावांनी त्यांची प्रशस्ती केल्याचे आढळते. पुढे संताजी माणकेश्वरीत त्यांची 'आम्ही गोविंद बल्लाळांला आपखुशीने जवळ केला. त्याची फळे आम्हाला प्राप्त झाली,' अशी त्याची शिफारस करतो. बाजीरावांना छत्रसालाकडून बुंदेलखंडाचा जो प्रदेश मिळाला त्याची व्यवस्था लावण्यासाठी बाजीरावांनी गोविंद खेर यांस नेमले. त्यांनी तिकडे नवे किल्ले

> निजामाने बाजीरावांच्या ज्या शिंदे-होळकरादि सरदारांचा छद्मीपणे उल्लेख केला ती प्रभावळ बाजीरावांभोवती कशी तयार झाली, हे पाहाणे महत्त्वाचे आहे. कारण बाजीरावांच्या मोहिमा यशस्वी करण्यात, त्याच्या अजिंक्यपणात आणि उत्तर हिंदुस्थानात मराठ्यांची प्रभा व क्षेत्र वाढवण्यात या सरदारांची महत्त्वाची भूमिका होती.

बांधले. नवी ठाणी काबीज केली. लवकरच त्यांची उत्तर हिंदुस्थानातील प्रमुख मराठे सरदारांमध्ये गणना होऊ लागली. बुंदेलखंडातील त्याची कामगिरी व वास्तव्य यांमुळे त्याचे खेर हे आडनाव लोप पावून बुंदेल हेच कायम चिकटले.

बाजीरावांच्या रत्नमालेतील महत्त्वाच्या रत्नांची ही माहिती झाली. यांपैकी गोविंदपंत ब्राह्मण होते. बाजीरावांचे सरदार, सेनापती, सैनिक हे सर्व जातींचे होते. त्यात जातीयवाद नव्हता, म्हणून एकी होती. भेदभावाच्या कर्मठ कल्पना झुगारण्यात बाजीरावांच्या यशाचा मोठा वाटा होता. पुढे पेशवाईत हे टिकून राहिले नाही. जातीपातीचे स्तोम, कर्मठपणा वाढत गेली. त्याची परिसीमा दुसऱ्या बाजीरावांच्या काळात झाली. समाजात, सैन्यात असंतोष माजला. दुही झाली, फितुरी झाली. त्या काळातील सत्ताधाऱ्यांच्या धर्मांधतेवर बेतलेल्या जाती-पातीविषयक कडवट धोरणांची कडू फळे आजही महाराष्ट्र चाखतो आहे. दुसऱ्या बाजीरावांच्या काळात सत्ताधाऱ्यांना सगळ्या आघाड्यावर होणाऱ्या पराभवांमुळे कमालीचे औदासीन्य आले होते. त्यातून हा अविचार झाला असावा. पण त्यामुळे झालेली हानी कधीही भरून येणारी नाही.

❑❑❑

शिंद्यांचा वंशवृक्ष

राणोजी शिंदे (मृत्यू १७४५**)**

स्त्री मैनाबाई (निंबाबाई) —— **चिमाबाई (रजपुतणी स्त्री)**

स्त्री मैनाबाई (निंबाबाई) ↓

जयप्पा (नागोरास खून)

दत्ताजी (दिल्ली-नजीक लढाईत पडला).

जोतिबा (झाशीस खून)

जनकोजी (पानिपतास मृत्यू)

चिमाबाई (रजपुतणी स्त्री) ↓

तुकोजी

↓ केदारजी

↓ आनंदराव

↓ दौलतराव (महादजीस दत्तक दिला.) (मृत्यू १८२७)

↓ जनकोजी (दत्तक) (मृत्यू १८४३)

↓ भगीरथराव ऊर्फ जयाजी शिंदे (दत्तक. मृत्यू १८८६)

↓ माधवराव ऊर्फ भय्यासाहेब (मृत्यू १९२५)

↓ जॉर्ज जिवाजीराव

महादजी (मृत्यू १७९४)

शिंद्यांचा शिक्का :-

‘श्री ज्योतिलिंग चरणीं तत्पर ।
राणोजीसुत जयाजी
शिंदे निरंतर ॥

काही शिक्क्यांत ज्योतिलिंग या ऐवजी ज्योतिस्वरूप हा शब्द योजला आहे.

होळकरांचा वंशवृक्ष

मल्हारराव होळकर

(मृत्यू १७६६)

स्त्री गौतमाबाई

खंडेराव (मृत्यू १७५४) **स्त्री अहल्याबाई** (मृत्यु १७९५) **दत्तक पुत्र तुकोजी** (मृत्यू१७९७)

मालेराव (मृत्यू १७६७). **मुक्ताबाई**

काशीराव (खून १८०६)

मल्हारराव (पुण्यास मारामारीत पडला. १७९७)

खंडेराव (खून १८०६)

यशवंतराव

मल्हारराव (मृत्यू १८३३)

विठोजी (हत्तीचे पायी दिला. १८००)

हरीराव (१८३३-४३)

खंडेराव (दत्तक. मृत्यू १८४४).

तुकोजीराव (दत्तक. मृत्यू १८८६).

शिवाजीराव ऊर्फ बाळासाहेब. (राज्यत्याग)

सवाई तुकोजीराव. (राज्यत्याग)

यशवंतराव

होळकरांचा शिक्का :-

श्री म्हाळसाकांत चरणीं तत्पर ।
खंडोजीसुत मल्हारजी होळकर ॥

कांही जुन्या पत्रांत 'श्रीमार्तंड चरणीं दृढ भाव होळकर मलारराव' असा शिक्का आढळतो, पण तो खरा नसावा.

देवास-धारचे पवार

शिक्का :-
श्री भवानीशंकर चरणीं तत्पर
आनंदरावसुत यशवंतराव पवार निरंतर ॥

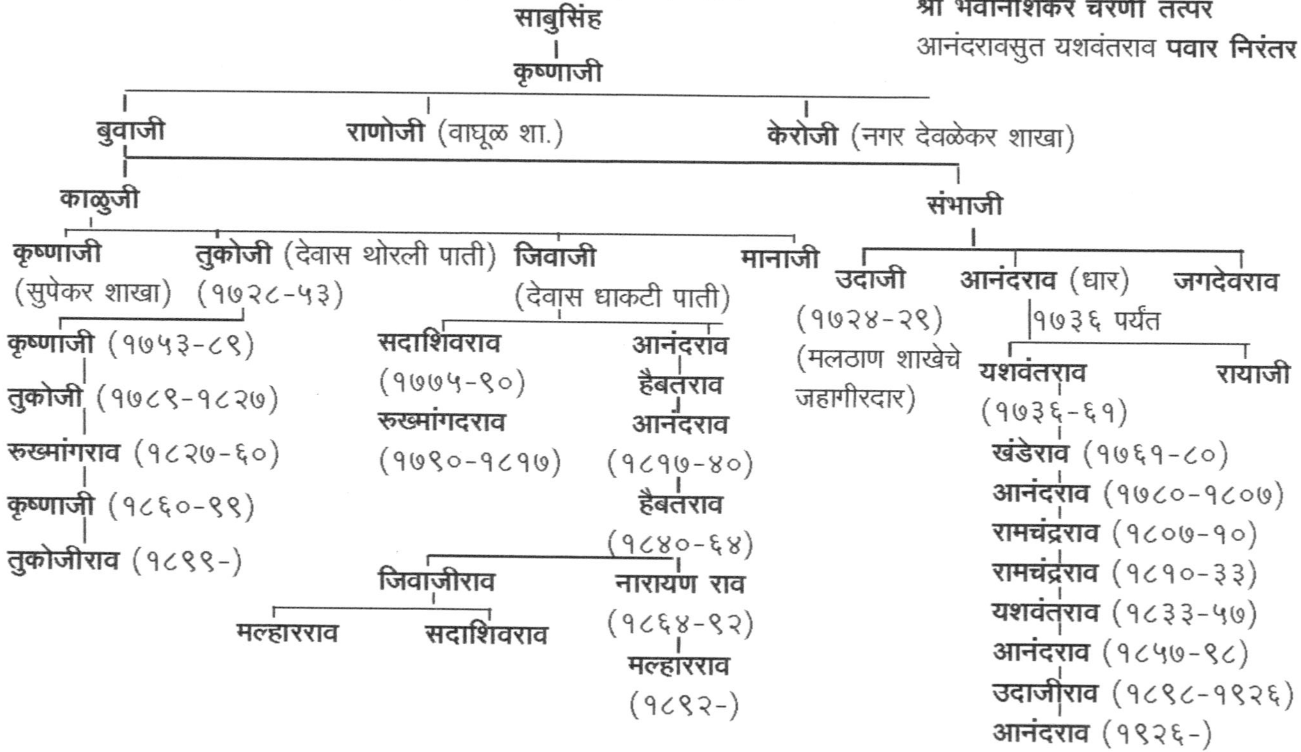

पुरंदर घराणे- वंशवेल

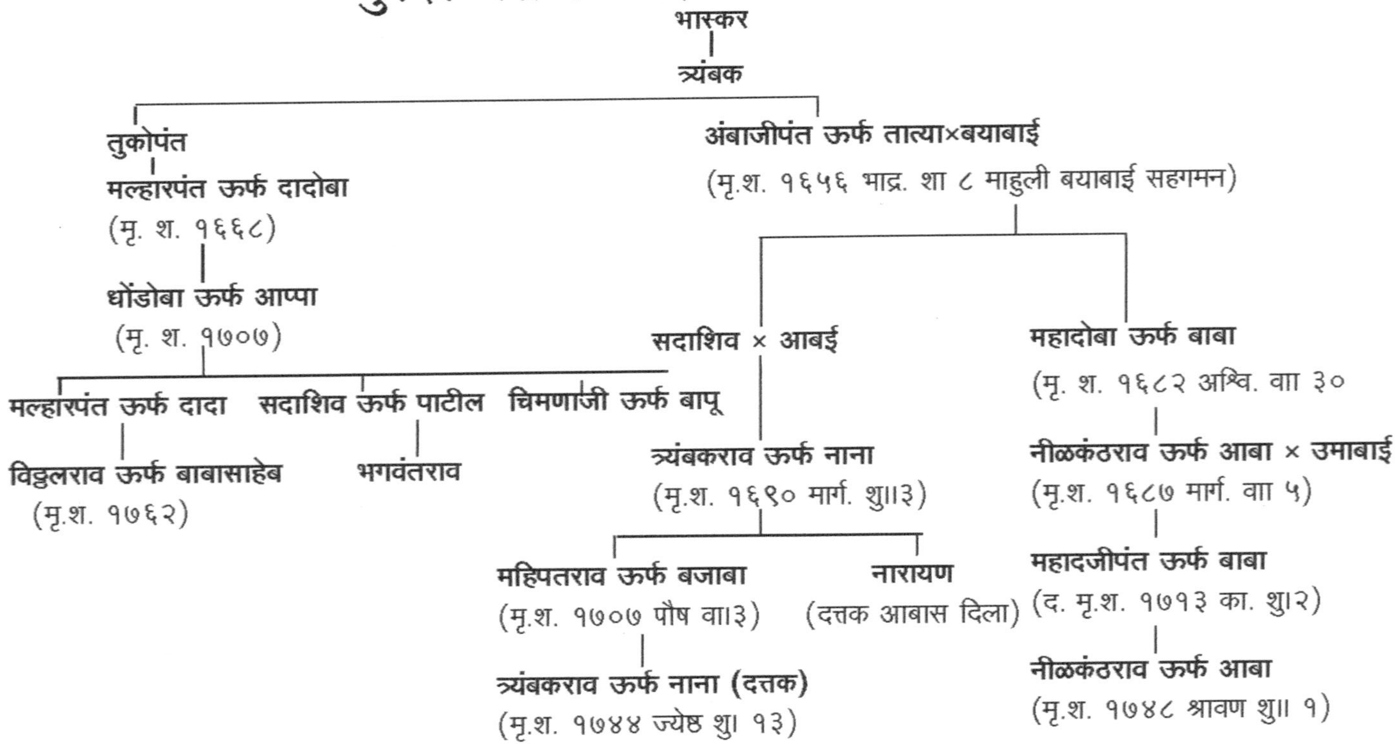

९

माळवा, गुजरात

आत्ताच्या भारतातील विंध्य आणि सातपुडा या दोन मध्य प्रदेश राज्यांतील पर्वतरांगांमध्ये असणारा प्रदेश म्हणजे 'माळवा' होय. उत्तर हिंदुस्थान आणि दक्षिण यांना जोडणाऱ्या प्रांतातील एक महत्त्वाचा प्रांत म्हणून माळव्याचे महत्त्व होते. दक्षिणेची उत्तर सीमा फार कठीण आहे. या प्राकृतिक बिकटतेचा विचार करता प्रथम तापी नदी, नंतर सातपुड्याचा भूलभुलावणीचा डोंगराळ प्रदेश, मग नर्मदा नदी आणि विंध्य पर्वताचे आव्हान देणारे पहाड! अशा प्रदेशाचे भौगोलिक आणि सामाजिक महत्त्व बाजीरावांच्या चांगलेच लक्षात आले होते. माळव्याची ओळख मराठ्यांना औरंगजेबाच्या कारकिर्दीतच झाली होती. औरंगजेब स्वराज्य बुडवण्याच्या निश्चयाने महाराष्ट्रात ठिय्या देऊन बसला असताना दक्षिणेत ज्या प्रमाणे धनाजी-संताजी छापे मारून त्याची रसद तोडीत होते, तसा नेमाजी शिंदे माळव्यात संचार करून औरंगजेबाला सैन्याची कुमक आणि रसद दोन्ही मिळू देत नव्हता. या आधी उल्लेखिल्याप्रमाणे बाळाजींच्या काळात सुरू झालेले उत्तर हिंदुस्तानातील राजकारण बाजीरावांच्या काळात फुलून आले.

बाळाजींची योजना मार्मिक होती. नर्मदा आणि तापी यातील सामाजिकदृष्ट्या महत्त्वाचा आणि मोक्याचा प्रदेश आपण ताब्यात ठेवावा, जेणेकरून दक्षिणेकडे येणारे सर्व घाट आपल्या कब्जात राहतील. यामागे हेतू हा की, दक्षिणेची अशी नाकेबंदी करावी, की सहजासहजी परकीयांना दक्षिणेत उतरता येऊ नये.

माळवा हा विंध्य व सातपुडा अशा दोन पर्वतांच्या चिमटीत सापडलेला प्रदेश आहे. नर्मदेच्या पलीकडे सातपुड्यात तांडा, भैरव, नालछा वगैरे घाट आहेत. बाजीरावांच्या मल्हारराव होळकर, उदाजी पवार, राणोजी शिंदे इ. सरदारांनी या घाटांची तोंडेच

ताब्यात ठेवल्यामुळे माळव्याच्या स्वारीत चिमाजीआप्पांना घाट जिंकण्याचा खटाटोप करण्यात वेळ न घालवता थेट विनाअटकाव माळव्यात शिरता आले. पलीकडच्या विंध्य पर्वतामधून बेटवा, चंबळ, पाही, पार्वती वगैरे नद्या उगम पावतात.

मराठ्यांचे माळव्याचे राजकारण बाळाजी विश्वनाथांपासूनच चालले होते. बाळाजींनी दिल्लीहून परत येताना मुद्दामच बाजीरावांना माळव्यात ठेवले होते. तेव्हापासूनच मराठ्यांच्या माळव्यातील हालचाली सुरू होत्या. १७२२-२३ मध्ये बाजीराव माळव्यात शिरताच मल्हारराव होळकर, उदाजी पवार यांनी ताबडतोब घाट ताब्यात घेतले. त्यांचे महत्त्व त्यांनी पूर्वीच ओळखले होते. त्यांवर कब्जा मिळवण्याची तयारी केली होती. माळवा मोहिमेच्या अखेरीस मल्हाररावांनी इंदूरला आपले ठाणे बनवले तर उदाजी पवारांनी धारला.

बाजीरावांच्या माळवा स्वारीपूर्वी तिथल्या राजकीय परिस्थितीवर नजर टाकणे आवश्यक आहे. मात्र याबाबत दोन वेगवेगळ्या हकिकती आढळतात. प्रा. ना. के. बेहेरे यांच्या ग्रंथात एक आणि दुसरी ई जयवंत पॉल यांच्या ग्रंथात.

प्रा. बेहेरे सांगतात, 'मुघलांचे माळवा व आग्रा हे दोन सुभे राजा सवाई जयसिंग यांच्या अखत्यारीत होते.' पैकी आग्र्याचा सुभा त्याच्या राज्याच्या जयपूरच्या जवळ असल्याने त्याने स्वतःकडे ठेवला आणि माळव्यावर राजा गिरिधर बहादूर व त्याचा भाऊ दया बहादूर यांना नेमले. पण ते महत्त्वाकांक्षी असल्याने त्यांनी माळव्यात निजामाप्रमाणे आपला स्वतंत्र अंमल बसवण्याचा उद्योग चालवला. ते जयसिंगाला जुमानीनात. त्यांना धडा शिकवण्यासाठी जयसिंगाने इंदूरचा जमीनदार चौधरी राव नंदलाल मंडलाई याच्या मार्फत मराठ्यांशी सूत जुळवण्याचा प्रयत्न सुरू केला.

पॉल आपल्या पुस्तकात खुद्द जयसिंगाने असा प्रयत्न केला असे म्हणत नाहीत. परंतु प्रा. बेहेरे यांचा आधार ढोबळ तर पॉल यांचा कागदपत्रांमध्ये असल्याने तो अधिक भरवशाचा वाटतो. त्यामुळे तो डावलून पुढे जाता येत नाही. पण माळव्यावरील दोन्ही मोहिमांमध्ये (१७२४) राजा सवाई जयसिंगाची प्रत्यक्ष-अप्रत्यक्ष मदत बाजीरावांना झाली हे खरे. म्हणून पॉल यांच्या इंग्रजी ग्रंथातील संबंधित भाग इथे भावार्थाने व शक्य तेवढ्या संक्षेपाने देत आहे.

''राजपूत हे मुघल साम्राज्याचे भक्कम आधारस्तंभ होते. अकबरापासून शहाजहानपर्यंतच्या बादशहांनी त्यांचे हे महत्त्व लक्षात घेऊन त्यांना दुखावण्यासारखे काही केले नव्हते. अकबर, जहांगीर, शाहजहान यांनी हिंदू प्रजेच्या बाबतीत खूपच सहिष्णू धोरण ठेवले. कारण राजपूत हिंदू होते आणि साम्राज्य तर त्यांच्या खांद्यावर तोललेले होते, पण औरंगजेबाने आपले आंधळे धर्मवेड व कडवा हिंदूद्वेष यांच्यापायी

नेमके उलट धोरण ठेवले. त्याने आपली अशी समजूत करून घेतली की, देवळेच शिल्लक राहिली नाहीत तर हिंदूंचा धर्म आपोआप लयाला जाईल. त्याने देवळे फोडण्याचा सपाटा लावला. हिंदूंच्या जखमेवर मीठ चोळण्यासाठी सर्व बिगर मुसलमानांवर १० टक्के कर बसवला. हाच तो जिझिया कर.''

मेजर जनरल सर जॉन मालकम यांनी आपल्या *मेमोआर्स ऑफ सेंट्रल इंडिया* या ग्रंथात जोधपूरच्या राजा जसवंतसिंगाने औरंगजेबाला लिहिलेले पत्र दिले आहे. एका मांडलिकाने आपल्या सम्राटाला लिहिलेले हे पत्र त्यामुळे खूपच सौम्य आहे. जसवंतसिंग म्हणतो. ''तुमचे प्रजानन पायदळी तुडवले जात आहेत. तुमच्या साम्राज्याचा प्रत्येक प्रांत दरिद्री बनला आहे. प्रदेशच्या प्रदेश लोक परागंदा झाल्याने निर्मनुष्य होत आहेत. अडचणी जमा होत आहेत. दैवी मानल्या जाणाऱ्या ग्रंथावर, खाविंद तुम्ही काही विश्वास ठेवीत असाल तर तुम्हाला समजेल की ईश्वर हा साऱ्या मानवजातीचा ईश्वर आहे. केवळ मुसलमानांचा नाही. त्याच्यासमोर मुसलमान व मूर्तिपूजक सारखे आहेत. तो अस्तित्व देतो. तुमच्या मंदिरात तुम्ही प्रार्थना करता. मूर्तींच्या मंदिरात घंटा वाजवली जाते. उद्देश एकच, भक्ती. त्यामुळे इतरांच्या धर्माला किंवा प्रथांना नावे ठेवणे म्हणजे सर्व शक्तिमान ईश्वराचा कोप ओढवून घेण्यासारखे आहे.''

अशा भावना हिंदूंमध्ये बळावल्या. संताप वाढत गेला. त्यात औरंगजेबाच्या दुबळ्या व नाकर्त्या वारसांबद्दलच्या तिरस्काराची त्यात भर पडली. मुघल साम्राज्याचे आधारस्तंभ जे रजपूत ते मराठ्यांना अनुकूल झाले. त्यामध्ये जयपूर ते जोधपूर आणि मेवाडचे राजे महत्त्वाचे होते. त्यापैकी, जयपूरच्या जयसिंगाने बाजीरावांना माळवा जिंकण्यात थेट मदत केली.

माळव्यावरील स्वारीत चिमाजीआप्पा पश्चिमेकडून खानदेशमार्गे निघाले तर बाजीराव अहमदनगर, वऱ्हाड, बुंदेलखंड असे निघाले. माळव्यात सर्वत्र अनागोंदी माजली होती. सरकारचे अस्तित्व जोर-जबरदस्तीने जिझिया वसूल करण्यापलीकडे नव्हते. कोणीही पाच-दहा सशस्त्र माणसे गोळा करावी, एखाद्या गावात शिरावे, पैसा-अडका, सोनेनाणे, गुरेढोरे, धान्यधुन्य बळजबरीने न्यावे. यामुळे लोक अगदी त्रासून गेले. त्यात सततच्या दुष्काळाने रयत जेरीस आली. त्यावर जिझिया कराच्या डागण्या. सततच्या दुष्काळाने सारा जमा होत नव्हता. खर्च वाढत होता. खजिना रिता होत होता. जिझिया लावण्याचे हे निसर्ग अवकृपेचे आणखी एक कारण होते. जमीनदार व कुळे सगळेच मुघलांवर संतापले होते. माळव्याचा खरा सुभेदार सवाई जयसिंग, गिरधर व दया या बहादूर बंधूंच्या गैरकारभारावर चिडला होता. ते त्याला जुमानीत नव्हते. बादशहा मोहम्मदशाह याला सांगून काही उपयोग नव्हता. तो रंगविलासात

आकंठ बुडाला होता. त्यामुळे जयसिंगाची निष्ठाही डळमळीत झाली. सगळ्या राजपूत मांडलिकांनी जयसिंगाकडे गाऱ्हाणे नेले. त्याने त्यांना मराठ्यांशी संगनमत करण्याचा सल्ला दिला.

इंदूरचा वजनदार जमीनदार राव नंदलाल चौधरी याच्या मार्फत बाजीरावांशी संधान बांधण्यात आले. त्याच्याचकडे नर्मदा नदीतून उतार करण्याच्या जागा राखण्याचे काम होते. त्या भयंकर नदीतून उतार करण्याच्या जागा अगदी थोड्या होत्या. भलत्या ठिकाणी उतार करण्याचा प्रयत्न केल्यास सैन्य बुडण्याचा धोका होता. नंदलालने मराठ्यांना या जागांची माहिती दिली. चिमाजी आप्पा आणि होळकर यांच्या सैन्याना नर्मदा उतरून दिली. याही पेक्षा महत्त्वाची मदत त्याने नंतर केली.

सुभेदार गिरधर बहादूर आणि त्याचा चुलतभाऊ दया बहादूर यांनी विंध्य पर्वतातून माळव्यात जाण्याचा मुख्य घाट जो तांडा, त्यांत सुरुंग पेरून ठेवले होते. मराठ्यांना अटकाव करण्यासाठी २५००० सैन्य सज्ज ठेवले होते. पण नंदलालच्या हेरांनी ही माहिती आधीच आणली होती. त्यांनी मराठ्यांना विशेष वहिवाटीचा नसलेल्या भैरव घाटाने नेले. मराठे मग मागे वळले. उदाजी पवार नंतर येथून होळकरांना मिळाले. त्यांनी उलट फिरून बहादूर बंधूंवर हल्ला चढवला. दोघेही भाऊ मारले गेले. मुघल सैन्याचा पराभव होऊन ते पळून गेले. मराठ्यांचे उद्धारकर्ते म्हणून स्वागत झाले.

माळवा सुखासुखी सोडायला मुघल तयार नव्हते. बादशहाने महंमद शहीन महंमदशहा बंगश, या सेनापतीला माळव्यात पाठवले. बंगलाचीही डाळ शिजली नाही. तेव्हा बादशहाने स्वतः खासगी सैन्यासह मुजफ्फरखानाला पाठवले. या सैन्याला बुंदेलखंडाच्या पश्चिम भागातून माळव्यात शिरणे भाग पडले.

> “बाजीराव तिकडे स्वागताला हजर होते. त्यांनी या सैन्याला आणखी आत, सिरोंच्यापर्यंत येऊ दिले. त्यांची रसद रेषा वाढवली तसा परतीचा मार्गही वाढवला. मग आपले पायदळ मुघल सैन्यावर सोडले. हल्ल्याची हूल देणे, विद्युत्वेगी हल्ले, सर्वप्रकारची रसद तोडणे, या नेहमीच्या तंत्राने मुघलांना इतके जेरीस आणले की त्यांनी शक्य तेवढ्या वेगाने दिल्लीचा रस्ता धरला. शेवटी अब्रू वाचवण्यासाठी स्वतः बादशहा महंमदशहा मोठे सैन्य घेऊन रणवाद्ये वाजवीत निघाला. पण तो आपला जनानखाना सोबत घ्यायला विसरला नाही. तो दिल्लीपासून थोड्या अंतरावर फरीदाबादपर्यंत आला. तिथे यमुनाकाठी त्याने तळ दिला. रंगविलासात महिना काढला. त्यात माळव्याला विसरला आणि परत गेला.”

जरी माळव्यावर मराठ्यांचा अंमल बसला तरी मराठ्यांची मध्य हिंदुस्थानातील मोहिम संपली नव्हती. माळव्याच्या लढाईनंतर बाजीरावांनी चिमाजींना जे अभिनंदनाचे पत्र लिहिले त्यात शेवटी कळवले होते की, "शाहू महाराजांच्या कर्जाची फेड करण्यासाठी जास्तीत जास्त पैसा गोळा करणे आता तुमचे पहिले काम राहील. मी बुंदेलखंडाकडे जाण्याच्या विचारात आहे." पण माळव्यानंतर त्यांनी गुजरातकडेच लक्ष वळवलेले दिसते.

निजाम उल-मुल्क वजीर असताना त्याने आपला काका हमीदखान याला १७२३ मध्ये गुजरातचा सुभेदार नेमले होते. पण निजाम मर्जीतून उतरून दक्षिणेकडे गेल्यानंतर बादशहाने ताबडतोब हमीदखानाला बडतर्फ करून काबूलचा सुभेदार सरबुलंदखान याची नेमणूक केली. पण सूत्रे खाली ठेवण्याची हमीदखानाची इच्छा नव्हती. त्याला हुसकून लावण्यासाठी सरबुलंदखानाने दिल्लीहून मुघल सैन्य पाठवले. त्याचा मुकाबला करण्याइतके सैन्यबळ हमीदखानापाशी नव्हते. त्याने कंठाजी कदमबांडे या मराठा सरदाराची मदत मागितली. त्या बदल्यात गुजरातचे चौथाईचे हक्क देण्याचे कबूल केले. या दोघांचे संयुक्त सैन्य सरबुलंदखानाने पाठवलेल्या सैन्याचा समाचार घेण्यास सज्ज झाले.

बादशहाने नाइलाजाने सुरतचा सुभेदार रुस्तम अलीखान याला त्यांच्यावर जाण्याचा हुकूम केला. रुस्तम अलीचे त्यावेळी पिलाजी गायकवाडाशी युद्ध चालले होते. पिलाजीच्या गनिमी काव्याने रुस्तमाला हैराण केले होते. आता त्याने उदाजीशी तडजोड करून आपल्याकडे वळवले. अशा प्रकारे एक मुघल-एक मराठा अशा दोन जोड्या एकमेकांसमोर आल्या. पिलाजी बडोद्याचा संस्थानिक होता.

या दोन सैन्यांमध्ये एक लढाई झाली. विजय कोणाचाच झाला नाही. तेव्हा हमीदखानाने कंठाजीमार्फत पिलाजीला आपल्या गोटात ओढण्याचा प्रयत्न चालवला. पिलाजी वश झाला. त्याने रुस्तमखानाकडून तोफखाना व सामानसुमान यांचे रक्षण करण्याची कामगिरी मिळवली. रुस्तमखानाने आपल्या घोडदळासह शत्रूंवर चाल करताना पिलाजीने तोफांमध्ये मेखा ठोकल्या आणि आपल्या घोडदळाला रुस्तम अलीच्या घोडदळाच्या पिछाडीवर हल्ला करायचा हुकूम दिला. अशा प्रकारे मागून-पुढून शत्रू-मित्रांच्या चापात सापडलेल्या मुघल सैन्याची वाताहत झाली. रुस्तम रणांगणात ठार झाला. हमीदखानाने कंठाजी व पिलाजी यांना चौथाई वाटून दिली आणि आपली राजधानी अहमदाबाद येथे तो गेला.

बादशहाने सरबुलंदखानाची खरडपट्टी केली आणि जातीने गुजरातेत जाऊन हमीदखानाला हाकलून लावण्याचा हुकूम केला. त्याने अहमदाबाद जिंकण्यात यश

जरी माळव्यावर मराठ्यांचा अंमल बसला तरी मराठ्यांची मध्य हिंदुस्थानातील मोहिम संपली नव्हती. माळव्याच्या लढाईनंतर बाजीरावांनी चिमाजींना जे अभिनंदनाचे पत्र लिहिले त्यात शेवटी कळवले होते की, "शाहू महाराजांच्या कर्जाची फेड करण्यासाठी जास्तीत जास्त पैसा गोळा करणे आता तुमचे पहिले काम राहील. मी बुंदेलखंडाकडे जाण्याच्या विचारात आहे." पण माळव्यानंतर त्यांनी गुजरातकडेच लक्ष वळवलेले दिसते.

मिळवले. हमीदखान दक्षिणेत निजामाकडे पळाला. पण पिलाजी गायकवाड आणि कंठाजी कदमबांडे यांना काही आवर घालू शकला नाही. त्यांना शांत करण्यासाठी सर बुलंदखानाने दोघांनाही गुजरातमधील मोठ्या सावकारांवर मोठाल्या रकमांच्या हुंड्या दिल्या. त्यांनी गुजरातमधल्या धनाढ्य सावकारांकडून प्रचंड रकमा उकळल्या. त्यामुळे गुजरातमधून पुष्कळ व्यापारी परागंदा झाले. सावकार पैसा, सोने-नाणे यांसह पसार झाले. अर्थव्यवस्था कोलमडून गेली.

सरबुलंदखानाची दरबारात नापत झाली. त्याला आणखी कुमक मिळेना. पिलाजी, कंठाजी यांच्या उपद्रवाला आळा घालणे त्याला शक्य होईना. त्यांच्या फौजांनी आणखी पुढे येऊन बडोदा व चंपानेर यांवर कब्जा केला. शेवटी सरबुलंदखानाने बाजीरावांकडे मदतीची याचना केली. बाजीरावांनी तात्काळ चिमाजीआप्पांना सैन्यासह गुजरातेत पाठवले. चिमाजींनी काही महत्त्वाच्या पेठा लुटल्या. सरबुलंदखानाने हताश होऊन त्याला चौथाई आणि सरदेशमुखीचे हक्क देऊ केले. बदल्यात आप्पांनी इतर मराठा लुटारूंचा बंदोबस्त करायचा होता. त्याप्रमाणे १७२९मध्ये बाजीराव व सरबुलंदखान यांच्यात तह झाला. चौथाई, सरदेशमुखीच्या बदल्यात बाजीरावांनी शाही अधिकाऱ्यांना पिलाजी व कंठाजी यांवर वचक ठेवण्यासाठी २६०० घोडदळ द्यायचे होते.

बाजीरावांच्या गुजरातमधल्या या कमाईचे त्रिंबकराव दाभाड्याला वैषम्य वाटले. हा मराठ्यांचा पूर्वीचा सरसेनापती खंडेराव दाभाडे यांचा मुलगा. दाभाड्यांनी गुजरातमध्ये बराच मोठा प्रदेश जिंकलेला होता. त्यामुळे गुजरात आपल्या घराण्याचा! अशी त्याची भावना होती. त्यात पेशव्यांचा शिरकाव झाला हे त्याला सहन होणे शक्य नव्हते. त्याने पिलाजी गायकवाड, कंठाजी कदमबांडे यांसारख्या असंतुष्टांना आपल्याभोवती जमवले आणि बंडाचा झेंडा उभारला. पण त्यावेळी बाजीराव बुंदेलखंडाच्या सरहद्दीवर होते आणि ती मोहिम सोडून त्यांनी दाभाड्यांच्या पारिपत्याकडे वळणे एका खास

कारणांसाठी शक्यच नव्हते. ते स्वत: बुंदेलखंडात शिरण्यास उत्सुक होतेच. तरीही माळवा-गुजरात- बुंदेलखंड या मध्यवर्ती भारताच्या मोहिमेमागे त्याच्याही पलीकडेच एक कारण होते.

ते कारण श्री. म. श्री. दीक्षित यांच्या 'प्रतापी बाजीराव' या ग्रंथामध्ये बाजीरावांनी चिमाजीआप्पास पत्र जे उद्धृत केले आहे त्यात सापडते. त्याचा काही भाग येथे प्रमाण भाषेत देत आहे.

...''येथे कर्जदारांची व दरमहाच्या पैक्याची ओढ साताऱ्यास आहे.... औरंगाबाद, उजनी (उज्जैन) येथील सावकार, गुमास्ते, यांच्या पदरी पैसा घालून त्याची हुंडी करून पाठवणे. म्हणजे ऐवज साताऱ्यास ओढीच्या प्रयोजनास प्रविष्ट होईल... जिकडे पैका फार मिळाला असेल तिकडे जाणे. कर्जदार आधी वाटणे. लोकांस पैका फारसा न देणे. तनु पोटाची मात्र राखणे. रा. उदयास (उदाजी पवार), होळकरास विचारे करून रजावंत (खूष) राखणे.'' पुढेही एका परिच्छेदात साताऱ्याला पैसा पाठवण्याची ताकीद देता देताच उपरोक्त दोघांचे मन राखण्याचे पुन्हा सांगितले आहे. ''पैका सातारियास रवाना करणे. रा. उदाजी पवार व रा. मल्हारजी होळकर यांचे समाधान बहुता रीतीने गोडीने गोड शब्द राखणे.''

या वेळी बाजीराव देवगडापाशी होते. तिकडे शाहू निजामाच्या धास्तीने कावरेबावरे झाले होते. कारण निजाम दाभाड्यांशी संगनमत करून नवेच किटाळ उभे करील, असे त्यांना वाटत होते आणि त्यामुळे बाजीराव जवळ असावे असे त्यांना वाटले असावे. म्हणजे बाजीरावांकडून पैसाही पाहिजे आणि बाजीराव जवळही पाहिजे, अशी शाहूंची स्थिती होती आणि त्यामुळे ते बाजीरावांस तेच सूचित करीत होते.

देवगडच्या गौड राजाशी तह करून त्याच्याकडून वार्षिक पाऊण लाख रुपये खंडणी सुरू करून घेतल्याने बाजीराव मोकळे झाले होते. ते झपाट्याने बुंदेलखंडाच्या सरहद्दीवर येऊन ठेपले. आता ८० वर्षे वयाच्या छत्रसाल बुंदेल्यांची काकुळतीची बोलावणी त्यांना येऊ लागली होती.

त्यामुळे बाजीरावांनी तातडीने बुंदेलखंडात प्रवेश करणे आवश्यक होते, तेच निमित्त त्यांना आयते चालून आले.

❑❑❑

१०

बुंदेलखंड : छत्रसाल यांच्या साहाय्यासाठी

बुंदेलखंडावर स्वारी करण्याचा बाजीरावांना व्यक्तिगत फायदा झाला. तसा त्यांचा उत्तरेत जेवढे जास्त घुसता येईल तेवढे घुसण्याचा हेतूही बराचसा साध्य झाला. बुंदेलखंडाच्या वयोवृद्ध छत्रसालांनी बाजीरावांना आपला तिसरा मुलगा मानून आपल्या राज्याचा तिसरा हिस्साही त्यांना बक्षीस दिला. छत्रसालांनी आपली सुंदर मुलगी मस्तानी बाजीरावांस दिली, असे उल्लेख सापडतात. नुसते मस्तानी दिली असे उल्लेख सापडतात, पण ती मुसलमान असल्याचा ठोस पुरावा नाही. तिच्याबद्दल पेशवे घराण्यात 'यवनी' असे काहूर का माजवले गेले हे समजत नाही. छत्रसालांच्या मृत्युपश्चात १७३१मध्ये, त्यांच्या दोन्ही मुलांनी बाजीराव यांना २.५ लाखांचे महसुली उत्पन्न देणारी कसदार जमीन दिली. त्यानंतर १७३९मध्ये, बाजीराव यांनी आपल्या दोन्ही बंधूंना त्यांना गरज वाटल्यास मदत देण्याचे व सीमेबाहेर सैन्याला लागणाऱ्या खर्चाची रक्कम देण्याबाबतही आश्वासन दिले. या दरम्यान बाजीराव यांना बुंदेलखंडामध्ये पाच लाखांची जहागीर मिळाली. मराठा साम्राज्याच्या विस्ताराच्या दृष्टीने या प्रदेशावर पकड असणे महत्त्वाचे होते. उत्तरेमध्ये आपला पाया भक्कम करण्यासाठी या प्रदेशाचा उपयोग होऊ शकतो. माळवा प्रांतात कार्यरत असणारे शिंदे, होळकर आणि पवार यांच्यासह, उत्तर व पूर्व भारतामध्ये वर्चस्व प्रस्थापित करण्यासाठी बुंदेलखंडसारखा मध्यवर्ती प्रदेश मराठ्यांच्या नियंत्रणाखाली आणणे पेशव्यांच्या दृष्टीने महत्त्वाचे होते.

खरोखरीच आश्चर्य वाटेल, पण छत्रसाल वयाच्या ८०व्या वर्षीही चिलखत चढवून मुघलांशी लढत होते, याचे खरोखरीच आश्चर्य वाटते. याच छत्रसालांनी छत्रपती

शिवाजी महाराजांकडेही मदत मागितली होती आणि पुन्हा त्यांच्या नातवाचा (शाहू) पेशवा बाजीराव यांच्याकडे मदत मागितली. छत्रसालांनी महाराजांच्या तीन आणि पेशव्यांच्या दोन पिढ्या पाहिल्या. असे हे छत्रसाल कधी काळी मुघलांच्या तर्फे मिर्झा राजा जयसिंग यांच्याबरोबर स्वराज्यावर चालून आले होते. त्यांच्यात हे परिवर्तन कसे झाले हे पाहण्यासाठी बुंदेलखंडाच्या इतिहासात शिरून शोधावे लागेल.

बुंदेलखंड हा मुलूख विंध्य पर्वतापासून उतरत उत्तरेकडे यमुना नदीपर्यंत गेला आहे. पश्चिमेला आग्रा-ग्वाल्हेर रस्ता तर पूर्वेकडे कैमूर ही पर्वतराजी आहे. याच प्रदेशात झाशी, ओर्छा, दतिया, पन्ना, लांदा, रेवा वगैरे लहानमोठी संस्थाने होती. हा प्रदेश वैराण आणि खडकाळ होता. त्या काळात तो गर्द जंगलांनी व्यापलेला होता. अनेक डोंगरांच्या माथ्यावर बुंदेले व मराठे यांनी भक्कम किल्ले बांधले होते. १८५७नंतर इंग्रजांनी त्यातले कित्येक नष्ट केले. त्यातील काही किल्ल्यांना मोठे ऐतिहासिक आणि स्थापत्यशास्त्रीय महत्त्व होते. या काळी या बाबतीत इंग्रज प्राचीन आशियातील क्रूर-असंस्कृत हूणांपेक्षा वेगळे निघाले नाहीत. पुढे १९०२-४मध्ये लॉर्ड कर्झनने भारतात पुरातत्त्वशास्त्राची सुरुवात केली व इंग्रजांचे पुरातत्त्व वास्तूंचे प्रेम व्यक्त केले, पण पूर्वीचे इंग्रजांचे वागणे मात्र याविरुद्ध होते.

या प्रदेशाचे नाव तेथील बलवान बुंदेला जमातीवरून आले. ही गढवाल रजपुतांची जमात होती. तिची वंशावळ इतर काही राजपूत जमातींप्रमाणे थेट रामापर्यंत गेली होती, असा दावा केला जातो. तसा त्यांचा दावा होता. युद्ध हाच त्यांचा कीर्ती, वैभव मिळवण्याचा व्यवसाय आणि करमणुकीचा एकमेव छंद होता. त्यांनी कित्येक दशके मुघलांशी लढाया केल्या. शेवटी जहांगीर व शहाजहान यांच्या कारकिर्दीतच त्यांना नमवण्यात आले. स्थानिक राजांनी मुघलांचे स्वामित्व मान्य केले. मुघलांनी त्यांना त्यांच्या लहान लहान राजांचे राजे म्हणून मिरवण्याची परवानगी दिली.

पण मेहावाच्या दऱ्याखोऱ्यांच्या जाळ्याने भरलेल्या लहानशा संस्थानचा राजा चंपतराय व त्याचा मुलगा छत्रसाल यांनी मात्र मुघल सरकारपुढे झुकण्याचे नाकारले. त्यांनी १७व्या शतकाच्या उत्तरार्धात पुरेपूर पन्नास वर्षांत अनेक युद्धे करून मुघलांशी निष्ठावंत असलेल्या राज्यांचे प्रदेश उद्ध्वस्त करण्याचा क्रम चालवला. चंपतरायाने शहाजहान विरुद्ध बंडच पुकारले. त्याने मुघलांच्या कित्येक ठाण्यांवर छापे घातले. स्थानिक मुघल अंमलदाराने आधीच्या राजाच्या मदतीने चंपतराय विरुद्ध मोहीम काढली. शूर चंपतरायाने दोघांनाही दाद दिली नाही. अशा प्रकारे कित्येक वर्षे छापामार युद्ध चालवल्यानंतर चंपतरायाने मुघलांशी संधान बांधण्याचे ठरवले.

त्याला दिल्लीला बोलावून शाही चाकरीत घेण्यात आले. १६५६मध्ये अफगाणिस्तानातील कंदाहारच्या वेढ्यात तो एक सेनापती होता. तिकडच्या

कामगिरीवरून त्याला कूंच जिल्ह्यात त्याच्या राज्याजवळ पाठवण्यात आले. पण नंतर फितुरीच्या कारस्थानामुळे त्याची जहागिरी काढून घेण्यात आली. तो परत बंडाच्या मार्गाला लागला. कित्येक वर्षे त्याने गनिमी युद्ध चालविले. त्यामुळे त्याला व त्याच्या कुटुंबाला एका ठिकाणी राहता येत नव्हते. सतत इथून तिथे असे त्याचे लमाणी स्थलांतर होते. अखेर त्याला विश्वासघाताने ठार करण्यात आले. त्याची पत्नी त्याच्या मदतीला आली. तिलाही ठार करण्यात आले. त्यावेळी छत्रसालाचे वय फक्त ११ वर्षे होते. त्याला तीन वडील भाऊ होते. पण पुढे काही वर्षे तो कसा कुठे वाढला, याबद्दल माहिती मिळत नाही.

तारुण्यापासूनच त्यांची हकिकत सुरू होते. ते ढाण्या वाघासारखे ताकदवान, तलवारबाजी व भालाफेक यामध्ये तरबेज होते, तसेच चकमकीच्या बंदुका वापरण्यातही तरबेज होते. निष्णात घोडेस्वार होते. घोड्यावरून खेळण्याच्या चौघन नामक पोलोसारख्या खेळात तरबेज होते. अत्यंत कुशल शिकारी होते. पण त्याबरोबरच साहित्य, काव्य यांचेही तितकेच जाणकार रसिक होते.

मरणापूर्वी त्यांचे वडील चंपतराय यांनी अनेक बुंदेले राजांवर त्यांनी मुघलांना इमान वाहिल्याबद्दल शिक्षा म्हणून छापे मारले होते. त्यामुळे त्यांच्या मुलांना मित्र नव्हते. बुंदेलखंडात कोणाचा आधार नव्हता. त्यांना आईचे दागिने विकावे लागले. शेवटी त्यांनी बुंदेलखंडाच्या बाहेर नशीब काढायचे ठरवले. छत्रसाल व त्याचा मोठा भाऊ अंगद सिंग अंबरच्या मिर्झा राजे जयसिंग यांच्याकडे गेले. अंबरचाच एक राजा सवाई जयसिंग होता, तो हा नव्हे. हा छत्रपती शिवाजी महाराजांवर चालून आलेला मिर्झा राजा जयसिंग. हा औरंगजेबाच्या सत्तेचा मुख्य आधारस्तंभ होता. औरंगजेबाला त्याचा भाऊ दारा याचा पराभव करण्यात जयसिंगाचे साहाय्य झाले नसते तर इतिहास वेगळा झाला असता. औरंगजेबासाठी अफगाणिस्तान, बदक्शानपासून दख्खनपर्यंत मुलूख करण्यात त्याचा मोठा वाटा होता. शिवाजी महाराजांना पेचात पकडून आग्र्यात आणण्यासाठी मिर्झा राजालाच औरंगजेबाने पाठवले. इतका औरंगजेब त्याच्यावर अवलंबून होता.

छत्रसाल व त्यांचा भाऊ अंगद जयसिंगाकडे गेले. ते १६६५ साल होते. जयसिंगाने अटी घालून त्यांना आपल्या पदरी घेतले. छत्रसालांनी चांगली कामगिरी केल्यामुळे त्याला एक हजारी मनसबही मिळाली होती. पुरंदराच्या वेढ्यासाठी त्यांना दिलेरखानाच्या दिमतीला देण्यात आले. पण दिलेरखानाकडून मिळणारी तुच्छतेची वागणूक यामुळे त्याला स्वत:चीच किळस वाटली. शिवाजी महाराजांनी आदिलशाही आणि मुघल या दोन सत्तांच्या नाकावर टिच्चून स्वराज्य निर्माण केले, हे आता तो प्रत्यक्ष पाहात होता. त्याच्या मनात पुन्हा स्वातंत्र्याची आग धडधडू लागली.

एका भल्या पहाटे छत्रसाल आपली पत्नी व विश्वासू अनुयायांसह मुघलांच्या छावणीतून निघाला आणि तो सिंहगडाच्या पायथ्याशी येऊन थांबला. त्याने महाराजांची भेट मिळवली. महाराजांच्या हेरखात्यांनी त्याची अगदी बारीकसारीक माहितीदेखील महाराजांना सादर केली होती. महाराजांना तो म्हणाला, ''तुम्ही आमची स्वातंत्र्य मिळवण्याच्या बाबतीतली आशा आहात. म्हणून सारा मुलूख पालथा घालून तुमच्याकडे आलो आहे. मला तुमच्या शेजारी उभा राहून लढायची संधी द्या.''

"शिवाजी महाराजांनी काही वेळ शांत बसून त्याच्याकडे रोखून पाहिले. त्याची कळकळ आणि साहस त्यांना आवडले. पण त्यांनी त्याला सांगितले, ''शूर मित्रा, तुझ्या शत्रूंना नमव. त्यांच्यावर विजय मिळव. साम्राज्याच्या लष्कराचा नाश कर. तुर्क आणि मुघल यांना कापून काढ. त्यांच्या अनेक जमातींनी माझ्यावर आक्रमण केले. मी माझ्या तलवारीचे पाणी अजमावले. त्यांना ठार केले. तू ताबडतोब तुझ्या मायदेशात, बुंदेलखंडात जा, तुझे तेथले वजन वापरून लष्कर उभार. तलवार हाती घे. ईश्वर तुझ्या प्रयत्नास यश देईल. तू माझ्याजवळ राहण्यापेक्षा याच पद्धतीने आपली एकमेकांना मदत होईल. तुर्क (महाराज मुघलांना तुर्क म्हणत.) एकाच वेळी अनेक ठिकाणी लढू शकत नाहीत. शत्रू तुझ्या किंवा माझ्या मुलखात सक्रिय असताना आपण दोघे त्याचे लक्ष विभागून टाकू.''

महाराजांनी त्याला आणखी बराच उपदेश केला. ''तू तुझ्या मुलखात जाऊन स्वातंत्र्य पुन्हा मिळवलेस तर तुझे नाव इतिहासात नमूद होईल. तू माझ्या बाजूला लढलास आणि आपण शत्रूचा नाश केला तर कीर्ती माझी होईल. तुझ्या राज्यात परत जा. ईश्वर तुला विजय आणि स्वातंत्र्य मिळवण्यात मार्गदर्शन करील.''

बुंदेलखंडात जाण्यापूर्वी छत्रसाल दतियाचा राजा शुभकर्ण याला भेटला. शुभकर्ण स्वतः बुंदेला होता. मोठी फौज घेऊन तो दख्खनच्या मुघल फौजेमध्ये आला होता. औरंगजेबाची त्याच्यावर मर्जी होती. छत्रसालांनी त्याला आपल्याकडे वळवण्याचा प्रयत्न केला. पण शुभकर्ण बधला नाही. त्याने उलट छत्रसालांची त्याच्या 'खुळचट स्वप्ना'साठी खूप निर्भर्त्सना केली. मुघलांच्याच चाकरीत राहण्याचा सल्ला दिला. औरंगजेबाकडे बोलून बढती मिळवून देण्याचे आमिषही शुभकर्णाने छत्रसालांना दाखवले. पण छत्रसालांचा निश्चय झाला होता. त्यांनी पत्नी व आपल्या अनुयायांची लहानशी टोळी घेऊन सरळ बुंदेलखंडाचा रस्ता धरला. नर्मदा ओलांडून त्यांनी

बुंदेलखंडात प्रवेश केला. त्यावेळी ते फक्त २१ वर्षांचे होते. ते वर्ष १६७० होते. त्यांच्यापाशी पाच घोडेस्वार आणि २५ पायदळ सैनिक होते. खजिना नाही, मजबूत ठाणे नाही, तरी देखील ते जगातील एका सर्वात संपन्न आणि सर्वात सामर्थ्यशाली साम्राज्याला भिडायला निघाले होते.

औरंगजेबाने हिंदूंना चिरडून टाकण्याचे, त्यांची देवळे फोडून त्यांचे मशिदींमध्ये रूपांतर करण्याचे धोरण स्वीकारले. मूर्ती फोडण्याचा सपाटा लावला. त्यामुळे हिंदू खडबडून उठले. बुंदेलखंड आणि शेजारचा माळवा यांमधील लोकांनी आपली मंदिरे, मूर्ती, क्षेत्रे यांच्या रक्षणार्थ शस्त्रे हातात घेतली. त्यांना फक्त चंपतरायसारख्या नेत्याची गरज होती. त्यांना चिरडण्यासाठी औरंगजेबाने फिदाईखानाची रवानगी केली. बुंदेलखंडातील ओर्छा येथील पवित्र मंदिर उद्ध्वस्त करण्याचा त्याला हुकूम होता. लढाऊ बाण्याच्या बुंदेले राजपुतांकडून विरोध होणार याचा फिदाईखानाला अंदाज होता. त्याने मोठे सैन्य उभारून बुंदेलखंडात प्रवेश केला. पण त्याने काही करण्याआधीच राजा धर्मांगद याच्या नेतृत्वाखालील बुंदेला सैन्याने त्याच्यावर हल्ला केला आणि त्याचा पराभव केला.

औरंगजेबाच्या या हल्ल्यामुळे तर बुंदेलखंड अधिकच संतापला. आपल्या धर्मावरचा हा हल्ला त्यांना इतका असह्य झाला की, आतापर्यंत जे बुंदेले सरदार औरंगजेबाची इमानेइतबारे चाकरी करीत होते, त्यांनी आपली ताकद आपल्या धर्मासाठी मुघल साम्राज्याला अंगावर घेणाऱ्या जातभाईंकडे वळवली. छत्रसालांनी याचा पुरेपूर फायदा घ्यायचे ठरवले. तथापि मुघलांविरुद्ध यशस्वी उठाव करण्यासाठी अत्यंत काळजीपूर्वक आणि दीर्घकाळ तयारी करण्याची गरज आहे याची त्याला जाणीव होती. त्याने पुन्हा शुभकर्णाशी संधान बांधले. एव्हाना शुभकर्णालाही औरंगजेबाच्या धर्मांध धोरणाची भयंकर चीड आली होती. छत्रसालांचे वडील चंपतराय यांना तो चांगला ओळखत होता. त्याने छत्रसालांना साथ देण्याचे ठरवले. मग छत्रसालांनी औरंगाबादला जाऊन वीर बलदेव याला आपल्याकडे वळवले. त्याने कृती करण्याची वेळ येताच छत्रसालांना येऊन मिळण्याचे वचन दिले. अशा प्रकारे इतरही बुंदेले पुढाऱ्यांची वचने मिळवून तो बुंदेलखंडात परत आला. त्याने आपला भाऊ रतनसिंग याची गाठ घेतली. छत्रपूरजवळ बिच्छुही येथे काही काळ त्याच्याकडे होता. त्याला आपल्या कार्यात ओढण्याचा छत्रसालांनी प्रयत्न केला. पण रतनसिंगाने छत्रसालांना वेड्यात काढले. १८ दिवस मनधरणी करूनही छत्रसालाला यश आले नाही.

शुभकर्ण, वीर बलदेव यांना बिच्छुही येथे येऊन मिळाला. बाकीरखान नावाचा अफगाण बंडखोरही त्याला मिळाला. साऱ्या बुंदेल नेत्यांनी छत्रसालांना आपला नेता

बनवले. आणि पुढे जवळपास पन्नास वर्षे चालणाऱ्या धर्मयुद्धाला सुरुवात झाली. छत्रसाल बंडखोर सैन्याच्या अग्रभागी राहून छत्रसालांचा बुंदेलखंडातील स्वातंत्र्यलढा सुरू झाला. अनेक नेते त्याला येऊन मिळाले. ज्यांनी विरोध केला त्यांना छत्रसालांशी लढाई करावी लागली. त्यांचा पराभव झाला. धुरीटच्या राजाचे छत्रसालांच्या वडील चंपतराय यांच्याशी वाकडे होते. त्याने छत्रसालांची आगेकूच रोखण्याचा प्रयत्न केला. छत्रसालाने त्याच्या सैन्याची धूळधाण उडवली. धुरीट शहर लुटले. राजा शरण आला.

छत्रसाल पुढे जात राहिला. त्याचा पुढचा मुकाबला मुघल फौजदार हाशिमखान आणि स्थानिक राजा आनंदराय यांच्याशी झाला. हाशिमखानची अफगाण फौज समोरासमोरच्या सामन्यात खूप नुकसान करील हे ओळखून छत्रसालांनी तिला सापळ्यात पकडून मार दिला. अफगाण फौज गांगरली आणि पळून गेली. यानंतर त्यांनी आणखी एक मुघल सरदार सय्यद बहादूर याचा पराभव केला. छत्रसालांनी ग्वाल्हेरवर धाड घालून ते लुटून फस्त केले. करता करता त्याच्या नेतृत्वाखाली बुंदेलखंडातील ७० स्थानिक राजे आपापले सैन्य व खजिना यांसह दाखल झाले. त्याची फौज आता पायदळ, घोडदळ आणि तोफखाना अशी तिन्ही दळांनी युक्त अशी झाली. जे चौथाई देतील त्यांना लुटायचे नाही, जे चौथाई देण्यास नकार देतील त्यांना लुटायचे हा मराठ्यांचा प्रघात त्यांनी स्वीकारला. अशा अनेक विजयी लढाया त्यांच्या नावावर इतिहासात जमा आहेत.

वीस वर्षांत ते इतके बलाढ्य झाले की, औरंगजेबाने त्यांचे पारिपत्य करण्यासाठी पाठवलेल्या सगळ्या फौजांचा त्याने पराभव केला. इतकेच नव्हे तर औरंगजेबाची ताकद दख्खनमध्ये गुंतलेली पाहून त्याने नर्मदेपासून यमुना नदीपर्यंतच्या प्रदेशात मुसंड्या मारल्या. १८ दिवस वेढा घालून छत्रसालांच्या बुंदेल्यानी मुघलांचा कलिंजरचा अत्यंत मजबूत किल्ला जिंकला. औरंगजेबाच्या मृत्यूनंतर बहादूरशाह बादशहा झाला. त्याने छत्रसालांशी नमते घ्यायचे ठरवले. १७०८मध्ये बहादूरशाहने छत्रसालांशी वाटाघाटी करून दोस्ती जोडली. छत्रसालांच्या मुलांना मनसबी दिल्या.

१७२०मध्ये सय्यद बंधूंच्या ऱ्हासानंतर मोहम्मदशाह तखतावर बसला. या वेळी छत्रसाल सत्तरीच्या बरेच पुढे आले होते. मोहम्मदशाहने छत्रसालांबरोबर बहादूरशाहने जोडलेली मैत्री मोडली आणि महंमदखान बंगश या मुरब्बी सेनापतीला छत्रसालांवर पाठवले. बंगश हा अफगाण होता. त्यावेळी अलाहाबादचा सुभेदार होता. छत्रसालांनी यमुना व गंगा यांच्या दरम्यानच्या प्रदेशातील बंडखोरांना मदत केली असे निमित्त करून बादशहाने बंगशला छत्रसालांविरुद्ध मोठी फौज घेऊन आक्रमण करण्याचा आदेश दिला. १७२१च्या मे महिन्यात दिलेरखानाच्या नेतृत्वाखाली फौज पाठविली. तिचा

औरंगजेबाने हिंदूंना चिरडून टाकण्याचे, त्यांची देवळे फोडून त्यांचे मशिदींमध्ये रूपांतर करण्याचे धोरण स्वीकारले. मूर्ती फोडण्याचा सपाटा लावला. त्यामुळे हिंदू खडबडून उठले. बुंदेलखंड आणि शेजारचा माळवा यांमधील लोकांनी आपली मंदिरे, मूर्ती, क्षेत्रे यांच्या रक्षणार्थ शस्त्रे हातात घेतली.

छत्रसालांनी पराभव केला. शेवटी बंगश स्वत:च चालून गेला. छत्रसालांनी त्याला अशी काही झुंज दिली की, बंगशलाही सहा महिन्यांनंतर मोहीम माघारी घ्यावी लागली. म्हाताऱ्या छत्रसालांनी त्याचा फायदा घेऊन थेट पाटण्यापर्यंतचा प्रदेश पादाक्रांत केला.

त्यानंतर सहा वर्षे मुघल सत्ता छत्रसालांच्या वाट्याला गेली नाही. छत्रसाल शिवाजी महाराजांच्या उपदेशाला पुरेपूर जागले होते. मुघलांच्या ताकदीची विभागणी त्याने करून दाखविली होती. १७२७मध्ये बादशहाने पुन्हा बंगशला छत्रसालांवर चालून जाण्याचा हूकूम दिला. बंगशने आपल्या अफगाण जातभाईंची प्रचंड फौज जमवली. आपल्या अखत्यारीतील किल्ले, गढ्यांवरील तोफा उतरवून तोफखाना सजवला. अशा सुसज्ज सैन्यासह येऊन त्याने बुंदेलखंडाचा पूर्व भाग मोकळा केला आणि छत्रसालांच्या राज्याच्या अगदी गाभ्यावरच मुसंडी मारली. घमासान युद्ध झाले. दोन्ही बाजूंचे प्रचंड नुकसान झाले. छत्रसालांना आपल्या मुला-नातवांसह जैतपूरजवळच्या जंगलाचा आश्रय घ्यावा लागला. महिनाभराच्या घणाघाती लढायानंतर बंगशने बुंदेल्यांचा बचाव भेदला. त्याने मेहाळा व इतर किल्ल्यावर कब्जा मिळवला. इथे पावसाळा सुरू झाल्याने बंगशची मोहिम थांबली. ती हिवाळ्यात सुरू झाली. चार महिन्यांच्या लढायांनंतर छत्रसालांना जैतपूरही सोडावे लागले.

हे युद्ध १७२७च्या जानेवारीपासून १७२८पर्यंत सलग २४ महिने चालले. ८० वर्षे वयाचा छत्रसाल प्रत्येक लढाईत स्वत: भाग घेऊन इंचइंच लढत होता. एका प्रदीर्घ मोहिमेतील आपल्या पराक्रमाचे बादशहाला लिहिलेल्या पत्रात मोठे रसभरीत वर्णन केले आहे. बंगश आता जैतपुरात ठिय्या देऊन बसला. पण आपल्यावर थोड्याच काळात वीज कोसळणार आहे याची त्याला कल्पना नव्हती.

"बाजीराव या बिकट प्रसंगी माळव्यात असल्याने छत्रसालांनी त्यांच्याकडे कुमक मागितली. मराठे व रजपूत यांच्यात एकमेकांना बादशाही मोडण्यासाठी मदत करावी असा करार झाला असल्याने ही मदत मागणे इष्टच होते. छत्रसालांनी

बाजीरावांना जे दोह्याच्या स्वरूपातील पत्र लिहिले होते. त्याचा संदर्भ देण्याचा मोह आम्हाला आवरत नाही. त्यातील एक प्रसिद्ध दोहा असा -

जो गति ग्रह गजेंद्र की सो गत भई है आज
बाजी जात बुंदेल की राखो बाजी लाज

अर्थात, ''मी गजेंद्र आज दुर्दैवाने बंगश नक्राच्या तडाख्यात सापडलो असून तू विष्णूप्रमाणे धावत येऊन माझी सुटका कर.''

ही संधी अजिबात वाया न घालवता बंगशच्या विरुद्ध छत्रसालाला मदत देण्यात बाजीरावांचा स्वार्थ हा दूरगामी होता. मुघलांच्या सरदारांना पराभूत करण्याची ही नामी संधी तर होतीच, पण मराठ्यांविषयी उत्तर हिंदुस्थानात आदराची भावना निर्माण करणे हाही त्याचा अंतस्थ हेतू होता."

बंगशाने छत्रसाल व त्यांचे मुलगे आणि नातू यांवर मोठा बंदोबस्त ठेवला होता. पण एका रात्री त्यांनी शस्त्रे मिळवून पहारेकऱ्यांना गारद केले आणि निकराने मुसंडी मारून बंगशच्या छावणीबाहेर पडले. ते थेट बाजीरावांकडे निघाले आणि त्याला जाऊन मिळाले. त्यांनी घनदाट जंगले, अक्राळ-विक्राळ पहाड यांमधून जाण्याच्या वाटा बाजीरावांच्या मराठा सैन्याला दाखवल्या. बंगश त्यावेळी सैन्यासह आराम करीत होता. २४ महिने खडतर डोंगर आणि गर्द जंगलांनी भरलेल्या प्रदेशात लढाया करून त्याची फौज थकल्याने अगदी पेंगळून गेली होती. शिवाय छत्रसालांचा पाडाव झाल्यानंतर आणखी लढायचे कारण उरणार नाही, अशा भ्रमात बंगश होता. बाजीरावांचे घोडदळ त्याच्या छावणीपासून पंचवीस मैलांवर येईपर्यंत त्याला कळलेच नाही. बाजीरावांच्या गतीचा त्याला स्वप्नातही माग लागला नाही.

३० मार्च १७२९ रोजी बाजीरावांनी बंगशला जैतपूर येथे गाठले. बंगशला असा मार दिला की, त्याने जैतपूरच्या किल्ल्याचा आश्रय घेतला. किल्ला फार मजबूत होता. पण आत आधी दाणागोटा भरलेला नव्हता. मराठ्यांनी किल्ल्याला वेढा घातला. बाजीरावांच्या हाताखाली मल्हारराव होळकर, पिलाजी जाधव, दावलजी सोमवंशी, विठ्ठल शिवदेव (विंचूरकर) यांसारखे सरदार कोणत्याही प्रकारची रसद मिळू नये याची खबरदारी घेत होते. स्वत: बाजीराव घोड्यावर स्वार होऊन सतत देखरेख करीत होता. या वेढ्याचा फास असा आवळला होता की किल्ल्यात बंगशाच्या फौजेची अन्नान्नदशा झाली. त्यांनी तोफांचे गाडे ओढणारे बैल, खेचरे, घोडदळाचे घोडे कापून खाल्ले.

त्याची सोडवणूक करण्यासाठी त्याचा मुलगा कईमखान ३० हजार फौज घेऊन आला. त्याचाही मराठ्यांनी पराभव केला. त्याचे तीन हजार घोडे व एकंदर पंधरा

हत्ती मराठ्यांना मिळाले. बंगशाने बादशहाला निरोपावर निरोप पाठवून मदतीची मागणी केली. बादशहाने त्याचा सरदार बक्षीखान दौरान याला जैतपूरवर चालून जाण्याची आज्ञा दिलीसुद्धा. पण तो काही दिल्लीमधून हलला नाही. रोज कूच करण्याचा आणि ते रद्द करण्याचा देखावा त्याने चालू ठेवला. इतकेच काय त्याने छत्रसालांना पत्र लिहून कळवले की, 'महंमद बंगश तुझ्या ताब्यात आहे त्याला ठार मार.' खान दौरान काही करीत नाही हे पाहून कईमखानाने बादशहाकडे विनवण्या केल्या. फौज मागितली. तो आला. त्यालाही मराठ्यांनी मार दिला. एव्हाना पावसाळा आला. मराठ्यांची मायदेशी परतण्याची सालाबादची वेळ आली. तेव्हा छत्रसालांनी बंगशाला अटी घालून सोडणे हे शहाणपणाचे मानले. पुन्हा बुंदेलखंडात येऊन त्रास देणार नाही असे त्याच्याकडून लिहून घेतले आणि मग जैतपूर खाली करून जाण्याची परवानगी दिली.

छत्रसाल मोठ्या थाटात आपल्या राजधानीत परत आले. छत्रसालांनी आपल्या राज्याचा तिसरा हिस्सा बाजीरावांना बक्षीस दिला. काल्पी, हट्टा, सागर, झांशी, सिरोंज कूंच, गडकोटा, हटदनगर असा तीन लाखांचा मुलूख व एक किल्ला बाजीरावांना उत्तरेत मालकीने मिळाला. हा सर्व प्रदेश मराठ्यांच्या आधिपत्याखाली असल्याचा देखावा भीतीपोटी करण्यात आला असला तरी, वस्तुस्थिती वेगळी होती. तेथील बरेचसे राजपूत आणि मुघल सरदार हे बाह्यतः मुघल राज्यकर्त्यांशी संधान जोडून असले तरी ते स्वतःला स्वतंत्र राज्यकर्ते मानत होते. या सर्वांकडून मराठा राज्यकर्त्यांना चौथाई जमा करावयाची होती आणि या कामी त्यांनी गोविंदपंत खेर यांची नियुक्ती केली. नंतर त्यांचे सैन्य प्रदेशबाहेर दक्षिणेकडे रवाना झाले तेव्हा त्यांनी याबाबत वेळोवेळी विचारणा केली. त्यानंतर पेशवे जेव्हा बुंदेलखंडात आले तेव्हा त्यांनी एका मागोमाग एक भाग ताब्यात घेतले. त्यावेळी छत्रसाल यांचे पुत्र पेशव्यांशी इमानदार राहिले आणि त्यांनी बाजीरावांना कबूल केल्याप्रमाणे पाठिंबा देऊन, स्वतःचे स्थान बळकट केले.

दोस्त मोहम्मद खान, या भोपाळच्या पठाण सरदारास बहादूरशाहच्या काळापासून नियुक्त करण्यात आले होते. जेव्हा बाजीराव बुंदेलखंडमध्ये आले तेव्हा तो भिलसा व त्याच्या उत्तर-पूर्व भागासह भोपाळचा नबाब होता. माळवा आणि बुंदेलखंडमधील आपले स्थान घट्ट केल्यानंतर क्रमाक्रमाने भोपाळही मराठ्यांच्या नियंत्रणाखाली आले. मराठे जरी बुंदेलखंडमध्ये राहत असले आणि त्यांना चौथाई जमा करण्याचा अधिकार असला तरी त्याची दिल्लीतील राज्यकर्त्यांकडून पुष्टी होणे जरुरीचे असण्याचे संकेत त्या काळी अस्तित्वात असलेल्या प्रथेप्रमाणे होते. वास्तविक बुंदेलखंडध्ये बाजीरावांनी मराठा साम्राज्याची स्थापना केली होती.

आणखी एका शतकानंतर बाजीरावांचा हाच मुलूख झाशीच्या राणीचे राज्य बनला. बाजीराव १७२९ च्या मे महिन्यात जैतपूरहून पुण्याला यायला निघाले. त्यांनी गोविंद खेर या आपल्या सेवकाला त्याच्या या मुलखाची व्यवस्था पाहण्यास नेमले. तो पुढे गोविंदपंत बुंदेले म्हणून प्रसिद्ध झाला. छत्रसाल १७३१मध्ये वयाच्या ८२व्या वर्षी निधन पावले. त्यांचे दोन मुलगे हरदेश राय व जगत राय यांनी बाकीचे राज्य वाटून घेतले. या दोन्ही मुलांनी पुढे बाजीरावांच्या अनेक मोहिमांमध्ये भाग घेतला. या स्वाऱ्यांसाठी मदत लागल्यास ती साताऱ्याहून मागण्याऐवजी बुंदेलखंडातून मिळवण्याची सोय झाली. (बॅरल लॉजिस्टिकस्)

या मोहिमेमुळे बाजीराव आणि छत्रपती शाहू महाराज यांच्यात काही विमनस्कता आली होती. त्याला दोन कारणे होती. एक म्हणजे आपण मुघल बादशहाचे मनसबदार आहोत ही भावना शाहू महाराजांच्या मनात इतकी घट्ट रुतून बसली होती की, मुघलांशी उघड उघड थेट सामना करणे त्यांना मानवत नव्हते. चौथाई, सरदेशमुखीच्या सनदा घेण्यापर्यंत ठीक, पण बादशहाच्या फौजांशी युद्ध करून त्यांचा पराभव करून त्यांचा प्रदेश काबीज करणे म्हणजे फार झाले असे महाराजांना वाटत होते.

याखेरीज ब्रह्मेंद्रस्वामी नावाच्या सावकारी करणाऱ्या संन्याशाने शाहूंकडे सिद्दीचे पारिपत्य करावे असा तगादा लावला होता. (ब्रह्मेंद्रस्वामींना दानात मिळालेला हत्ती सिद्दीच्या सैनिकांनी जप्त केल्याने स्वामी संतप्त होऊन सूडाच्या भावनेने पेटून उठले होते.) सिद्दीवर मोहिम काढण्यासाठी बाजीरावच हवे असे शाहूंचे मत होते. सिद्दीवरील मोहिमेवर जाण्यासाठी बाजीराव उत्सुक नव्हते. ही मोहीम काही फायद्याची ठरणार नाही, असे मुत्सद्दी आणि व्यवहारी बाजीरावांना वाटत होते. शिवाय प्रतिनिधी, फत्तेसिंह भोसले यांसारख्या बरोबर राहून काम करणे बाजीरावांना पसंत नव्हते. त्यामुळे त्यांनी चिमाजींना पुढे पाठवून आपली मोहीम तडीस नेली व मगच ते दक्षिणेत आले.

❑❑❑

११

दाभाड्यांचे निर्दालन

दाभाड्यांच्या निर्दालनाच्या आसपासचा कालखंड आणि कारकिर्द बघता बाजीरावांच्या पराक्रमाचे वेगवेगळ्या काल-भू-खंडात विभाजन करून आपण त्यावर अन्याय तर करत नाही ना, अशी शंका येऊ लागते.

बाजीरावांचा मुख्य उद्योग मराठी राज्य वाढवण्याचा आणि निजामाचा त्याच्या अगदी उलट म्हणजे त्याला आळा बसवणे अथवा त्याच्या राज्यविस्तारात येनकेनप्रकारेण अडथळा निर्माण करणे, हाच होता!

निजामाच्या कोंडमाऱ्यानंतर उत्तरेकडील बदललेले राजकारण आणि निजामाने संभाजीला हाताशी धरून शाहूंनाच शह देण्याचा केलेला प्रयत्न, या दरम्यान सेनापती दाभाड्यास फितवून पेशव्यांना नेस्तनाबूत होण्याचा प्रसंग आला असता शिताफीने बाजीरावांनी या प्रसंगातून सुटका करून घेतली. त्या चपळाईतच बाजीराव हे किती श्रेष्ठ योद्धा होते हे कळून येते.

बाजीराव दक्षिणेत आले तरी त्यांचे सारे लक्ष उत्तरेकडे लागलेले होते. त्रिंबकराव दाभाडे याचे पारिपत्य करण्याची आणि जंजिऱ्याची, या दोन मोहिमा आपल्याला कराव्या न लागल्या तर बऱ्या, अशी बाजीरावांची मनःस्थिती होती. तरी त्या त्यांना कराव्या लागल्या. सेनापती दाभाड्यांचे बाजीरावांविरुद्धचे उपद्व्याप सदोदित चालू होते. त्याकडे डोळेझाक करून बाजीराव आपले काम करीत होते, पण त्याने सगळ्या बाजीरावांविरोधी असंतुष्टांची जुळणी करून बाजीरावांविरुद्ध बंडच पुकारले. त्याने निजाम आणि महंमदखान बंगश यांना आपल्याबरोबर घेतले. तेव्हा त्याचा बीमोड करणे अपरिहार्य ठरले, तर जंजिऱ्यावरच्या कारवाईला सिद्दीच्या धार्मिक मुजोरीपेक्षा

धावडशीच्या ब्रह्मेंद्रस्वामी धर्मगुरूंनी शाहूमहाराजांकडे लावलेला लकडा कारणीभूत होता. त्याचा तपशील जंजिरा प्रकरणात नंतर येईलच.

१७२८च्या उत्तरार्धात छत्रपती शाहूंचे दोन मोहरे वृद्धापकाळामुळे गळून पडले. प्रथम आरमार प्रमुख सेनासरखेल कान्होजी आंग्रे गेले. मागोमाग २७ सप्टेंबरला सेनापती खंडेराव दाभाडे मरण पावले. कान्होजींना पहिल्या पत्नीपासून सखोजी व संभाजी तर दुसरीपासून मानाजी, तुळाजी असे मुलगे होते. कान्होजींच्या निधनानंतर सरखेल सखोजीला सेनापतीपद देण्यात आले. तो व त्याचा सावत्रभाऊ मानाजी हे शाहू व बाजीराव यांच्या बाजूचे होते. संभाजी व तुकोजी बाजीरावांच्या विरोधात गेले.

खंडेराव दाभाड्यांच्या नंतर त्यांच्या तीन मुलांपैकी त्रिंबकराव याला सेनापतीपद देण्यात आले. तो हिंमतबाज, जानबाज, बहादूर होता पण अत्यंत संतापी, स्वार्थी आणि भयंकर मत्सरी होता. बाजीरावांच्या मत्सरापायी तो स्वराज्याचाच शत्रू बनला. त्याने त्यामुळे कसकशा जुळण्या केल्या त्याची नोंद घेण्याआधी त्याची पार्श्वभूमी जाणून घेणे गरजेचे आहे.

साताऱ्यात हे बदल चालू असताना बाजीराव माळव्यात होते. सप्टेंबरमध्ये बाजीरावांनी गुजरात, माळवा यांच्या वसुल्यांच्या व्यवस्थेचा करार चिमाजी, होळकर व उदाजी पवार यांच्याशी केला व ती जबाबदारी त्यांच्यावर सोपवली. त्यामुळे कंठाजी कदम व पिलाजी जाधव नाराज झाले. १७२९च्या दिवाळीनंतर बाजीरावांच्या फौजा झपाट्याने सर्वदूर संचार करू लागल्या. चिमाजीआप्पा तापी व नर्मदा या नद्या उतरून बडोद्याजवळ चंपानेरपर्यंत पोहोचले. डिसेंबरअखेर उदाजी पवार व मल्हारराव होळकर यांनी मंडूचा किल्ला घेऊन माळव्याच्या दक्षिण भागात मराठी सत्ता लागू करण्याच्या उद्योगास ते लागले. दरम्यान कंठाजी कदमाने गुजरात माळव्याच्या सरहद्दीवरील पावागढचा किल्ला बळकावला होता. नव्या वर्षाच्या पहिल्या दिवशी चिमाजीने पावागढला वेढा घालून कंठाजीचा प्रतिकार मोडून काढला. फेब्रुवारीत इंद्राजी कदमाने कंठाजीचा पराभव करून किल्ला घेतला.

पुढच्या महिन्यात चिमाजीने गुजरातमधील पेटलाद, नदियाड, ढोलका ही मुघलांची ठाणी लुटून त्या भागात मराठी अंमल जारी केला. गुजरातचा सुभेदार सरबुलंदखान घाबरला. त्याने चिमाजीशी नवा करार केला. या कराराने सुरत वगळता बाकीच्या सबंध गुजरात प्रांताचे चौथाई, सरदेशमुखीचे हक्क मराठ्यांकडे आले. तसेच त्या प्रांतात सुव्यवस्था घडवण्याची जबाबदारीही आली. त्रिंबकराव दाभाडे या असंतुष्ट सेनापतीने अखेर निजामाशी संगनमत करण्याचा निश्चय केला. निजाम शाहूमहाराजांच्या दरबारातील शक्तिशाली बंडखोरांस मदत करण्यास तयार होता. शाहूमहाराजांच्या

विरोधात संभाजी याला मदत करण्यास ते अपयशी ठरले होते. दरम्यानच्या काळात महमंदखान बंगश याने सप्टेंबर १७३०मध्ये माळव्याच्या सुभेदाराला स्वतःकडे वळवून या सुपीक प्रदेशातून मराठ्यांना हुसकावून लावण्याची खात्री दिली. त्याने निजामाशीही चर्चा केली, व आपला सामाईक हेतू साध्य करण्यासाठी संयुक्त डावपेचांची योजना आखण्याची इच्छा व्यक्त केली. त्यांना पिलाजी गायकवाड व उदाजी पवार यांनी बाजीरावांशी फारकत घेतल्याचे माहीत होते व त्यांच्याशी हातमिळवणी करण्यासाठी त्यांना तयार करण्यात आले. महमंदखान बंगश व निजाम यांनी नर्मदा नदीच्या काठावर बैठक घेण्याचे ठरविले.

आता सेनापती त्रिंबकराव दाभाड्याला कंठाजी व पिलाजी हे असंतुष्ट आत्मे मिळाले. त्रिंबकरावाच्या अखत्यारीतील प्रदेशात शिरून पेशव्यांनी तिथे आपला अधिकार जमवला, हे त्याला सहन होईना. त्याबद्दल शाहूंकडे गाऱ्हाणे नेऊन काही मधला मार्ग काढण्याऐवजी त्याने पेशव्यांचेच मूळ उपटण्याचा निश्चय केला. माळव्यात मल्हाररावांना एकट्याला वसुलात वाटा दिल्याने पिसाळलेले उदाजी पवार देखील दाभाड्याला सामील झाला. वऱ्हाडातून कान्होजी भोसले प्रतिनिधी त्याला मिळाले. त्रिंबकरावाच्या नेतृत्वाखाली बाजीरावांवर रुसलेले व त्याच्या मत्सराने पेटलेले यांची एकजूट झाली.

दाभाडे इतक्यावर थांबता तरी जमले असते, पण त्याने निजाम व बंगश यांनाही आपल्या पक्षात घेऊन सरळ सरळ राष्ट्रद्रोह केला. निजामाला दाभाड्यांकडून बाजीरावांचे त्याच्या प्रदेशातून उच्चाटन करण्याची संधी मिळाली. त्यांच्या फौजा गुजरातकडे कूच करू लागल्या. दाभाड्यांच्या या कृत्याने संतापलेल्या शाहू छत्रपतींनी त्याला पत्र लिहिले की, "तुम्ही साहेबाचे एकनिष्ठ कार्याचे हिंदूसेवक. यास्तव साहेब तुम्हावर बहुत समयचित्ते कृपा करीत असता हाली चित्तात विपर्यास आणून व दुसऱ्याचा आश्रय करून राज्यास अपाय करावा, आपले एकनिष्ठतेस बोल लावून घ्यावा यात फायदा काय?" मत्सर आणि स्वार्थ यांनी ग्रसलेल्या दाभाड्याला छत्रपतींच्या आवाहनाची कदर वाटली नाही. त्रिंबकराव दाभाडे यांनी ३५,००० सैनिकांचे सैन्य जमविले आणि मराठा राजे शाहू यांची पेशव्यांच्या प्रभावातून मुक्त करण्याची गर्जना करत दक्षिणेकडे (साताऱ्याच्या दिशेने) कूच केली. वास्तविक त्यांनी मराठा साम्राज्य बळकविण्याची प्रतिज्ञाच केली होती. बाजीराव हे सेनापती व निजामाच्या प्रत्येक हालचालीची माहिती घेत होते. त्रिंबकरावांनी ८ ऑक्टोबर, १७३० रोजी स्वतःचे गाव असलेल्या तळेगावापासून प्रस्थान करण्यास सुरुवात केली, परंतु त्यांनी आधी घोषित केल्याप्रमाणे साताऱ्याच्या दिशेने न जाता उत्तरेच्या दिशेने संगमनेर मार्गे नारायणगाव येथे गेले आणि

तुर्कताज खान याच्याशी सल्लामसलत केली. तेथून पुढे ते चाळीसगाव येथे गेले आणि तेथे नोव्हेंबरच्या सुमारास गिरणा नदीच्या काठावर निजामाची भेट घेतली. त्यानंतर निजाम नर्मदेच्या दिशेने अकबरपूर येथे निघाला आणि महंमदखान बंगश याला भेटला. त्रिंबकराव यांना जुन्नरचे कुंवर बहादूर (निजामाच्या सूचनेनुसार) येऊन मिळाले आणि कोल्हापूर येथील संभाजी यांचे माजी मंत्री चिमाजी दामोदर यांनी मुल्हेरचा मार्ग मोकळा केला. त्रिंबकराव यांनी ज्यावेळी गुजरातमध्ये प्रवेश केला त्यावेळी त्यांना पिलाजी गायकवाड, दोन पवार बंधू आणि कंथाजी कदमबांडे यांच्यासारखे काही इतर मित्र सुरत येथे येऊन मिळाले. त्यांनी १२ मार्च १७३१ रोजी मांडवीचा किल्ला आणि आजूबाजूचा परिसर काबीज केला. त्यांनी २६ मार्च रोजी त्यांनी नर्मदा नदी ओलांडून करनाली येथे तळ ठोकला.

दरम्यान, गुजरात माळव्यात राजकीय बदल झाले होते. बादशहा मोहम्मदशाह याने माळव्यातून सवाई जयसिंग यांची उचलबांगडी केली. तिथे महंमदखान बंगशला नेमले. गुजरातमधून सरबुलंदखानाला काढून तिथे मारवाडचा सुभेदार अभयसिंग याला नेमले. या अभयसिंगाच्या बहिणीचे पूर्वी फर्रूखसियर बादशहाशी लग्न झाल्याने तो बादशहाचा सोयरा होता. त्याचे माळव्यात नव्याने आलेल्या बंगशबरोबरही सोयरसंबंध होते. या नव्या परिस्थितीत माळव्यात बंगशशी झुंज घेण्याची जबाबदारी मल्हारराव होळकर व राणोजी शिंदे यांच्यावर होती. गुजरातमध्ये खुद्द बाजीराव जाणार होते. शाहू महाराज, बाजीराव व चिमाजी यांच्यात जुलैमध्येच दाभाड्यासंबंधी खलबते झाली होती.

१३ ऑक्टोबरला बाजीरावांनी पुणे सोडून गुजरातकडे कूच केले आणि लांब लांब मजल मारीत त्यांनी अहमदाबाद गाठले. त्याच वेळी निजामही गुजरातकडे निघाला, पण त्याला बाजीरावांचा इतका धाक बसला होता की, एकट्याच्या बळावर बाजीरावांची गाठ घ्यायला तो घाबरला. त्याने बंगशला हाक दिली. माळव्याची सुभेदारी मिळाल्याने बंगशला पुन्हा चेव आला होता. त्याला अडवण्याचा मल्हाररावांनी प्रयत्न केला. पण मल्हाररावाची ताकद कमी पडली. बंगश उज्जैनला पोहोचला. मार्चमध्ये निजाम व बंगश यांची नर्मदेच्या तीरावर भेट झाली. बाजीरावांशी कशा प्रकारे मुकाबला करावा यावर त्यांनी दहा-बारा दिवस मसलत केली.

पण मल्हारराव आपल्या पाठलागावर आहे याची बंगशला माहिती नव्हती तर बाजीराव आधीच अहमदाबादेस पोहोचले असून त्यांची अभयसिंगाशी बोलणी चालली आहेत, याची निजामाला खबर नव्हती. बाजीरावांनी अभयसिंगाशी युती करून आपली पिछाडी निर्वेध केली. दोघांमध्ये करार झाला. अभयसिंगाने पूर्वीच्या तहाला मान्यता दिली. दरसालच्या १३ लाख रुपये देण्यापैकी अर्धी रक्कम तात्काळ देण्याचे कबूल

> एका शक्तिशाली सेनापतीवर विजय मिळविल्यानंतर, बाजीरावांना त्यांच्या सरदारांपैकी कुणाशीही शत्रुत्व घेण्याची इच्छा नव्हती. माळव्यातील संग्रमाच्या वेळी गिरीधर बहादूर विरोधात ज्या उदाजी पवार यांच्यावर मोठ्या विश्वासाने भरवसा ठेवला, ते आता त्यांचे बंदिवान होते. तीच तऱ्हा कोल्हापूर येथील संभाजींच्या दरबारातील माजी मंत्री चिमाजी दामोदर यांची होती. बाजीरावांनी त्या दोघांची मोठ्या सन्मानाने प्रत्येकी एक हत्ती देऊन सुटका केली.

केले. त्या बदल्यात बाजीरावांनी कदमबांडे व गायकवाड यांचा बंदोबस्त करावा असे ठरले. पिछाडी निर्वेध करून बाजीराव लगेच बडोद्याकडे वळले. बाजीराव व दाभाडे अशा दोन्ही फौजा बडोद्यापासून बारा मैल अंतरावरील डभोई येथे आमनेसामने आल्या. बाजीरावांनी समेटाचे प्रयत्न केले, पण त्रिंबकरावाने त्याला दाद दिली नाही.

१ एप्रिल १७३१ रोजी लढाई झाली. दाभाड्यांची फौज बेशिस्त होती. त्याच्या फौजेत भिल्ल, कोळी आणि निजामाचे भाडोत्री मूर अरब यांचा समावेश होता. नियोजनाचा अभाव होता. त्या फौजेची बाजीरावांच्या योजनाबद्ध डावपेचांपुढे डाळ शिजली नाही. लढाईचा पहिला धूमधडाका होऊन दाभाड्याच्या फौजेत विस्कळीतपणा येईपर्यंत बाजीरावांनी आपली राखीव फौज लढाईत आणली नव्हती, ती आणली. या घणाघाती आघातापुढे दाभाड्यांची फौज भांबावून गेली. खुद्द त्रिंबकराव कानशिलात गोळी लागून ठार झाला. त्याला लागलेली गोळी बाजीरावांच्या सैन्यातील भाऊसिंग ठोके यांची होती. तो त्रिंबकरावाचा नातेवाईक होता.

बाजीराव जरी युद्ध जिंकले होते तरी ते आपल्या मुख्य लष्करी तळापासून फार दूर होते. या युद्धात त्यांचे बरेचसे सैनिक मारले गेले होते. यशवंतरावांच्या मनात बदला घेण्याची भावना भडकतच होती आणि महंमदखान बंगश व निजाम हेही त्यांच्या मागावर होते. अशा परिस्थितीत अहमदाबादला पेशव्यांनी जाणे निश्चितच उचित नव्हते. निजामाचे सैन्य येण्याआधीच त्यांनी डभोईतून काढता पाय घेतला कारण यशवंतराव आणि निजामाच्या सैन्यामध्ये अडकल्यास पराभव आणि संपूर्ण विनाश अटळ होता. त्यांनी बाबा पीर येथे नर्मदा नदी ओलांडली आणि सुरत, दमण, जव्हार, कल्याण, जुन्नर आणि खेड मार्गे पुणे गाठले. त्यांनी हा प्रवास वेगाने केला. ८ एप्रिलला त्यांच्या सैन्याच्या काही तुकड्यांना तापी नदी ओलांडतेवेळी निजामाच्या सैन्याने पकडले.

एका शक्तिशाली सेनापतीवर विजय मिळविल्यानंतर, बाजीरावांना त्यांच्या

सरदारांपैकी कुणाशीही शत्रुत्व घेण्याची इच्छा नव्हती. माळव्यातील संग्रमाच्या वेळी गिरीधर बहादूर विरोधात ज्या उदाजी पवार यांच्यावर मोठ्या विश्वासाने भरवसा ठेवला, ते आता त्यांचे बंदिवान होते. तीच तऱ्हा कोल्हापूर येथील संभाजींच्या दरबारातील माजी मंत्री चिमाजी दामोदर यांची होती. बाजीरावांनी त्या दोघांची मोठ्या सन्मानाने प्रत्येकी एक हत्ती देऊन सुटका केली.

डभोईच्या युद्धात बाजीरावांकडून वापरण्यात आलेले तंत्र हे पालखेड आणि बुंदेलखंडपेक्षा वेगळे होते. शत्रूला चकविण्याची क्लृप्ती आणि शत्रूकडील पायदळाची ताकद आणि बंदुका यामुळे थेट समोरासमोर येण्याचे टाळणे यासारख्या बाबींना महत्त्व दिले जात होते. यामुळे एकमेकांना थकवून त्यांचा पाठलाग केला जायचा. त्यांनी शत्रुपक्षाचा पाणीपुरवठा व इतर बाबींचा पुरवठा थांबवून त्यांना वाटाघाटीची बोलणी करण्यासाठी प्रवृत्त करणे यावर जास्त भर दिला. त्यांनी संपूर्णपणे शरणागती पत्करण्याचा कधीही आग्रह धरला नाही, अथवा मानहानीकारक अटी लादल्या नाहीत. त्यांचा दृष्टिकोन हा दयाळूपणा आणि काहीअंशी वस्तुस्थितीवर आधारित असे. युवा पेशव्यांमध्ये राज्यकर्त्यांमध्ये क्वचित आढळणारे गुण होते. त्यांचा पाडाव करण्याचा निजाम वा महंमदखान बंगश यांनी अनेकदा प्रयत्न केला, परंतु फोल ठरला. त्यांच्या मनाची विशालता दाखविणारे दूरगामी परिणाम भारतातील मोठ्या आणि छोट्या सत्ताकेंद्रांवर पडले.

बाजीरावांच्या व्यूव्हरचनेमध्ये नमूद करण्याजोगी असाधारण वैशिष्ट्ये होती. युद्धापूर्वी बाजीराव आणि त्यांचे बंधू चिमाजी हे आपला मुक्काम एका जागेकडून दुसऱ्या जागेकडे बदलायचे. त्यामुळे त्यांच्या शत्रुपक्षाला ते केव्हा, कुठे व किती तीव्रतेने हल्ला करतील याचा अंदाज लावणे कठीण जाई. जर त्यांचा पूर्वेतिहास पाहिला तर, त्यांनी शक्यतो एकमेकांना थकविणे आणि रक्तपात टाळण्याचा प्रयत्न केला

मराठ्यांच्या राजकारणातील ही लढाई एका वेगळ्या दृष्टिकोनातून तपासली पाहिजे. एकाच राजछत्राखाली नांदणारे दोन सरदार आपसात लढले आणि पेशव्यांकडून सेनापतीचा पराभव झाला, या गोष्टीचा बाजीरावांच्या विरोधी गटातून प्रचार झाला खरा; पण कुकर्माचे प्रायश्चित्तच मिळाले असा आशय प्रकट झालेला दिसतो. निजामास सामील होऊन सेनापतीने राजद्रोह आरंभला. बाजीरावांनी त्याचा बंदोबस्त केला नसता तर पुन्हा मराठी राज्यास अपाय होण्याची पाळी आली असती.

आहे, परंतु या नियमाचे अनुकरण त्यांनी डभोई येथील युद्धात केले नाही. पालखेड येथे नदीपासून तसेच अंगरक्षक व बंदुकांपासून अलग झालेल्या निजामाला त्यांनी पकडले. डभोई येथे त्यांनी एक नवीन युक्ती केली, त्यानुसार उतावीळ व कमालीच्या आवेशाचे त्रिंबकरावांना त्यांनी प्रलोभने देऊन युद्धात त्यांच्या मदतीला येऊ शकणार नाही अशा पद्धतीने मुख्य सैन्यापासून त्यांना दूर ठेवून दोघांमध्ये अडथळा निर्माण केला.

मराठ्यांच्या राजकारणातील ही लढाई एका वेगळ्या दृष्टिकोनातून तपासली पाहिजे. एकाच राजछत्राखाली नांदणारे दोन सरदार आपसात लढले आणि पेशव्यांकडून सेनापतीचा पराभव झाला, या गोष्टीचा बाजीरावांच्या विरोधी गटातून प्रचार झाला खरा; पण कुकर्माचे प्रायश्चित्तच मिळाले असा आशय प्रकट झालेला दिसतो. निजामास सामील होऊन सेनापतीने राजद्रोह आरंभला. बाजीरावांनी त्याचा बंदोबस्त केला नसता तर पुन्हा मराठी राज्यास अपाय होण्याची पाळी आली असती.

दाभाड्यांच्या पराभवाचा परिणाम असा झाला की, निजामाचे अवसान गळाले. त्याने बाजीरावांशी टक्कर घेतलीच नाही. त्याने बाजीरावांशी काही निमित्तमात्र चकमकी केल्या. त्याला न जुमानता बाजीराव नर्मदा ओलांडून १४ मे, १७३१ रोजी पुण्याला येऊन पोहोचले. त्यांचे शिंदे, होळकरादी सरदार माळव्यात मराठी अंमल पक्का करण्याच्या उद्योगास लागले. बाजीराव एका वेगळ्याच मोहिमेच्या तयारीला लागले.

❑❑❑

१२

जंजिरा घेतला आणि सोडला

बाजीरावांना उत्तरेकडची मोहीम शिंदे-होळकरादी सरदारांवर टाकून तातडीने जंजिऱ्याच्या सिद्दीचे पारिपत्य करण्यासाठी शाहू महाराजांनी अगदी तगादा लावून बोलावून घ्यावे, याला सिद्दीची मराठी मुलखातील घुसखोरी आणि धार्मिक अत्याचार एवढेच कारण होते का? सिद्दीचे हे उद्योग नव्यानेच सुरू झाले होते का? की, अतिशयच निकड भासावी असे इतरही काही कारण होते?

सिद्दीचा उपद्रव छत्रपती शिवाजी महाराजांच्या काळापासून चालूच होता. त्याला पायबंद घालण्याचे प्रयत्न महाराजांनी केले. ते त्याचा पुरता मोड करू शकले नाहीत. महाराजांच्या पश्चात संभाजी महाराजांनी त्याला जिंकून घेण्याचा अतिशय निकराचा प्रयत्न केला पण, त्यांनाही यश आले नाही. त्यांना एकाच वेळी कित्येक शत्रूंशी लढावे लागत होते. ते मुघलांच्या हाती अनपेक्षितपणे लागले नसते तर स्वराज्याचे चित्र कसे दिसले असते, या बाबत तर्क करण्यात आता अर्थ नाही. राजाराम महाराजांच्या काळात मराठ्यांची सगळी ताकद औरंगजेबाच्या आक्रमणाचा मुकाबला करण्यात खर्ची पडत असल्याने महाराष्ट्राचा किनारा तसा अनाथच होता. कान्होजी आंग्रे यांनी स्वबळावर कुलाबा (अलिबाग), खांदेरी, विजयदुर्ग अशी काही ठाणी आपल्या ताब्यात ठेवली होती. तरी मधल्या साऱ्या कोकणपट्टीवर सिद्दीचाच अंमल होता.

आंग्र्यांचा दरारा नसता तर सिद्दी, पोर्तुगीज, इंग्रज यांनी सारी कोकणपट्टी गिळून टाकली असती यात शंका नाही. सिद्दीने मुसलमानी सत्तांच्या चाकरीत असल्याचा बहाणा चालवून रायगड, मंडणगड, खुद्द जंजिरालगतचा श्रीवर्धन, म्हसळा, मुरुड असा प्रदेश, गोवळकोट, अंजनवेल, उंदेरी (खांदेरीचा जुळा भाऊ) हे जलदुर्ग असे हातपाय पसरले होते.

सिद्दी हे ॲबिसिनिया, हबसाण (इथिओपिया)तून आणलेल्या काळ्या आफ्रिकन गुलामांचे वंशज, मलिक अंबराप्रमाणेच निजामशाही, आदिलशाही यांच्या चाकरीत त्यांनी मोठ्या कामगिऱ्या केल्या. त्यानंतर मुघलांच्या आश्रयाला गेले. यापैकी कोणत्याही सत्तेचे त्यांच्यावर थेट नियंत्रण नव्हते. औरंगजेबाच्या पश्चात त्यांनी मुघलांनाही अंगठा दाखवून ते स्वतंत्र झाले. त्यांची जंजिऱ्याचे थोरले आणि चिपळूण येथील वासिष्ठीच्या खाडीवरील गोवळकोट हे धाकटे अशी दोन केंद्रे होती. शाहू महाराजांच्या कारकिर्दीतही पहिल्या टप्प्यात सिद्दींविरुद्ध काही मोठी कारवाई झाल्याचे दिसत नाही.

दरम्यान सिद्दींच्या धार्मिक हैदोसाला कधी खंड पडला नाही. कारण तो त्यांच्या राजनीतीचा एक भाग होता. कोकणातल्या नद्यांचे एक वैशिष्ट्य आहे. ज्या नद्या समुद्राला मिळतात त्यामध्ये भरतीच्या वेळी समुद्राचे खारे पाणी कित्येक मैलपर्यंत वर चढते. या टप्प्याला खाडी (खारी) म्हणतात. या खाड्यांमध्ये गलबते वरपर्यंत जात. त्यामुळे खाड्यांच्या सुरुवातीच्या ठिकाणी समुद्रमार्गे येणारा माल उतरवणे व घाटावरून येणारा माल बाहेर पाठवणे यांसाठी बंदरे झाली. त्या ठिकाणी मोठाल्या अडत्यांच्या बाजारपेठा वसल्या. वखारी झाल्या. हजार हजार बैलगाड्या उभ्या राहतील असे गाडीतळ झाले. तेथे शहरे निर्माण झाली. कोकणातील महाड, खेड, चिपळूण, संगमेश्वर ही अशा प्रकारची शहरे होत.

अशा खाड्यांमधून अगदी जमिनीवर म्हणजे भूप्रदेशात जरी मराठ्यांची सत्ता आली तरी सिद्दींची गलबते व्यापारी मचव्यांमध्ये घुसून काठावरील गावे लुटणे, बाटवा-बाटवी असे उद्योग अविरत चालवीत. त्यात कधी खंड पडला नाही. उलट मराठी सत्ता मुघलांशी लढण्यात गुंतल्यावर, त्यानंतर शाहू महाराजांची भाऊबंदकी संपून त्यांचे बस्तान स्थिरस्थावर होईपर्यंत दोन्ही सिद्दींचा हा उपक्रम वाढतच गेला होता. खाड्यांवरची लहानसहान ठाणी काबीज करण्याइतपत ते धिटावले होते.

शाहू महाराज भाऊबंदकीतून मोकळे झाल्यानंतरही त्यांनी लगेच सिद्दींचे मूळ उपटण्याचा विचार केला नाही. त्याला धावडशीकर ब्रह्मेंद्रस्वामीचा तगादा विशेष कारणीभूत झाला. ब्रह्मेंद्रस्वामी हे पेशवे आणि शाहू महाराज या दोघांच्याही घरातले मोठे प्रस्थ होऊन बसले होते. याची सुरुवात राजाराम महाराज जिंजीस असताना झाली. त्यांना या स्वामीने आशीर्वाद दिला म्हणून आपल्यावरचे संकट टळले असे राजाराम महाराजांस वाटले. त्यांनी या बाबांना कोकणातला धामणी हा गाव दिला. जिथून गुराखी पोरांमार्फत त्यांच्या अद्भुत सामर्थ्याच्या गोष्टी पसरायला लागल्या. स्वामी केळीच्या पानावर बसून पाणवठ्यावरून जाताना बाळाजी विश्वनाथांनी पाहिला (आणि सिद्दीनेही पाहिला) असेही म्हणतात. मातब्बर लोक त्याच्याकडे येऊ लागले. पुढे त्याने बाळाजी

विश्वनाथाला 'महत्पदास चढशील' असा आशीर्वाद दिला. बाळाजी पेशवा पुढे स्वामींचा परमभक्त झाला. त्याच्यामार्फत ब्रह्मेंद्रस्वामीचा प्रवेश शाहू महाराजांच्या घरात झाला. शाहूमहाराजांची पट्टराणी सकवारबाई स्वामींची परमभक्त बनली. स्वामींचे आशीर्वाद व शाप यांचे फार स्तोम झाले. अशा प्रकारे थोरामोठ्यांकडून स्वामींना मौल्यवान भेटी, रकमा वगैरे मोठ्या प्रमाणात मिळू लागल्या. ते मोठे धनाढ्य बनले. त्या पैशाच्या जोरावर ते सावकारी करीत असत. अगदी छत्रपती, पेशवे यांचेही ते सावकार होते. त्यामुळे त्यांच्यावर स्वामींचा तिकडूनही वचक होता. स्वामी इतका कवडीचुंबक सावकार होता की, प्रसंगी अब्रू काढायला देखील मागेपुढे पाहत नसे. राहाणे मोठे सुखविलासी होते. ऐश्वर्य मिरवण्याची हौस प्रचंड होती. कर्ज देताना तो हुंडी देवाच्या नावाने लिहून घेई. म्हणजे देणे देवाचे! ते सव्याज फेडणे हे धर्मकर्तव्य होय, असा मुत्सद्दी दंडक त्याने घालून दिला होता.

१७३१पर्यंत जंजिऱ्यास रसूल याकूतखान हा सिद्दी सत्ताधारी होता. गोवळकोटला सीदीसात होता. याकूतखान सिद्दी यावरही स्वामींच्या माहात्म्याचा प्रभाव होता. त्याने परशुराम (श्री क्षेत्र-चिपळूण) येथे पेढे व आंबडस ही दोन गावे देवालयाच्या खर्चासाठी स्वामीला इनाम दिली होती. सीदीसाताला कर्नाटकातील सावनूरच्या नबाबाने एक मोठा हत्ती भेट दिला होता. १७२५मध्ये मराठ्यांच्या कर्नाटक स्वाऱ्या सुरू झाल्या. त्या स्वारीबरोबर स्वामी 'भिक्षाटन' करायला तिकडे गेले. म्हणजे संपत्ती गोळा करायला गेले. सीदीसाताने तो हत्ती गोवळकोटास आणण्याचे काम स्वामींवर सोपवले. वाटेत कोणी हत्ती नेण्यास अटकाव करणार नाही अशी स्वामींना घमेंड होती. आपला दबदबा दाखवण्याची मोठी हौस होती. त्यांनी तो हत्ती आणण्याचे कबूल केले. माखजनपर्यंत हत्ती कोणी अडवला नाही. पण माखजनला मात्र कान्होजी आंग्रे यांच्या चौकीवर हत्ती अडवला गेला आणि जयगडला पाठवण्यात आला. आंग्रे आपला शिष्य असल्याने तो हत्ती अडवणार नाही अशी स्वामीला खात्री होती.

हत्ती आंग्र्याच्या लोकांनी नेला म्हटल्यावर सीदीसाताचे पित्त खवळले. त्याने हत्ती सोडवून आणण्यासाठी अंजनवेल येथून जयगडाकडे फौज रवाना केली. जयगड येथील आंग्र्याच्या शिबंदीने त्यांना मारून हाकलून लावले. स्वामीने हत्ती सोडण्याबद्दल आंग्र्यांना पत्र लिहिले. त्यांनी जयगडला निरोप पाठवून हत्ती सोडायला लावला.

याची कल्पना सीदीसाताला नव्हती. त्याने १७२७ साली शिवरात्रीच्याच दिवशी श्री क्षेत्र परशुरामावर स्वारी केली. देवळाचा विध्वंस केला. देवळाची व ब्राह्मणाची संपत्ती लुटून नेली. यावरून स्वामी भयंकर कोपले. त्यांची समजूत घालण्याचे सर्व प्रयत्न वाया गेले. कोकणात राहायचेच नाही, असे ठरवून घाटावर गेले व धावडशी जिल्हा सातारा

येथे राहिले. तेथपासून त्यांनी शाहू महाराजांकडे सिद्दींचा बंदोबस्त करण्याविषयी तगादा लावला. स्वामींचा संताप, शिव्याशाप याची शाहू महाराजांना माहिती असल्याने ते अर्थात अनुकूल होते. परंतु निजाम, संभाजी, दाभाडे यांचे बंदोबस्त होईपर्यंत त्यांना जंजिरा मोहीम हाती घेता आली नाही. १७३३मध्ये शेवटी त्यांनी बाजीरावांस बोलावून जंजिऱ्यावर पाठवले. तगाद्याची पत्रे बाजीरावांना जात होती. एकूण मोहिमेचे नेतृत्व बाजीरावांकडे असले तरी, हुजरातीचे म्हणजे छत्रपतींच्या स्वतःच्या फौजेचे-हुजरात म्हणजे हुजऱ्यांची फौज, फत्तेसिंह भोसले यांच्याकडे दिली. दोघांच्या फौजा पुण्यास एकत्र झाल्या आणि १७३३च्या एप्रिलमध्ये भोरच्या डोंगराळ प्रदेशातून सर्वांत जवळच्या वाटेने कोकणात उतरल्या. (हाच तो सध्याचा ताम्हिणी घाट.)

सिद्दींची राजधानी जंजिरा किल्ला हा रायगड जिल्ह्यातील मुरुडजवळ दंडा राजपुरी खाडीच्या मुखाशी मैलभर दूर समुद्रात आहे. किनाऱ्यावरील मुरुड, राजपुरी, दांडा ही ठाणी आणि समुद्रातला जंजिरा हा सिद्दींच्या सामर्थ्यांचा मध्यबिंदू होता. दक्षिणेला गोवळकोट, अंजनवेल तर उत्तरेला अलिबाग तालुक्यातील किहीमजवळच्या समुद्रातील उंदेरी बेट ही सुसज्ज आरमारी ठाणी हे बाजीरावांच्याच शब्दांत सांगायचे तर दोन वज्रबाहू होते आणि पूर्वीच्या कोणत्याही मोहिमेत न झालेली गोष्ट बाजीरावांनी केली. संभाजी महाराजांनी दांडाराजपुरीच्या खाडीवर किल्ला बांधून जंजिऱ्यावर मारा करण्याचा प्रयत्न केला होता. संभाजी महाराजांचा तडाखा खरोखरच फार जोरदार होता. पण त्याला समुद्रातून कुमक नव्हती. बाजीरावांनी आपले जमिनीवरचे सैन्य आणि समुद्रातून कुलाब्याचे सेखोजी आंग्रे यांचे आरमार अशी योजना केली. जंजिऱ्याला गोवळकोट किंवा उंदेरी येथल्या मदतीचा काही उपयोग होऊ नये यासाठी ही योजना होती. यातही बाजीरावांचे 'स्ट्रॅटेजिक' आणि 'टॅक्टिकल' कौशल्य दिसून येते.

पण, सगळ्याच गोष्टी त्याच्या योजनेप्रमाणे घडायच्या नव्हत्या. वास्तविक जमिनीवरून बाजीराव आणि समुद्रातून आंग्रे अशी पकड (वस्तू पकडण्याची) हाच योग्य उपाय होता. त्यासाठी बाजीरावांच्या हाताखाली किंवा त्याच्या नियंत्रणाखाली संपूर्ण भूदल असणे सुसूत्रीकरणाच्या दृष्टीने आवश्यक होते. पण शाहू महाराजांनी आणखी श्रीनिवासराव प्रतिनिधी याचीही योजना केली. त्याने बाजीरावांच्या योजनेतील घटक म्हणून काम करणेच योग्य होते. पण प्रतिनिधीने स्वतःचे अस्तित्व दाखवण्यासाठी बाजीरावांच्या योजनेला सुरुंग लावला.

> "योजना अशी होती - बाजीरावांनी दांडाराजपुरीस तळ ठोकून जंजिऱ्याची जमिनीवरून नाकेबंदी करायची. प्रतिनिधींने गोवळकोट, अंजनवेल घेऊन

तिकडून येणारी मदत बंद करायची. सेखोजीने एकीकडून पोर्तुगीज व इंग्रज यांच्याशी बोलणी करून त्यांना गुंतवून ठेवायचे आणि उत्तरेकडील थळ, रेवस वगैरे सिद्दींची ठाणी मारायची. अशा प्रकारे जंजिरा सगळीकडून एकाकी पडला की, त्याच्यावर समुद्र व जमीन असे दोन्हीकडून हल्ले करून तो काबीज करायचा. पण त्यासाठी सेखोजीचे सहकार्य अत्यावश्यक होते. जमिनीवरही पुष्कळ फौज असणे गरजेचे होते. फौज व पैसा कमी होता. पण सिद्दीच्या नजरेसमोरच नुसता तळ देऊन निष्क्रिय बसणेही योग्य नव्हते. बाजीरावांनी सिद्दीची जमिनीवरील बलस्थाने काबीज करून त्याचे सामर्थ्य खच्ची करता येईल तेवढे करावे असा प्रयत्न चालवला. लाच देऊन रायगड घेण्याचा त्याचा प्रयत्न बातमी फुटल्यामुळे फसला. तरीपण त्याने बिरवाडी, अवचितगड, सुरगड, घोसाळी, बाणकोट वगैरे जंजिऱ्याभोवतालची ठाणी मारून सिद्दीची ताकद खच्ची करण्याचा प्रयत्न चालवला."

शाहू महाराजांनी 'प्रतिनिधीकडील जमाव तुम्हा सन्निध आहे' असे कळवून बोळवण केली. प्रतिनिधीने अंजनवेल-गोवळकोट आधी घेऊन रायगडावर यायचे तो आधी रायगड घेण्यासाठी आला. त्याने फंदफितुरी करून रायगड घेतला आणि बाजीरावांना जमले नाही ते आपण केले, अशी शेखी मिरवू लागला. दरम्यान गोवळकोटचा सिद्दी सावध होऊन त्याने त्याच्या बाजूने तयारी केली. पण आता स्वस्थ राहणे, सिद्दीकडून प्रथम हालचाल होण्याची वाट पाहणे शक्य नव्हते. २ जूनला प्रत्यक्ष युद्धाला तोंड लागले. बाजीरावांच्या योजनेप्रमाणे गोष्टी प्रारंभीच घडल्या असत्या तर बहुधा वर्षअखेर जंजिरा पडला असता. पण त्याऐवजी युद्ध रेंगाळले. तीन टप्प्यांमध्ये आणखी तीन वर्षे चालले. याला कारण प्रतिनिधी होता. या प्रदीर्घ संग्रमाचे तपशीलवार वर्णन उपलब्ध आहे. ते इथे संक्षेपाने नमूद करीत आहे. प्रतिनिधींचा मत्सर सिद्दीचा कायमचा मोड करण्याच्या कसा आड आला हे त्यावरून कळून येईल. अखेर विजयही नाही नि पराभवही नाही अशी अवस्था बाजीरावांची झाली.

सेखोजी आंग्रे याने कुलाबा किल्ल्यावरून कारवाई सुरू केली. २ जूनला तुकोजी कडू याने चौलवर हल्ला करून त्यावर कब्जा केला. जुलैमध्ये बाजीरावांच्या सरदारांनी जमिनीवरून थळ व रेवसवर चाल केली. उंदेरी बेटावरून सिद्दीने तोफांचा मारा सुरू केला आणि त्यांच्या भडिमाराखालून जमिनीवर निकराचा प्रतिकार केला. मराठ्यांनी त्याचा प्रतिकार मोडून थळ, रेवस घेतले. आता सिद्दी पळून उंदेरीवर गेला. मराठे उंदेरीवर हल्ला चढवण्याच्या तयारीला लागले आणि इथूनच गोंधळाला प्रारंभ झाला. मुंबईच्या दिशेने

येणारी काही जहाजे सेखोजीने पाहिली. मुंबईकर इंग्रजांची जहाजे उंदेरीवर सिद्दीच्या मदतीला येत होती. आंग्र्याने थळ व खांदेरीवरून तोफांचा भडिमार सुरू केला. पण इंग्रज तो मारा सहन करीत, चुकवीत अखेर उंदेरीवर गेले. सिद्दीने पराभव पत्करण्यापेक्षा बेट इंग्रजांच्या हवाली करून स्वत:ची सोडवणूक करून घेतली. इथे सिद्दी व इंग्रज यांचे सूत जमले. पुढे त्यात पोर्तुगीज सामील झाले. सेखोजी मदतीसाठी बाजीरावांना निरोपावर निरोप देऊ लागला. दुसरीकडे मुंबईवर हल्ला करण्याचाही बेत करू लागला.

याच वेळी दक्षिणेकडची कारवाईही सुरू होती. सिद्दीची अंजनवेल, जयगड, गोवळकोट, बाणकोट, मंडणगड, विजयगड वगैरे ठाणी लगोलग काबीज करणे गरजेचे होते. त्यानुसार प्रतिनिधी, पेशवा, आंग्रे तिघांनीही कारवाई सुरू तर केली. पण प्रतिनिधीच्या स्वतंत्र वागण्याने एकसूत्रता राहिली नाही. आंग्र्याने पहिल्या सपाट्याला बाणकोट व मंडणगड घेतले. विजयगडही घेतला गेला. प्रश्न अंजनवेल आणि गोवळकोटचा होता. बंकाजी नाईकाने गोवळकोट घेण्याचे काम सुरू केले होते. प्रतिनिधीने अंजनवेल घ्यावी अशी योजना होती. पण प्रतिनिधी अंजनवेल घेण्यात टंगळमंगळ करू लागला. त्याचे हे काम इतके आरामात चालले की तो अंजनवेल जिंकून गोवळकोटकडे लवकर येईल ही आशा तुटली. बंकाजी हताश होऊन, हर्णे-सुवर्णदुर्गाकडे गेला.

आता प्रतिनिधीला मुत्सद्देगिरी करून बाजीरावांवर मात करण्याची लहर आली. त्याने अंजनवेल व गोवळकोटचा सीदीसात याला फोडून शाहू महाराजांकडे आणण्यासाठी त्याच्याशी संधान बांधले. पण त्यात यश आले नाही. सीदीसाताने प्रतिनिधीला सांगितले की, ''तू आमचे सैन्य घेऊन परत जा म्हणजे मी गोवळकोट सोडतो.'' प्रतिनिधीने अट मानली नाही. त्याने विशालगडावरून कुमक मागवली. ती आल्यावर बेटावर पुन्हा हल्ले करायला प्रारंभ केला. या मुत्सद्देगिरीत इतका वेळ गेला की, सीदीसाताने आपली कुमक वाढवून घेतली. जुलैच्या मध्यापासून पुन्हा सुरू झालेली ही झुंज अडीच महिने चालली. सिद्दीला इंग्रज-पोर्तुगीजांचे साहाय्य मिळाल्याने त्याला आणखी बळ आले. या तिहेरी माऱ्यात फार माणसे मारली जाऊ लागली. किल्ल्यावरच्या भडिमाऱ्यापुढे डाळ शिजेना तेव्हा प्रतिनिधीने पुन्हा शाहू महाराजांकडे कुमक पाठवण्यासाठी तगादा लावला. संभाजी आंग्र्याकडे मदत मागितली. त्याने नकार दिला तेव्हा त्याचा सुवर्णदुर्ग किल्ला घेण्याची धमकी देऊन पाहिली. पण काही उपयोग झाला नाही.

बाजीराव जंजिऱ्यापाशी होता तो हतबलपणे प्रतिनिधीची अधोगती पाहत होता. तो मोहिमेची सूत्रे प्रतिनिधीकडून काढून स्वत:कडे घेऊ शकत नव्हता. शेवटी सीदीसाताच्या माऱ्यापुढे टिकाव लागेना. २५ ऑक्टोबरला प्रतिनिधीने वेढा उठवून सरळ साताऱ्याचा रस्ता धरला आणि मोहिमेतून पळ काढला. मोहिमेचा प्रमुख म्हणून

मानहानी मात्र बाजीरावांच्या वाट्याला आली. दरम्यान सेखोजी आंग्रे आजारी पडून ऑगस्टमध्ये मरण पावला. त्याचा भाऊ संभाजी, बाजीरावांनी आळवणी करूनही शाहू पक्षात यायला तयार झाला नाही. बाजीरावांचा एक हातच तुटल्यासारखे झाले. प्रतिनिधी वेढा उठवून जाताच सीदीसात आपली फौज व आरमार घेऊन जंजिऱ्याच्या सिद्दीच्या मदतीला येण्यास निघाला. आता मोहीम चिघळली असून लवकर संपणारही नाही हे बाजीरावांना स्पष्ट दिसू लागले. परिस्थिती शाहू महाराजांना कळवण्यात आली. त्यांच्या संमतीने सिद्दीशी तह करावा असे ठरले. इंग्रजांमार्फत बोलणी ठरवून तहाचे संधान जुळवण्यात आले. पद्धतशीर तह झाला. रायगड मराठ्यांकडेच राहावा, आंग्र्याने जिंकलेली चौल, थळ, रेवस ही ठाणी त्यांच्याकडेच राहावीत. उंदेरी, जंजिरा, अंजनवेल, गोवळकोट ही ठाणी सिद्दीकडे राहावीत, असा तहाने ठराव झाला.

प्रतिनिधीच्या फटकून वागण्याच्या हट्टामुळे मोहिम अशा रीतीने फसली. पुन्हा तह झाल्यावर सिद्दी गप्प बसेल, ही अपेक्षाही फोल झाली. बाजीराव हताश अवस्थेत ११ डिसेंबर १७३३ रोजी साताऱ्याला येऊन दाखल झाले. थोडी विश्रांती घेऊन गुजरात-माळव्याकडे पुन्हा जावे असा त्याचा मनोदय होता. तिकडे जाताच सिद्दींनी पुन्हा डोके वर काढले. वर्षभराच्या आत त्याने गमावलेली ठाणी पुन्हा घेण्याचा प्रयत्न सुरू केला. सीदीसाताने सिदी मसूदच्या मदतीने बाणकोटवर हल्ला केला. हा हल्ला इतका मोठा व प्रखर होता की, आंग्रे पळून सुवर्णदुर्गास गेला. बाणकोटहून सीदीसात थेट रायगडाकडे धावत सुटला. हे कळताच शाहू महाराज गडबडले. बाजीरावांनीही इंग्रजांना कडक पत्र लिहून सिद्दीला लगाम घालण्याविषयी कळवले. लागोपाठ बाजीरावांच्या तालमीत तयार झालेल्या बाजी भिवराव या सरदाराच्या नेतृत्वाखाली १७३४च्या जानेवारीच्या पहिल्या आठवड्यात सैन्य रायगडाकडे पाठवण्यात आले. उदाजी पवार हा दुरावलेला खंदा वीरही पुन्हा या स्वारीत हजर झाला. १० जानेवारीला रायगडच्या पायथ्याशी दोन्ही पक्षांची गाठ पडली. पाचाड येथे झालेल्या धुमश्चक्रीत सिदी अंबर हा महत्त्वाचा सरदार ठार होताच सीदीसाताने पळ काढला आणि बाणकोटमार्गे जाऊन अंजनवेल गाठले. तो इतक्या वेगाने पळाला की, पाठलागावर गेलेल्या मराठ्यांच्या हाती काही लागले नाही. फेब्रुवारीत मराठ्यांनी रायगड घेतला. महाडवर कब्जा मिळवला. मार्चच्या प्रारंभी बाणकोट घेतला. तेथे बाजी भिवरावाची नेमणूक करण्यात आली.

मार्चमध्ये सीदीसाताविरुद्ध दुसरी मोहीम काढण्यात आली. पण त्याने पावसाळा येईपर्यंत दाद दिली नाही. इंग्रज व पोर्तुगीजांच्या साहाय्याने त्याने सगळे हल्ले परतवले. पावसाळा येताच मराठ्यांना मोहिम आवरती घ्यावी लागली. दुसरी मोहिम अशाप्रकारे फसली. बाजीराव यावेळी उत्तरेकडे घोडदौड करीत होता.

शिवाजी महाराजांच्या स्वराज्याचे बाजीरावांनी साम्राज्य केले, खरे म्हणजे त्यांनी स्वराज्याचाच विस्तार केला. साम्राज्य त्यांच्या डोक्यात नव्हते. ती अवस्था त्यांच्या पश्चात झाली. ते तरुण होते. प्रचंड उत्साह त्यांच्या ठिकाणी होता. पण त्यांची निष्ठा साताराच्या गादीशी होती. शाहू महाराजांची त्यांनी काही प्रसंगी अवज्ञा केली असेल, पण छत्रपतींना बाजूला सारून स्वत: सत्ताधीश सम्राट बनण्याचे त्यांच्या मनात मात्र कधीही नव्हते.

तिसरी मोहिम १७३५च्या पावसाळ्यानंतर सुरू झाली. बाजीराव मेवाडच्या वाटेवर होते. पण खुद्द चिमाजीआप्पा व पिलाजी जाधव त्यांच्या मोहिमा आटोपून साताऱ्यास परत आले होते. सीदीसाताने ५ डिसेंबरला बाजी भिवरावाकडून बाणकोट घेतले. शाहू महाराजांनी पिलाजी जाधवाला तिकडे रवाना केले. त्याने महाडमार्गे धाड घालून बाणकोट परत घेतला. एप्रिलमध्ये पिलाजी गोवळकोटकडे निघाले. पण महाराजांची हुजरात येऊन मिळाल्याशिवाय ते गोवळकोटाला जाऊन भिडू शकत नव्हते. दरम्यान सीदीसाताने अचानक रेवसवर हल्ला करून ते ठाणे सर केले. हे ऐकताच चिमाजीआप्पा झपाट्याने अलिबागकडे निघाले. १३ एप्रिलला निघालेले आप्पा १८ एप्रिलला अचानक रेवसजवळ प्रकट झाले. ही फौज पराभूत मानाजीची आहे असे समजून सीदीसात तिच्यावर चालून गेला. चिमाजींच्या पायदळाने त्याला घेरले. सिद्दीची १३०० तर मराठ्यांची ७०० माणसे पडली. सीदीसात व त्याचा सरदार उंदेरीचा सिदी याकूब दोघेही ठार झाले. जंजिऱ्याच्या सिद्दीला हा मोठाच हादरा होता.

पण शेवटी फलित काय? तर २५ नोव्हेंबर १७३६ रोजी तह झाला. त्यानुसार सिद्दीच्या मुलखावर सिद्दी व मराठे या दोघांचा अंमल सुरू झाला. महसूल दोघांमध्ये वाटून घेण्याचे ठरले. जंजिरा, मुरुड, नांदगाव, श्रीवर्धन, दिवे, म्हसळे व अर्धा गोवळ यांमध्ये मराठ्यांचा कारभार चालेल असे ठरले. पण अर्धा गोवळ, अंजनवेल, उंदेरी ही ठाणी सिद्दीने सोडली नाहीत. जंजिरा किल्लादेखील त्याच्याकडेच राहिला.

पहिल्या मोहिमेचा प्रतिनिधीने विचका केला नसता आणि मोहीम बाजीरावांच्या योजनेप्रमाणे चालली असती तर मात्र चित्र अगदी वेगळे दिसले असते. पण इतिहासात जर-तरला महत्त्व नसते.

❒❒❒

१३

उत्तरेकडील भराऱ्यांचा ताळेबंद

बाजीरावांच्या कारकिर्दीच्या अखेरच्या पर्वाकडे येताना त्यांच्या उत्तरेकडील कामगिरीचे एक सलग असे सर्वसमावेशक चित्र तयार केल्याशिवाय त्यांच्या सेनानायकत्वाचे मोजमाप नीट करता येणार नाही. बाजीरावांचे सारे लक्ष उत्तरेकडे एकवटले होते. तरीही त्यांना शाहू महाराजांचा आदेश, राजकीय गरज, दाभाड्यासारख्या घरच्या शत्रूचा आततायीपणा आणि देशहित अशासाठी दक्षिणेतील कामगिऱ्याही हाती घ्याव्या लागल्या. पण त्यामध्ये, साष्टी वगळता संपूर्णपणे नेतृत्व बाजीरावांकडे नव्हते. तर उत्तरेकडील स्वाऱ्या सर्वस्वी बाजीरावांच्या नेतृत्वाखाली झाल्या. तथापि, बाजीरावांचे उत्तरेकडील राजकारण सलग, अखंड होऊ शकले नाही. त्यात मध्ये दक्षिणेतील स्वाऱ्यांचे संदर्भ येतात. आणि त्यांचे समग्र चित्र मिळत नाही. त्यासाठी त्याच्या उत्तरेकडील मोहिमांचे सर्वसमावेशक चित्र इथे चितारण्याचे ठरवलेले आहे.

शिवाजी महाराजांच्या स्वराज्याचे बाजीरावांनी साम्राज्य केले, खरे म्हणजे त्यांनी स्वराज्याचाच विस्तार केला. साम्राज्य त्यांच्या डोक्यात नव्हते. ती अवस्था त्यांच्या पश्चात झाली. ते तरुण होते. प्रचंड उत्साह त्यांच्या ठिकाणी होता. पण त्यांची निष्ठा सातारच्या गादीशी होती. शाहू महाराजांची त्यांनी काही प्रसंगी अवज्ञा केली असेल, पण छत्रपतींना बाजूला सारून स्वतः सत्ताधीश सम्राट बनण्याचे त्यांच्या मनात मात्र कधीही नव्हते. हा बदल पुढे शाहू महाराजांच्या पश्चात नाना पेशवे झाल्यानंतर त्यांनी सर्वाधिकार स्वतःच्या मुठीत आणले. बाजीरावांनी केलेल्या स्वराज्य विस्ताराने ना दौलत ना पेशवे श्रीमंत झाले. नानांच्या काळात उत्तरेकडे मराठ्यांना लोक मुघलांपेक्षाही जुलमी, लुटारू मानू लागले. याची फळे पानिपतावर मिळाली. सबंध राजपुताना, माळवा, बुंदेलखंड

मराठ्यांच्या मदतीला आले नाहीत. बाजीराव लूटमार जरूर करीत होते, पण तिचा उपसर्ग गरीब रयतेला नव्हता. हा त्यांच्या स्वभावाचा आणि स्ट्रॅटेजीचा भाग असावा.

उंदेरीच्या लढाईत हिरमोड झालेला सिद्दी त्या वेळेपुरता तरी शांत झाला होता. दाभाड्याचा शेवट झाला होता. वारणेच्या तहामुळे कोल्हापूरच्या संभाजीकडून गडबड होण्याची शक्यता नव्हती. अशा प्रकारे मागची बाजू निर्वेध झाल्यामुळे बाजीराव उत्तरेकडे भरारी घेण्यास मोकळे झाले होते. त्यांच्यापाशी त्यांच्या युद्धतंत्रात तयार झालेल्या निष्ठावंत आणि जिगरबाज सरदारांची फळी होती. उदाजी पवार, राणोजी शिंदे, मल्हारराव होळकर, पिलाजी जाधव व त्याचा मुलगा सटवोजी, चिमाजीआप्पा अशी बाजीरावांची प्रभावळ होती. छत्रसालाचे दोन मुलगे त्यांना जीवावर उदार होऊन साथ द्यायला सज्ज होते. यातले राणोजी शिंदे, मल्हारराव, पिलाजी जाधव वयाने बाजीरावांना वडील असले तरी सगळे मिळून बाजीरावांचेच 'क्रिएशन' होते. गोविंदपंत बुंदेला बनलेला गोविंदराव खेर बुंदेलखंडातून बाजीरावांना मदत करण्यास तयार होते.

डभोईच्या युद्धात विजय मिळवलेले मराठे पुन्हा गुजरात किंवा माळव्यात परततील याची खात्री बादशहाला वाटत होती. त्याने मराठ्यांची किती धास्ती खाल्ली होती याचे हे द्योतक होते. म्हणून त्याने बाजीराव परतीच्या वाटेवर असताना महंमदखान बंगशला तिकडे बंदोबस्तासाठी नेमले. तो आल्याआल्या मल्हारराव होळकरांना हुसकून लावण्याच्या उद्योगाला लागला. माळव्यातून मल्हारराव निघून उज्जैनीला वेढा देण्याच्या उद्देशाने चालून आले. पण त्यांच्यापाशी फौज थोडी होती. त्यांची मात्रा चालली नाही. त्यांना माघार घ्यावी लागली. ते भोपाळकडे निसटले. दरम्यान पिलाजी गायकवाडने गुजरातेत खंबायत घेतले.

पावसाळा संपल्यावर राणोजी शिंदे व उदाजी पवार येऊन मल्हाररावांना मिळाले. त्यांच्या तिहेरी माऱ्यापुढे बंगशची मात्रा चालेना. त्याने वर्षभराची चौथाईची रक्कम देण्याचे कबूल करून आपली कातडी वाचवली. परिणामी, बादशहाने त्याची उचलबांगडी करून सवाई जयसिंगाला माळव्याचा सुभेदार नेमले. माळव्याच्या वसुलीची व्यवस्था ४५ टक्के पेशव्यांचे, बाकी रक्कम शिंदे, होळकर, पवार यांच्यात अशी लावली. २३ मार्च रोजी गुजरातचा सुभेदार अभयसिंग याने पिलाजी गायकवाडला विश्वासघाताने ठार मारले. परिणामी पिलाजीचे भाऊ महादजी व मुलगा दमाजी यांनी अभयसिंगाची अशी गत केली की, त्याने चौथाई, सरदेशमुखी देण्याचे मान्य करून तह केला. हताशपणे रतनसिंग भंडाऱ्यावर कारभार सोडून तो मारवाडात निघून गेला. दमाजी गायकवाडने रतनसिंगाला ठोकून दक्षिण गुजरात कब्जात आणला. शाहू महाराजांनी त्याला 'सेनासरखेल' पदवी दिली. बडोद्याच्या गादीचा हा प्रारंभ.

त्यावेळी बाजीराव जंजिऱ्याच्या मोहिमेत गुंतले होते. १७३२च्या शेवटाकडे बाजीरावांच्या सरदारांनी उत्तरेकडे चाल सुरू केली. चिमाजी बुंदेलखंडाकडे रवाना झाले. छत्रसालांच्या मुलांनी त्यांनी बाजीरावांस जी चाळीस लाखांची जहागिरी द्यायचे कबूल केले होते, ती रीतसर चिमाजींच्या हवाली केली. शिवाय फौजेसह बाजीरावांच्या मदतीला हजर राहण्याचे मान्य केले. या प्रदेशात जम बसवल्याने मराठ्यांना यमुनेकडे झडप घालणे सोपे जाणार होते. मराठ्यांनी झपाट्याने गुजरातमध्ये जम बसवून माळव्याकडे चाल करताच सवाई जयसिंगाने तह केला (मार्च १७३३). अशा प्रकारे दिल्लीच्या वाटेवरचा सगळा टापू बाजीरावांच्या सरदारांनी साफ करून ठेवला आणि असे होता होता पावसाळा आला.

१७३३ अखेर बाजीराव जंजिऱ्याची मोहिम थांबवून पुण्याला आले. मग साताऱ्याला जाऊन छत्रपतींना भेटले. त्यांच्याशी चर्चा करून त्यांनी दोन मोहिमा आखल्या. जंजिऱ्याच्या सिद्दीच्या मदतीसाठी रायगडावर चालून येणाऱ्या गोवळकोटच्या सीदीसातच्या पारिपत्यार्थ त्यांनी आपले स्वत:चे सरदार बाजी भिवराव, उदाजी पवार आणि छत्रपतींची खास फौज - हुजरात यांची रवानगी केली. तर उत्तरेकडचा कार्यक्रम पुढे चालू करण्याचा आदेश पिलाजी जाधव यांना गेला. सवाई जयसिंग हाय खाऊन खंबाटास जाऊन बसला होता. बादशहाने मराठ्यांना पायबंद घालण्याचे काम कमरुद्दीन खान व खान दौरान यांच्यावर सोपविले. पण मराठे गुजरातमार्गे माळव्यात शिरू लागताच त्यांची तारांबळ उडाली.

१७३४च्या प्रारंभी मराठ्यांनी नर्मदा ओलांडली. शिंदे-होळकर मारवाडात शिरले. पिलाजी जाधवाने दतिया, ग्वाल्हेर इथे धामधूम उडवून चार-पाच लाख खंडणी वसूल केली. जयसिंगाने कोट्याचा खरा वारस पदच्युत करून ती जहागिरी आपला नातेवाईक दलेलसिंग याला दिली होती. खरा वारस बुधासिंग याने शाहू महाराजांकडे मदतीची याचना केली. २२ एप्रिलला शिंदे-होळकरांनी बुंदीवर हल्ला करून किल्ला घेतला. दलेलसिंगाला हाकलून बुधासिंगला गादीवर बसवले. त्याने सहा लाखांचा नजराणा दिला. वास्तविक मुघलांची एकूण फौज मोठी होती. पण कमरुद्दीन, खान दौरान, सादतखान, जयसिंग यांच्यात समन्वय नसल्याने ते मराठ्यांना रोखू शकले नाहीत. पावसाळा येताच मराठे परत गेले आणि मुघलांचा जीव भांड्यात पडला. पावसाळ्याचा उपयोग त्यांनी नव्या जुळण्या करण्यासाठी केला. बादशहा मोहम्मद याने सर्वांची खरडपट्टी काढल्यामुळे त्याला नवे अवसान आणणे भागच होते. सवाई जयसिंगाने रजपुतांना एकत्र आणून मराठ्यांना रोखण्याची तयारी चालवली.

दसऱ्यानंतर मराठे आलेच. नोव्हेंबरमध्ये कमरुद्दीनखान व खान दौरान यांनी नवी योजना तयार केली. कमरुद्दीन बुंदेलखंडाकडे तर खान दौरान राजपुतान्याकडे

निघाला. वाटेत जयसिंग, अभयसिंग, कोट्याचा दुर्जनसाल त्याला मिळाले. पण शिंदे-होळकर त्यांना हुलकावण्या देत ग्वाल्हेरपर्यंत मुसंड्या मारू लागले. खान दौरान बिचारा इकडे जाऊ की तिकडे जाऊ असे करण्यात दमून गेला. बुंदेलखंडात पिलाजी जाधवाने कमरुद्दीनवरही हुलकावणी तंत्राचा प्रयोग करून त्याला असे टेकीस आणले की, त्याने ईदच्याच वेळी पिलाजीला पाच लाख रुपये खंडणी देऊन माघार घेतली. पिलाजीही जाटांच्या मुलखात शिरून ग्वाल्हेरपर्यंत गेला. हा सगळा डाव १७३५ च्या जानेवारीपासून मार्चपर्यंत चालला होता. शिंदे-होळकरांनी जयसिंगाच्या मुलखात घुसून सांवर लुटले. शेवटी मराठ्यांना शरण आणणे शक्य नाही, हे खान दौरान व जयसिंग या दोघांनीही मनोमन मान्य केले. त्याने २४ मार्चला कोटा येथे तह केला. बावीस लाख रुपये त्याच्या चौथाईपोटी देऊन त्यांनी शेपट्या घातल्या. इथे एक टप्पा संपला.

बाजीराव एप्रिलमध्ये कुलाब्याहून पुण्याला परत आले. जुलैमध्ये त्यांना मुलगा झाला. त्याचे बारसे होताच साताऱ्याला छत्रपतींकडे गेला. तिथे आठवडाभर महाराजांबरोबर राहून पुण्यास परत आले. येथपर्यंत बाजीराव उत्तरेकडे स्वत: हजर नव्हते. पण त्यांचे सरदार त्यांच्या आखणीप्रमाणे त्यांच्याच युद्धतंत्राचा अवलंब करून कार्यभाग साधीत होते. जंजिऱ्याच्या मोहिमेत मुळातच रस नसलेले बाजीराव मात्र स्वत: उत्तरेकडे झेपावण्यास आतुर झाले होते.

२६ ऑक्टोबर १७३६ला बाजीरावांनी पुणे सोडले आणि एका महिन्यात भोपाळ गाठले. तिथे शिंदे-होळकर येऊन दाखल झाले. फौजेची संख्या पन्नास हजारांच्या पुढे गेली. डिसेंबरच्या मध्याला भोपाळच्या यार महंमदाशी पहिली चकमक उडाली. बाजीरावांनी त्याला चांगला रगडून पाच लाख खंडणी टाकायला लावली. १७३७च्या जानेवारीत भेलसा घेतले. २ फेब्रुवारीला त्याने झांशी मागे टाकून जाटांच्या प्रदेशात प्रवेश केला. राजा अनिरुद्धसिंग याने वीस लाख रुपये रोख खंडणी व १० हत्ती दिले. एव्हाना त्याने बुंदेलखंडाची सरहद्द गाठली गेली होती. आग्राचे फक्त दहा-वीस कोसांचे अंतर राहिले. ग्वाल्हेरपाशी सगळ्या मराठी फौजा एकत्र आल्या. त्या आग्र्यावर चाल करायला सज्ज झाल्या.

मुघलांकडेही खळबळ उडालेली होती. बादशहाने सादतखान, वजीर कमरुद्दीन खान, महंमदखान बंगश, अभयसिंग, जयसिंग या सगळ्यांना मराठ्यांना रोखायचे हुकूम धाडले. सगळ्यांच्या आधी सादतखान आग्र्याकडे धावत सुटला. त्याला रजपुतांच्या फौजा मिळून त्याचे बळ वाढायच्या आधीच त्याला झोडपणे आवश्यक होते. बाजीरावांनी शिंदे-होळकर, जाधव यांना यमुना पार करून सादतखानाला ठोकण्याचा हुकूम दिला. पण शत्रूच्या संख्याबळाचा अंदाज नसल्याने या समोरासमोरच्या लढाईत

मराठ्यांना सपाटून मार खावा लागला. सरदार कसेबसे ग्वाल्हेरास परत आले. मराठे पळाले हे पाहून सादतखान फुशारला. आता मराठे परत येणार नाहीत असा त्याने समज करून घेतला. त्यात खान दौरान व महंमदखान बंगश फौजेसह आग्र्याला आले. अशा प्रचंड फौजेशी सरळ सामना परवडणार नाही हे बाजीरावांना जाणवत होते. परंतु इतक्या जवळ येऊन धडा न शिकवता परत जाणेही त्याला मानवणारे नव्हते. बाजीरावांच्या फौजेने माघार घेतली म्हणून दिल्लीला जल्लोष चालला होता. तर आग्र्यास सादतखान, बंगशादि मंडळी नाचगाण्यात दंग होती. त्यांना इतक्या वर्षांत बाजीराव कळलाच नव्हता. बाजीरावांचे सैन्य मागे गेले. ते सबंध किंवा मोठ्या प्रमाणावर नुकसान होऊ नये म्हणून. आता बाजीराव वेगळे काही करील असे त्यांना वाटले नाही.

२७ मार्चला बाजीरावांनी थोडी फौज आग्र्याला ठेवली आणि जणू काही परत चाललो असा बहाणा करीत एकदम वळून जाटांचा मुलूख गाठला. त्या डोंगराळ प्रदेशातून त्यांनी थेट दिल्लीवर मुसंडी मारली आणि २९ मार्चलाच दिल्लीपाशी पोहोचला. बादशहापाशी त्यांच्या हुजरातीखेरीज काही नव्हते. बाजीरावांचे सैन्य बाटलीतील भुताप्रमाणे हवेतून प्रकट होणे कोणालाच अपेक्षित नव्हते. आग्र्यास सादतखानादिकांना कल्पनाही नव्हती की, बाजीरावांनी आपल्याला गाफील ठेवून काय साधले. थोड्याफार किरकोळ चकमकी, लूटमार असे प्रथमोपचार बाजीरावांनी केले. आता मुघल सलतनत खालसा करून दिल्ली कब्जात घेण्याच्या आज्ञा मिळतील, अशी मराठा फौजेची अपेक्षा होती. काही मराठी सरदार दिल्ली जाळून टाकण्याची भाषा बोलू लागले. पण बाजीरावांनी त्यांना तसे करू दिले नाही.

त्यावेळी चिमाजी साष्टीच्या मोहिमेवर होते. त्यांना लिहिलेल्या पत्रात ही समग्र हकिकत वाचावयास मिळते. खान दौरान, कमरुद्दीन, बंगश एक झाल्यास मोहिम सोसणार नाही असे बाजीरावांनी कळवले. दोन्ही पक्ष अशा मनःस्थितीत होते की, आता कसोटी नको. कारण प्रचंड फौज हाताशी असताना सादतखानादिकांनी बाजीरावांवर हल्ला केला नाही. बाजीरावांना न डिवचणेच त्यांना श्रेयस्कर वाटले. कारण ते कोणत्या प्रकारे, कोणत्या बाजूने येतील याचा अंदाज करणे त्यांच्या अकलेपलीकडचे होते. बाजीरावांनाही निजाम मागून आला तर ते नको होते. त्याला रेवा, नर्मदा पार करू देऊ नये असेही बाजीरावांनी चिमाजींना कळवले होते.

अशाप्रकारे बादशहाची रेवडी उडवून मुघलांना जबर जरब बसवून बाजीराव जुलैमध्ये पुण्याला परत आले. पण त्यांनी आपल्या फौजा शत्रूच्या मुलखात, मुख्यतः माळव्यात जागोजाग हालत्या ठेवल्या होत्या. बादशहाच्या छातीवर जणू काही बंदुकाच रोखून धरल्या होत्या.

पण बाजीराव पुण्याकडे जात असताना निजाम उत्तरेकडे येत होता. आपण तब्येतीच्या कारणामुळे उत्तरेकडे येत आहोत, अशा बहाण्याने त्याने वाटेत भेटलेल्या पिलाजी जाधवांची फसवणूक केली. निजामाने बादशहाच्या मनात फूट पाडण्याचा उद्योग आधीच सुरू केला होता. बाजीराव दक्षिणेकडे येताना ग्वाल्हेरपर्यंत आला असताना निजाम बुऱ्हाणपूरपर्यंत आला होता. त्याने बादशहाला पत्र लिहून धाक घातला होता की- ''बाजीराव आपल्या गुणांनी मराठ्यांचे दैवत बनला आहे. नामांकित मराठे सरदार दक्षिणेत आहेत. त्यांच्या सैनिकांची संख्या मुंग्या व टोळ यांच्यापेक्षा जास्त आहे... अत्यंत सावधपणे व हुशारीने ते पुढील आक्रमणाची तयारी करीत आहेत. बादशहाकडून सैन्य व खजिना मिळाल्याशिवाय मराठ्यांचे पारिपत्य करणे शक्य नाही... त्यांच्या विरुद्ध मोहीम लांबवणीवर पडली तर हे प्रकरण अवघड होईल. मग कोणताही उपाय चालणार नाही.''

असा हा दख्खनचा मातब्बर सरदार पडत्या प्रसंगी मदतीला आला म्हणून बादशहा हरखला. ३ जुलैला बादशहा-निजाम भेट झाली. बादशहाने निजामाची मोठीच खातिरदारी केली. वस्त्रे, जडजवाहीर त्याच्यावर उधळले. त्याला 'आसफजाह' किताब दिला. निजामाचा थोरला मुलगा गाझीउद्दीन फिरोजजंग याला माळव्याची सुभेदारी दिली. जयसिंग, सादतखान, कमरुद्दीन यांना पदावनती देऊन मराठ्यांचा बंदोबस्त करण्याची जबाबदारी एकट्या निजामावर सोपवली. पस्तीस हजार फौज, मोठा तोफखाना, पन्नास लाख रुपयांचा खजिना त्याला दिला.

बाजीराव जुलैमध्ये पुण्याला आले. दिल्लीकडच्या या बादशाही तयारीची खबर बाजीरावांना मिळाली. त्यावेळी बाजीराव सातारला शाहू महाराजांपाशी होते. पावसाळा संपताच निजामाचा बंदोबस्त करण्याचा निर्धार महाराजांसमोर व्यक्त करून ते पुण्याला आले. दसऱ्यापर्यंत पुण्याला राहून ते निजामाला वठणीवर आणण्यासाठी रवाना झाले. २५ ऑक्टोबरला त्यांनी पुणे सोडले. साष्टीची मोहीम चिमाजींवर सोपवून बाजीराव निघाले. थोडी फौज त्यांनी साष्टीला ठेवली होती.

यावेळी बाजीरावांचे खास खास सरदार दाभाडे, कदमबांडे, गायकवाड, फत्तेसिंह-रघुजी-राणोजी भोसले वगैरे या ना त्या कारणाने दूर होते. त्यांना एकत्र आणायला वेळ नव्हता. पैशांची चणचण तर होतीच. त्या उलट निजामाकडे स्वत:ची चाळीसेक हजार फौज, घोडदळ आणि तोफखाना होता. दक्षिणेतून त्याचा मुलगा नासिरजंग येऊन मिळाला आणि दिल्लीकडून बादशहाकडची फौज, तोफखाना, पैसा असा सरंजाम येऊन पोहोचली की मग सामना कोणत्याही वेळी होवो, अशा तयारीने निजाम माळव्यात जाऊन बसला. सगळे एकत्र आल्यावर त्याची फौज सत्तर-ऐंशी हजारांपर्यंत

गेली असती. पैशांची चणचण असतानाही बाजीरावही सत्तर हजार फौज उभी करू शकले. चिमाजी, राणोजी शिंदे, मल्हारराव होळकर यांखेरीज कोणी मातब्बर सेनापती त्यांना उपलब्ध नव्हते. त्यांच्यापाशी त्याचे तंत्र होते. प्रसंगागणिक बदलणारे तंत्र. आणि मुख्यत: त्याच्याच बळावर तो माळव्याकडे निघाला.

१२ नोव्हेंबरला बाजीराव तापी नदीच्या खोऱ्यात तर निजाम सागरच्याच जवळपास (मध्य प्रदेश) होता. बाजीरावांनी नर्मदा ओलांडली. ते माळव्यात शिरले. चिमाजी आप्पा दक्षिणेकडून येऊ घातलेल्या नासिरजंगाला अडवण्यासाठी खानदेशात दबा धरून उभा राहिला. डिसेंबरात बाजीराव आणि निजाम दोघेही भोपाळकडे निघाले. त्याने भोपाळच्या किल्ल्यात शिरावे, अशीच योजना बाजीरावांची होती. भोपाळ हे त्याच्या सापळ्यातले आमीष होते. निजाम किल्ल्यात गेला आणि अडकला. त्याची कोंडी झाली. रसद, दाणागोटा मिळणे अशक्य झाले. दिवस जात चालले, निजामाची परिस्थिती अवघड होत चालली.

हत्ती, घोडे व बैल यांच्यासाठी चारा नव्हता. त्यांना एके दिवशी झाडांच्या साली व तलावाशेजारी वाढलेले गवत खायला दिले. पठाणांनी बैलांना मारले व त्यांचे मांस भक्षण केले. दिल्ली किंवा औरंगाबाद या दोन्ही ठिकाणाहून रसद पुरवठ्याचे कोणतेही चिन्ह न दिसल्यामुळे निजामाच्या सैन्याचे मनोबल खचले. १९ डिसेंबर रोजी निजामाने आपल्या अनुयायांना इस्लामनगरला धाडले तसेच मराठ्यांच्या हल्ल्याच्या भीतीने व अहर्निश सुरू असलेल्या दारूगोळ्याच्या हल्ल्यामुळे तीळमात्र उसंत न मिळालेल्या सैन्याच्या मदतीस किल्ल्यावर पाठवले.

निजामाने कित्येक रात्री जागून काढल्या. तो या किल्ल्याच्या शेजारील आपल्या छावणीतील एका सुरक्षित (परंतु गैरसोयीच्या) ठिकाणी जाऊन बसला. मराठ्यांनी एकदा केलेल्या हल्ल्यात निजामाच्या दोन तोफा हस्तगत करून आपल्या छावणीत नेऊन ठेवल्या. राजपूत आणि जाट हे बंडाच्या पवित्र्यात होते. निजामाशी हातमिळवणी केल्याचा त्यांना पश्चात्ताप झाला होता.

तरीपण तो बाहेर पडून सामन्यास येईना. फक्त चकमकी चालल्या होत्या. बाजीरावांनी आपले सैन्य सभोवार जागोजाग दबा धरून बसवले होते. निजाम बाहेर आला तर सगळीकडून त्याची गठडी बांधण्याचा डाव बाजीरावांनी टाकला होता. डिसेंबर अखेर निजामाने राजपूत, जाट व बुंदेले यांना हल्ला चढवण्याचा हुकूम दिला. ते मोकळ्यावर येताच राणोजी शिंदे, पिलाजी जाधव, सयाजी गुजर यांनी त्यांच्यावर तिहेरी हल्ला चढवला. हातघाईची लढाई झाली. दोन्हीकडचे शेकडो लोक जखमी झाले. पहिल्याच तासात शंभर राजपूत व साठ मराठे ठार झाले. शंभर घोडे मारले गेले.

संध्याकाळी निजामाने लढाई थांबवून भोपाळात दडी मारली. दुसऱ्या दिवशी तरी निजाम किल्ल्यातून बाहेर पडून लढाईला येईल असे वाटले. पण आठवडा गेला तरी काही घडेना. निजाम हत्तीवर बसून आपल्या सैन्याबरोबर उभा राही. युद्धाची तयारी करायला सांगे. पुन्हा तंबूत जाई. त्याच्यासमोरचा पेच वेगळा होता. बाजीरावांची फौज एकाच ठिकाणी नव्हती, नेमक्या दोन-चार ठिकाणीही नव्हती. ती किती ठिकाणी आहे याचा निजामाला थांग लागेना. कारण दबा धरून असलेले सैन्य जागा धरून एकाच ठिकाणी राहत नव्हते. ही पथके भोपाळभोवती घिरट्या घालीत होती. (हा वेढ्याचा खास बाजीरावी प्रकार होता, फिरता वेढा!) त्यामुळे कुठे हल्ला करायचा याचा निर्णय निजाम घेऊ शकत नव्हता. तो बाहेर पडला तर मराठ्यांची सगळी पथके त्याच्या सगळ्या बाजूंनी आली असती. दक्षिणेकडून नासिरजंग व उत्तरेकडून बादशाही कुमक आली की, बाहेर पडावे असे निजामाचे मनसुबे होते. तो दिल्लीला सारखे जासूद पाठवीत होता.

पण बादशहाला स्वत:ची चिंता पडली होती. तो दोन कारणांनी हैराण झाला होता. एवढे करून निजामाचा पराभव झाला तर बाजीराव थेट दिल्लीवर येतील, ही भीती. त्यापेक्षा दुसरी भीती निराळी होती. औरंगजेबाच्या काळात शिवाजी चेटक्या आहे, तो कुठेही प्रकट होतो असा समज पसरला होता. तशीच अवस्था मोहम्मदशाहची बाजीरावांबाबत झाली होती. निजामाकडे फौज पाठवावी आणि बाजीरावांनी निजामाला निमिषार्धात जायबंद करून झुकांडी देऊन भलत्याच मार्गाने दिल्लीला यावे. आणि अशा वेळी शरीररक्षकांचे पथक आपल्या हाताशी नसले म्हणजे निकाल लागला!

त्यामुळे बादशहा कुमक पाठवण्यास कचरत होता. नाही म्हणायला वऱ्हाडातून शुजाअतखान नावाचा अंमलदार भोपाळकडे निघाला होता. पण नागपूरकर रघुजी भोसल्याने त्याला वऱ्हाडच्या बाहेर पडूच दिले नाही. त्याचा साफ पराभव केला. त्याची फौज दशदिशांना पळाली. मराठे रात्रीच्या वेळी पेटते बाण किल्ल्यात सोडून आगी लावीत. किल्ल्याबाहेरच्या फौजेवर लहान लहान हल्ले करून त्यांना झोपू देत नसत. किल्ल्यात निजामाची काय दुर्गती झाली हे बाजीरावांनी चिमाजींना पाठवलेल्या पत्रात उत्तम प्रतीत होते :

''धान्य तो महर्ग होत चालले... दि चौ दिवसात रुपयाचे पीठ चार शेर जाहले... हत्ती-घोडे यांस वैरणपण नाही. एक दिवस झाडाच्या साली व तळ्यातील लव्हाळे चारिले. आमच्या फौजा चौतर्फा चालवून दाणागल्ला घासकडी बंद केली. एक रुपयास एक शेर अन्न जाहले. तेही कोणला प्राप्त, कोणाला अप्राप्त झाले. घोडी पळसाचा पाला खाऊ लागली. परवा २५ रमजानी पठाणांनी भांड्यांचे (भांडे म्हणजे तोफ) बैल, खादले व राजपुतांस तो केवळ उपास घडो लागले.''

"म्हाताऱ्या निजामाने बादशहाकडे बढाया मारून स्वत:वर हा प्रसंग ओढवून घेतला होता. बाहेर पडून लढाई देण्याची त्याला हिंमत होत नव्हती. त्याला उत्तरेकडून, दक्षिणेकडून कुमक येण्याची शक्यता लक्षात घेऊन बाजीराव दाभाडे, बांडे, भोसले यांची फौज निर्णायक संग्रामासाठी पाठवावी असे चिमाजींस पुन्हापुन्हा लिहीत होते. तेही गाफील नव्हते. त्यांनी महाराजांनाही तशी विनंती करताना म्हटले होते की ''नबाब ठिकाणी लागल्यातरी अवघी दक्षिण निर्वेध होईल. आमच्या फौजेचे उस्तवारीस अगर कर्जपरिहारास एक नबाबाखेरीज दुसरी जागा नाही. जे फौज समागमे आहे इतक्यानिशी रात्रंदिवस फक्त मेहनत करणे ते करीतच आहोत.''

निजामाच्या अंगातही खोड्या कमी नव्हत्या. एका भल्या सकाळी निजाम एकाएकी बाहेर पडून आला आणि लगोलग मोहरा फिरवून पुन्हा शहरात पळाला. मराठ्यांनी त्या पळत्या फौजेला चांगलेच बडवले. शेवटी निजामाने तडजोडीची बोलणी सुरू केली. दोघा पक्षांचे दूत एकमेकांकडे गेले. ७ जानेवारी १७३८ रोजी तह झाला. बाजीरावांच्या मागण्या बादशहाकडून मान्य करून देण्याची कुराणावर हात ठेवून निजामाने शपथ घेतली व तहाच्या करारावर सह्या केल्या. बाजीरावांच्या मुख्य मागण्या पुढीलप्रमाणे होत्या -

१) माळव्याची सुभेदारी मिळावी. २) ५० लाख रुपये युद्धाच्या खर्चाची भरपाई मिळावी. ३) चंबळ व नर्मदा या नद्यांच्या दरम्यानच्या प्रदेशातून खंडण्या वसूल करण्याचा हक्क मिळावा.

नामुष्की झालेल्या निजामाला जाऊ देण्यात आले. मराठी फौजा कोट्यावर चालून गेल्या. तेथील राजाने १० लाख खंडणी दिली. बाजीराव माळव्यात आले. चिमाजी पोर्तुगीजांचे पारिपत्य करण्यासाठी पुण्याला न येताच परस्पर गेले. २५ जुलै १७३८ रोजी बाजीराव पुण्यास आले. महिनाभराने महाराजांच्या भेटीस गेले. ते भोपाळ मोहिमेत असतानाही त्यांचे एक सैन्य साष्टी बेटात पाय रोवून बसले होते. खरे म्हणजे साष्टीचा लढा १७३७च्या मार्चपासून चालूच होता. आता तो रंगात आला. त्याचे वर्णन पूर्वीच केलेले असल्याने त्याची पुनरावृत्ती नको. शिवाय त्या मोहिमेचे नेतृत्व बाजीरावांनी स्वत:कडे न घेता चिमाजींकडे दिले होते. त्यामुळे बाजीराव नंतरच्या काळात काय करीत होते याकडे लक्ष द्यावे, हे योग्य.

❑❑❑

१४

नादिरशहा

भोपाळच्या लढाईत चांगला मार खाल्ल्यानंतर निजामाने स्वतःची चामडी बचावण्यासाठी तहावर सही करून दिल्लीचा रस्ता धरला खरा, पण दगाबाजी त्याच्या स्वभावातच मुरलेली होती. तहात ठरल्याप्रमाणे बादशहाकडून तहाच्या अटींची पूर्तता करून घेण्याऐवजी त्याने चालढकल करीतच वेळ काढायला सुरुवात केली. बाजीरावांचे दरबारातील वकील तगादा लावीत होते. निजाम नित्य-नव्या सबबी सांगत होता. अशा परिस्थितीत बादशहाचे अफगाणिस्तानवरून इराणचा बादशहा नादिरशहा याच्याशी वितुष्ट आले.

अफगाणिस्तान हा मुघल साम्राज्याचा प्रांत होता. नादिरशहाने अफगाणांचा पराभव करून तो प्रदेश आपल्या राज्यात समाविष्ट केला. मुघल बादशहाने आपला हक्क सांगून लढाईची भाषा केली. हे उसने अवसान होते. नादिरशहाने हिंदुस्थानवर आक्रमण करण्याची धमकी दिली. दिल्लीच्या बादशहाची ताकद तो ओळखून होता. केवळ धमकावणीच्या जोरावर साध्य साधून घेण्याचा त्याचा इरादा होता.

पण मुघल दरबाराच्या मोठ्या सरदारांमध्ये मूळचे परदेशी आणि देशी असे दोन पक्ष होते. या परदेशींना बादशहाने मराठ्यांशी म्हणजे काफिरांशी नमून वागावे हे अजिबात पसंत नव्हते. बादशहाच्या बळावर मराठ्यांचा बिमोड करता येईल असे त्यांना वाटत नव्हते. त्याउलट दक्षिणी मुसलमान तसे कडवे नव्हते. मुघलांचे राज्य निव्वळ मुसलमान सरदारांच्या ताकदीवर उभे नसून राजपुतादी हिंदूंचा मोठा आधार असून, राजपूत मराठे ऐक्य झाल्यास मुघल साम्राज्याची बघता बघता धूळधाण उडेल, याची त्यांना जाणीव होती. उलट परचक्र आल्यास मात्र बलाढ्य मराठेच उपयोगी पडतील अशी सार्थ आशा त्यांना वाटत होती.

पण मराठ्यांचा निकाल लावून आपापले हेतू साध्य करण्यास उतावीळ झालेल्या परदेशी रक्ताच्या मुसलमानांना नादिरशहाला बोलावून आणणे फायद्याचे वाटले. नादिरशहा धमकाधमकवीच्या जोरावर कार्यभाग साधण्याच्या विचारात होता. दुर्बल बादशहा कामाचा नाही असे ज्यांना वाटत होते त्या निजाम, सादतखान अशा सरदारांनी नादिरशहाला हिंदुस्थानवर चालून येण्यासाठी चिथावणी दिली. नादिरशहा इराणचा बादशहा. तो काही इथे राहाणार नाही. त्याच्या मदतीने मराठ्यांचा पुरता बिमोड केला की, हिंदुस्थान आपलाच, अशी त्यांची स्वार्थी भूमिका होती. निजामाची दक्षिणेत स्वतंत्र राज्य करण्याची महत्त्वाकांक्षा ही तशी फार जुनी होती.

त्यांच्या आग्रहामुळे आणि अर्थात हिंदुस्थानसारखा संपन्न देश आपल्या साम्राज्याला जोडण्याच्या लालसेने नादिरशहाने हिंदुस्थानकडे मोहरा वळवला. नादिरशहा हा जन्माने इराणी नसून, तुर्क होता. १७३६मध्ये त्याला इराणची गादी मिळाली, कशी मिळाली या इतिहासात जाण्याची इथे गरज नाही. काही विपरीत झाल्याशिवाय तुर्काला इराणचे सम्राटपद मिळाले नाही एवढे निश्चित.

अफगाण देश मुघल साम्राज्याचा प्रांत असला तरी अफगाण हे काही कोणाची सत्ता मान्य करून निमूटपणे राहणारे नव्हते. त्यांच्या टोळ्यांच्या बंडाळ्या मोडण्यासाठी मुघलांनाही अधूनमधून मोहिमा काढाव्या लागतच. लूटमार करणे हा अफगाणांचा त्याकाळी उद्योग होता. त्यांच्यापासून इराणी प्रदेशाला उपद्रव होऊ लागल्यामुळे नादिरशहा देखील त्रस्त झाला. त्याने दिल्लीच्या बादशहाच्या अंमलदारांकडे वरचेवर तक्रारी केल्या. वकील थेट बादशहाकडे पाठवूनही विनंत्या केल्या, पण मुळात बादशहाला उत्साह फार, त्याला अशा गोष्टींपेक्षा ऐषविलासात जास्त अगत्य होते. त्यात खुद्द त्याच्या दरबारात बजबजपुरी माजली होती. त्याने नादिरशहाकडे अजिबात लक्ष दिले नाही.

साहजिकच नादिरशहाला चीड आली. त्याने अफगाणिस्तानवर आक्रमण करून कंदाहार काबीज केले. नादिरखान हा काबूलचा सुभेदार होता. उर्वरित अफगाणिस्तान वाचवण्यासाठी दिल्लीहून मोठ्या मदतीची गरज होती. नादिरशहा कंदाहारात लढत असताना त्याने बादशहाकडे पुन्हा पुन्हा मदत मागितली. त्याला प्रतिसाद मिळाला नाही तरी त्याने बराच काळ काबूल लढवले. शेवटी त्याचा निरुपाय झाला. १७३८च्या जूनमध्ये नादिरशहाने काबूल घेतले. आता सबंध अफगाणिस्तानवर त्याचा कब्जा झाल्यासारखा होता.

काबूलहून त्याने पुन्हा दिल्लीला वकील पाठवला. त्याचा काही उपयोग झाला. साम्राज्यात एवढी मोठी घटना घडली. अफगाणिस्तान हातून गेला. वायव्य सरहद्द उघडी पडली तरी दिल्ली दरबारात त्याची कुणाला दखल आणि कदर नाही, असे

त्या वकिलाला दिसले. त्याने दिल्लीतील अनागोंदीचे चित्र आपल्या बादशहास रंगवून दाखवले. निजामादी सरकारांची आमंत्रणे त्याच्याकडे सादर केली. इथे नादिरशहाच्या लक्षात आले की, मुघल साम्राज्याचे फळ पिकून तयार आहे. त्याने हिंदुस्थानचा रस्ता धरला. वायव्य सरहद्दीवरच्या पहाडी प्रदेशातील खैबर खिंडीने तो हिंदुस्थानात उतरला. त्या अवघड जागी त्याला प्रतिकार झाला असता तर त्याला पुढे येण्याचे धाडस झाले नसते. पण प्रतिकाराचे नाव नाही, मग त्याने का कचरावे?

पेशावर काबीज करून नादिरशहाने ८ जानेवारीला चिनाब नदी पार केली आणि तो लाहोरच्या दिशेने निघाला. वाटेत त्याने कटक काबीज केले. लाहोरच्या सुभेदाराने मदत मिळवण्यासाठी बादशहाकडे विनंत्या करण्याचा सपाटा लावला. पण बादशहा आणि त्याचे दरबारी यांनी त्याच्या विनवण्यांना भीक घातली नाही. लाहोरचा सुभेदार जकारिया खान याने तशातही हिंमत धरून लाहोर लढवण्याची शिकस्त केली. १२ जानेवारीला नादिरशहाने लाहोर जिंकले.

तेव्हा बादशहाच्या डोळ्यांवरची झापडे उडाली. त्याने आपले सरदार एकत्र केले आणि नादिरशहाला रोखण्यासाठी तो निघाला. तारीख होती १८ जानेवारी. बादशहाने दिल्लीपासून ५० मैलांवर कर्नूल येथे तळ दिला. बादशहाची फौज मोठी होती. पण तिचे नेतृत्व विस्कळीत होते. कोणी एकच सेनापती नव्हता. प्रत्येक सरदार त्याच्या फौजेचा सेनापती. तो त्याच्या पद्धतीने प्रतिकार करणार. नादिरशहाची फौज त्याच्या एकट्याच्या हुकुमात होती. नादिरशहा उत्तम सेनानायक होता. मुघलांपेक्षा त्याचा तोफखाना व बंदुका जास्त लांबवर मारा करणाऱ्या होत्या. शिवाय त्याला मुघलांचे निजाम आणि सादतखान फितूर होते असे म्हटले तरी चालेल.

नादिरशहाने बादशहाशी सामना घेण्याआधी आपल्या फौजेला चांगली विश्रांती दिली. लष्करात माणसे, युद्धसाहित्य, दाणागोटा यांची उणीव जितकी झाली होती, तिची भरपाई केली. पथकाच्या सेनापतींना त्यांच्या नेमक्या कामगिऱ्या वाटून दिल्या. अशा प्रकारे पूर्ण तयारीनिशी पुढे जाऊन सरहिंद घेतले. १३ फेब्रुवारीला तो स्वतःच कर्नूल येथे बादशहाच्या फौजेला भिडला. निजामाने लढाईत भागच घेतला नाही. खान दौराननने मात्र कुचराई केली नाही. तो निकराने लढला. त्याचे तीन मुलगे व भाऊ मारले गेले. तो स्वतः जबर जखमी झाला आणि दोन दिवसांनी मेला.

बादशहाचे दोन मुख्य आधारच नादिरशहाला सामील असल्याने त्याला विजय स्वस्तात मिळाला. बादशहाचे शंभराहून जास्त लहान-मोठे सरदार आणि तीस हजार सरदार कापले गेले, पण बादशाही फौज संपूर्ण नष्ट झाल्याशिवाय हिंदुस्थानसारख्या अनोळखी प्रदेशात हैदोस घालता येणार नाही, हे समजून त्याने हरलेल्या बादशाही

फौजेची कत्तल चालवली. शरण आलेले, न आलेले, सशस्त्र, निःशस्त्र सगळ्यांनाच कापून काढण्याचा त्याने सपाटा लावला. त्याचे सैनिकही त्याच्यासारखेच निर्दय असल्याने त्यांनीदेखील स्वामीकार्यात कुचराई न करता आपले रक्तरंजित क्रूर काम चालवले.

रक्तपात करून थकल्यानंतर नादिरशहाची फौज लुटमारीच्या कामास लागली. भोवतालचा प्रदेश वैराण झाला. बादशहासमोर तह करण्यावाचून पर्याय उरला नाही. लढाईत नुसते लढण्याचे केवळ सोंग आणणारा निजाम देखील नादिरशहा दिल्लीस आला तर, या कल्पनेने घाबरला. दिल्ली वाचणे त्याच्यासाठी आवश्यक होते. दिल्ली शाबूत राहण्यावरच त्याचे जगणे आणि भविष्य दोन्ही अवलंबून होते. बादशहाच्या वतीने निजाम हात बांधून, कमरेत वाकून नादिरशहासमोर गेला. त्याने बादशहाच्या वतीने ५० लाख रुपये हप्त्याने त्याला देण्याचे कबूल केले. बादशहाचा जीव भांड्यात पडला. दिल्ली शाबूत राहणार, या कल्पनेने तो गाफील झाला. मरणासन्न खान दौरानाने देखील त्याला नादिरशहास दिल्लीत येऊ देऊ नका, असे विनवीत प्राण सोडला. त्यामुळे मीरबक्षीपद रिकामे झाले. ते बादशहाने निजामाला दिले.

त्याला मीरबक्षीपद दिल्यामुळे सादतखान नाराज झाला. निजामाच्या मत्सराने तो तळमळू लागला. निजामाला आणि त्याला मीरबक्षीपद देणाऱ्या बादशहाला अद्दल घडवण्यासाठी हा औंधचा नबाब एक भयंकर डाव खेळला. त्याने नादिरशहाशी संधान बांधले. त्याला कळवले की, पन्नास लाखात काय परत जातोस? दिल्ली ही पैसा, जडजवाहिर, एकापेक्षा एक सुंदर स्त्रिया यांनी ठासून भरली आहे.

नादिरशहाने निजामाला बोलावले. वीस कोटी रुपये व वीस हजार घोडे दिल्यास परत जातो. अन्यथा दिल्लीस येतो असा दम भरला. एवढी मोठी रक्कम, इतके घोडे एकरकमी देणे शक्य नव्हते. हजारो घोडे लढाईत ठार अगर जखमी झाले होते. बादशहा तरी पैसा आणणार कुठून? वरचा मुलूख खुद्द नादिरशहाने फस्त केलेला. खालच्या महसुलावर मराठ्यांचा हक्क. नकारार्थी उत्तर कितीही नम्रपणे दिले तरी नादिरशहासारख्या कर्दनकाळाला त्याचे काय? त्याने बादशहा, निजाम, कमरुद्दीन, सादतखान वगैरेंना कैद केले.

आणि शाही कैद्यांना रस्तोरस्ती मिरवीत नादिरशहा दिल्लीकडे चालू लागला. दिल्लीपाशी आल्यावर (१८ मार्च) त्या बादशहाला किल्ल्यात जाऊ दिले. नंतर दोन दिवसांनी स्वतः किल्ल्यात आला. दुसऱ्या दिवशी दिवान-ए-खासमध्ये दरबारात तो मयूरासनावर बसला. बादशहाने त्याच्या पायाशी नजराण्याची ताटेच्या ताटे सादर केली. 'खुल्क खुदा का, मुल्क बादशहा का, अमल नादिरशहा का' अशी अवस्था निर्माण झाली.

सादतखानाच्या बेइमानीचे फळ त्याला मिळाले. नादिरशहा पैशासाठी त्याच्या बोकांडी बसला. त्याच्या तगाद्याला प्रतिवाद केला तर काय होईल, हे तो ओळखून होता. हाल-हाल करून मौत दिली जाईल हे उघडच होते. ते सादतखानाला परवडले असते. शिवाय जाहीर बेअब्रू. त्याने विष खाऊन आत्महत्या केली. नादिरशहाच्या फौजेने दिल्लीत लुटालूट सुरू केली. परिणामी नादिरशहाच्या शिपायांवर छुपे हल्ले व्हायला लागले. त्यातच कोणीतरी नादिरशहाच्या पराभवाची अफवा उठवली. त्यामुळे दिल्लीकरांना जोर आला. त्यांनी हल्ले वाढवले. परिस्थिती पाहाण्यासाठी नादिरशहा स्वतःच चांदणी चौकात आला. कोणा सैनिकाने झाडलेली गोळी त्याला लागली नाही. संतापलेल्या नादिरशहाने एका मशिदीवर चढून सैन्याला सर्रास कत्तल व लूटमार करण्याचा हुकूम दिला.

थोड्याच वेळात दिल्लीचा इंचन्इंच रक्ताने माखला. तीस हजार माणसांना इराण्यांनी कापून काढले. मुसलमान हिंदू असा भेद ठेवला नाही. स्त्रियांवरील बलात्कारांना मर्यादाच राहिली नाही. शेकडो स्त्रियांनी आत्महत्या केल्या. कोणी विष खाल्ले, कोणी पेटवून घेतले. रस्ते प्रेतांनी भरले. ते मोकळे करण्यासाठी रस्त्यातच लाकडे पेटवून प्रेते जाळण्यात आली. शेकडो मुडदे यमुना नदीत फेकून देण्यात आले. बादशहा, निजाम, कमरुद्दीन यांनी नादिरशहाचे पाय धरून कत्तल थांबवण्यासाठी नाकदुऱ्या काढल्या. कत्तल थांबली, पण लूट चालूच राहिली. तीन कोटी रोख, अगणित जडजवाहीर, मयूरासन, कोहिनूर हिरा, मुलासाठी व स्वतःसाठी बादशाही जनान्यामधल्या स्त्रिया एवढी लूट मिळवून मे महिन्यात नादिरशहा पंजाबकडे रवाना झाला. कमरुद्दीन खानाकडूनही त्याने रोख एक कोटी रुपये, जवाहिर, अनेक हत्ती घेतले. मुघलांनी शेकडो वर्षांच्या अमलात हिंदुस्थानमध्ये जमवलेली संपत्ती अशी तडकाफडकी लुटली गेली.

या सगळ्या घटनांची माहिती बाजीरावांना सतत कळवली जात होती. त्यांचे वकील, इतर अमलदार, हेर, बाजीरावांना खडान्खडा माहिती कळवित होते. त्यामुळे ते सावध होते. बादशाही फस्त करून इराणी लोंढे खाली येऊ लागल्यास काय करायचे याचे आडाखे ते बांधीत होते. बाजीरावांची इंटलिजन्स यंत्रणा कशी काम करीत होती याची उदाहरणे तपासणे बाजीरावांच्या सेनापत्याचा अभ्यास करण्यासाठी आपोआपच आवश्यक ठरते.

पेशव्यांचा वकील बाबूराव मल्हार बर्वे कर्नूल येथे बादशहाच्या छावणीत होता. त्याने लढाई झाल्यानंतर लिहिलेले पत्र उपलब्ध आहे. हे पत्र त्याने बादशहाची छावणी उठल्यानंतर जयपुरास गेल्यानंतर लिहिले आहे. (त्या भाषेतील संक्षिप्त)

''सेवक बाबूराव मल्हार साष्टांग नमस्कार विनंती. येथील कुशलता १० फाल्गुन शुद्ध नवमी बुधवार, मुकाम जयपूर यथास्थित जाणोन स्वकीय कुशल लिहीणे. विशेष

आम्ही दिल्लीहून पातशहा समागमे तहमास्प कुलीच्या (नादिरशहाच्या) लढाईस गेलो होतो. त्यास दिल्लीहून साठ-सत्तर कोसांवर त्यांची यांची गाठ पडली. हे वर्तमान पूर्वी तुम्हास लिहिले. अलीकडील वर्तमान महमदशाहाची फौज तोफखानियाचा आसरा धरून मोर्चे बांधून बसली. तोहमासाचे कजलबास (इराणी सैनिक) येऊन गोटाभोवती रोज माणसे मारिताती.''

''सादतखान वीस हजार फौजानिशी आला. इराण्यांनी बुणग्यांवर हल्ला केला म्हणून सादतखान त्यांच्यावर चालून गेला. मागून इतर अमीर आले. मोठे युद्ध झाले. इराण्यांनी सादतखानास धरून नेले. पाच अमीर मारले गेले. दहा-बारा हजार फौज मारली गेली. तेव्हा नबाब यासफजहां (निजाम) यांनी सलोख्याचे बोलणे लावले. स्वतः जाऊन भेटून आले. दुसरे दिवशी येऊन बादशहाला भेटले. मग कमरुद्दीन खान, यासफजहा, गाजिउद्दीनखान मेजवानी खाऊन आले. बादशहानी नादिरशहाच्या डेऱ्यात यावे असा करार झाला... अन्नान्न दशा झाली. पाच पाच दिवस उपास पडू लागले. तिसऱ्या दिवशी नादिरशहाने बादशहाला बोलावले. ते गेले. त्यांना भेटण्यास कोणी आले नाही. बादशहा नादिरशहाच्या डेऱ्यात जाऊन आल्यावर त्यांच्या भोवती पहारे बसवले. यासफजहां, गाजिउद्दीन खान वगैरे अमीर कैद केले. सकाळी इराणी येऊन शहाजाद्याला घेऊन गेले. तोफखाना उचलून नेला. कमरुद्दीन खानास पकडून नेले. हे नजरेने पाहून छातीचा कोट करून लष्करातून निघाले.''

बाबूराव मल्हाराचे शेवटचे वाक्य लक्षणीय आहे. त्याने खास माणूस पाठवून पत्र रवाना केले. तो म्हणतो, ''चकतियाची पातशाही बुडाली! इराणी जाली! या उपरी बरी गोष्ट आहे ऐसे नाही!''

''राजश्री बाबूराव मल्हार व राजेश्री जयसिंगजी यांची पत्रे छ.२५ जिल्हेजची जयनगर (जयपूर) आली. त्यात वर्तमान हेच की, महमदशाह, निजामुन्मुलुक, कमरुद्दीन खान, गाजिउद्दीन, तमाम अमीर व मुत्सद्दी कैदेत आहेत. नादिरशहाने पातशाही खजाना व अमीरांचा खजाना मिळोन एक अब्र्जुज जमा केले. आणखी शहरात खणती लावून पैका जमा करीतच आहेत. धनाचा व बिदागीचा खुमार नाही. निजामउल्मुल्क, कमरुद्दीन यांची दौलत, कुल, हत्ती, घोडे, पैका जप्त केला. स्त्रिया होत्या त्यापैकी एक दोन ज्यांच्या त्यांस दिल्या. वरकड घेऊन कजलबासांस दिल्या. पन्नास हजार माणूस कजलबासांनी जिवे मारले. आड, विहीरी भरून निघाल्या. कजलबासही मारले गेले. कित्येक दिल्लीतील हवेलिया जाळून खाक केल्या. कित्येक जळत आहेत. कित्येक लुटल्या. कित्येक लुटीत आहेत. कोण्हाचे हवेलीत कोण्ही जाऊ शकत नाही. नादिरशहा कोटात आहे. कजलबास कुल शहर लुटीत आहेत. दिल्लीतील माणसे बाहेर जाऊ पावत

नाहीत. बाहेरील आत जाऊ पावत नाहीत. तमाम रहदारी बंद जाली आहे. ज्या गोष्टी कधी ऐकिल्या नाहीत त्या काजलबासांनी दिल्लीत केल्या आहेत. मोठा उत्पात झाला आहे. दिल्लीचा बंदोबस्त झाला नाही. ईश्वराने विचित्र करणी केली आहे. दिल्लीचा बंदोबस्त जालियावर नादिरशहा अजमेरीच्या पिराच्या दर्शनास येणार आहेत. यास्तव सवाईजी (जयसिंग) यांनी आपले कबिले उदेपुरास पाठवून खडे जाले आहेत. कदाचित नादिरशहा अजमेरीस आले तर त्यांच्याने झुजावत नाही. उदेपुरास जातील. इकडील दक्षिणेच्या फौजा मातबर जातील तेव्हा नादिरशहासी प्रसंग पडेल. तुम्हास वर्तमान कळावे म्हणून लिहिले आहे. तुम्हास पूर्वी कित्येक लिहिले आहे. त्याप्रमाणे वर्तणूक करणे. लोभ असो दीजे ही विनंती.''

यावरून बाजीराव उत्तरेकडील घडामोडींची खबर किती जागरूकपणे ठेवीत होते, हे लक्षात येते. प्रसंग पडल्यास तो नादिरशहाला अंगावर घेण्यासही तयार होते, त्यांना आणखीही मार्गांनी बातम्या येत होत्या. त्याचे वकील, इतर अमलदार, हेर बातम्या आणीतच होते.

तिकडे सवाई जयसिंग नादिरशहाला मुबारकबादीची पत्रे लिहित होता आणि बाजीरावांनाही पत्रावर पत्रे पाठवून उत्तरेकडे बोलवीत होता. एका पत्रात जयसिंग म्हणतो, 'आता सारे रजपूत व स्वामी एका जागी आलियास काही निकाल पडेल. समस्तांस, बुंदेल वगैरे एका जागा करून मोठा भाव दाखविला पाहिजे. फलदाता श्री आहे.... राजाधिराज स्वामींचा मार्ग लक्षीत आहेत. असे पेशव्यांचा एक वकील कळवतो. दुसरा धोंडो गोविंद लिहितो:

''आता नवी सृष्टी जाहली. तहमास्प कुलीस निजामाच्या नामर्दीने मोठे यश मिळाले. आता राहिले राजे. त्यात मातब्बर सवाईजी. त्यांचा विचार स्वामींस विदीत आहेच. त्यांनी तहमास्प कुलीस मुबारकीची अर्जदास्ता लिहिले. आपले सलुखाचे विचारात आहेत. इकडे स्वामीसही बोलावतात. जैसे बनेल तैसा प्रसंग संपादून घेतील. स्वामीचा प्रताप सर्वांस विदित आहे. स्वामीस माळव्यात यावे हे मतलबी निमित्य. मोहरा प्रथम माळवा आहे. यावी अशी मसलत आहे. न यावे अशीही मसलत आहे. यावे तेव्हा बहुत खबरदारीने यावे. तहमास्प कुली काही देव नाही, जे पृथ्वीस कापून काढील. तोही शाहणा आहे. जबरदस्तांशी सलूख करील.''

निजाम, सादतखान यांनी नादिरशहाशी संधान बांधले. परिणामी तो दिल्लीत आला. त्याने बादशहाला पदच्युत केले. दिल्ली लुटून फस्त केली. तो राजपुतान्यात येईल अशी भीती राजपुतांना पडावी हे काही जगावेगळे नव्हते. राजपुताना फस्त केल्यास तो आणखी खाली शिरणार नाहीच असे कोणी छातीठोकपणे सांगू शकला नसता

आणि आता बाजीरावच हिंदुस्थानचे रक्षण करू शकतो असे राजपुतांसकट सगळ्या उत्तरेकडील लोकांस वाटत असल्यास नवल नव्हते.

परंतु बाजीराव तात्काळ उत्तरेला जाऊ शकत नव्हते. याला दोन कारणे होती – एक उघड होते. सर्व मराठी फौज साष्टीच्या मोहिमेत गुंतली होती. वसईचा वेढा निकरावर आला होता. नादिरशहा आणि त्यांना अंगावर घेणे ही सामान्य गोष्ट नव्हती. बाजीराव पोर्तुगीजांवरील मोहिमेतून मोठी फौज वाटेल तेव्हा काढून घेऊ शकत नव्हते. त्यांची तातडीने जाण्याची इच्छा असूनही ते शक्य नव्हते.

दुसरे कारण युद्धशास्त्रीय होते. नादिरशहा दिल्लीत होता तोवर त्याला मागचा सगळा मुलूख मोकळा होता. सरहद्द जवळ होती. माघारीला सोयीस्कर अंतर होते. तो जितका दक्षिणेत येईल तेवढी त्याची लाईन ऑफ कम्युनिकेशन वाढली असती. ती जितकी जास्त लांब आणि क्षीण तेवढी बाजीरावांच्या तंत्राला अनुकूल. नादिरशहाला उपाशी मारणे, त्याच्या बलस्थानापासून उदा. तोफखाना, बंदूबाजांची फौज अलग पाडून मार देणे बाजीरावांना शक्य झाले असते.

या दोन कारणांमुळेच नादिरशहा अजमेरीस पिराचे दर्शन घेऊन दक्षिणेत येण्याच्या तयारीत आहे अशा बातम्या येईपर्यंत बाजीराव उत्तरेकडे जायला निघाला नाही. तशी खातरजमा झाल्यावरच तो जेवढी फौज वसईच्या मोहिमेतून तिथे फार दुबळेपणा येणार नाही इतक्याच बेताने काढून घेऊन निघाला आणि त्याने २२ मे रोजी बऱ्हाणपूर गाठले. तिथे त्याला उत्तरेकडचे जासूस भेटले. नादिरशहा निघून गेल्याची बातमी त्याला तिथे कळली.

१ मे रोजीच नादिरशहा दिल्लीहून इराणला रवाना झाला. त्याने अजमेरला जाण्याचा बेत रद्द का केला? त्याला बाजीरावांच्या हालचालींच्या बातम्या कळल्या होत्या का? बाजीराव म्हणजे दिल्लीचा बादशहा नव्हे. त्याचे शिंदे, होळकर म्हणजे निजाम, सादतखान नव्हेत हे त्याला कळले असेल का? बाजीरावांकडून वेळोवेळी मार खाणाऱ्या निजामाने नादिरशहाला बाजीरावांविषयी सावध केले असेल का? तो आणखी काही काळ हिंदुस्थानात राहिला असता तर बाजीरावांना परिस्थिती अनुकूल झाली असती. १३ मे रोजी चिमाजींनी वसई जिंकली. त्यांच्या दिमतीची भली मोठी मराठी फौज आणि तिचे बाजीराव तंत्रात तरबेज असलेले नेते बाजीरावांच्या कुमकेला जाऊ शकले असते.

पण बाजीराव दिल्लीवर जाऊन धडकण्याच्या आत नादिरशहा गेला. प्रचंड संपत्ती घेऊन गेला, पण इतिहासकारांसाठी 'जर-तर'ची साथ मागे ठेवून गेला.

पण गेला तरी बाजीरावांना स्वस्थपणा मिळू नये असे नियतीने ठरवले होते. कारण भोपाळच्या लढाईत मार खाल्ला तरी निजामाची खोड साफ जिरली नव्हती. निजाम

१ मे रोजीच नादिरशहा दिल्लीहून इराणला रवाना झाला. त्याने अजमेरला जाण्याचा बेत रद्द का केला? त्याला बाजीरावांच्या हालचालींच्या बातम्या कळल्या होत्या का? बाजीराव म्हणजे दिल्लीचा बादशहा नव्हे. त्याचे शिंदे, होळकर म्हणजे निजाम, सादतखान नव्हेत हे त्याला कळले असेल का? बाजीरावांकडून वेळोवेळी मार खाणाऱ्या निजामाने नादिरशहाला बाजीरावांविषयी सावध केले असेल का?

दिल्लीमध्ये नादिरशहाभोवती रांगत असला तरी मराठे वसईच्या मोहिमेत गुंतल्याचे पाहून त्याचा मुलगा नासिरजंग याने बापाचा वचनभंगाचा वारसा चालवायला लागला होता. हंडिया व खरगोन या प्रांतांची जहागिरी बाजीरावांना देण्याचे निजामाने भोपाळला पराभव झाल्यानंतर कबूल केले होते. पण दिल्लीस जाताच तो ते विसरला. बाप दिल्लीला गेल्यावर लेकाने त्याचे व्रत चालवले.

त्याने वचन पाळण्याला साफ नकार दिला. बाजीरावांना त्याच्यावर आक्रमण करणे भाग पडले. १२ डिसेंबरला बाजीराव नासिरजंगावर चालून गेला. नासिरजंगापाशी ४० हजार फौज होती. गोदावरी काठी दोन्ही फौजा भिडल्या. दोन महिने लढाया चालत राहिल्या. बाजीरावांनी नासिरजंगाला औरंगाबादपर्यंत झोडपत नेले. अखेर नासिरजंगही नमला, त्याने बापाच्या वचनानुसार हंडिया व खरगोन हे प्रांत बाजीरावांस दिले. त्याने २७ फेब्रुवारी १७४० रोजी मुंगी पैठण येथे मराठ्यांशी तह केला. त्यांची व बाजीरावांची भेट ३ मार्चला वरखेड येथे झाली. त्यानंतर बाजीराव नव्या प्रांताचा ताबा घेण्यासाठी उत्तरेकडे निघून गेले.

❑❑❑

१८

कर्तृत्व आणि व्यक्तिमत्त्व

''पेशव्यांच्या मालिकेत बाजीराव बल्लाळ पेशवा यांना साहस आणि लोकोत्तरपणाचा अस्सलपणा या बाबतीत तुलना नाही. तो खरोखरच एक कार्व्हालियन हीरो 'मॅन ऑफ ॲक्शन'' होता. हे शब्द आहेत प्रख्यात इतिहासकार सर जदुनाथ सरकार यांचे आणि त्यांनी ते डॉ. वि. गो. दिघे यांच्या 'बाजीराव पेशवा- अँड द मराठा एक्स्पान्शन' या ग्रंथाच्या प्रस्तावनेत लिहिले आहेत.

प्रस्तुत पुस्तक लिहिण्यासाठी ज्या पुस्तकांचा अभ्यास केला, त्यापैकी डॉ. दिघे यांचा प्रबंध वगळता बाकी सगळी मंडळी बाजीरावांच्या पराक्रमावर इतकी भाळलेली आहेत की, ते त्यांच्या मूल्यमापनाच्या भानगडीतच पडलेले नाहीत. ते काम करण्याचा प्रयत्न डॉ. दिघे यांनी केला. त्यांच्या प्रबंधाबद्दल सर जदुनाथ म्हणतात, ''१९३०मध्ये प्रचंड (असे) पेशवे दप्तर उपलब्ध झाल्यानंतर जे साहित्य विस्तृत हाती आले त्याचे विश्लेषण सादर करण्याचा प्रयत्न झालेला नव्हता. ते अत्यंत आवश्यक कार्य आता डॉ. वि.गो. दिघे यांनी आपल्या प्रबंधात केले आहे.''

यातला विश्लेषण हा शब्द महत्त्वाचा आहे. डॉ. दिघे यांनी बाजीरावांच्या कर्तृत्वाचे आणि व्यक्तित्वाचे विश्लेषण 'द फिनाले - अचिव्हमेंन्ट अँड कॅरेक्टर' या १६व्या प्रकरणात केले आहे. ते बाजीरावांचे कर्तृत्व आणि व्यक्तिमत्त्व यांची अंतिम फलश्रुती काय, यांचा मागोवा घेण्यासाठी अत्यंत उपयोगाचे असल्याने त्याचे समग्र भाषांतर येथे देत आहे.

''बाजीरावांच्या प्रारंभापासून जे चैतन्य आणि ऊर्जा आपल्याला त्यांच्या ठिकाणी दिसते ती त्यांच्या जीवनाच्या अखेरच्या दीड वर्षांत हरवलेली दिसते. त्यांच्या

हालचालींना शैथिल्य आले. त्यांच्या कृती अडखळत, थांबत होऊ लागल्या. त्यांची प्रेयसी मस्तानी हिच्यावरील प्रेमाने त्यांच्या आयुष्यात असा पेचप्रसंग निर्माण झाला की, त्यांना त्यांच्या कुटुंबापासून जवळजवळ तोडले. मस्तानीच्या सहवासात त्यांनी त्यांची जात व धर्म यांनी घातलेल्या खाण्यापिण्याविषयीच्या निर्बंधांचे उल्लंघन केले. त्यामुळे त्यांच्या घरात आणि पुण्यातल्या कर्मठ ब्राह्मण समाजात मोठे वादळ उठले. पेशव्यांना त्यांच्या स्वैराचारापासून दूर करण्यासाठी राजाला गळ घालण्यात आली. गंगाजळाची, आणाभाकांची देवघेव झाली. शेवटचा उपाय म्हणून मस्तानीला तिच्या स्वामींपासून जबरदस्तीने अलग करून कडक बंदोबस्तात ठेवण्यात आले.

या घरगुती विसंवादापासून पेशव्यांनी रणांगणात सुटका शोधली. १७३९च्या नोव्हेंबरात त्यांनी पुणे सोडले आणि निजामाच्या मुलखाकडे कूच केले. हिंदुस्तानात जाण्याचे त्यांचे मार्ग निजामाच्या मुलखातून जात होते. ते सुरक्षित करण्यासाठी त्यांनी तो प्रदेश निजामाच्या स्थानिक प्रतिनिधीकडे जहागिरी म्हणून मागितला. ती मागणी फेटाळली गेली, चकमकी सुरू झाल्या. नासिरजंग औरंगाबादेत वेढला गेला. पण उपासमारीच्या भयाने बाहेर पडून तो तिसगाव व खर्डी यांच्या रोखाने गेला. मराठा घोडदळ त्याच्या पाठोपाठच होते. (७ फेब्रु. १७४०). दोन्ही पक्ष लवकरच तडजोडीवर आले. (२७ फेब्रु.). नासिरजंगने वादळापुढे झुकून पेशव्याने मागितलेला नेमाडचा प्रदेश त्याला दिला. त्यानंतर दोन्ही सैन्ये अलग झाली. पेशवे बुऱ्हाणपूरकडे गेले.

त्यांनी मस्तानीकडची फारशी खबर मिळत नव्हती. तिच्या अटकेच्या खबरीने ते सैरभैर झाले, हतबल झाले. घरातील लोकांशी ते युद्ध करू शकत नव्हते. शनिवारवाडा त्यांच्याविरुद्ध बंड करून उठला होता. पुण्यातील कर्मठांचा पेशव्यांवर मोठा दबाव आला होता. मस्तानी प्रकरण हाताबाहेर गेले होते. बाजीरावांना समजून घेण्याचा प्रयत्न कोणीही केला नाही. तो काही काळ रेंगाळला. नर्मदातीरी रावेरखेडी येथे तळ टाकून असताना २३ एप्रिल रोजी त्यांना तापाने गाठले. ते २८ एप्रिल रोजी मरण पावले. त्यांचा राजा, त्यांचे कुटुंब, त्यांची रयत यांना दुःख झाले. सर रिचर्ड टेंपल म्हणतात,... ''ते जसा आपल्या माणसांमध्ये तंबूच्या कनातीखाली जगला तसाच मरण पावला. आजतागायत तो मराठ्यांमध्ये लढवय्या पेशवा किंवा हिंदू चैतन्याचा अवतार म्हणून स्मरला जातो.''

या विलक्षण माणसाच्या राजकीय कारकिर्दीचा पूर्ण अभ्यास आधीच्या पृष्ठांमध्ये झाला आहे. तसेच त्याच्या देशाच्या भवितव्यावरील प्रभावाचे स्पष्टीकरणही झाले आहे. त्याच्या कर्तृत्वाचे फलित असे करता येईल – ''दक्षिणेत पूर्ण वर्चस्व, उत्तरेत राजकीय वर्चस्व.'' शिवाजी महाराजांनी स्वतःभोवती देशभक्तांच्या टोळ्या जमवून स्वतंत्र मराठा राज्य निर्माण केले. त्यांच्या स्वतंत्र अस्तित्वाला मुघलांनी आव्हान

दिले. त्यांचा प्रदेश व्यापला गेला. सैन्ये विस्कटली गेली. त्यांचा राजा संभाजी यांचा शिरच्छेद केला. मराठा जनतेने अभूतपूर्व संघर्ष करून आपले स्वातंत्र्य परत मिळवले. पण सामर्थ्यवान शेजाऱ्यांकडून त्यावर हल्ला होण्याची शक्यता होती, तोवर ते निश्चिंत राहू शकत नव्हते. मुघलांचा दख्खनमधील प्रतिनिधी निजाम हीच दख्खनमधील दुसरी लक्षणीय शक्ती होती. बाजीरावांनी त्याचा पराभव करून त्याला मान्य करायला लावले की, जोवर सूत्रे पेशव्यांच्या हाती आहेत तोवर त्याला फूट पाडून किंवा शस्त्रबळाने मराठ्यांची सत्ता कमकुवत करता येणार नाही. निजामाने मराठ्यांना त्याच्या प्रदेशामध्ये चौथाई सरदेशमुखीचे हक्क देऊन स्वत: दुय्यमपणा स्वीकारला. महाराष्ट्राचे परकीय सत्तांच्या ताब्यात असलेले सागरी जिल्हे त्यांच्याकडून परत मिळवण्यात आले. सिद्दीला मुख्य भूमीवरून हाकलण्यात आले आणि त्याची खोड्या करण्याची ताकद कायमची पंगू करण्यात आली. उत्तर कोकणातील पोर्तुगीज सत्ता नष्ट करण्यात आली. त्यांचा प्रांत मराठा राज्यात समाविष्ट झाला. परकीय सत्ताधाऱ्यांशी संगनमत करून केंद्रसत्तेपासून फुटून निघण्याचा प्रयत्न करणाऱ्या दाभाडे व इतर सरदारांना चांगलाच धडा शिकवण्यात आला. आपल्या लोकांना दक्षिणेत मुख्य स्थान मिळवून देतानाच बाजीरावांनी आपली मातृभूमी परकीय आक्रमणापासून सुरक्षित केली. तेच त्यांनी पुढे जवळजवळ पाऊण शतकाहून अधिक काळ उपभोगले.

केवळ अशा या कर्तृत्वानेच पेशव्यांना त्यांच्या देशाच्या इतिहासात अढळपद मिळवून दिले असते. पण त्यांचे धोरण त्याच्या देशाच्या सुरक्षेच्या पलीकडे गेले होते. नर्मदेच्या पलीकडे मराठ्यांचे वर्चस्व स्थापन करण्याचा त्यांचा उद्देश होता. कल्पनाशक्तीचे कमालीचे वरदान त्याला लाभले होते. त्याच्या थोड्याच समकालिकांच्या लक्षात आली असेल अशी गोष्ट त्याच्या लक्षात आली, ती ही की मुघलांच्या उत्तरेकडील सत्तेला आव्हान देण्याची वेळ आली आहे. मुघलांच्या अस्ताव्यस्त पसरलेल्या साम्राज्याचे चैतन्य नष्ट झाले आहे. ते कोसळायला आले आहे. डळमळत आहे. तीच शक्ती हस्तगत करण्यासाठी त्याने त्वरा केली. त्यासाठी त्याने दिल्ली दरबारातील गटांमधील परस्पर मत्सराचा आणि द्वेषाचा हुशारीने उपयोग केला. गिरधरबहादूर आणि मोहम्मदखान यांवरील विजयांनी माळवा व बुंदेलखंड यांवर त्याची पकड बसली. तर निजामावरील भोपाळ येथील विजयाने त्याच्या उत्तरेकडील विजयांचे श्रेय हिरावून घेण्याचा शाहूंच्या काही सरदारांचा शेवटचा प्रयत्न पराभूत झाला. आता थेट आणखी विस्तार करण्यासाठी त्याने मजबूत तळ काबूत आणले होते. त्याच्या मृत्यूनंतर २० वर्षांच्या आत मराठे भारताच्या राजधानीचे स्वामी बनून साम्राज्याचे धोरण कसे असावे हे ठरवू लागले होते.

बाजीरावांच्या यशाचे रहस्य कशात होते? ही वीस वर्षे दणदणीत विजयाने भारून

टाकण्याची क्षमता त्याला कशाने लाभली? याचे उत्तर त्याचे व्यक्तिमत्व आणि विलक्षण सेनापत्य यांमध्ये शोधावे लागते. त्याला त्याच्या राज्यासाठी सामर्थ्याचा अभेद्य बुरूज बनवण्यासाठी लागणारे सारे गुण त्याच्यात होते. व्यक्तिमत्त्व, चिकाटी, ऊर्जा, उच्च उद्दिष्ट, युद्धासाठी निसर्गाचा वापर करण्याची कला, अपार श्रद्धा आणि हिंमत तसेच राजकीय परिस्थितीचे सूक्ष्म ज्ञान.

त्याच्या देशबांधवांच्या स्मरणात बाजीराव हे अथपासून इतिपर्यंत शिपाईगडीच राहिले. ते जेवढे काळ त्यांच्या छावणीत असत तेवढे काळ घरी कधीच नसत. पेशवेपदाच्या वीस वर्षांच्या काळात ते सदैव मोहिमेवरच होते. कूच करीत होते. लढत होते. सामान्य शिपायासारखे अन्न खात होते. त्यांचे कष्ट आणि अपेष्टा यांमध्ये सहभागी होत होते. त्यांच्या व्यक्तिगत हिमतीमुळे ते त्यांच्या सैनिकांचे लाडके बनले. त्यांचे उदाहरण त्यांना स्फूर्ती देत असे. ते बेधडक शत्रूच्या छावणीत जात आणि शस्त्रबळाऐवजी संवादाने आपला मुद्दा पटवण्याचा प्रयत्न करत. ते गुणाला बक्षीस देण्यात उदार होते. पण शिस्त आणि काम या बाबतीत अत्यंत कडक होते. भ्याडपणा, काम चुकारपणा या दोन गोष्टींचा त्यांना भयंकर तिटकारा होता. याचे किंचित चिन्ह दिसून आले तरी ते अपराध्याला कठोर शासन करीत असत. शौर्यासाठी फक्त त्यांच्या सरदारांनाच बक्षिसे मिळत, असे होत नसे. साध्या शिपायालासुद्धा बढती आणि इनाम यांच्या रूपाने उत्तेजन मिळत असे. एकदा शाहू महाराजांनी पेशव्यांच्या पायदळाच्या कार्यक्षमतेबद्दल संशय व्यक्त केला. तेव्हा फत्तेसिंह भोसले याने (हा बाजीरावांचा समर्थक कधीच नव्हता.) ताडकन त्यांना उत्तर दिले. ''पेशवा त्यांच्या पायदळाकडे कधीच दुर्लक्ष करीत नाही. ते आपले सगळे सैन्य दक्ष आणि आणीबाणीसाठी सज्ज ठेवतात.''

जिथे जिथे, कुठेही गुणवत्ता असेल ती ओळखण्याची नजर त्यांच्यापाशी होती. जात, वर्ग यांची आडकाठी बढत्यांमध्ये येत नव्हती. त्याच्या हाताखाली पहिली श्रेणी गाठणारे होळकर व शिंदे त्याच्या वडिलांच्या सैन्यात साधे शिपाई होते. गोविंद बल्लाळ खेर हा त्यांचा खासगी नोकर होता. एकदा का त्यांनी निवड केली की ते आपल्या सरदारांवर पूर्ण विश्वास ठेवीत असत. स्वत:च्या उदाहरणाने त्याला शिकस्त करण्यासाठी प्रवृत्त करीत असे. त्यांच्या नेतृत्वाखाली पिलाजी जाधव, गायकवाड, शिंदे, होळकर, पवार, रेठरेकर, फडके, विंचूरकर, बुंदेल व कित्येक सरदार यामुळे उदयास आले.

बाजीराव लढवय्या म्हणून जितके महान होते, त्यापेक्षा महान सेनापती म्हणून होते. सर जदुनाथ सरकार त्यांना 'हेवन बॉर्न कॅव्हलर्ली लीडर' – 'घोडदळाचा स्वर्गात जन्मलेला नेता' म्हणतात. घोडदळाच्या मोठ्या फौजेच्या आश्चर्यकारक वेगाने हालचाली करण्यात त्याचे कौशल्य होते. त्यांच्या चपळाईने १७२८मध्ये निजामाला

गुडघे टेकायला लावून मुंगी शेवगावच्या तहावर सही करायला लावले. १७२९मध्ये त्यांच्या विजेसारख्या वेगानेच बंगशाला जैतपूर येथे चकित केले आणि १७३७मध्ये आग्र्यापाशी शाही सेनापतींना चकवले. वेगाबरोबर त्यांनी अनपेक्षितपणाची सांगड घातली होती. ते शत्रूच्या स्थितीची पूर्ण माहिती मिळवून जिथे शत्रूला धोक्याची किमान अपेक्षा असेल अशा जागी ते आघात करायचे. ते आपल्या योजना कुणालाच कळू देत नसत. शत्रूच्या सैन्याची अगदी बारीक माहिती मिळवीत असत. मग वहिवाटीत नसलेल्या वाटांनी जाऊन शत्रूसमोर अचानक प्रकट होत असत. त्यामुळे शत्रूचा भयंकर गोंधळ उडत असे. मोहिमेची सूत्रे आपल्या हाती ठेवून ते शत्रूला अंदाज करीत ठेवीत. पालखेडची लढाई, जंजिरा, दिल्लीवरील धडक हे याचे पुरावे आहेत.

पालखेड येथे उलटसुलट मजला मारीत त्यांनी शत्रूला दमवले आणि त्यांना अवघड जागी गाठून त्यांचे पाणी तोडले. १७३७च्या मोहिमेत त्यांनी गोहदपासून थोड्या अंतरापर्यंत माघार घेतली आणि लांब वळसा घेऊन दिल्लीवर चाल केली. त्यांच्या हालचाली इतक्या गुप्त होत्या की, पेशव्यांनी आपल्या फौजांना गुंगारा दिला हे दिल्लीच्या संरक्षकांच्या काही काळ लक्षातच आले नाही. बाजीरावांच्या युद्धतंत्रात त्यांचे मोठे कसब म्हणजे त्यांनी युद्धात केलेला निसर्गाचा वापर होय. शत्रूने चढाईत मुक्काम कुठे करावा हे ते ठरवीत. निबीड अरण्यात किंवा रेताड पठारांवर मुक्कामास योग्य अशी परिस्थिती निर्माण करून सूर्यास्ताच्या आसपास शत्रूला चकवीत. आपणच ठरवलेल्या जागेच्या आसपास आणून मुक्काम करण्यास ते भाग पाडत असत. कधी विहिरीत मिठाची पोती आधीच टाकून देऊन ते शत्रूचे पाणी तोडत असत. तर कधी डोंगराच्या पायथ्याशी मुक्कामाची जागा निर्माण करून डोंगराच्या उतरंडीवर दगड सोडून शत्रूला घायाळ करीत असत. जपानी युद्धशास्त्रावरील मियामोटो मुसाशी यांच्या *अ बुक ऑफ फाईव्ह रिंग्ज* या पुस्तकातील वर्णन पुढीलप्रमाणे - ''मुसाशी यांनी जपानचे तलवार युद्ध तत्त्वज्ञानाच्या पातळीवर नेले. 'योद्ध्याची तीर्थयात्रा' असे सोळाव्या

> बाजीरावांच्या फौजांचे सामान अगदी हलके असल्याने त्यांना जबर वेगाने मजला मारणे शक्य होत असे. आपला तोफखान्याबाबतचा कमकुवतपणा, बाजीराव ओळखून होते. त्यामुळे ते शत्रूशी भिडणे टाळीत असत. शत्रूला त्याच्या आश्रयापासून ते बाहेर खेचीत असत. त्यांना आपल्या सैन्याच्या कित्येक टोळ्यांनी ठोकीत असत. त्यांची रसद तोडून त्यांना शरण यायला भाग पाडीत असत. याच पद्धतीने त्यांनी निजामाचा पालखेड व भोपाळ येथे पराभव केला.

वर्षापासून मृत्यूपर्यंतचे त्यांचे आयुष्यवर्णन केले गेले आहे. स्वतः अनाथ असलेल्या मुसाशीने स्वतःच्या आयुष्यात केनसेही म्हणजे 'तलवारीचा संत' अशी पदवी मिळवली. तत्त्वज्ञानाच्या पातळीवरून द्वंदयुद्ध तंत्र विकसित करताना त्यांनी पाच चक्रांचा आधार घेतला आहे आणि ही पाच चक्रे म्हणजे पंचमहाभूते होत. त्याच्या तत्त्वज्ञानानुसार लढवय्याला स्ट्रॅटेजिक शक्ती संपादन करण्याआधी प्रत्येक गोष्टीतून स्पष्ट मार्ग दिसण्याचे कसब काबीज करता येणे गरजेचे आहे. तो एक लेखक आणि पत्रकार होता. लाकडाची पारख आणि सुतारकामात तर त्याचा हात कोणी धरू शकत नसे. 'दारूमा' (बुद्धधर्म) या विषयावरच्या त्याच्या आणि इतर चित्रात त्यांनी अक्षर कलेचा (कॅलिग्राफी) वापरही बेमालूम केला आहे. दगड तसेच धातूपासून तो शिल्पेही बनवीत असे. एकंदरीत आपल्या भगवान श्रीकृष्णासारखा तो पूर्ण पुरुष होता. जपानच्या युद्धनीतीवर, उद्योगनीतीवर, शिक्षणनीतीवर त्याच्या व्यक्तिमत्त्वाचा आणि तत्त्वज्ञानाचा मोठा ठसा उमटलेला आहे. जपानला नीतिमत्ता शिकविताना तलवार युद्धाच्या माध्यमांतून आणि पंचमहाभूतांच्या आधारे त्यांना त्याने शिकविले. तो 'अजिंक्य योद्धा' होता. नुसतेच युद्ध कौशल्य असून भागत नाही तर अनेक गोष्टींमध्ये प्रावीण्य मिळवून आपल्यासारखेच आपले अनुयायी तयार करण्याची कला आत्मसात असावी लागते, हे जगातील गाजलेल्या सेनानींच्या आयुष्याकडे बघता प्रकर्षाने जाणवते.

बाजीरावांच्या फौजांचे सामान अगदी हलके असल्याने त्यांना जबर वेगाने मजला मारणे शक्य होत असे. आपला तोफखान्याबाबतचा कमकुवतपणा, बाजीराव ओळखून होते. त्यामुळे ते शत्रूशी भिडणे टाळीत असत. शत्रूला त्याच्या आश्रयापासून ते बाहेर खेचीत असत. त्यांना आपल्या सैन्याच्या कित्येक टोळ्यांनी ठोकीत असत. त्यांची रसद तोडून त्यांना शरण यायला भाग पाडीत असत. याच पद्धतीने त्यांनी निजामाचा पालखेड व भोपाळ येथे पराभव केला.

अत्यंत बिकट परिस्थितीतही ते डगमगत नसत. त्यांचे सुपीक डोके कसल्याही आणीबाणीच्या प्रसंगाचा मुकाबला करण्यास समर्थ होते. १७३७मध्ये त्यांनी दोआबात पाठवलेल्या एका मोठ्या पथकाचा धुव्वा उडाला. ते अत्यंत विस्कळीत होऊन परत आले. तीन मोठ्या फौजा त्याचा आग्र्याकडचा मार्ग रोखून बसल्या होत्या. त्यांच्या जागी दुसरा कोणी असता तर झटकन माघार घेतली असती. पण बाजीरावांनी सरस डावपेच व चपळाई यांच्या जोरावर शत्रूला चक्रावून टाकले. वागण्यात ते अदबशीर होते. युद्धसुद्धा ते सद्गृहस्थासारखे करीत असत. त्यांचे शत्रू त्यांना 'व्हिलन' म्हणत. पण त्यांच्या पत्रव्यवहारात शत्रूंविषयी कधीही अपशब्द आल्याचे दिसत नाही. मुघलांची राजधानी त्यांच्या पायाशी असहाय्य पडली असताना तिच्यावर शस्त्र चालवण्याऐवजी बाजीराव

मागे गेले. निजाम भोपाळला पार चेपला गेल्यावर निजामाने वाटाघाटी सुरू केल्या आणि निजामाने पेशव्यांना थोडे मागे जाण्याची विनंती केली. पेशव्याने निजामाच्या वयाचा मान राखून त्याची विनंती मान्य केली.

परंतु एवढे सगळे कर्तृत्व असतानाही बाजीरावांना शिवाजीसारखा महान विधायक लोकोत्तर पुरुष (ग्रेट कन्स्ट्रक्टिव्ह जीनियस) मानता येत नाही. आपल्या रयतेसाठी कायम हितकारक ठरेल अशा प्रकारे आपल्या राज्याच्या राजकीय व्यवस्थेला आकार देण्याचा किंवा ती सुधारण्याचा प्रयत्न त्यांना दुर्दैवाने करता आला नाही. आणि हे करण्यासाठी त्यांना पुरेसा वेळही मिळाला नाही. कारण त्यांची वीस वर्षांची कारकिर्द रणांगणावरच गेली. तसेच कितीही म्हटले तरी शाहूंचे, ते पंतप्रधान होते, राजा नव्हते. शिवाजी महाराजांच्या मृत्यूनंतर मराठ्यांमधील सरंजामशाही प्रवृत्तीने पुन्हा डोके वर काढले. ती दाबून टाकण्याचा प्रयत्न बाजीरावांनी केला नाही. मराठेशाहीत त्यांच्या अधिकारांवर बंधने होती. शाहूंची सार्वभौमता त्यांना लागू होती. पण ते स्वत:च एक सर्वात मोठे लष्करी सरंजामदार बनले. त्यांनी ज्या फौजा उभारल्या त्यांची पहिली निष्ठा त्यांच्यावर होती. त्यांच्या माळवा, गुजरात, कोंकणकडील विजयांनी शाहूंचा अधिकार बळकट केला. पण थेट नाही. पेशव्यांच्या प्रतिनिधित्वाद्वारे त्यांना मराठा सत्तेचा जो विस्तार करायचा होता, तो पेशव्यांनी प्रत्यक्षात आणला. इतर सरदारांवर त्यांचाच अधिकार सर्वोच्च होता. या सरंजामशाही संघटनेची कमजोरी मराठी सत्ता भारताच्या पुढच्या टोकापर्यंत पोहोचली, तेव्हा उघडी पडली.

डॉ. दिघे यांचा 'कन्स्ट्रक्टिव्ह जीनियस' (किंवा स्टेटसमन) बाबतचा शेरा महत्त्वाचा आहे. आणि त्याच्याच आधारे पुढच्या, शेवटच्या प्रकरणात बाजीरावांच्या अपार कर्तृत्वाच्या फलश्रुतीचा विचार करायचा आहे.

❑❑❑

१६

बाजीरावांच्या कर्तबगारीचा ताळेबंद

बाजीरावांबद्दल मराठीत लिहिणारे व इंग्रजीत लिहिणारे मराठी इतिहासकार, साहित्यिक यांनी बाजीरावांच्या पराक्रमापेक्षा प्रेमप्रकरणालाच अधिक महत्त्व दिलेले आढळते. बाजीरावांच्या पराक्रमाचे पोवाडे अर्थात गैरवाजवी नाहीत. पण त्यातला नुसता रोमांच समोर येणे गैर आहे. बाजीरावांनी इतका पराक्रम गाजवला, भल्याभल्यांना गुडघे टेकायला लावले, त्या सगळ्या कर्तबगारीचा उपयोग मराठेशाहीला बळकटी येऊनही दीर्घकाळ अस्तित्वात राहण्यासाठी कितपत झाला, या कसोटीवर बाजीरावांचे कर्तृत्व तपासून पाहणे आवश्यक वाटते.

अशा प्रकारचे परीक्षण करताना आपल्याला एक महत्त्वाची गोष्ट लक्षात ठेवली पाहिजे. लोकशाहीच्या भाषेत सांगायचे तर शाहू महाराज हे मराठी राज्याचे Titular Head होते, तर बाजीराव हे पेशवे म्हणजे Executive Head होता. ते सर्वाधिकारी नसला तरी पुष्कळ अंशी ते सगळेच शाहू महाराज सांगतील तसे करीत होते असे नाही. बरेच काही ते त्यांच्या मनासारखे करीत होता. आणि काहीही झाले, कसेही झाले तरी राज्याच्या वाढवलेल्या विस्तारामध्ये काही विधायक गोष्टी करण्याची जबाबदारीही त्याची होती.

बाजीरावांच्या कर्तृत्वाचे मोजमाप करण्यासाठी डॉ. वि. गो. दिघे यांच्या (PESHWA BAJIRAO-1 & MARATHA EXPANSION) या ग्रंथात दोन मार्गदर्शक सूत्रे उपलब्ध आहेत. या आधीच्या प्रकरणात त्यांचा संबंधित उतारा समाविष्ट केला आहे. त्यामध्ये त्यांनी दोन वेगवेगळी विधाने केली आहेत. ती त्या दृष्टीने उपयोगाची आहेत.

पहिल्या विधानात त्यांनी म्हटले आहे की, शिवाजी महाराजांनी मराठ्यांना त्यांचे

राज्य दिले. ते नंतर त्यांनी राखले. बाजीरावांनी त्याचा विस्तार केला.

दुसऱ्या विधानात डॉ. दिघे फार कठोर शेरा मारतात. बाजीराव हे शिवाजी महाराजांसारखे कन्स्ट्रक्टिव्ह जीनियस नव्हते. (म्हणजे अलौकिक विधायक पुरुष किंवा स्टेटस्मन नव्हते.)

पहिले विधान गोंजारणारे वाटते, दुसरे एकदम धपाटा घालणारे वाटते. पण पहिल्या विधानात त्यांनी फक्त वस्तुस्थिती सांगितलेली आहे. दुसऱ्यात परीक्षण केलेले आहे. ते करताना आपल्याला एकूण तीन कालखंडांची दखल घ्यावी लागते. १) स्वराज्य स्थापनेचा कालखंड २) औरंगजेब मरेपर्यंत स्वराज्य टिकवण्याचा कालखंड ३) स्वराज्य थेट दिल्लीला नेऊन भिडवण्याचा कालखंड.

यातील कालखंडामध्ये दोन महत्त्वाच्या गोष्टी घडलेल्या दिसतात. एक म्हणजे, एक अपूर्व युद्धतंत्र सुरू होऊन विकसित होत गेले. दुसरे म्हणजे स्वराज्याचे साम्राज्यात रूपांतर झाले. पहिल्या दोन टप्प्यांमधली लोकभावना नंतर शिल्लक राहिली नाही. विस्तारलेल्या राज्याला 'दौलत' म्हणण्याचा प्रघात पडला आणि शाहू महाराज जरी राजा असले तरी प्रत्यक्ष कारभारी जो पेशवा, त्याला 'श्रीमंत' हे विशेषण लागले. त्या राज्याला वैभवाचा दर्प येऊ लागला.

शिवाजी महाराजांनी स्वराज्य स्थापन केले त्यावेळी परिस्थिती कशी होती? पुणे आणि भोवतालच्या छोट्याशा प्रदेशाच्या पोरवयाच्या जहागीरदाराने दोन बलाढ्य शाह्यांना आव्हान देऊन एक 'लोकराज्य' निर्माण करण्याचे मनात आणणे तत्कालीन परिस्थितीला अनुकूल होते का? उत्तरेकडून काबूलपासून आसामपर्यंत पसरलेले साम्राज्य शाहजहानाने निजामशाही बुडवल्यानंतर थेट महाराष्ट्रात शिरले होते. मुघल बादशहा औरंगजेबाचा मनसुबा देखील आदिलशाही बुडवण्याचाच होता. ती त्याने नंतर बुडवलीच. पण शिवाजी महाराजांनी स्वराज्याचा लढा सुरू केल्यामुळे आदिलशाहीचे मरण पुढे गेले असेही म्हणता येईल. कारण महाराजांनी आदिलशाहीचा मुलूख काबीज करून स्वराज्याचा पाया घातला. त्यामुळे आदिलशाही परस्परच कमकुवत होत असल्याने योग्य वेळी हा डोंगरी चुव्वा आणि आदिलशाही यांचा सफाया करून मुघल साम्राज्य दक्षिणेत नेता येईल, अशा हिशेबाने औरंगजेब तटस्थ होता. महाराजांनी जेव्हा नगरच्या पलीकडे त्याच्या साम्राज्यात घुसून दणके द्यायला सुरुवात केल्यानंतरच त्याने दक्षिणेत फौजा पाठवायला प्रारंभ केला. तडक स्वत: दक्षिणेत उतरण्याची तसदी त्याने घेतली नाही.

पण या दोन बलाढ्य सत्तांना आव्हान देण्यासाठी शिवाजी महाराजांजवळ काय होते? मूठभर मावळे! पण त्यांनी प्रथम आपल्या जहागिरीत आणि मग वाढवलेल्या प्रदेशात अशा प्रकारचा कारभार केला की, शिवाजी निर्माण करीत आहेत, ते राज्य

'आपलेच' आहे असे लोकांच्या मनावर ठसले. त्यांनी वतने नष्ट केली. त्यामुळे शेतकऱ्यांवर महसुलासाठी जो जुलूम होत होता तो नाहीसा झाला. वतनदार मंडळींवर महसूल गोळा करून बादशाहीला देण्याची जबाबदारी होती. त्याचा फायदा घेऊन ते रयतेकडून स्वत:साठीही जबरदस्तीने जास्त वसूल करीत. त्यासाठी नानाप्रकारे जुलूम करीत. स्वराज्यात महसूल थेट राज्याकडे जाऊ लागला. वसूल करणारे महाराजांचे 'एकनिष्ठ' शिपाई असल्याने जुलूम नष्ट झाला. न्यायव्यवस्था लोकाभिमुख झाली. रयतेला कसण्यासाठी अधिक जमिनी जंगल तोडून उपलब्ध करून देण्यात आल्या. अशा अनेक सुधारणांमुळे जनता महाराजांच्या कार्यात सहभागी झाली. तिच्यातून पराक्रमी सरदार निर्माण झाले. हा भाग विधायक कामांचा आहे. शिवाजी महाराजांची आज्ञापत्रे त्यांना प्रजेबद्दल किती महत्त्व वाटत होते हे स्पष्ट करणारी आहेत. आरमारास लागणाऱ्या लाकडांसंबंधीचे त्यांचे आज्ञापत्र पाहा :

> ''आरमाराला तक्ते, सोट, डोलाच्या काठ्या, आदिकरून मोठी लाकडे असावी लागतात. आपल्या राज्यात सागवानासारखे वृक्ष आहेत. त्यांचे जे अनुकूल पडेल ते हुजूरचे परवानगीने तोडून न्यावे. या व्यतिरिक्त जे लागेल ते परमुलखातून खरेदी करून आणवीत जावे. स्वराज्यातील आंबे, फणस, आदि करून तेही लाकडे आरमाराचे प्रयोजनाची. परंतु त्यांस हात लावू देवू नये. काय म्हणोन की, ही झाडे वर्षा दोन वर्षांनी होतात असे नाही. त्यांतली झाडे लावून लेकरांसारखी बहुत काय जतन करून वाढविली. ती झाडे तोडिल्यावर त्यांचे दुःखास पारावार काय? एकास दुःख देऊन जे कार्य करीन म्हणेल ते काय करणारासहित स्वल्पकाळाचे बुडोन नाहीसेच होते. किंबहुना धनियाच्या पदरी प्रजा पीडनाचा दोष पडतो. या वृक्षांचे अभावाने हानीही होते. या करिता हे गोष्ट सर्वथैव होऊ न द्यावी. कदाचित एखादे जे झाड बहुत जीर्ण होऊन कामातून गेले असले तरी त्याचे धन्यास राजी करून घेऊन द्रव्य देऊन त्याचे संतोषे तोडून न्यावे. बलात्कार सर्वथैव न करावा.''

असा राजा आणि असे राज्य लोकांना आपले का न वाटावे? याच्या परिणामी रयतेमधील साहसी, हिंमतबाज माणसे स्वराज्याच्या उद्योगात स्वेच्छेने सामील झाली. परंतु माणसांच्या बाबतीत महाराजांचे धोरण काटकसरीचे होते. त्यांनी जरी छापामार युद्धपद्धत अवलंबली तरी त्याही प्रकारात माणसे जास्त खर्ची पडू नयेत यावर त्यांचा कटाक्ष असे. शत्रूला अपेक्षित नसलेल्या वेळी अनपेक्षित जागी धडक मारून कार्य

साधण्यावर त्यांचा कटाक्ष होता. त्यामुळे आदिलशाही व मुघल सैन्य व सेनाधिकारी यांच्या मनात एक कायमची धास्ती बसून गेली. कारण त्यांची मुघल सैन्ये व सेनापती हे याच निमित्ताने लढण्याच्या तंत्राचे अनुयायी होते. पळापळीची लढाई त्यांना माहीत नव्हती. प्रचंड सैन्यबळ वापरून लढाया मारणे त्यांना माहीत होते. पण शत्रू कुठून, कधी येईल, कोणत्या जागी मारील याची सुतराम कल्पना नसणं म्हणजे काय, याचा अनुभव महाराजांनी त्यांना दिला. त्यामुळे मुघल सैन्ये त्यांच्या लहान लहान टोळ्यांसमोर हतप्रभ ठरली. अफजलखान व शाहिस्ताखान यांच्या बाबतीत त्यांनी जे तंत्र वापरले तसे नंतर दुसऱ्या महायुद्धात सोव्हिएत रशियाच्या पगर्टिसान्सनी वापरलेले दिसते. सैन्याच्या मेंदूत गोळी मारा. सेनापतीलाच आपला करा. त्यामुळे तर शत्रूचे मोठमोठे बहादूर सरदार स्वराज्यावर चालून यायला कच खात असत.

मिर्झा राजे जयसिंग ज्यावेळी आले त्यावेळी महाराजांच्या एक गोष्ट लक्षात आली. हे आक्रमण इतके प्रचंड होते की, मुघल फौजा पुरंदराच्या पलीकडे निघाल्या तर आपल्याकडे माघारीला जागा नाही. कारण तिकडून आदिलशाही होती. स्वराज्य वाचवण्यासाठी महाराजांना आग्र्याला जावे लागले. किल्ले द्यावे लागले. औरंगजेबाच्या कपटनाटकावर मात करून ते परत आले. तोवर मराठ्यांनी जवळ जवळ सगळे किल्ले पुन्हा जिंकले. पण महाराजांनी मागे जाण्यासाठी जागा निर्माण करण्याचा विचार अंमलात आणला. शहाजीराजांची कर्नाटकची (म्हणजे जवळजवळ संबंध दक्षिण हिंदुस्थानची) जहागिरी महाराजांचे सावत्र भाऊ व्यंकोजीराजे यांच्याकडे होती. महाराजांनी त्यांच्याशी भांडण काढून जहागिरीचा अगदी लांबचा कोपरा मिळवला. ज्यात जिंजीचा किल्ला होता. म्हणून संभाजीराजांच्या वधानंतर राजाराम महाराज जिंजीच्या किल्ल्यावर म्हणजे औरंगजेबाच्या शेकडो मैल आवाक्याबाहेर जाऊन राहू शकले.

यात स्वराज्याची माघारीची रेषा जशी वाढली तशी औरंगजेबाची लाइन ऑफ कम्युनिकेशन - म्हणजे कुमक आणि रसद मिळण्याची रेषाही अमर्याद लांबली आणि क्षीण झाली. याचा भरपूर फायदा मराठा वीरांनी घेतला. आग्र्यापासून पुणे हजार मैल आणि तिथून जिंजी तितकीच दूर. मराठ्यांनी त्याला सैन्य आणि रसद मिळवण्याच्या ज्या वाटा होत्या त्याच बंद करून टाकल्या. मालाचे तांडे विजापुराकडून निघाले की, धनाजी, संताजी ते उधळून लावीत. तर वरच्या बाजूला खानदेश, माळव्यात नेमाजी शिंदे वगैरेंनी लाइन ऑफ कम्युनिकेशन तोडली होती. त्यामुळे मुघलांच्या छावण्यांमध्ये बहुधा नेहमी अन्नान्न दशा असे. खुद्द औरंजेबावर कैकवेळा शहाजादे व सरदार यांचेकडे धान्य मागण्याची पाळी आल्याचे उल्लेख आहेत. (मुघल दरबाराची बातमीपत्रे : भाग १, २, ३ - सेतुमाधवराव पगडी) औरंगजेबाने एकदा तर महाराणी येसूबाईंना सांगितले

की, मी तुम्हाला खाऊ घालू शकत नाही. तुमची व्यवस्था तुम्ही पहा.'' तेव्हा येसूबाईंनी चिंचवडच्या मोरया गोसावींनी लिहिलेले पत्र उपलब्ध आहे.

मराठ्यांचे सामर्थ्य किल्ल्यांमध्ये आहे हे औरंगजेबाच्या डोक्यात ठाम बसले होते. मुघल किल्ल्याला वेढा घालून बसत. मराठे महिनोन्महिने त्यांना लटकवत ठेवीत, मग पैसे घेऊन किल्ला खाली करून जात. किल्ल्यावर गरजेपुरती शिबंदी ठेवून मुघल सैन्य निघून खूपसे दूर गेले की, मराठे पुन्हा हल्ला करून किल्ला घेत. त्यामुळे कोणताच किल्ला औरंगजेबाच्या कायम ताब्यात राहिला नाही. शेवटी त्याचे सैन्य आणि सरदार उघडउघड कुचराई करू लागले. त्याच हताश अवस्थेत नगरजवळ त्याचा शेवट झाला.

या १८ वर्षांच्या संघर्षात मराठ्यांचे एकेक सैन्य ४०-५० हजारापर्यंत होते, असे सेतुमाधवराव पगडी 'मुघल दरबारच्या बातमीपत्रां'मध्ये जागोजाग केलेल्या 'कमिटमेंट'मध्ये नमूद करतात. म्हणजे मराठ्यांकडील सैन्याची संख्या वाढली पण गनिमी कावा त्यांनी सोडला नाही. पुष्कळ सैन्य आहे म्हणून औरंगजेबाशी आमनेसामने निर्वाणीची लढाई करून सोक्षमोक्ष लावण्याचा जुगार खेळला नाही. महाराजांचेच शत्रूचा शक्तिपात करून त्याला जेरीस आणण्याचे तंत्र विस्तारून औरंगजेबाचा न लढता पराभव केला. औरंगजेबाने आपली ब्रह्मपुरी (सोलापूर-मंगलवेढा यांचे दरम्यान) येथील छावणी उठवून परतीचा रस्ता धरला, तेव्हा मुघलांकडून तरी लढाई संपुष्टात आली होती.

बाजीराव पेशवे झाले त्यावेळची परिस्थिती आणि शिवाजी महाराजांनी स्वराज्य स्थापनेला सुरुवात केली, तेव्हाची परिस्थिती यांमध्ये साम्य नाही. महाराजांनी नगण्य आकाराच्या जहागिरीतून स्वराज्य निर्माण केले. बाजीराव पेशवे झाले त्यावेळी राज्य होते.

> "युद्धनेतृत्वाच्या बाबतीत बघायला गेले तर बाजीरावांनी गनिमी काव्याच्या तंत्राचाच विकास केलेला दिसतो. त्या तंत्राची, जी मूलतत्त्वे आहेत ती त्यांनी बाजूला टाकलेली नाहीत. मात्र त्यांचा अवलंब त्यांनी मोठाल्या सैन्याच्या साहाय्याने पठारांवर करून दाखवला. मराठ्यांची बऱ्यापैकी मोठी सैन्ये लांब लांब मजला मारून छापे मारताना स्वराज्य राखण्याच्या युद्धात दिसतात. शत्रूचा शक्तिपात घडवणे, त्याला त्याच्या बलस्थानापासून अलग करून आपल्या सोयीच्या युद्धक्षेत्रात- 'रेन्ज'मध्ये आणणे, प्रत्यक्ष न भिडता, उपासमार करून गुडघे टेकायला लावणे आणि प्रत्यक्ष लढाई न करता शरण यायला लावणे, अशा पद्धतीने बाजीरावांनी गनिमी काव्याचा विकास केला."

पालखेड व भोपाळ, ही अशा काव्याची उत्तम उदाहरणे आहेत. पालखेडच्या आधी बाजीरावांनी निजामाला आपल्यामागे धावायला लावून इतकी दमछाक केली की, तो लढाईच्या आधीच टेकीस आला. नंतर त्याला गोदावरी नदीकाठी त्याच्या हुकमी तोफखान्यापासून अलग पाडून अडचणीच्या भूप्रदेशात खेचले. तिथे त्याच्याशी प्रत्यक्ष लढाई न करता त्याच्या भोवती घिरट्या घालून त्याची अन्नान्न दशा केली. त्याला इतके जेरीस आणले की, तो तहास आला आणि प्रख्यात मुंगी-शेवगावचा तह झाला. भोपाळला देखील बाजीरावांनी किल्ल्यात जाऊन बसलेल्या निजामाला याच तंत्राने उपासमार करून गुडघ्यावर रांगत यायला लावले. अनपेक्षितपणा हे तर बाजीरावांची खासियत होती. सादत खान व बंगश यांना बगल देऊन तो दिल्लीवर कसा थडकला हे आपण पाहिले.

यात बाजीरावांचे युद्धनेतृत्वातील नैपुण्य दिसते. त्यांचे विजय दिसतात. मात्र ज्या राज्याचा त्यांनी विस्तार केला ते पुष्कळ काळ टिकणारे व्हावे, यासाठी बाजीरावांनी काय केले असा प्रश्न आला तर त्याचे उत्तर होकारार्थी देता येणार नाही. मूळच्या मराठी राज्यातील आणि विस्तारित प्रदेशातील प्रजेला हे राज्य आपले आहे, असे वाटण्यासारखे कार्य बाजीरावांकडून झाले. मात्र मुत्सद्देगिरीच्या आघाडीवरही बाजीराव कमी पडलेले दिसतात. अनेकदा शत्रूला बाजीरावांनी तह करून मोकळा सोडला आहे. निजामाला तीनदा सोडला. सिद्दीचा जंजिरा जिंकणे शिवाजी महाराज किंवा संभाजी महाराज यांना शक्य झाले नव्हते. बाजीरावांनी जंजिराही जिंकला, पण तहात तो पुन्हा सिद्दींकडे दिला. पोर्तुगीजांनाही तहावर सोडले. इंग्रजांना हात लावण्याचा विचार त्यांनी केलेला दिसत नाही. एक सेनानी म्हणून जशी त्याची देदीप्यमान ख्याती झाली तशी मुत्सद्दी म्हणून झाली नाही. याची कारणे काही असोत, त्यांच्या अचानक मृत्यूनंतर मराठेशाहीला या त्यांच्या गुणांची कमतरता तर भासलीच. परंतु त्यांच्या हातून राहून गेलेल्या मुत्सद्दीपणाच्या कमतरतेने मोठा तडाखा पोहोचला.

हे सगळे शत्रू मराठेशाही बुडाली तरी शिल्लक राहिले. निजाम, सिद्दी हे ब्रिटिशांच्या राजवटीत तनखेबाज संस्थानिक बनले. पुढे देशाला स्वातंत्र्य मिळाले, तरीही दोघांनीही स्वतंत्र भारतात विलीन होण्याचे नाकारले. सरदार वल्लभभाई पटेलांनी 'पोलीस ॲक्शन'च्या नावाखाली लष्करी कारवाई केली नसती तर निजाम किती काळ व कोणत्या प्रकारे नडला असता हे सांगायची गरज नाही. हैदराबाद संस्थान भारताच्या पोटातले पाकिस्तान ठरले असते.

सिद्दीला विलीनीकरणाला भाग पाडण्यासाठी रायगड जिल्ह्यातील जनतेला प्रचंड नि:शस्त्र आक्रमण करावे लागले. त्यामुळे सरकारला कारवाई करणे भाग पडणार हे लक्षात येऊन सिद्दी समुद्रमार्गे मुंबईला पळाला आणि त्याने राज्यपालांकडे संस्थान विलीन केले. पोर्तुगीजांवर कारवाई करण्यास सरकारला भाग पाडण्यासाठी महाराष्ट्रातील जनतेला गोवा-मुक्ती लढा करावा लागला. या तीन शत्रूंचा त्याच वेळी निकाल लागला गेला नाही त्याची किंमत पुढे स्वतंत्र भारताला मोजावी लागली.

> "पराक्रम आणि त्याचे फलित यांचा हिशेब मांडला तर 'युद्धात कमावले ते तहात गमावले' ही म्हण बाजीरावांच्या बाबतीत काही अंशी लागू पडते. बाजीरावांच्या अशा प्रकारच्या हाताळणीला शाहू महाराज जबाबदार होते, असा एक आक्षेप आहे. त्यात तथ्य नक्कीच आहे. कारण शाहू महाराज मुघलांच्या मनसबदारीतून कधी बाहेर पडलेच नव्हते आणि त्या बाबतीत बाजीरावही हतबल होते, त्यांनी बंडाळी केली असती तर मराठेशाहीचा त्यांच्या हातून जो विस्तार झाला, त्याऐवजी आकुंचन झाले असते. निजाम खूप शिरजोर झाला असता."

बाजीरावांनी आपल्या अधिकारात जी सरंजामशाही व्यवस्था निर्माण केली, ती सुद्धा पुढे मराठेशाहीला जड गेली. त्यांनी उत्तरेकडच्या एकंदर महसुलाचे दोन भाग केले. त्यापैकी ५५ टक्के महसूल शिंदे-होळकर सरदारांनी परस्पर घ्यावयाचा व ४५ टक्के पेशव्यांना द्यायचा अशी व्यवस्था लावली. यातला काही वाटा छत्रपतींना दिल्याची नोंद आढळत नाही. उत्तरेकडचे अधिकार काही सरदारांना दिल्यामुळे ते बाजीरावांच्या पश्चात जवळजवळ स्वतंत्र राजे ठरले. त्यांच्या निष्ठा बाजीरावांशी होती. पेशव्यांशी किंवा साताराच्या गादीशी नव्हती. या व्यवस्थेमुळे रयतेमध्ये राष्ट्रभावना निर्माण होण्याऐवजी असुरक्षितता निर्माण झाली. मराठ्यांना रयतेत विश्वासार्हता निर्माण करण्यात अपयश आले. आणि याचे परिणाम पानिपतावर भोगावे लागले. मराठ्यांना कुठूनही रसद मिळाली नाही. राजपूत, जाट गंमत बघत बसले. सरंजामशाही निर्माण करण्याचे बाजीरावांचे हे कृत्य पुढे विघातक ठरले.

बाजीरावांचे सरदार जवळजवळ स्वतंत्र राजे बनले होते. त्यांच्यात आपसांत वितुष्टे निर्माण झाली होती. शिंदे-होळकरांना सदाशिवराव भाऊंचे नेतृत्वच पसंत नव्हते. ते योग्य सेनापतीही नव्हते. परंतु या सगळ्यामुळेच मराठे पानिपतावर एकसंध सैन्य म्हणून लढले नाहीत, हे मान्य करावे लागते. पानिपतचा पराभव मराठ्यांना भविष्यात खूप महाग

पडला. तीच गोष्ट १८५७च्या स्वातंत्र्ययुद्धाची! १८५७मध्ये नानासाहेब पेशवे, झाशीची राणी असे ब्राह्मण मुसलमानांसोबत बंड करून हरले. शिंदे-होळकरांसारखे कसलेले योद्धे या युद्धाची काय परिणती होणार हे जाणून होते. ते या जिहादात उतरले नाहीत. त्यांच्या जहागिरी कायम राहिल्या. ब्रिटिशांनी त्यांना सामावून घेतले. पेशव्यांची एक वार जमीनही शिल्लक राहिली नाही. युद्धशास्त्र कळणे आणि न कळणे यातला तो फरक होता.

बाजीरावांना उत्तरेकडे पराक्रम गाजवण्याचा जो हव्यास होता, त्यामुळे दक्षिण तर अस्थिर राहिलीच, पण उत्तरेकडे दिल्लीपर्यंत विस्तार झाल्यामुळे लाइन ऑफ कम्युनिकेशन कमालीची वाढली. याचे परिणाम पुढे दिसले. आपल्या वीस वर्षांच्या कारकिर्दीत बाजीराव, चिमाजी आणि शिंदे-होळकर-गायकवाड आदी मराठेशाहीच्या सरदारांनी राज्याचा पसारा इतक्या झपाट्याने वाढवला होता की बाजीरावांच्या अचानक झालेल्या मृत्यूनंतर राज्यशकटाचा डोलारा सांभाळणे अशक्यप्राय होते. शाहूंच्या राज्यविस्तारासाठी बाजीराव मोठमोठी कर्जे काढीत असत. ती फेडण्यासाठी युद्धे करीत असत. पुन्हा विस्तारासाठी युद्धे होत, पुन्हा कर्ज! असे भांडवलशाही थाटाचे अर्थशास्त्र बाजीरावांनी वापरले. पुढच्या सत्ताधाऱ्यांत बाजीरावांचा पराक्रम नव्हता. कर्ज फिटणार कसे? पेशव्यांत-सरदारांत दुही माजली. कर्जे-व्याज प्रमाणाबाहेर वाढली. पराक्रमी बाजीराव सावकारांसमोर लाचार होत असे, त्यांच्या नाकदुऱ्या काढीत असे. बारामतीकरांचे कर्ज प्रकरणही अनेकदा हाताबाहेर गेले होते. जो सावकारांचा विश्वास बाजीरावांवर होता, तो इतरांवर नव्हता. परिणामी, मराठ्यांची पत कोसळली, तिजोरी रिकामी झाली, यातून मराठे पुन्हा पूर्वीसारखे उभे राहू शकले नाहीत. ब्रिटिशांचे काम सोपे झाले. ड्यूक ऑफ वेलिंग्टन (आर्थर वेस्ली) या पुढे महायुद्धात नेपोलियन बोनापार्टचा

आपल्या वीस वर्षांच्या कारकिर्दीत बाजीराव, चिमाजी आणि शिंदे-होळकर-गायकवाड आदी मराठेशाहीच्या सरदारांनी राज्याचा पसारा इतक्या झपाट्याने वाढवला होता की बाजीरावांच्या अचानक झालेल्या मृत्यूनंतर राज्यशकटाचा डोलारा सांभाळणे अशक्यप्राय होते. शाहूंच्या राज्यविस्तारासाठी बाजीराव मोठमोठी कर्जे काढीत असत. ती फेडण्यासाठी युद्धे करीत असत. पुन्हा विस्तारासाठी युद्धे होत, पुन्हा कर्ज! असे भांडवलशाही थाटाचे अर्थशास्त्र बाजीरावांनी वापरले.

पराभव करणाऱ्या, तसेच पुढे इंग्लडचे पंतप्रधानपद भूषविणाऱ्या पराक्रमी सेनानीने १८१२मध्ये असई येथे मराठ्यांचा पराभव केला. पुढे इंग्रजांनी १८१८मध्ये दुसऱ्या बाजीरावांना पळून जाण्यास संमती देऊन भगवा उतरवून युनियन जॅक फडकावला.

थोरल्या बाजीरावांना घरातदेखील मस्तानी प्रकरणाचा नको इतका त्रास सोसावा लागला. त्यांचा अवकाळी मृत्यू हा मनस्तापातून उद्‌भवलेल्या मानसिक अवस्थेतून झाला. मस्तानीला त्यांच्या सख्ख्या भावाने अटक केल्याचे दुःख बाजीरावांच्या मनाला लागले असणे नैसर्गिक आहे. हे प्रकरण घरच्यांनी आणि बाजीरावांनीही जरा समंजसपणे घेतले असते तर बाजीरावांची उमेद अधिक उफाळून येती! ते अधिक पराक्रम गाजवते!! अधिक जगते!! पण या सगळ्या जर आणि तर ला इतिहासात महत्त्व नसते.

आपण बाजीरावांचा विचार एक अजिंक्य योद्धा या अंगाने केला आहे. जगात हाताच्या बोटांवर मोजण्याइतकेच, कधीही युद्ध न हरलेले सेनानी आहेत. त्यात आपले बाजीराव आहेत ही आपल्यासाठी मोठी अभिमानाची बाब आहे!

❑❑❑

नकाशे

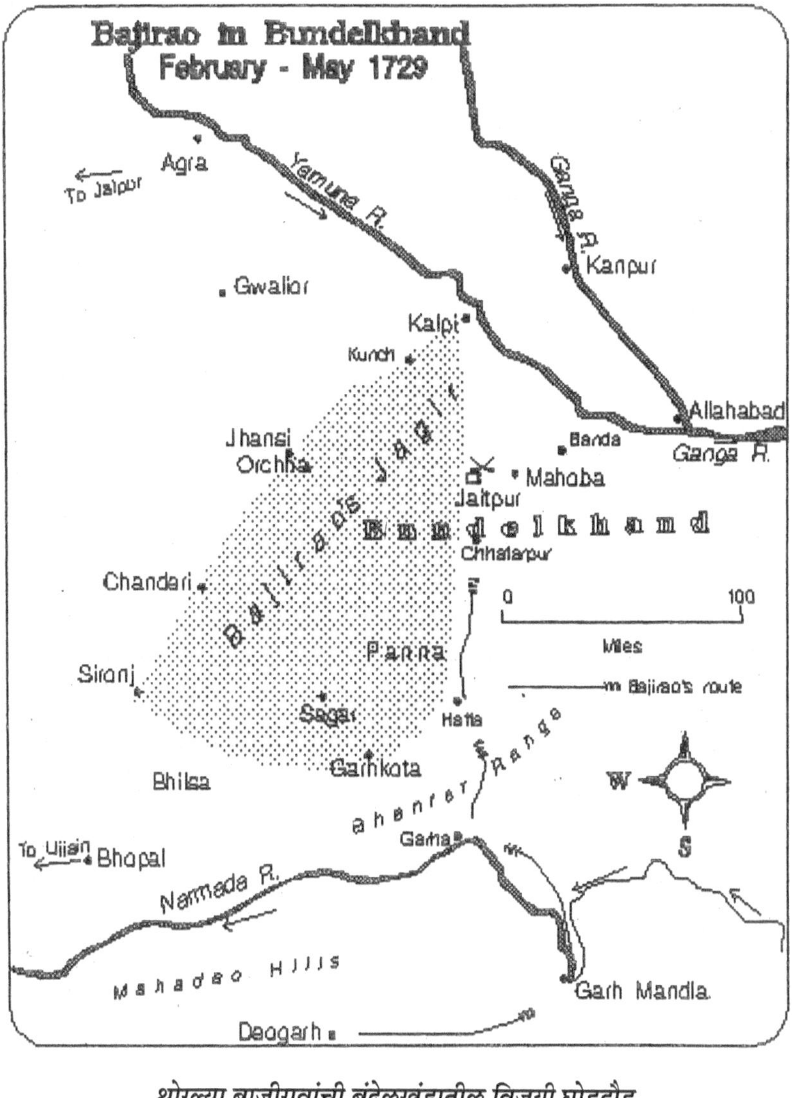

थोरल्या बाजीरावांची बुंदेलखंडातील विजयी घोडदौड

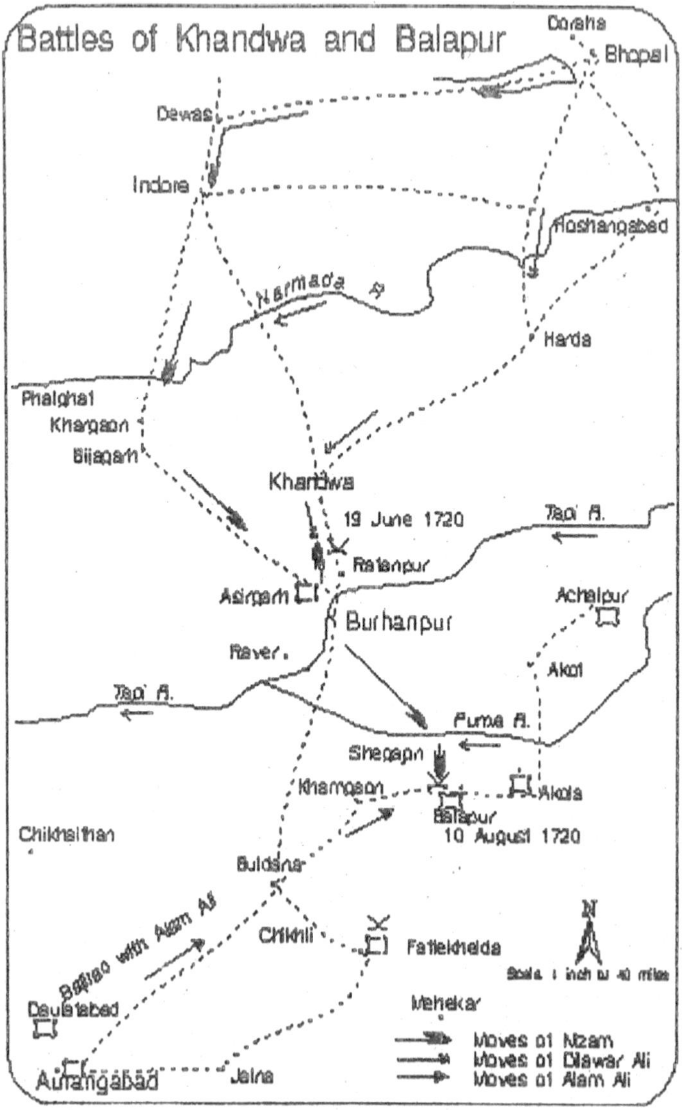

खांडवा व बालापूर येथील युद्धे

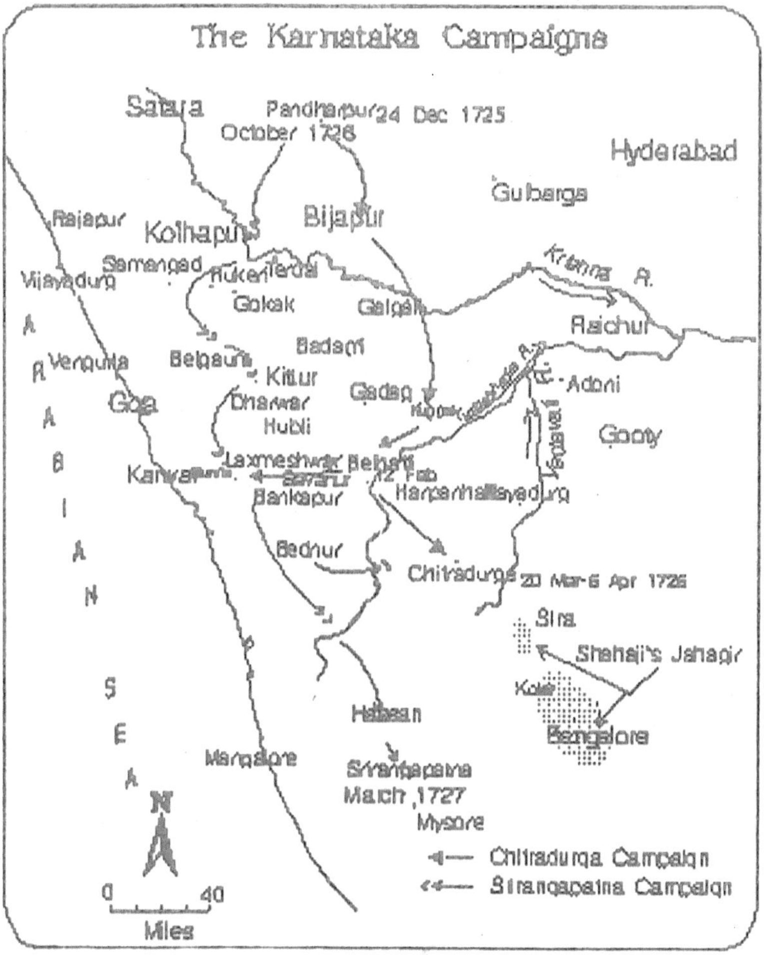
The Karnataka Campaigns
Satara
Pandharpur 24 Dec 1725
October 1726
Hyderabad
Gulbarga
Rajapur
Kolhapur
Bijapur
Samangad
Vijaydurg
Gokak
Galgali
Krishna R.
Raichur
Badami
Vengurla
Belgaum
Kittur
Adoni
Goa
Dharwar
Gadag
Hubli
Gooty
Laxmeshwar
Karwar
Bankapur
Harpanhalli
Bednur
Chitradurga 20 Mar-6 Apr 1726
Sira
Shahaji's Jahagir
Kolar
Bangalore
Mangalore
March 1727
Mysore
A R A B I A N S E A
N
0 40
Miles
Chitradurga Campaign
Srirangapatna Campaign

कर्नाटक स्वारी

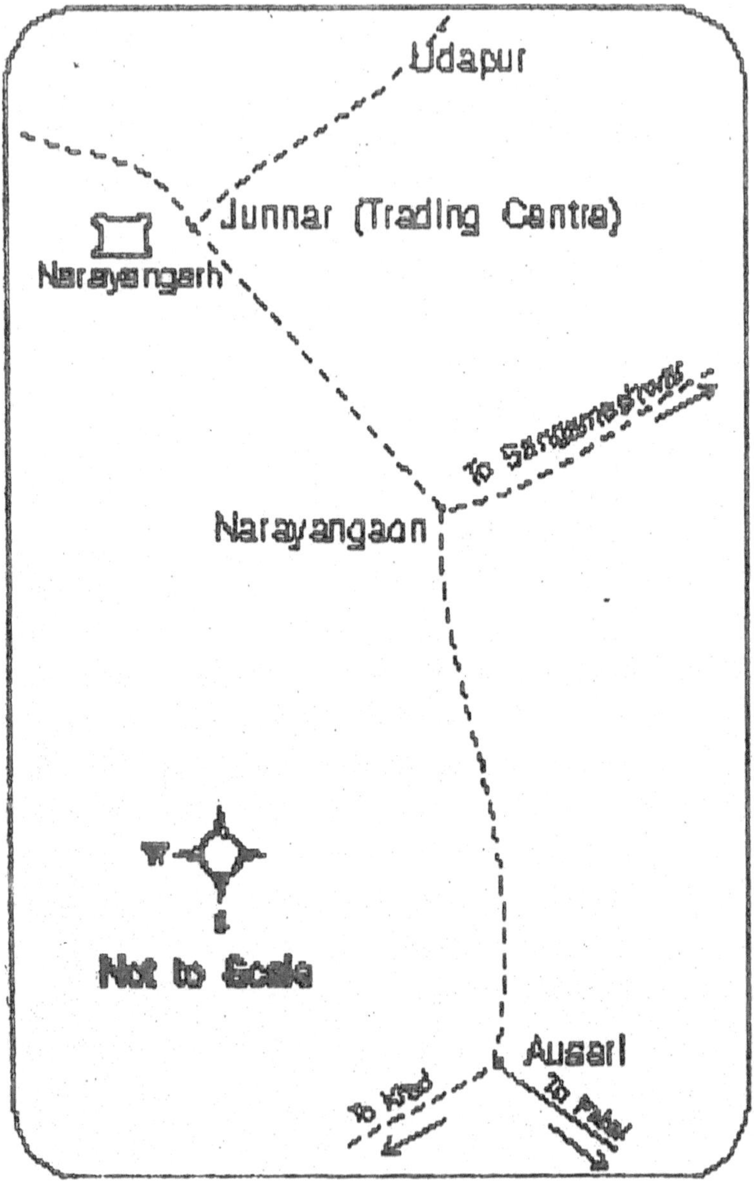

Udapur
Junnar (Trading Centre)
Narayangarh
Narayangaon
Ausari
Not to Scale

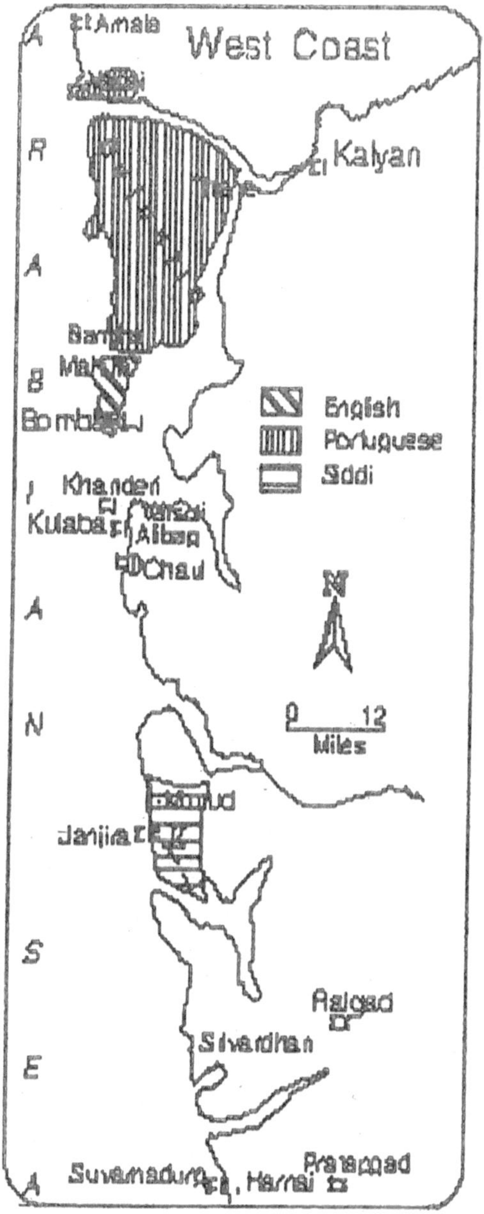
West Coast
Kalyan
English
Portuguese
Kulaba
Chaul
N
0
12
Miles
Janjira
Raigad

पश्चिमी किनारे

परिशिष्ट - १

मुंगी-शेवगावचा तह

पालखेडच्या लढाईत सपाटून पराभव झाल्यानंतर निजाम हतबल होऊन तहास आला. तहासाठी पेशव्यांनी आपल्या मागण्या समोर ठेवल्या. त्यांमध्ये छत्रपती शाहू महाराजांच्या मूळ मागण्यांमध्ये पेशव्यांनी काही नव्या मागण्या समाविष्ट केल्या होत्या. सर्व मागण्या निजामाने मान्य केल्या. प्रत्येक मागणी व तिला निजामाकडून मिळालेला प्रतिसाद याप्रमाणे खाली देत आहे. मात्र त्यातील भाषा फारसी मिश्रित असल्याने शक्य तेवढ्या सुबोध मराठीत देण्याचा प्रयत्न आहे –

मागणी १ : दक्षिणेचे कामकाजाचा बंदोबस्त आमचे हाती द्यावा.

जबाब : ठरल्याप्रमाणे तुमच्या हाती दिला जाईल.

मागणी २ : शाहू महाराजांकडून आनंदराव सुमंत आपणापाशी आहेत. त्यांचे आम्हाशी बेर नाही. सबब त्यांस निरोप द्यावा, आम्हाकडून कोणी आपणा जवळ राहील.

जबाब : कबूल.

मागणी ३ : संभाजीराजांस निरोप द्यावा की त्यांनी पन्हाळ्यास जावे.

जबाब : निरोप देतो.

मागणी ४ : अक्कलकोट, खेड, तळेगाव, बारामती, इंदापूर, नारायणगड, पुणे वगैरे ठाणी प्रथमपासून स्वराज्यात आहेत. हल्ली तुम्ही जप्त केली, ती मोकळी करावी.

जबाब : ठाणेदार व फौजदार यांना लिहून सर्व ठाणी तुमचे हवाली केली जातील.

मागणी ५ : सहा सुभे दक्षिणच्या सरदेशमुखीची सनद व स्वराज्याची सनद नवी द्यावी.

जबाब	:	पूर्वीच्या सनदेप्रमाणे अमलदारांच्या नावे परवाना दिला जाईल.
मागणी ६	:	बळवंतसिंग यास पूर्वीप्रमाणे मनसबा, जागीर देऊन सन्मानित करावे.
जबाब	:	कबूल.
मागणी ७	:	बाजी संपकाळ यासी नापरूटी, पो. चांदवड येथील मो. कादमांस जिवे मारले. घोडे वगैरे चीजवस्त्र नेली. ते माघारी देववावे.
जबाब	:	चौकशी करून देवविले जातील.
मागणी ८	:	संभाजीराजे यांस विजापूर सुभ्यापैकी कृष्णा व पंचगंगा यांच्या पलीकडील प्रांत आम्ही दिला आहे. त्याच्या सनदही यादी करून दिली आहे तीच असावी. तुम्ही देऊ नये.
जबाब	:	कबूल.
मागणी ९	:	सीलमखान यासी कमाविसदारास जिवे मारले. घोडी वगैरे नेली. ती देवावी.
जबाब	:	शोध करून माघारी देवविली जाईल.
मागणी १०	:	सुलतानजी निंबाळकर आपणासी मिळाले. त्यांस जागीर आहे. कदाचित त्यांचे भाऊ सिद्धोजी व कान्होजी यांशी ते खटला करतील.
जबाब	:	सुलतानजी आम्हास मिळाले त्यांची जबाबदारी आम्हावर अनिवार्य.
मागणी ११	:	संभाजीराजे यांजकडील कमाविसदारांनी महालोमहाली वसूल घेतला असेल तो आमचे हिशेबी न लिहावा. आम्हाकडील कमाविसदारांनी घेतला असेल तो मजरा देऊ.
जबाब	:	चौकशी करून शाहू राजे व संभाजी राजे यांनी वसूल घेतला असेल तो मजरा देऊन बाकी घ्यावी.
मागणी १२	:	वडगाव वगैरे सहा गाव पेटा गाळणा येथील जमीनदाराचे गुमास्ते अली खानाचे कैदेत आहेत ते सोडवून द्यावे.
जबाब	:	मुघल अली खानास लिहून सोडवले जातील.
मागणी १३	:	पिलाजी जाधव व रंगोजी जाधव यांजकडे शहागडची पाटिलकी आहे. तेथील जागीरदारास ताकीद करावी की पाटिलकीचा अमल चालवावा.
जबाब	:	ताकीद केली जाईल.
मागणी १४	:	तुरुकताजखान यांनी स्वराज्यात जाळून बंद करून आणला आहे तो सोडवून द्यावा.
जबाब	:	सोडवून देवविला जाईल.
मागणी १५	:	तोकटे परगण्याचे सात गाव मजी ठोके याचे देशमुखीचे आहेत. त्याची

सनद द्यावी.

जबाब : दख्तरचा दाखला पाहून देवविली जाईल. मौजे महसुलाची चौकशी करून पूर्तता केली जाईल.

मागणी १६ : पेराकडे निंभोणे येथील पाच गाव कृष्णाजी पवार व उदाजी व केदोजी पवार यांस इनाम द्यावे.

जबाब : आमचे चाकर होतील तेव्हा त्याला दिले जातील.

मागणी १७ : संभाजीराजे यांस सुभे विजापूरपैकी कृष्णा व पंचगंडांच्या पलीकडील चौथ सरदेशमुखी दिली आहे. ती त्यांनी घेत जावी. कृष्णेच्या अलीकडे उपद्रव न करावा.

जबाब : मंजूर व सवाल कबूल.

कलमे कबूल करताना सुद्धा निजामाने काही ठिकाणी कशी निसरडी किंवा उर्मट उत्तरे दिली ते मुद्दाम पाहावे.

('प्रतापी बाजीराव' मधून साभार, लेखक : म. श्री. दीक्षित)

❐❐❐

परिशिष्ट - २

फील्डमार्शल माँटगोमरी यांचा अभिप्राय

माँटगोमरी यांचा बाजीरावांसंबंधीचा अभिप्राय देण्याआधी माँटगोमरी कोण याची थोडी माहिती देणे गरजेचे ठरते.

दुसऱ्या महायुद्धात सगळीकडून मार खात असलेल्या ग्रेट ब्रिटनला पहिला विजय तोदेखील जनरल रोमेल सारख्या जबरदस्त जर्मन सेनापतीविरुद्ध मिळवून देणारे ब्रिटिश सेनापती ही माँटगोमरी यांची खरी ओळख. १९४१ मध्ये थोड्याशा फौजेनिशी ब्रिटिशांच्या एका सबंध सैन्याची सबंध उत्तर आफ्रिकेत होलपट करणारा जर्मन सेनापती म्हणून अर्विन रोमेलचे नाव जगभर दुमदुमत होते. हूलबाजी, लांबलांबच्या मजला मारणे, अनपेक्षित वेळी, अनपेक्षित ठिकाणी हल्ला करणे अशा गनिमी तंत्राने रोमेलने ब्रिटिशांना दोन आर्मी कमांडर्स व मध्य पूर्वेचे दोन कमांडंट इन चीफ यांना बदलणे भाग पाडले होते.

माँटगोमरींनी या 'मोबाईल वॉरफेअर'च्या जादुगाराला त्याच्या तंत्राला सर्वस्वी प्रतिकूल अशा अरुंद जागी गाठून आमने सामने खडी लढाई सेट पीस बॅटल द्यायला लावून पराभूत केले.

त्यानंतर ६ जून १९४४ रोजी ब्रिटिश - अमेरिकन दोस्तांनी हिटलरविरुद्ध जे प्रचंड आक्रमण केले त्या आक्रमणात सर्वांत महत्त्वाची जबाबदारी २१व्या आर्मी ग्रुपवर होती. नॉर्मंडीच्या किनाऱ्यावर उतरून ठाम पाय रोवणे आणि पुढील आक्रमणाच्या दृष्टीने सर्वात महत्त्वाचे असे कॅर्ल हे मोक्याचे ठिकाण काबीज करणे. जर्मनांनी इथेच प्रतिकाराची प्रचंड फळी उभारली होती. एक ब्रिटिश, एक अमेरिकन व एक कॅनडियन अशा तीन सैन्याच्या या २१ आर्मी ग्रुपचे नेतृत्व माँटगोमरी यांच्याकडे देण्यात आले

होते. (संपूर्ण आक्रमणाचे सुप्रीम कमांडर इन चीफ होते अमेरिकेचे जनरल ड्वाईट आयसेनहॉवर).

शेवटी जर्मनीची शरणागती जनरल किन्झेल याच्याकडून मॉंटगोमरीनीच स्वीकारली होती. त्यांनी लिहिलेल्या *हिस्ट्रीरी ऑफ वॉरफेअर* या ग्रंथात बाजीरावांच्या पालखेड मोहिमेची युद्ध शास्त्रीय निकषांवर चर्चा केली आहे तो मूळ इंग्रजी मजकूर असा :

दुसऱ्या महायुद्धात ज्याने हिटलरवर मात केली, त्या फिल्डमार्शल मॉंटगोमरीने *A History of Warfare* या नावाचा ग्रंथ लिहून, प्राचीन काळापासून आजतागायत लढाया कशा होतात, याचा ऊहापोह केला आहे. त्यात त्याने हिंदी युद्धपद्धतीचे वर्णन करताना पालखेडच्या मोहिमेचा सविस्तर वृत्तांत दिला आहे. जनरल मॉंटगोमरी म्हणतात, 'The Palkhed campaign of 1727-28 in which Baji Rao I outgeneralled Nizam-ul-Mulk, is a masterpiece of strategic mobility. Baji Rao's army was a purely mounted force, armed only with sabre, lance, a bow in some units, and a round shield, there was a spare horse for every two men. The Marathas moved un-encumbered by artillery, baggage or even handguns and defensive armour. They supplied themselves by looting."

Baji Rao resented the Nizam's rule over the Deccan and feared his diplomacy. And it was he who struck the first blow. In October 1727 as soon as the rainy season ended, Baji Rao burst into the territory of the Nizam. The lightly equipped Marathas moved with great rapidity, avoiding the main towns and fortresses living off the country, burning and plundering. They met one reverse at the hands of the Nizam's able lieutenant, Iwaz Khan, at the beginning of November, but within a month they had fully recouped and were off again, dashing east, north, west, with sudden changes of direction. The Nizam has mobilized by the swift and impredictable movements of the enemy and his men became exhausted.

At the end of January the Nizam changed his strategy; he gave up the pursuit of the elusive Maratha forces and instead made direct for this heartland around Poona, which he captured and ravaged. Baji Rao received urgent calls to come back. But with good strategic sense he resisted the call and instead countered the Nizam's move by in turn threatening his capital, Aurangabad. Nizam predictably evacuated the Poona district and returned to rescue Aurangabad. Baji Rao had not actually captured the capital, but he had pillaged the neighbouring area. As the Nizam had once again endeavoured to catch Baji Rao, the Marathas hurried & circled round his forces. The Nizam preserved his army intact, but in March 1728 he gave up. The Marathas returned home laden with plunder and by the peace terms some of their territorial claims were conceded.

फील्डमार्शल मॉंटेगोमरी यांच्या उपरोक्त लेखनाचे भाषांतर खाली देत आहे :
"१७२७-२८च्या पालखेड मोहिमेत पहिल्या बाजीरावांनी सेनापातामध्ये निजाम-उल-मुल्क याच्यावर मात केली. हा स्ट्रॅटेजिक मोबिलिटीचा मास्टरपीस होय. बाजीरावांची सेना ही शुद्ध घोडेस्वार सेना होती. हत्यारे फक्त तलवार, भाला, काही पथकापाशी तीरकामठा आणि एक गोल ढाल. दर दोन माणसांमागे एक जास्तीचा घोडा. मराठे तोफखाना, सामान सुमान, अगदी हँडगन (तमंचा) आणि संरक्षक चिलखत याच्या ओझ्याविरहित असल्याने मुक्त संचार करू शकत. ते स्वतःच्या गरजा लूट करून भागवीत.

बाजीरावांना निजामाच्या दख्खनवरील सत्तेचे वैषम्य आणि त्याच्या राजकारणाची भीती वाटत असे आणि पहिला आघात त्यानेच केला. १७२७च्या ऑक्टोबरात पावसाळा संपताच बाजीराव निजामाच्या मुलखात शिरला. हलक्या सामग्रीने युक्त मराठे मुख्य शहरे आणि किल्ले यांना बगल देत लूट, जाळपोळ करीत मोठ्या चपळाईने संचार करीत. त्यांना फक्त एकदाच निजामाचा सरदार ऐबज खान याच्याकडून माघार स्वीकारावी लागली. पण महिनाभरात ते सावरले आणि कधी पूर्वेला कधी उत्तरेला, कधी पश्चिमेला अशी अचानक दिशा बदलून मुसंड्या मारू लागले. निजामाने आपले सैन्य सज्ज करून काही काळ त्यांचा पाठलाग केला, पण शत्रूच्या चपळ आणि अनपेक्षित हालचालींनी गोंधळलेले त्याचे सैन्य थकून गेले.

जानेवारी अखेर निजामाने आपले धोरण बदलले. त्याने मराठ्यांचा पाठलाग सोडून थेट मराठ्यांच्या मर्मस्थानावर, पुण्याभोवतालच्या प्रदेशात धडक मारली. तो प्रदेश जिंकून उद्ध्वस्त करून टाकला. बाजीरावांना परत येण्यासाठी तातडीचे निरोप येऊ

लागले. पण त्याने उत्तम स्ट्रॅटेजिक अवधान राखून निजामाला त्याच्या राजधानीवरच औरंगाबादवर चाल करून शह दिला. बाजीरावांनी त्यांची राजधानी काबीज केली नाही. पण भोवतालचा प्रदेश लुटला. आता निजामाने पुन्हा एकदा बाजीरावांना गाठण्याचा प्रयत्न केला. मराठे त्याला सतावीत, त्याच्या सैन्याभोवती घिरट्या घालीत राहिले. निजामाने आपले सैन्य शाबूत ठेवले. पण १७२८च्या मार्चमध्ये नाद सोडला. मराठे प्रचंड लूट घेऊन परत आले आणि तहाच्या अटींद्वारा त्याचे काही प्रादेशिक दावेही मान्य करण्यात आले.''

❑❑❑

परिशिष्ट - ३

दुष्काळाच्या परिस्थितीत महाराणी येसूबाईंनी लिहिलेले पत्र

॥ श्री शंकर ॥

२४ एप्रिल १७०५

राजश्री श्री देव स्वामीचे सेवेसी

॥ श्रीमत् परमपूज्य तपोनिधी मुक्तिदायक सकलगुणासंकरण देव वरदमूर्तीपरायण राजमान्ये राजश्री आज्ञाधारक सेवेसी मातुश्री येसूबाई दोनी करकमल जोडून चरणावरी मस्तक ठेवून साष्टांग नमस्कार विनंती. उपरि येथील क्षेम तागाईत वैशाख शुद्ध सप्तमी गुरुवार जाणऊन मुकाम अहमदनगरी दुर्गात स्वामींच्या आशीर्वादावरून यथास्थित असे. स्वकिय कुशललेखन आज्ञा केली पाहिजे. विशेष बहुत दिवस जाले. स्वामींनी आशीर्वादपत्र पाठवून बालकाचा परामर्श केला नाही. याकरिता चित्तास स्वस्थता होत नाही ते देव जाणे. तरी स्वामींनी येणारा मनुष्याबरोबरी प्रतिक्षणी आशीर्वादपत्र पाठवीत गेले पाहिजे. विशेष आमचे वर्तमान तरी स्वामीपाशी सत्यच लेखन केले पाहिजे. चिरंजीव दाजी तो पृथ्वीपती समागमे गेले. आम्हास सार्वभौमाची आज्ञा झाली की, अहमदनगरास जावे. आज्ञाप्रमाणे आम्हास अहमदनगरास घेऊन आले. येथे आलियावरी आजी पाच मास जाले. परंतु खर्चाची बहुत तंगचाई जाली. काय निमित्य तरी सार्वभौम दूर गेले. आमचा तनखा जो दिल्हा तेथे ताम्रांनी व हरिभक्तांनी व काही काळाने करून प्रतिकूल जाली. यामुळे द्रव्य येणे राहिले. येथे अहमदनगरी साहुकारांचे पाच-सात सहस्र ब्रह्मस्व जाले. आता कोणीही देत नाही. मागितल्या व पैकियास तगादे लाविले आहेत. त्यामुळे

बहुत कष्टी होतो. तो दुःखसागर स्वामीस काय म्हणवून ल्याहावा? स्वामींच्या सेवेसी रायाजी जाधव पाठविला असे. तरी महाराज कैलासवासी स्वामी गेल्या तगाईत आपणावरी हा कसला प्राप्त जाला. इंगळास वोळंबे लागले. बरे होणार भविष्य त्यास यत्न काय आहे? तरी सारांश गोष्टी की, ब्रह्मस्वापासून मुक्त केलियाने बहुत कीर्ति स्वामींची आहे. आणि पाऊसपाणी जालियावरी स्वामी ज्या पासून देवितील त्यास प्रविष्ट करून. परंतु हा समय आम्हावरी कठीण पडला आहे. आपले कोण्ही येथे प्रतिपक्षी नाही ऐसा प्रसंग प्राप्त जाला आहे. याचे निवारण करणार स्वामी आहेत. माझी उपेक्षा केली न पाहिजे. वरकड चिरंजीवाकडील सामराज व आमचे वर्तमान रायाजी मुखांतरी चरणापाशी विनीत करीत. श्रुत होईल. ते सरपच मानणे. विशेष ल्याहावे तरी आपण अज्ञान, मूढ असे. लिहीता येत नाही. अथवा ज्ञानही नाही. त्याही वरी आपणाजवळी कोण्ही शाहाणा कारकून नाही. आवाक्षराची क्षमा केली पाहिजे. कृपा आशीर्वाद निरंतर करीत गेले पाहिजे. कृपा आसो दीजे. जाणिजे मी सेवेसी सेवक बसवंताने चरणावरी मस्तके ठेऊन दंडवत विनंती उपरी परिसिजे. मी सेवक असे. आशीर्वाद पायीत जाणे. जाणिले हे विनंती.

शा ॥ छ ११ माहे मोहरम सन ४९ हे विज्ञापन

बाजीरावांनी ब्रह्मेंद्र स्वामींना केलेले निवेदन

बाजीरावांच्या मोहिमांमध्ये त्यांनी अगदी दिल्लीपतीपर्यंत अनेकांकडून चौथाई सरदेशमुखीचे हक्क मिळवले खरे, पण त्या स्वाऱ्यांच्या खर्चामुळे त्यांना स्वतःला मोठाली कर्जे झाली. कर्ज हा बाजीरावांना हयातभर लागलेला भुंगा होता. तीस-तीस लाखांची कर्जे. शिवाय शाहू महाराजांची कर्जे फेडण्याचेही काम त्यांनाच निभावावे लागत होते. माळवा-गुजरात मोहिमेत छत्रपतींचे कर्ज फेडण्यासाठी पैसे लवकरात लवकर गोळा करून 'सातारियास' पाठवण्याबद्दल त्यांनी चिमाजींना कळवल्याचा उल्लेख आलाच आहे. मृत्यूच्या वेळीही त्यांना १४ लाख रुपये कर्ज होते. बाबुजी नाईक बारामतीकर, ब्रह्मेंद्रस्वामी धावडशीकर असे त्यांचे सावकार होते. ते त्यांना तगादे लावून नकोसे करीत असत. त्यामुळे बाजीराव कसे काकुळतीला येत असत याचे उत्तम उदाहरण त्यांनी ब्रह्मेंद्रस्वामींस लिहिलेल्या पत्रात दिसून येते. तेच हे पत्र –

''श्रीमत् परमहंस स्वामीचे सेवेसी''

विनंति सेवक आज्ञाधारक बाजीराव कृतानेक-विज्ञापना, महाराजांनी खंडूबरोबर आशीर्वाद पत्र पाठविले व कितेक आज्ञा केली तरी बाबा आम्हास काय चिंता आहे.

तुम्ही जालेत गोसावी आणि आम्हाकडे प्रपंच लाविला. त्या प्रपंचामुळे आम्ही जोड इतकीच केली की, वीस लाख रुपये कर्जदार जालो. कर्जदारांचे नरकात कुजतो इतकेच मिळविले. या दु:खास्तव गतवर्षी पिंपरीस आलो तेव्हा सारे तुमचे हवाले करून मोकळे होऊन देवाची सेवा करावी हा हेत धरून स्वामीस विनंती केली. स्वामी कृपाळू होऊन आश्वासन दिल्हे ''भार्गव तुझे ध्यानी आहे. फत्ते तुझी होईल व पैकाही उदंडसा मिळोन कर्ज फिटेल. सर्व साह्यकारी भार्गव आहे.'' तेवढे वचनावर दृष्टी ठेऊन होतो. त्यास चिरंजीव तुझा तिकडे गेला होता. यश थोडे बहुत आले पैका न मिळाला. लष्कराचे हाल श्रीरंगपट्टणाचे वेळेस जाले होते तसेच जाले. आपण या गोष्टीचा शोध करावा.

आता नित्य उठोन कर्जदारांचे पाया पडावे. शिलेदारांचे पाया पडता पडता कपाळा छिनत चालले. आता ही सुखे आम्हास नकोत. तुम्ही या आणि आपला कारभार सांभाळा. अगर टाकून द्या म्हणाल तरी टाकून उठोन येतो. वरवर तुम्ही आपल्या पैक्याविशी लिहिले. तरी स्वामीने काही चिंता न करावी. आमचा जीव आहे तोवर पैकियाची काय चिंता आहे. कोणे समयी पैका पाहिजे ते आम्हासही कळते. पैका पावता करूंच- आता प्रस्तुत तो आमचा जीवच मात्र आहे. तो येथे येऊन घेणे अगर तेथे बोलावशील तरी सर्वसंग टाकून येतो. तुम्ही थोर देव, तुम्हास वचनास धरावे. ते वचन खरे न जाले! म्हणोन आम्ही लेकरांनी तुमची रड तुम्हापाशी रडावी आणि रडतिसाची अशी तुम्ही पुसोन परिणाम त्याचा करावा. तो कराल-तुमचे झाड लाविले तोडाल तरी आता तोडा, वाढवाल तरी वाढवा. या गोष्टीस नादर कोण आहे. तुमचे दबवणीस आम्ही का भिऊ. मारशील तर तूच बाबा मारशील. यातहि कीर्ती तुझीच आहे. आणि आम्हां लेकरांचे लडिवाळ चालवून कीर्तिरूप होतील तरी तूच होतील. गावचा मजकूर लिहिला की शिष्य पाठवणे त्याचे हवाले करू. तरी शिष्य मीच आहे. मला बोलवावे. मीच येतो. हा कारभार पाहावासा असला तरी येऊन आटपणे. पाहिले तरी आम्ही मुत्तालीक तुझे. टाकून द्या म्हणाल तरी येतो. नाही चार दिवस आमचेच हातून घ्यावयास असेल तर तैसीच आज्ञा करावी. आम्ही तो कर्जदारांचे नरकात बुडाले. तुझे वचनावर अवंदाचे साली मला कर्ज व राजा व लोक यांचे देणियापासून मुक्त करतील. यास्तव देवांजवळ आमचा प्राण देऊ. आम्हा लेकरांस मुक्त कराल ऐसे वचन अभयपूर्वक आलिया एवढे आठ महिने आणिक जीवन धरून पाहू. यात जर आम्ही कृत्रिम लिहिले असेल तरी आम्हास तुझीच शफत असे. काय ते उत्तर लौकर पाठविणे. तैसीच तजवीज करू. तू देव कैसा की आमची कृत्रिमता किंवा निर्मळता न कळे. ध्यानात येईना तेव्हा आम्हीच प्राक्तनाचे गाढे. आमचे कपाळ फुटले तरी तुमचा कोप आम्हावरी कशास. जे दुष्ट असतील त्यांचे वर करा की, तेणे करून प्रजा सुख पावे. आज दाभाडे गायकवाड,

बांडे कोटी कोटी रुपये खजिने आणि मीन आम्ही तुझे पायाशी व धन्याचे पायांशी निष्ठेने वर्ततो ते अन्नास महाग जाले. त्यात आम्ही चिपळुणे तुझे वाढविले. लाज तुला असावी. लाज धरशील तर त्यांजवर कोप करा आणि आमचे उर्जित करून राहिले ब्राह्मणाचे काम करून घ्या. नाहीतरी आम्हावरी कोपराग कशास पाहिजे. आपले स्वाधीन करून घे आणि आम्हास मुक्त कर. आणिक एखादा देव पाहून सेवा करू. पिंपरीतच बोलिले आहे की, माझा राग तुजवर होणार नाही. कदाचित रागे भरले तरी चालणार नाही. त्यास आता लिहिले की, पिंपरीस मरत होतो. ज्वराने शुद्ध नव्हती. ते बोली प्रमाण नाही. तरी मरत होतास तरी रात्रीच माझे रक्षणास कैसा आलीस. या गोष्टी कैशास लिहिता. जरी आम्ही उमगतो न तरी त्वां भार्गवच साक्ष असेल. आताच उठोन सन्यासी होवून एखादेकडे उठोन जावे ऐसे वाटत नसेल तरी भार्गवाची शपथ आहे. परंतु मागती काही विवेक धरून धीर धरून पाहतो. जर धीर धरवेल तर धरवून पाहू. नको म्हणाल तरी आम्ही तो सिद्धच आहे. सेवेसी श्रुत होय. हजार रुपये साताऱ्याहून धावडशीस पावते करणे म्हणून पूर्वीच खंडूचे अगोदर दोन दिवस पत्र लिहून पाठविले आहे. पावले असतील अगर पायतील. उत्तर पाठवावे हे विज्ञप्ती.''

अशा प्रकारे हा थोर शिपाईगडी कर्जाने सदैव गांजलेला होता. त्याने ज्यांना वर आणले त्याच्या खजिन्यात कोटी कोटी आणि त्याचा वर आणणाऱ्याच्या हाती नरोटी असे का व्हावे? यात दोष कोणाचा? बाजीरावांचा की आणखी कोणाचा? बाजीरावांना पैशाचे व्यवस्थापन करता आले नाही असे म्हणावे का?''

❑❑❑

परिशिष्ट - ४

बाजीरावांच्या हालचालींची रोजनिशी

बाजीरावांच्या वीस वर्षांच्या कारकीर्दीत बाजीरावांच्या स्वतःच्या मोहिमा व त्यांनी हाती घेतलेल्या पण कार्यवाही इतरांवर सोपविलेल्या मोहिमा या समांतर चालल्या होत्या. त्यांची वर्णने एकमेकांत गुंतल्यास कशाचाच नीट बोध होत नाही म्हणून त्यांची वर्णने वेगळी करावी लागली. परंतु, संबंध चित्र तारीखवार पाहता यावे, बाजीराव कुठे असताना चिमाजी आप्पा किंवा त्यांचे काही सरदार कुठे काय करीत होते, हे जेथल्या तेथे ताडून पाहता यावे यासाठी कालक्रमानुसार मांडणी येथे दिली आहे.

कालपट

३ एप्रिल १७२०	:	पेशवे बाळाजी विश्वनाथ यांचे सासवड येथे राहत्या वाड्यात निधन. चैत्र शु. ६ (वय सुमारे पंचेचाळीस)
७ एप्रिल	:	सातारच्या पूर्वेस मसूर मुक्कामी बाजीरावांस पेशवाई वस्त्रे (वय वर्षे २०)
मे	:	निजाम अशिरगडानजीक.
९ जून	:	आलमअल्लीखान (सय्यद हुसेन अल्लीचा पक्ष) आणि बाजीराव यांची सावर्डे, प्रांत उंडणगाव (खानदेश) येथे भेट.
जूनमध्य	:	आंग्र्याच्या विजयदुर्गास इंग्रजी आरामाराचा उपसर्ग.
१९ जून	:	सय्यद पक्षाचा सरदार दिलावरअल्ली आणि निजाम यांची खांडव्यानजीक लढाई. दिलावर ठार, निजाम विजयी.
जून उत्तरार्ध	:	बाजीराव आणि चिमाजीआप्पा औरंगाबाद भागात.
३१ जुलै	:	बाळापूर (जि. अकोला) येथील अटीतटीच्या लढाईत

		निजामाकडून आलमअल्लीखानाचा संपूर्ण पराभव. आलमअल्ली ठार. खंडेराव दाभाडे, दमाजी गायकवाड, कान्होजी व संताजी भोसले, शंकराजी मल्हार, बाजीराव इत्यादी आलमअलीच्या बाजूला होते. या निर्णायक विजयामुळे दक्षिणेतून सय्यदपक्ष उखडला जाऊन, निजाम हा नवा प्रतिस्पर्धी मराठ्यांपुढे उभा ठाकला.
२८ सप्टेंबर	:	बादशाही हस्तक हैदरबेग याच्याकडून जयपूरनजीक सय्यद हुसेनअल्लीचा खून. कटाचा म्होरक्या अमीनखान (निजामाचा चुलतभाऊ) याला पुढे वजिरी मिळते.
११ ऑक्टोबर	:	खानदेशातून बाजीराव बारामतीस दाखल. निजामाच्या हस्तकास पराभूत करतो. शाहूतर्फे लढणारा यशवंतराव दाभाडे या प्रसंगी ठार.
दसरा	:	सातारा येथे शाहू आणि बाजीराव यांची भेट.
४ नोव्हेंबर	:	थोरला सय्यद अब्दुल्लाखान दिल्लीनजीक हसनपूरच्या चकमकीत पराभूत व कैद (पुढे दोन वर्षांनी कैदेत विषप्रयोगामुळे मृत) सवाई जयसिंग आणि गिरिधरबहाद्दर यांच्या यत्नामुळे बादशहा जिझीया कर रद्द करतो.
डिसेंबर	:	चौथई वसुलीसाठी बाजीराव खानदेशात, पिलाजी गायकवाड उत्तर गुजरातेत. तंजावरचा शरफोजी भोसले अर्काट नबाबाविरुद्ध शाहूंकडे कुमक मागतो. साष्टीत पोर्तुगीजांची वाढती दडपशाही. अणजूरकरांची बाजीरावांस हाक. अलाहाबादची सुभेदारी महंमद बंगशाकडे.
इ.स. १७२१		
४ जानेवारी	:	चिखलठाण (चाळीसगावच्या पूर्वेस) येथे निजाम आणि बाजीराव यांची पहिली भेट, चार दिवस चौथबाबत बोलणी.
२८ जानेवारी	:	बाजीराव औरंगाबादेस.
फेब्रुवारी मध्य	:	बाजीराव खानदेश, वैजापूर भागात वसुलासाठी संचार करतो.
७ मार्च	:	बाजीराव सुरतेनजीक.
एप्रिल	:	बाजीराव बागलाण प्रांतात.
मे	:	बुंदेलखंडात छत्रसाल राजाकडून मुघलांचा पराभव.

जून उत्तरार्ध :	बाजीराव साताऱ्यास परत.
२१ ऑक्टोबर :	वजिरी स्वीकारण्यासाठी निजामाचे औरंगाबादहून प्रस्थान. माघारी कारभार आप्त असद्दोला ऊर्फ अयवाज खान हाती.
डिसेंबर मध्य :	खंडेराव दाभाड्याचा मुतालिक दमाजी गायकवाड (पहिला) याचा मृत्यू.
डिसेंबर तिसरा-आठवडा :	अलिबाग किल्ल्यास इंग्रज आणि पोर्तुगीज आरमाराचा वेढा.
३० डिसेंबर :	कान्होजी आंग्रांच्या साहाय्यार्थ बाजीराव सात हजार वारांसह अलिबागेस दाखल.

इ.स. १७२२

३ जानेवारी :	पोर्तुगीज आणि मराठे यांच्यात तहाच्या वाटाघाटीस आरंभ.
९ जानेवारी :	वरसोली (चौल) येथे शाहूंतर्फे बाजीराव आणि पोर्तुगीज विजरई (व्हाइसराय) यांच्यात नऊ कलमी शांततातह. पुढे इंग्रजांची मान्यता.
२८ जानेवारी :	निजाम दिल्लीस पोहोचतो.
१ फेब्रुवारी :	जेजुरी येथे शाहू, बाजीराव, खंडेराव, कान्होजी आंग्रे, पिलाजी जाधव, दावलजी सोमवंशी यांच्या भेटीगाठी, वाटाघाटी.
१३ फेब्रुवारी :	अमीनखानाचे जागी बादशहाकडून निजामास वजिरीची वस्त्रे, दक्षिणचा नवा सुभेदार मुबारिझखान.
२८ फेब्रुवारी :	धावडशीला शाहू-ब्रह्मेंद्रस्वामी यांची भेट.
एप्रिल :	बाजीराव खानदेश-बालाघाट प्रांतात.
सप्टेंबर :	औंधच्या सुभेदारीवर बादशहाच्या मर्जीतला सादतखान.
नोव्हेंबर उत्तरार्ध :	बाजीराव बुऱ्हाणपुरानजीक.
३ डिसेंबर :	उदाजी पवाराकडे बाजीराव गुजरात व माळव्याचा निम्मा मोकासा सोपवितो.
५ डिसेंबर :	निजामाचा विश्वासू अयवाजखान आणि बाजीराव यांची झाबुआ (प.माळवा) येथे भेट.
डिसेंबर अखेर :	वजिरी न मानवून निजाम माळव्यात येतो. त्याला लोभ दक्षिण सुभ्याचा.

इ.स. १७२३

जानेवारी	:	ठाकूर अनूपसिंग आणि बाजीराव यांची माळव्यात भेट.
१३ फेब्रुवारी	:	निजाम आणि बाजीराव यांची झाबुआ नजीक बदकशा येथे दुसरी भेट. आठवडाभर बोलणी.
मार्च	:	निजामाचा चुलता हमीदखान यास गुजरातची हंगामी सुभेदारी. हैदरकुलीखानास अर्धचंद्र.
१६ एप्रिल	:	भोपाळच्या दोस्त महंमदचा निजाम पराभव करतो. त्याला बाजीरावांच्या सैन्याची मदत. नंतर बाजीराव दक्षिण माळव्यात वसुली करून दक्षिणेकडे निघतो.
मे	:	कंठाजी कदमबांडे याची दोहमार्गे गुजरातेत स्वारी.
२६ नोव्हेंबर	:	पिलाजी जाधवाजी वसई-सुरतेकडे स्वारी. काही खेड्यांची लूट व जाळपोळ करतो.
६ डिसेंबर	:	कल्याण-भिवंडी भागात पोर्तुगीजांनी धुमाकूळ घातल्यामुळे बाजीरावांकडून पोर्तुगीज वकीलास व त्यांच्या सेनापतीस जरबेचे पत्र. पूर्वीच्या तहाचा भंग होत असल्याची तक्रार.
१२ डिसेंबर	:	वजिरीचा राजीनामा देऊन निजाम दक्षिणेची वाट धरतो.
डिसेंबर उत्तरार्ध	:	मोमिनखानाचा पराभव करून पिलाजी गायकवाड सुरत भागात चौथ वसूल करतो.

इ.स. १७२४

४ जानेवारी	:	बाजीराव औरंगाबादेस.
१० जानेवारी	:	रामचंद्र महादेवामार्फत पोर्तुगीज-मराठे यांच्यात कँबे येथे तह. पोर्तुगीज वकील सातारला पाठवावा आणि वसई प्रांतातून खंडणी द्यावी, अशी बाजीरावांची मागणी.
२७ जानेवारी	:	बाजीराव साताऱ्याहून खानदेशकडे.
फेब्रुवारी	:	निजाम उज्जैनपर्यंत येऊन ठेपतो.
१४ मार्च	:	बाजीराव खानदेशात सुजनसिंग रावळास कैद करून त्याचे लांमकानी ठाणे लुटतात.
८ मे	:	अकबरपूर नजीक बाजीराव नर्मदा ओलांडतात.
१८ मे	:	धारच्या दक्षिणेस नालछा येथे निजाम-बाजीराव यांची तिसरी भेट. पातशहा व मुबारिझखान यांच्या युतीविरुद्ध मराठ्यांची

		मदत मागतो आणि चौथ-सरदेशमुखीची आश्वासने देतो.
मे उत्तरार्ध	:	निजाम व बाजीराव बुऱ्हाणपुरानजीक.
जून	:	त्रिंबकराव दाभाडेचा सुरतेनजीक संचार. आनंदराव सुमंतामार्फत शाहू मुबारिझखानाकडे मागण्या सादर करतो. मुबारिझखानाशी विश्वासघात करून अयनाजखान निजामास औरंगाबादेचा ताबा देतो. (२३ जून)
२७ जुलै	:	पातशहाचा नवा वझीर कमरुद्दिनखान.
सप्टेंबर	:	पूर्णा नदीवरील मुबारिझखानाचे ठाणे बाजीराव घेतात.
१ ऑक्टोबर	:	साखरखेडले (नजीक मेहकर, जि. बुलढाणा) येथील अटीतटीच्या लढाईत निजामाकडून मुबारिझखानाचा पाडाव. खानास ठार मारून त्याचे मुंडके पातशहाकडे. बाजीराव, पिलाजी जाधव, सुल्तानजी निंबाळकर निजामाच्या बाजूने लढले. राणोजी शिंदे लढाईत जखमी. या लढाईतील विजयामुळे निजामाची दक्षिण सुभदारी दृढमूल होते.
४ नोव्हेंबर ते- २४ नोव्हेंबर	:	बाजीराव औरंगाबादेस. निजामाकडून त्याचा गौरव. वसईच्या पोर्तुगीज अधिकाऱ्यास साताऱ्यास वकील आणि एक शस्त्रवैद्य पाठवा, असे बाजीरावांचे पत्र. पूर्वीच्या तहास मान्यता देण्याची हमी.
डिसेंबर	:	गुजरातेतील पातशाही अमलदार शुजाअतखान आणि निजामाचा हस्तक हमीदखान यांची लढाई. शुजाअत पराभूत व ठार. कंठाजी कदम व पिलाजी गायकवाड हमीदच्या बाजूने लढले. मराठ्यांच्या मदतीने पातशाहीपक्ष निष्प्रभ केल्यानंतर निजाम सुरक्षिततेसाठी आपली राजधानी हैद्राबादला हलवतो. औरंगाबादला मराठ्यांचा सतत धोका हा या स्थलांतराचा एक हेतू.
इ.स. १७२५		
जानेवारी	:	मुबारिझखानाचा एक पुत्र ख्व्वाजा अहमद निजामाला शरण.
८ फेब्रुवारी	:	गुजरातेत आरसच्या लढाईत (जि. कैरा) शुजाअतखानचा भाऊ (सुरतेचा अमलदार) रुस्तुमअल्ली भावाच्या वधाचा सूड घेण्यासाठी हमीदखानास पराभूत करतो.
११ फेब्रुवारी	:	अहमदाबादनजीक वसोच्या लढाईत हमीदखान रुस्तुमअल्लीचा

पाडाव करतो. याप्रसंगी उदाजी पवार, कंठाजी कदम, अंबाजीपंत, बाजी भीवराव हमीदखानाच्या बाजूने लढले. गुजरातेतील पातशाही अंमल जवळजवळ संपुष्टात. तिथे निजाम पक्षाचे प्रभुत्व वाढले. कंठाजी कदम, पिलाजी गायकवाड आणि बाजीरावांतर्फे उदाजी पवार यांचे कार्यक्षेत्र ठरले.

फेब्रुवारी उत्तरार्ध : बाजी भीवराव व अंबाजीपंत गुजरातेत.

एप्रिल : खंबायत येथे कंठाजी कदम आणि गायकवाड यांच्यात वसुलीक्षेत्रावरून संघर्ष. हमीदखान मध्यस्थी करून माहीनदीचा उत्तर-दक्षिण भाग ठरवून देतो. झाबुआचा ठाकूर अनूपसिंग याच्याकडून बाजीरावांचे सरदार एक लाख खंडणी वसून करून माळव्यात शिरतात. आमझेरा व शहाजहानपूर येथे वसुली.

जून उत्तरार्ध : दक्षिणच्या सुभेदारीवर पातशहा अखेर निजामाची कायम नेमणूक करतो. मराठ्यांची वाढती आक्रमणे लक्षात घेऊन गुजरात आणि माळवा येथील सुभेदारीवर सरबुलंदखान आणि राजा गिरीधरबहाद्दर यांची योजना. गिरीधरबहाद्दर अनुभवी.

नोव्हेंबर उत्तरार्ध : शाहूंच्या आज्ञेने मराठ्यांच्या पहिल्या (चित्रदुर्ग) कर्नाटक मोहिमेस आरंभ. कोल्हापूरचा संभाजी आणि निजाम यामुळे नाराज.

डिसेंबर उत्तरार्ध : नीरा नरसिंगपूरमार्गे पंढरपूरजवळ मराठी सैन्याचा मुक्काम. नेतृत्व श्रीनिवासराव प्रतिनिधीकडे. पेशवे बाजीराव, सरलष्कर सुल्तानजी निंबाळकर, त्रिंबकराव दाभाडे मोहिमेत सामील. मोहिमेचा मार्ग पूर्वेकडील मैदानी प्रदेशातून. याच सुमारास अयवाजखानाच्या नेतृत्वाखाली निजामाची थोडी फौज कर्नाटकात. आंतरिक हेतू मराठ्यांच्या हालचालींवर लक्ष ठेवणे.

इ.स. १७२६

जानेवारी : पातशहाची निष्ठा धारण करून निजाम आपले खरे (मराठ्यांविरुद्ध) स्वरूप प्रकट करू लागला. त्याची फोडा व झोडा नीती. प्रतिनिधींशी संधान. चौथ-सरदेशमुखीतून हैद्राबाद वगळावे व त्याचे बदल्यात गंगथडी बालाघाटमध्ये जहागीर द्यावी असा उभयतांत गुप्त करार.

१२ फेब्रुवारी : बाजीराव आठवडाभर कर्नाटकात बेदहटीस.

१४ फेब्रुवारी : बाजीराव आणि सावनूरकर नबाब यांचा प्रतिनिधी अब्दुल गफारखान यांची भेट.

२१ फेब्रुवारी : मोहिमेची आगेकूच. सोध्यांच्या राजाकडून खंडणी घेऊन त्याला अभय.

फेब्रुवारी अखेर : चंद्रसेन जाधवाच्या मध्यस्तीने संभाजीचे निजामाशी सख्य.

१५ मार्च : बाजीराव हयग्रीव नदीच्या काठी चित्रदुर्गजवळ,

२० मार्च ते ६ एप्रिल : बाजीराव चित्रदुर्गच्या दक्षिण भागात.

२४ मार्च : ताराबाईपुत्र शिवाजी याचे कैदेत निधन (वय ३०)

३१ मार्च : बाजीरावांस शाहूकडून कसबे पुणेगाव इनाम.

७ एप्रिल : कर्नाटक मोहीम आवरती घेऊन मराठी सैन्य माघारी निघाले.

एप्रिल उत्तरार्ध : गुजरातेत पेशव्यातर्फे अंबाजीपंत आणि बाजी भीवराव यांची मुसंडी. वडनगरची लूट. सरबुलंदखान टेकीला येऊन अंबाजीमार्फत चौथबाबत तह करतो. त्यानुसार पुढे शाहू, चिमाजीआप्पा आणि त्रिंबकराव दाभाडे यांच्यात वसुलाची निम्मीनिम्मी वाटणी करतो.

६ मे ते ९ मे : मराठी सैन्य धारवाडनजीक कुरोटी येथे.

मे : हरपनहळी, गोकाक, कालगाव, कोडोली या मार्गे कर्नाटक मोहीम आटपून बाजीराव साताऱ्यास.

जून : सावनूरच्या नबाबाकडून लक्ष्मेश्वरच्या देशमुखास उपसर्ग. शाहूकडे मदतीची याचना.

१९ सप्टेंबर : खंडो बल्लाळ चिटणीस याचा मृत्यू.

२४ सप्टेंबर : छत्रपती संभाजी निजामास उघडपणे मिळतो. शाहू आणि बाजीराव यांच्याविरुद्ध दोघेही आक्रमक पवित्रा घेतात.

ऑक्टोबर : कंठाजी कदमाची गुजरातेत स्वार्थी पुंडाई. पावागड घेऊन अहमदाबादेकडे चाल. शाहूंकडून त्याला तंबी.

२१ ऑक्टोबर : दसरा आटोपताच साताऱ्याहून बाजीरावांच्या नेतृत्वाखाली कर्नाटकात दुसरी मोहीम. सोबतीला सेनापती खंडेराव दाभाडे. मोहिमेचा मार्ग सह्याद्रिलगतच्या पश्चिम भागातून.

१३ ते १९ डिसेंबर : वाई, वडगाव, पाटण, सामानगड, नेसरी, बेळगाव, राणीबेनूरमार्गे बाजीराव सोंधा येथे.

इ.स. १७२७

८ फेब्रुवारी	:	अंजनवेलच्या सिद्दीसाताकडून महाशिवरात्रीस परशुराम क्षेत्राचा विध्वंस.
१३ फे. ते ८ मार्च	:	बाजीराव श्रीरंगपट्टण येथे. उन्हाळा व पटकीच्या रोगामुळे सैन्य हैराण. म्हैसूर व अर्काट भागातून वसुली.
२० फेब्रुवारी	:	गुजरातेत सरबुलंद आणि पेशवाप्रतिनिधी यांच्यात चौथ-सरदेशमुखीबाबत तह. तहामुळे कमदबांडे आणि गायकवाड नाराज. चौथच्या बदल्यात पुंडावे मोडण्याची जबाबदारी पेशव्यांवर. पेशव्यांतर्फे ही कामगिरी उदाजी पवाराकडे.
एप्रिल	:	शाहूंचा सरलष्कर सुल्तानजी निंबाळकर संभाजीला मिळतो. निजाम आणि संभाजी यांची पुण्याच्या रोखाने चाल. अर्काटच्या नबाबाशी बाजीरावांचा समेट. बडोदा आणि डभोईवर पिलाजी गायकवाडचा कब्जा. बुंदेलखंडात बंगशाचे वाढते आक्रमण.
२७ एप्रिल	:	कर्नाटक मोहिमेवरून बाजीराव वेगाने साताऱ्यास. नेसरी, कापशी, वसंतगड मार्गाने परत. या मोहिमेमुळे निजामास घुस्सा.
मे	:	बाजीरावांचा मुक्काम साताऱ्यास.
३१ जुलै	:	चिमाजींचा दिलेला गुजरातेतील निम्मा मोकासा शाहू दाभाड्यास परत देतो. त्यामुळे चिमाजी व बाजीराव नाराज.
ऑगस्ट	:	निजामाचा सरदार अयबाजखान पुणे भागात घबराट उत्पन्न करतो.
सप्टेंबर	:	निजामाच्या हालचालींना पायबंद घालण्यासाठी बाजीरावांचे दसऱ्याच्या मुहूर्तावर प्रस्थान. पुणतांब्याजवळ गोदावरी ओलांडून औरंगाबादच्या रोखाने दौड. शाहू सचिंत.
नोव्हेंबर प्रथमार्ध	:	निजाम आणि संभाजी यांच्या संयुक्त फौजा पुण्याच्या रोखाने. बाजीराव जालना आणि सिंदखेडची लूट करतो व अयवाजखानास हुलकावणी देऊन उत्तरेस बुऱ्हाणपुराकडे जातो. निजाम आणि बाजीराव यांच्या सैन्याचा पाठशिवणीचा खेळ.
१८ डिसेंबर	:	बाजीराव खानदेशात कोकरमुंड्यास. तत्पूर्वी वऱ्हाडातील माहूर, मंगरूळ, वाशीम इत्यादी ठाणी धुळीस मिळवतो. अयवाजखान पाठलाग करतो.

इ.स.१७२८

जानेवारी	:	उत्तर खानदेश, बुऱ्हाणपूर भागात संचार करून बाजीराव बाबापीर घाटमार्गे सुरतेजवळ. निजामाच्या फौजेकडून पाठलाग.
१४ फेब्रुवारी	:	बाजीराव छोटा उदेपूरनजीक अलीमोहन येथे.
फेब्रुवारी प्रथमार्ध	:	बाजीरावांच्या पाठलागास कंटाळून निजामाचा मोर्चा अहमदनगरमार्गे पुण्याकडे. खेड, अवसरी, पाबळ, इंदापूर, बारामती इ. ठाणी घेतो. शाहू आणि चिमाजी पुरंदराचा आश्रय घेतात.
२० फेब्रुवारी	:	निजामाच्या पुण्याकडील हालचाली कळताच बाजीराव चपलगतीने माघारी वळून वैजापूर भागात येतात. वैजापूर, गांडापूर ठाणी उजाड करतो. पुढचा रोख औरंगाबादेवर.
२२ फेब्रुवारी	:	औरंगाबादच्या रक्षणासाठी निजाम अहमदनगरहून कूच करतो. संभाजी आणि चन्द्रसेन जाधव या कुतरओढीस कंटाळतात.
२५ ते २८ फेब्रु.	:	वैजापूरच्या पूर्वेस पालखेड येथे निजाम बाजीरावांच्या घेऱ्यात सापडतो. किरकोळ चकमकी. अन्न, पाणी आणि रसद मिळू न देता निजामाची पुरती कोंडी. अखेर चंद्रसेन जाधव आणि अयवाजखान यांच्या मध्यस्तीने निजाम तहास कबूल होतो.
६ मार्च	:	पैठणनजीक मुंगीशेवगाव येथे निजाम-बाजीराव यांचा तह. शाहूंतर्फेच्या चौथ-सरदेशमुखी मागण्या मान्य करून पुणे भागात गिळलेली ठाणी निजाम परत करतो. संभाजी अवमानित अवस्थेत परत जातो. बाजीरावांच्या प्रभावामुळे सारेच चकीत.
३१ मार्च	:	बाजीराव साताऱ्यास शाहूंच्या भेटीसाठी.
एप्रिल	:	बंगशाच्या सामर्थ्यामुळे टेकीला येऊन वृद्ध छत्रसाल राजा महोबाचा आश्रय घेतो.
जून	:	बुंदेलखंडात जैतपूरला बंगशाचा वेढा. छत्रसाल बाजीरावांस मदतीची हाक देतात.
ऑगस्ट	:	कल्याण भागात पोर्तुगीजांचे आक्रमण. दादो भीमसेनामार्फत सवाई जयसिंग बाजीरावांस माळव्यात बोलावतो.
३० ऑक्टोबर	:	शाहू आणि बाजीराव जेजुरीहून तुळजापुराकडे.
९ नोव्हेंबर	:	बाजीरावांच्या आज्ञेने चिमाजीआप्पा गोदावरी ओलांडून बागलाण खानदेशमार्गे माळव्याकडे.
नोव्हेंबर चौथा	:	नर्मदा ओलांडून चिमाजी मंडू-घाटमार्गे नालछा येथे. २२ हजार

आठवडा		सैन्य. उदाजी पवार, राणोजी शिंदे, मल्हारराव होळकर यांची साथ. माळव्यात याच सुमारास मुघल सुभेदार गिरीधरबहाद्दर कंठाजी कदमास पिटाळून लावतो.
२७ नोव्हेंबर	:	बाजीराव चांभारगोंद्यावरून बुंदेलखंडाच्या मोहिमेवर.
२९ नोव्हेंबर	:	धारनजीक आमझेरा येथील सहा तासाच्या तुंबळ युद्धात चिमाजी विजयी. गिरीधरबहाद्दर आणि दयाबहाद्दर ठार. मराठ्यांनी छावणी लुटली.
३ डिसेंबर	:	चिमाजीची उज्जैनच्या रोखे आगेकूच. गिरीधरपुत्र भवानीराम पातशहाची कुमक आल्यामुळे प्रतिकारास सज्ज.
डिसेंबर उत्तरार्ध	:	गोदावरी ओलांडून बीडपाथरीमार्गे बाजीराव वऱ्हाडात वाशीम येथे. सोबतीला सरलष्कर दावलजी सोमवंशी आणि पिलाजी जाधव. येथील मुक्कामात आमझेरा विजयाची वार्ता कळते. चिमाजी आप्पास उज्जैन प्रांत लुटण्याबाबत सूचना. 'फौज फिरे, कर्ज सरे' हे सूत्ररूप धोरण व्यक्त करतो.
इ.स.१७२९		
जानेवारी प्रथमार्थ	:	बाजीराव देवगड-चांदा भागात. त्याची आक्रमकता पाहून शाहू अस्वस्थ. निजाम दुखावेल ही भीती. बाजीरावांना सबुरीचा सल्ला.
जानेवारी मध्य	:	देवगडबारी बाजीरावांचे हाती. उज्जैनचा वेढा उठवून चिमाजी सारंगपूर, राजगढ, भानपुरा, रामपुरा, जावद या भागात वसुली करतो.
२३ जानेवारी	:	देवगडच्या गोंडराजाशी बाजीरावांचा तह. राजाकडून दरसाल खंडणीचे आश्वासन. चिमाजीआप्पांस पैसा गोळा करण्याची सूचना.
५ फेब्रुवारी	:	चिमाजी बुंदी-कोट्याकडे.
फेब्रुवारी मध्य	:	बाजीराव खिजरी, पवई, विक्रमपूर, राजगढमार्गे बुंदेलखंडात.
१० मार्च	:	बाजीराव आणि छत्रसालपुत्र भारतीचंद यांची राजगढ येथे भेट. दोन्ही फौजा एकत्र. सत्तर हजार.
१२ मार्च	:	बाजीराव महोबा येथे.
मार्च		बाजीराव आणि छत्रसाल यांची घामोरा येथे भेट. (१७ मार्चला दुसरी)

१९ मार्च	:	बाजीराव अकल्पितपणे बंगशाच्या छावणीनजीक पोचून जैतपूरला वेढा घालतो.
मार्च व एप्रिल	:	बंगशाची चोहोबाजूंनी कोंडी करून बाजीरावांनी त्यास जैतपूर किल्ल्यात जखडून ठेवले. अलाहाबाद आणि दिल्लीकडून बंगशास कुमक आलीच नाही.
२७ एप्रिल	:	बंगशपुत्र कईमखान बापाच्या मदतीसाठी येतो. सुपा येथे पिलाजी जाधव त्याचा पराभव करतो आणि छावणी लुटतो.
४ मे	:	माळवा मोहीम आटपून चिमाजी गुजरातमार्गे पुण्यात दाखल.
२३ मे	:	बंगशाची शरणागत अवस्था, साथीच्या रोगामुळे कंटाळलेले सैन्य आणि तोंडाशी आलेला पावसाळा या गोष्टी लक्षात घेऊन बाजीराव जैतपूर सोडतो. प्रस्थानापूर्वी छत्रसाल राजांकडून काही मुलूख मिळविण्याचे आश्वासन. प्रत्यक्षात हिर्देसा आणि जगतराज यांच्याकडून सव्वादोन लक्ष उत्पन्नाचा मुलूख अडीचतीन वर्षांनी पदरात पडतो.
१४ जुलै	:	कान्होजी आंग्रे यांचा मृत्यू.
१६ जुलै	:	बाजीराव बुऱ्हाणपुरमार्गे पुण्यात.
२१ जुलै	:	सेखोजी आंग्रे यास सेनाखासखेल पद.
जुलै अखेर	:	राणोशी शिंदे यास सरंजाम.
ऑगस्ट	:	टेकीस आलेला बंगश जैतपूरकिल्ला खाली करून अलाहाबादकडे. तर बाजीराव व चिमाजी यांचा मुक्काम साताऱ्यास.
सप्टेंबर मध्य	:	गुजरात माळव्याची वसूल व्यवस्था चिमाजी, उदाजी पवार आणि मल्हारराव यांच्याकडे.
२७ सप्टेंबर	:	खंडेराव दाभाडे याचा मृत्यू.
ऑक्टोबर	:	माळव्याची सुभेदारी भवानीरामाचे ऐवजी सवाई जयसिंगाकडे. मराठ्यांना अनुकूल घटना.
२३ डिसेंबर	:	तापी ओलांडून चिमाजी गुजरातेत चापानेर येथे.
२८ डिसेंबर	:	उदाजी व मल्हारराव माळव्यात मंडूचा किल्ला घेऊन अंमल जारी करतात.

इ.स. १७३०

१ जानेवारी	:	कमदबांडेच्या ताब्यातील गुजरात-माळवा सीमेवरील पावागढला चिमाजींचा वेढा.
८ जानेवारी	:	त्रिंबकराव दाभाड्यास सेनापतीची वस्त्रे.
फेब्रुवारी	:	चिमाजींतर्फे इंद्राजी कदम पावागढ काबीज करतो. कदमबांड्यांची फौज शरण.
२२ मार्च	:	उत्तर गुजरातेत चिमाजी धोलका, नदियाद, पेटलाद ही ठाणी लुटतात.
२३ मार्च	:	चिमाजींपुढे सरबुलंदखानची शरणागती. चौथ-सरदेशमुखीचा नवा तह. सुरतखेरीज सर्व गुजरात प्रांताची चौथ-सरदेशमुखीचा नवा तह. सुरतखेरीज सर्व गुजरात प्रांताची चौथ-सरदेशमुखी पेशव्यांस मान्य. शांततारक्षणाची जबाबदारी पेशव्यांकडे. या तहामुळे दाभाडे आणि गायकवाड दुखावले.
३१ मार्च	:	माळव्यातील मराठ्यांना शाहूंचा सबुरीचा सल्ला. पवार-होळकरांनी घेतलेला मंडूचा किल्ला जयसिंगाच्या सल्ल्यानुसार पातशहाला परत.
मार्च	:	वारणाकाठी प्रतिनिधीकडून संभाजी पराभूत. उदाजी चव्हाण कैद. ताराबाई आणि राणी जिजाबाई शाहूंच्या आश्रयाला येतात.
मे	:	पिलाजी जाधव वसई भागात. पोर्तुगीजांना मुंबईच्या इंग्रजांची मदत.
जुलैमध्ये	:	उंब्रज येथे शाहू, बाजीराव आणि चिमाजी यांच्या भेटीगाठी. दाभाड्यांच्या रुसव्याबाबत विचार.
सप्टेंबर	:	पेशव्यांच्या गुजरातेतील वर्चस्वामुळे कदम, गायकवाड, कान्होजी भोसले आणि प्रतिनिधी यांची युती. उदाजी पवारही त्यांना मिळतो. शाहूंकडून दाद मिळणार नाही या कल्पनेने त्रिंबकराव दाभाडे निजामाशी सूत जमवतो.
१९ सप्टेंबर	:	मराठ्यांना रोखण्यात अपयश आल्यामुळे पातशहाची जयसिंगावर गैरमर्जी. माळव्यात त्याचे जागी महंमदखान बंगश याची नेमणूक.
३ ऑक्टोबर	:	उदाजी पवाराचे जागी माळव्यात पेशव्यांकडून मल्हारराव होळकराची नेमणूक.

८ ऑक्टोबर	:	पेशव्यांचे वर्चस्व मोडून काढण्याच्या उद्देशाने त्रिंबकराव दाभाडे तळेगावाहून गुजरातेकडे निघतो. मार्ग नारायणगाव, संगमनेर, मुल्हेर.
१३ ऑक्टोबर	:	दाभाडे-निजाम युतीशी सामना करण्यासाठी बाजीरावांचे पुण्याहून नाशिकमार्गे प्रस्थान.
ऑक्टोबर प्रथमार्ध	:	जयसिंगचा दूत दीपसिंग, मन्साराम पुरोहित आणि उदेपूरचा व्याघ्राजी साताऱ्यास. गुजरात-माळवा प्रश्नाबाबत शाहूंचे मनोगत जाणणे, हा हेतू.
१७ ऑक्टोबर	:	दीपसिंग औरंगाबादला. निजामाशी झालेल्या भेटीत बाजीरावांचा प्रभाव वर्णितो. रघुजी भोसले आणि राणोजी भोसले यांजकडून कान्होजी भोसल्याचा वऱ्हाडात पराभव, निष्प्रभ करतो.
१५ नोव्हेंबर	:	खानदेशात दाभाडे आणि निजाम बोलणी.
१५ डिसेंबर	:	गुजरातेतील चिमाजींचा मोकासा दाभाड्यांस देऊ करून शाहू त्याचे समाधान करू पाहतो.
डिसेंबर उत्तरार्ध	:	दाभाडे-गुजरातेत पोहोचतो. गायकवाड, बांडे, निजाम यांच्या फौजा कुभकेला येतात. कोळी आणि भिल्ल लोकांना दाभाडे अनुकूल करून घेतो.
इ.स. १७३१		
जानेवारी मध्य	:	सारंगपूर येथे बंगशाची चाल रोखण्याचा मल्हाररावाचा यत्न.
१८ जानेवारी	:	बंगश उज्जैनला येतो.
१४ फेब्रुवारी	:	बाजीराव अहमदाबादेत. गुजरातचा नवा सुभेदार अभयसिंग याच्याशी शाहीबागेत भेट. मागील तह कायम होतो. वार्षिक तेरा लाखांपैकी सहा लाख आणि लष्करी कुमक देण्याचे बाजीरावांस आश्वासन. गुजरातेत शांतता व व्यवस्था ठेवण्याची मात्र अट.
२७ फेब्रुवारी	:	शाहू व संभाजी यांची कराड येथे भेट.
१७ मार्च ते २८ मार्च	:	नर्मदातीरी अकबरपूर येथे निजाम आणि बंगश वाटाघाटी. बाजीरावांविरुद्ध उठावाची योजना. मल्हारराव बंगशाच्या पाठीवर.
२५ मार्च	:	बाजीराव बडोद्याच्या उत्तरेस सावली येथे. रजपूत व मुघल यांची फौज व तोफखाना दिमतीला.
२६ मार्च	:	त्रिंबकराव दाभाडे युद्धसज्ज.

१ एप्रिल	:	बडोद्याच्या आग्नेय दिशेस डभोईनजीक दाभाडे आणि बाजीराव यांच्यात सहा तासाची अटीतटीची लढाई. त्रिंबकराव गोळी लागून ठार. कदम. गायकवाड, पवार पळून गेले. चिमणाजी दामोदार कैद. हत्ती, घोडे, खजिना लुटला. बाजीरावांचा निर्णायक विजय.
१० एप्रिल	:	अभयसिंगाचे पातशहाला पत्र. बाजीरावांस गौरवावे असा आशय.
१३ एप्रिल	:	शाहू आणि संभाजी यांच्यात वारणाकाठी तह. राज्यांच्या सीमा ठरतात.
मे महिना	:	सुरतेनजीक निजामाच्या सैन्याला हुलकावण्या देऊन बाजीराव आठवडा दमणमार्गे अंकलेश्वर भाग उजाड करतात निजाम पातशहाकडे कुमक मागवून बाजीरावांना वेळीच पायबंद घालण्याचा इशारा देतो.
९ मे	:	बंगश उज्जैनला परततो.
१४ मे	:	भडोच, जव्हार, कल्याण, जुन्नरमार्गे बाजीराव पुण्यात.
२४ मे	:	पिलाजी जाधव गुजरातेत कँबे घेतो.
जून	:	मल्हारराव मंदसोरहून सारंगपूर येथे. बंगशपुत्राशी चकमकी. बंगशाची छावणी सिरोंजला.
८ ऑक्टोबर	:	त्रिंबकराव भाऊ यशवंतराव दाभाडे यास सेनापतीची वस्त्रे.
ऑक्टोबर मध्य	:	मल्हारराव सिरोंज नजीक. राणोजी शिंदे, आनंदराव पवार यांच्यापुढे बंगश टेकीला येऊन वर्षाची चौथ मान्य करतो. माळव्याची व्यवस्था शिंदे, होळकर आणि पवार यांच्याकडे.
२३ ऑक्टोबर	:	इंदूर नजीक नंदलाल मंडलोई यांचे निधन.
१४ डिसेंबर	:	पन्ना येथे छत्रसाल राजांचा मृत्यू. (वय ८२)
डिसेंबर अखेर	:	बाजीराव सातार्‍यास.
इ.स. १७३२		
२९ जानेवारी	:	बाजीरावांचे कोकणस्वारीवर प्रस्थान.
३० जानेवारी	:	बाजीराव कल्याण नजीक.
१० फेब्रुवारी	:	पोर्तुगीज आणि मराठे यांच्यात इंग्रजांच्या मदतीने तह. खंडणीची अट. बाजीराव सोडून देतात.

१२ फेब्रुवारी : अलिबाग येथे सेखोजी आंग्रे यांची भेट. सिद्दीशी लढण्याची योजना.

१६ फेब्रुवारी : बाजीरावांचा राजकोटवर कब्जा.

२६ फेब्रुवारी : बाजीराव पुण्यास परततात.

२३ मार्च : डाकोर येथे मारेकऱ्यांकरवी अभयसिंग पिलाजी गायकवाडाचा खून करतो.

एप्रिल : गोव्यात नवा व्हॉइसराय सांदोमिल. सेखोजी आंग्रे साताऱ्यास. जंजिरा मोहिमेचा खल.

२४ मे : बावजी म्हस्के विजयगड घेतो.

१२ जून : मानाजी व संभाजी आंग्रे यांच्यात संघर्ष.

२८ जुलै : वजीर कमरुद्दिन बुंदेलखंडातून दिल्लीत दाखल.

२९ जुलै : बाजीरावांकडून माळव्याची व्यवस्था. शिंदे, होळकर आणि पवार यांना वसुलीच्या सनदा. पंचेचाळीस टक्के पेशव्यास, उर्वरित तिघांत अशी वाटणी.

२८ सप्टेंबर : मराठ्यांना रोखण्यात बंगशाला अपयश. त्यामुळे त्याचे जागी माळव्यात तिसऱ्यांदा सुभेदारीवर सवाई जयसिंग. बंगशाची नेमणूक आग्र्यास.

२० ऑक्टोबर : बुंदेलखंडच्या स्वारीवर चिमाजीचे प्रस्थान.

२४ नोव्हेंबर : बाजीरावांचे साताऱ्याहून औरंगाबादकडे प्रस्थान.

६ डिसेंबर : बंगश आग्र्यास दाखल.

२७ डिसेंबर : लातूरच्या उत्तरेस रुइरामेश्वर येथे निजाम-बाजीराव भेट. ही भेट घेण्यात धोका होता. पण अखेर स्वागत सत्कार होऊन धोका टळला. उभयपक्षी गुप्त करार. उत्तरेच्या राजकारणात निजामाने आणि निजामाच्या प्रदेशात बाजीरावांनी हस्तक्षेप करू नये हा आशय.

डिसेंबर अखेर : छत्रसालांच्या पुत्रांकडून पेशव्यांतर्फे चिमाजी सव्वादोन लाखाची जहागीर आणि राजगड किल्ला पदरात पाडून घेतात. गोविंद बल्लाळ खेर (बुंदेले) यांच्याकडे कारभार.

इ.स. १७३३

१० जानेवारी : पोर्तुगीज व्हॉइसरॉयचे आपल्या राजाला पत्र-मराठ्याचे वाढते बळ.

१४ जानेवारी	:	शिंदे आणि होळकर गुजरातेत. उमरेड लुटतात, चापानेर व पावागड घेतात. आनंदराव पवार माळव्यात घुसतो.
१८ जानेवारी	:	चिमाजीआप्पा उत्तरेस मंदसोरला. शिंदे-होळकर फौजेसह येऊन मिळतात.
१० जानेवारी	:	मराठ्यांचे वाढते बळ व वाढत्या मागण्या यांबाबत पोर्तुगीज व्हॉइसरॉयचे आपल्या राजाला पत्र.
फेब्रुवारी	:	आनंदराव पवार, विठोजी बुळे, होळकर इ. जयसिंगाला नमवतात. उमाजी व दमाजी गायकवाड यांची अहमदाबाद स्वारी. सुभेदाराकडून चौथ वसूल. जंजिऱ्याचा सिद्दी रसूलखान याचा मृत्यू, थोरल्या मुलाचा (अब्दुल्ला) खून. नातू अब्दुल रहमान मराठ्यांचा आश्रय घेतो. त्यामुळे मुंबईच्या इंग्रजांना धास्ती.
मार्च	:	मंदसोरनजीक जयसिंग शिंदे-होळकरांशी तह करतो. चौथखेरीज खंडणी म्हणून सहा लाख जादा देतो.
२१ मार्च	:	चिमाजी वोडशानजीक.
२४ मार्च	:	वसईचा नवा गव्हर्नर बुतेल्यू.
२७ मार्च	:	वजीर कमरुद्दिन माळव्याकडे निघतो.
२६ एप्रिल	:	जंजिरा मोहिमेसाठी बाजीरावांचे पुण्याहून प्रस्थान, सोबतीला फत्तेसिंह भोसले.
२८ एप्रिल	:	भोरमार्गे बाजीराव पाली येथे. पोर्तुगीजांच्या मध्यस्तीने तह.
२ मे	:	बाजीराव राजपुरीस पाचसहा हजार स्वारांसह.
६ व ७ मे	:	राजपुरीस बाजीराव आणि सेखोजी आंग्रे यांच्यात जंजिरा लढ्याबाबत खल.
९ मे	:	खोकरी आणि राजपुरीवर बाजीरावांचा कब्जा. शेखजी सिद्दी सैन्यासह येऊन मिळतो.
मध्ये मे	:	अवचितगड, बिरवाडी, घोसाळा, सुरगड, बाणकोट या ठाण्यांवर कब्जा. बकाजी नाईक गोवळकोट घेतो. रायगड घेण्याचा यत्न सिद्दी असफल करतो.
मे उत्तरार्ध	:	बाणकोट, मंडणगड आंग्र्यांचे हाती.
२४ मे	:	विजयगडावर आंग्र्यांचा कब्जा.
२५ मे	:	पाचाड (रायगड पायथा) येथे प्रतिनिधी दाखल. त्याने राजपुरीस

		येऊन भेटावे आणि आधी अंजनवेलीवर दडपण आणावे अशी बाजीरावांची इच्छा.
२६ मे	:	बाजीराव शाहूंकडे ज्यादा कुमक़ मागतो.
मे अखेर	:	आंग्र्यांचे हाती मंडणगड व बाणकोट.
२ जून	:	चौल (राजकोट) वर आंग्र्यांचा कब्जा.
७ जून	:	चिमाजी, शिंदे, होळकर पुण्यात दाखल.
८ जून	:	फितुरीच्या मार्गाने रायगड घेण्यात प्रतिनिधी बाजी मारतो. श्रेय गेल्याने बाजीराव नाखूष, शाहूंस मात्र समाधान.
२९ जून	:	आंग्र्यांतर्फे रघुनाथ हरि विजयगड घेतो.
४ ते ७ जुलै	:	बाजीरावांच्या मदतीने सेखोजी रेवस व थळ ही ठाणी घेतो. त्यासाठी तुंबळ युद्ध. सिद्दीचे उंदेरी बेटात पलायन.
८ जुलै	:	गोवळकोटला बकाजी नाईकाची चिवट झुंज. सिद्दीची दमछाक.
१४ जुलै	:	प्रतिनिधी आणि सिद्दीसात यांचे खलबत. राजपुरीस पिलाजी जाधव आणि बाजीराव यांची बोलणी.
१६ जुलै	:	मुंबईच्या दक्षिणेस उंदेरी बेटाचा इंग्रजांकडून कब्जा. नेतृत्व कॅ. इंचवर्डकडे. पोर्तुगीज, सिद्दी यांची इंग्रजांना कुमक. मराठ्यांचे हाती जाऊ देण्यापेक्षा सिद्दीने बेट इंग्रजांस दिले.
१९ जुलै	:	लक्ष्मी आंग्रे बाजीरावांस सहकार्य देऊ करते आणि प्रतिनिधीच्या हालचालीबाबत इशारा देते.
२८ जुलै	:	कमरुद्दिन दिल्लीस परततो. मराठे व बुंदेले यांना रोखण्यात अपयश.
३० जुलै	:	प्रतिनिधीला चिपळूणास विशाळगडाहून ज्यादा कुमक येते.
२८ ऑगस्ट	:	सेखोजी आंग्रे यांचा मृत्यू. जंजिरा मोहिमेत मोठेच विघ्न. सेखोजीचा भाऊ संभाजी आंग्रे कुलाब्याकडे.
२३ सप्टेंबर	:	प्रतिनिधीचा सिद्दीवर एक छोटा विजय.
५ ऑक्टोबर	:	गोवळकोट (चिपळूण) येथे प्रतिनिधी व सिद्दीसात यांच्यात लढाई. प्रतिनिधीची माघार.
२५ ऑक्टोबर	:	गोवळकोटचा वेढा उठवून प्रतिनिधी साताऱ्यास परततो. बाजीराव आणि आंग्रे यांच्यावर दोषारोप. दक्षिणेत अंजनवेल आणि उत्तरेची उंदेरी घेतल्याशिवाय जंजिरा हाती येणे अशक्य, असे बाजीराव शाहूंस कळवितो.

नोव्हेंबर उत्तरार्ध	:	कॅ. इंचवर्ड यांच्या मध्यस्थीने सिद्दीशी तहाचे यत्न.
१ डिसेंबर	:	जंजिऱ्याचा नवा सिद्दी याकूबखानाचा थोरला मुलगा सिद्दी अब्दुल रहमान. बाजीरावांच्या पसंतीचा.
२ डिसेंबर	:	बाजीराव घोसाळे येथे.
६ डिसेंबर	:	बाजीराव जंजिरा मोहिम आटोपती घेतात. सिद्दीचे भूमीवरील आक्रमण रोखण्यात फक्त यश.
११ डिसेंबर	:	बाजीराव साताऱ्यास.
डिसेंबर अखेर	:	पिलाजी जाधव आणि शिंदे-होळकर माळव्याच्या रोखे खानदेशात.

इ.स. १७३४.

जानेवारी प्रथमार्ध	:	सिद्दी साताचा आक्रमक पवित्रा. बाणकोट व महाडवर चाल. चौलवर संभाजींचा कब्जा. पाचाडच्या लढाईत सिद्दी अंबर ठार. (१० जाने.) उदाजी पवार आणि बाजी भीवराव यांचा पराक्रम. पाचाड येथे मराठ्यांची छावणी.
जानेवारी उत्तरार्ध	:	बाणकोटमार्गे सिद्दीसात अंजनवेलीस माघार घेतो.
३ फेब्रुवारी	:	बाजीराव शाहूची भेट घेतो.
२४ फेब्रुवारी	:	महाडवर मराठ्यांचा कब्जा. बाणकोटपर्यंत सिद्दीसाताचा पाठलाग.
फेब्रुवारी उत्तरार्ध	:	गुजरातमार्गे मराठे माळव्यात. खानदौरानला भंडावून सोडतात.
३ मार्च	:	चिमणाजी दामोदर याचा मृत्यू.
८ मार्च	:	बाणकोट मराठ्यांच्या हाती. बाजी भीवरावकडे रक्षणाची जबाबदारी.
३१ मार्च	:	गोवळकोटावरील हल्ला सिद्दीसात परतवतो.
१ एप्रिल	:	अंजनवेलीवर मराठ्यांचे हल्ले.
१० एप्रिल	:	गोवळकोटला तुंबळयुद्ध.
एप्रिल प्रथमार्थ	:	पिलाजी जाधव दतिया, ओर्च्छा, ग्वाल्हेर, भदावर भागात खंडणी वसूल करतो.
२२ एप्रिल	:	शिंदे-होळकर यांचा बुंदीवर कब्जा. जयसिंगचा हस्तक दलेलसिंग याच्या जागी पुन्हा बुधासिंगास बसवतात.
एप्रिल अखेर	:	बाजीराव खानदेशात, संभाजी आंग्रेस सरखेली.
मे मध्य	:	मराठ्यांची गोवळकोटाहून माघार.

मे-जून	:	माळव्यात मराठे-मुघल चकमकी.
जून	:	अंजनवेलचा वेढा उठवून मराठे माघारी.
ऑक्टोबर	:	दसऱ्यानंतर पिलाजी जाधव, व्यंकटराव घोरपडे, तरुण बाजीरावपुत्र - नानासाहेब बुंदेलखंडाकडे. बडोद्यावर महादजी गायकवाडचा पुनरपि कब्जा.
ऑक्टोबर उत्तरार्ध	:	मराठ्यांना पायबंद घालण्याच्या हेतूने सवाई जयसिंगाचा राजपूत राजांना एकत्र आणण्याचा यत्न.
४ नोव्हेंबर	:	शाहूंच्या मध्यस्थीने उमाबाई दाभाडे आणि बाजीराव यांच्यात सलोखा.
१० नोव्हेंबर	:	मराठ्यांना रोखण्यासाठी वजीर कमरुद्दिन आणि मीरबक्षी खानदौरान रजपुतान्याकडे. (पुढे जयसिंग, अभयसिंग आणि कोट्याचा दुर्जनसाल हे मिळतात.)
नोव्हेंबर उत्तरार्ध	:	शिंदे-होळकर ग्वाल्हेरपर्यंत धडक मारतात. खानदौरान त्रस्त होतो.
डिसेंबर	:	संभाजी आंग्रेविरुद्ध मानाजी आंग्रेंचे बंड. अलिबाग सोडून रेवदंड्यास जातो. बाजीराव, इंग्रज आणि पोर्तुगीज यांची मानाजीला सहानुभूती. त्यामुळे गोवळकोट घेण्यास संभाजी उदासीन. उत्तर गुजरातेत दमाजी गायकवाडाचे वर्चस्व. पिलाजी जाधव नर्मदा ओलांडतो.
इ.स. १७३५		
२ जानेवारी	:	राजकोट (चौल) येथील मशिदीजवळ मानाजी व पोर्तुगीज यांच्यात चकमक. पेशव्यांतर्फे मानाजीला कुमक.
जानेवारी मध्य	:	माळव्यात नरवरनजीक पिलाजी जाधव कमरुद्दिनच्या फौजेचा प्रतिकार करतो. बुंदेल्यांची मदत.
१५ जानेवारी	:	अंजनवेल मराठ्यांच्या हाती. पिलाजी जाधव बुंदेलखंडाकडे.
२२ जानेवारी	:	बाजीराव पुण्याहून कुलाब्याकडे. गोव्यास दूताची रवानगी.
४ फेब्रुवारी	:	बाजीराव कुलाब्यास.
फेब्रुवारी मध्य	:	नरवर, शिवपुरी, पोहरी इ. परगण्यात पिलाजी वसुली करतो. कमरुद्दिन नाउमेद होऊन मराठ्यांना पाच लाख रुपये देऊ करतो व ओर्च्छाकडे माघार घेतो. कोल्हापूरच्या संभाजीची इचलकरंजीवर स्वारी.

२८ फेब्रुवारी	:	मल्हारराव व राणोजी जयपूरनजीक सांबरची लूट करतात. खानदौरानची मात्रा चालेना. बेटवा ओलांडून पिलाजी ग्वाल्हेरास.
१८ मार्च	:	बाजीरावांच्या दूताला पोर्तुगीज निरोप देतात.
२४ मार्च	:	कोटा येथे खानदौरान आणि जयसिंग मराठ्यांशी तह करतात. माळव्याच्या चौथबद्दल २२ लाख देऊ करतात. या तहामुळे मराठे आग्र्याच्या वेशीवर पोहोचतात.
३ एप्रिल	:	बाजीराव पुण्यात.
एप्रिल मध्य	:	शाहूंच्या मध्यस्थीमुळे संभाजी आंग्रेतर्फे बावजी म्हस्के यांचे गोवळकोटवर हल्ले. सामर्थ्य कमी पडून चिपळूणास माघार.
एप्रिल अखेर	:	खानदौरान दिल्लीस माघारी.
मे	:	राधाबाईंचा मुक्काम उदेपूर; नाथद्वार येथे.
५ जून	:	पिलाजी जाधव बुंदेलखंड, चांदा-देवगडमार्गे पुण्यात.
६ जुलै	:	राणोशी शिंदे व मल्हारराव मोहिमेवरून पुण्यात. बाजीराव घोरपडीपावेतो सामोरा जाऊन स्वागत करतो.
१० जुलै	:	बाजीरावांस पुत्रलाभ. जनार्दनाचा जन्म.
ऑगस्ट मध्य	:	बाजीराव साताऱ्यास, शाहूंची भेट.
१५ सप्टेंबर	:	आनंदराव सोमवंशीचे जागी नवा सरलष्कर त्रिंबकराव देवजी.
२० सप्टेंबर	:	पाटस, जेजुरीमार्गे बाजीराव पुण्यात.
८ ऑक्टोबर	:	जयसिंगाचे सल्ल्यानुसार पातशहाच्या भेटीसाठी बाजीरावांचे उत्तरेकडे प्रस्थान. माळव्याच्या चौथबद्दल २० लाखांचे व पातशहाच्या भेटीचे आमिष.
नोव्हेंबर	:	बाजीराव नंदुरबारनजीक तापी ओलांडतात. संभाजी व सिद्दी अंबर यांच्यात तह.
१९ नोव्हेंबर	:	पिलाजी जाधव साताऱ्यास.
२ डिसेंबर	:	सिद्दीसात केळशीमार्गे मंडणगडला.
डिसेंबर	:	इंग्रजांच्या मदतीने सिद्दी बाणकोटवर कब्जा करतो. मराठे महाडास हटतात. शाहू व पेशवा यांची फौज हताश.
डिसेंबर मध्य	:	पिलाजी जाधव बाणकोट हिसकतो. बाजीराव गुजरातेत पावागडनजीक. कुकशीचा किल्ला घेतो. निजाम कर्नाटकाकडे. औसानजीक मराठ्यांकडून लष्करखान पराभूत.

२३ डिसेंबर	:	राधाबाई गया येथे (पुढे महिनाभर)
डिसेंबर उत्तरार्ध	:	दमाजी गायकवाड आणि मोमिनखान यांची अहमदाबादेवर स्वारी. अभयसिंगाचा सरदार रतनसिंग भंडारी टेकीला येतो.
इ.स. १७३६		
जानेवारी	:	बाजीराव मेवाडात बांसवाडा येथे. मेवाडच्या राण्याशी तह. तिकडूनच वसईच्या अधिकाऱ्याकडे वखारीची मागणी करतो. बाजी भीमराव आणि सटवाजी जाधव बुंदेलखंडात दतिया, ओर्च्छा, भदावर भागातून खंडणी वसूल करतात. कुलाब्यावर सिद्दीसाताचा हल्ला.
४ ते ८ फेब्रुवारी	:	उदेपुरात बाजीरावांचे स्वागत. राणा जगतसिंग, बाबा तख्तसिंग, जयसिंगाचा दिवाण अयामल यांच्याशी बोलणी. वार्षिक १॥ लाख खंडणीचे आश्वासन. बाणेरा परगण्याची जहागिरी देण्यास नकार. दिल्लीहून तहाचा मसुदा व बाजीरावांस वस्त्रे.
२० फेब्रुवारी	:	बाजी भीमराव बुंदेलखंडाची कामगिरी आटपून बाजीरावांच्या पुढील हुकमांची वाट पाहतो.
५ मार्च	:	बाजीराव जयपूरच्या उत्तरेस मनोहरपूर येथे.
८ मार्च	:	खानदौरानचा दूत यादगरखान बाजीरावांस भेटतो. खानाकडून नजराणा, पातशहाकडून मबगण्याबाबत टोलवाटोलवी.
मार्च, १ला आठवडा	:	अजमेरच्या पूर्वेस किशनगढनजीक भामोला येथे बाजीराव-सवाईजयसिंग यांची बोलणी. गुजरात माळव्याच्या सनदा मिळवून देण्याचे आश्वासन. शिवाय वार्षिक पाच लाख चौथ कबूल करतो. बाजीरावांच्या मागण्या याहीपेक्षा मोठ्या. माळवा, बुंदेलखंड, बंगाल आणि दक्षिणेचे सहा सुभे एवढ्या विस्तृत भागात हक्क मागतो.
२० मार्च	:	चिमाजी व पिलाजी जाधव साताऱ्यास.
एप्रिल प्रथमार्ध	:	शिंदे, होळकर अभयसिंगाचा मेर्ता, नागोर, अजमेर भाग उजाड करतात. खानदौरान दिल्लीस जातो.
१३ एप्रिल	:	सिद्दीसाताच्या समाचारासाठी चिमाजींचे प्रस्थान. सिद्दीस इंग्रजांची व संभाजी आंग्र्यांची कुमक.
१५ एप्रिल	:	चिमाजी भूगांव (कुलाबा) येथे. पिलाजी गोवळकोटानजीक.
१९ एप्रिल	:	रेवसनजीक चर्हूईकामारले येथे चिमाजी आप्पा सिद्दीसातास

		धुळीला मिळवितात. सिद्दीसात, सिद्दी याकूब व सुभानजी घाटगे ठार. चिमाजीस मानाजी आंग्रेची यावेळी कुमक.
एप्रिल अखेर	:	निजाम कर्नाटकस्वारीहून परत, चंबळेकाठी बंगश आणि बाजी भीवराव यांच्यात चकमक.
१ मे	:	चिमाजी माखजन, राजापूर भागात.
मे प्रथमार्ध	:	चिमाजी कुलाबा भागात. जयसिंगाचा दूत कृपाराम दिल्लीकडे. पातशहा बाजीरावांस फक्त दुय्यम सुभेदारी देऊ करतो.
२१ मे	:	अंजनवेल आणि गोवळकोटची मोहिम पिलाजी जाधवावर सोपवून चिमाजी पुण्यात परततात.
२६ मे	:	बुंदेलखंड, सागर, वेरुळमार्गे राधाबाई यात्रा संपवून पुण्यात येते.
३० मे	:	भोपाळच्या उत्तरेस सिरोंजनजीक बाजी भीवराव बाजीरावांस येऊन मिळतो. दोघांचे दक्षिणेकडे प्रस्थान.
७ जून	:	जयगड येथे संभाजी आंग्रे आणि पिलाजी जाधव यांची भेट. गोवळकोट घेण्यात मदतीचे आवाहन.
२४ जून	:	शिंदे, होळकर आणि पवार यांच्यावर मागण्या पदरात घेण्याचे काम सोपवून बाजीराव पुण्यात.
२५ जून	:	मागण्यांबाबत राणोशी शिंदे याचे दिल्लीच्या वकीलास तगादापत्र.
११ जुलै	:	बाजीरावांचे हिंगण्यास पत्र. पाच लाख रुपये आणि सनदा मिळविण्याचा तगादा.
३० जुलै	:	पिलाजी निराश होऊन व आजारी पडून कोकणातून पुण्यात.
ऑगस्ट उत्तरार्ध	:	बाजीराव साताऱ्यास.
२५ सप्टेंबर	:	मराठे आणि सिद्दी यांचा तह. सिद्दी मराठ्यांचा मांडलिक, जंजिरा, जंजिरानजीकचे पाच महाल, कानसा आणि उंदेरी खेरीज उर्वरित सर्व भूभागावर मराठ्यांचा कारभार.
२९ सप्टेंबर	:	पातशहाकडून फर्मान. बाजीरावांस जहागीर, पोषाख, शिरपेच, माळव्याची दुय्यम सुभेदारी, भेटीची मात्र टाळाटाळ. पदरी एकूण निराशाच.
१० ऑक्टोबर	:	जेजुरी, मोरगाव, कुरकुंभ, पाटसमार्गे बाजीराव पुण्यात.
२६ ऑक्टोबर	:	मागण्या पदरात पाडून घेण्यासाठी बाजीरावांचे उत्तरेकडे प्रस्थान.
डिसेंबर,	:	नंदुरबारमार्गे बाजीराव भोपाळनजीक. शिंदे-होळकरांची भेट.

१ला आठवडा		फौजेचा एकूण जमाव पन्नास हजार.
डिसेंबर मध्य	:	इस्लामनगर येथे बाजीराव भोपाळच्या यार मुहंमद रोहिल्याचा पराभव करतो व पाच लाख खंडणी वसूल करतो. बाबूराव दाभाडे याचा सोनगढ येथे मृत्यू. दमाजी (दुसरा) गायकवाडास सेना खासखेलपद.
इ.स. १७३७		
जानेवारी मध्य	:	आठवडाभरच्या लढाईनंतर बाजीराव भोपाळच्या ईशान्येस भेलसा घेतो.
३ फेबुरवारी	:	बाजीराव झाशीच्या उत्तरेस दतिया भागात.
८ फेब्रुवारी	:	दुआबात अटेरचा पाडाव, भदावरकडे कूच.
१८ फेब्रुवारी	:	कोंडी झाल्यामुळे भदावरचा जाट राजा शरण. वीस लाख खंडणी व दहा हत्ती देतो. बाजीराव आग्र्याच्या अलीकडे ७० मैलांवर पोहोचतात.
फेबुरवारी अखेर	:	मराठी सैन्य आग्र्याच्या अलीकडे २० मैल. सादतखानाच्या नेतृत्वाखाली मुघल फौज त्वरेने निघते. कुमकेसाठी रजपुतांना पाचारण. अभयसिंग, जयसिंग फौजा घेऊन निघतात. हे शत्रू सैन्य एकवटू न देण्याचा बाजीरावांचा व्यूह.
मार्च आरंभी	:	यमुनेपलीकडे घुसून मराठे इतिमादपूर आणि फिरोजपूर लुटतात. जलेचरला सादतखानाची भारी फौज दृष्टिपथात. मन्सूरअल्लीकडे नेतृत्व.
१० मार्च	:	मल्हारराव आणि बाजी भीवराव मन्सूरअल्लीचा पाठलाग करतात. तथापि ते भारी शत्रूसैन्याच्या सापळ्यात सापडतात. माघार घेऊन यमुना ओलांडावी लागली. पायउताराचा रस्ता चुकल्यामुळे पराभव.
१२ मार्च	:	माघार घेणारे मराठी सैन्य ग्वाल्हेरनजिक बाजीरावांना येऊन मिळते.
२२ मार्च	:	यमुना ओलांडून आग्रा येथे सादतखान खानदौरान व बंगशखान यांच्या फौजेची वाट पाहत बसतो. बाजीराव काही सैन्यभार मागे ठेवून दिल्ली गाठण्याचा नवा व्यूह रचतो. मराठ्यांच्या या माघारीमुळे मुघल गैरसमज होऊन गाफील राहतात. याच सुमारास दक्षिणेत चिमाजीआप्पा साष्टी मोहिमेवर निघतात.

२६ मार्च	:	चिमाजी बदलापुरास.
२८ मार्च	:	वसईनजीक अर्नाळा किल्ल्यावर मराठ्यांचा कब्जा.
२९ मार्च	:	मुघल फौजेला चुकवून पश्चिमेच्या अनोख्या मार्गाने जाटांच्या डोंगराळ मुलुखातून बाजीराव अकस्मात दिल्लीनजीक पोहोचतात. सादतखानाचे गर्वहरण. दिल्ली राजधानीत घबराट. पातशहाचे दुय्यम सरदार प्रतिकारास सज्ज.
३० मार्च	:	दिल्लीनजिक मराठे-मुघल सैन्यात जोरदार चकमकी. सटवाजी जाधवाचा पराक्रम. शहराचा विध्वंस न करण्याचा बाजीरावांचा आदेश. पातशहा आणि खानदौरान यांच्या सदिच्छेवर विश्वास ठेवून सायंकाळी मागे हटून झील तलावानजीक छावणी देतो. पाठलागावर असणारी कमरुद्दीनची फौज दिल्लीत पोहोचते. पातशहाकडून सातदखानाची निर्भत्सना.
३१ मार्च	:	आग्र्याहून आलेल्या भारी मुघल फौजेशी युद्ध टाळून बाजीराव सायंकाळी यशस्वी माघार घेतात. वाटेत किरकोळ चकमकी. रात्री रेवारीस छावणी.
२ व ३ एप्रिल	:	पातशहाच्या मदतीसाठी निघालेला निजाम बुऱ्हाणपुरास पोहोचतो. निघण्यापूर्वी मराठ्यांना रोखण्यासाठी कामगिरी नसिरुद्दौला आणि शुजाअतखान यांच्यावर सोपवितो. निजामाची कुमक रोखण्याची बाजीरावांची चिमाजींस आज्ञा. मराठे साष्टीत पाय रोवतात.
५ एप्रिल	:	बाजीराव जयसिंगाच्या प्रदेशातून जयनगर येथे दाखल. जयसिंगाची एकूण सहानुभूती मराठ्यांना.
७ एप्रिल	:	ठाण्याचा पोर्तुगीज कॅप्टन शिबंदीसह ठार. याच सुमरास पोर्तुगीज व्हॉइसरॉय मराठ्यांविरुद्ध इंग्रजांना चिथावणी देतो.
८ एप्रिल	:	निजाम माळव्यात हांडियापर्यंत पोहोचतो.
१९ एप्रिल	:	बाजीरावांचा मुक्काम सोमवली येथे.
मे मध्य	:	बाजीराव सिरोंजनजीक. साष्टीतील धारावी ठाणे मराठ्यांच्या हाती.
२० मे	:	बाजीराव सागरनजीक धामुणीस.
२६ मे	:	अहमदाबादचा पाडाव. गुजरातेत गायकवाडाचे वर्चस्व.
२८ मे	:	निजाम आणि पिलाजी जाधव यांची सिरोंजनजीक भेट.

		निजामकडून मैत्रीचा बहाणा.
जून उत्तरार्ध	:	निजाम दिल्लीनजीक.
२ जुलै	:	चिमाजी साष्टीहून पुण्यात.
६ जुलै	:	बाजीराव पुण्यात.
१२ जुलै	:	निजाम दिल्लीत. पातशहाकडून गौरव. आग्रा-माळवा प्रांताचा कारभार निजामाकडे.
२४ जुलै	:	शिंदे आणि होळकर पुण्यात.
३ ऑगस्ट	:	आग्रा आणि माळव्याची सुभेदारी निजामपुत्र गाझीउद्दीन फिरोजजंग यास बहाल. सवाई जयसिंगास अर्धचंद्र.
ऑगस्ट व सप्टें.	:	शाहू आणि बाजीराव यांच्या गाठीभेटी.
२५ ऑक्टोबर	:	निजामाच्या समाचारासाठी बाजीरावांचे उत्तरेकडे प्रस्थान. याच सुमारास निजाम दक्षिणेकडे निघतो. दिमतीला ३५ हजार फौज, तोफा आणि भरपूर खजिना.
१२ नोव्हेंबर	:	बाजीराव आणि चिमाजी तापी खोऱ्यात. निजाम आणि सादतखान माळव्यात.
२५ नोव्हेंबर	:	नर्मदा ओलांडून बाजीराव माळव्यात. सेनासमुदाय सुमारे ७० हजार.
११ डिसेंबर	:	खानदेशात वरणगाव येथे चिमाजींची छावणी. नासिरजंगास बापाच्या मदतीसाठी जाऊ न देण्याचा व्यूह. याच सुमारास माळव्यात मराठे निजामाच्या फौजेला त्रस्त करून बाजीरावांच्या सापळ्यात लोटण्याचा यत्न करतात.
डिसेंबर मध्य	:	भोपाळनजीक निजाम आणि बाजीराव यांच्या सैन्यात चकमकी. दाभाडे, गायकवाड, बांडे, भोसले आदी सरदारांना बाजीरावांचे मदतीचे आवाहन.
डिसेंबर उत्तरार्ध	:	भोपाळमध्ये निजामास बाजीरावांचा घेराव. चोहोबाजूंनी कोंडी. त्यामुळे शत्रूच्या छावणीत महागाई आणि उपासमार. पळून जाणाऱ्या शत्रूवर मराठ्यांचे गनिमी हल्ले. शहाजानपूर आणि बुऱ्हाणपुराहून निजामाला येऊ घातलेली कुमक रोखली.
२३ डिसेंबर	:	साष्टीत माहिम येथे अटीतटीचा लढा. महादजी फडके ठार. रामचंद्र हरि जखमी.
२६ डिसेंबर	:	एलिचपूर येथे रघुजी भोसल्याकडून शुजाअतखानाचा पराभव.

		दक्षिणेतून कुमक येण्याची आशा संपल्यामुळे निजाम तह करण्याच्या मन:स्थितीत.
इ.स. १७३८		
७ जानेवारी	:	सिरोंजच्या उत्तरेस दुऱ्हासराई येथे निजामाची शरणागती. जयसिंगाचा दिवाण अयामल आणि सय्यद लष्करखान यांच्या मध्यस्तीने कुराणाची शपथ घेऊन तहावर सही करतो. माळव्याची सुभेदारी, नर्मदा-चंबळपर्यंतच्या भागातून खंडणी, पन्नास लाख युद्धखर्च इत्यादी मागण्यांबाबत बाजीरावांस आश्वासन देऊन दिल्लीकडे निघतो.
२४ जानेवारी	:	शिंदे आणि होळकर कोटा प्रदेशात.
६ फेब्रुवारी	:	बाजीराव, पिलाजी जाधव आणि यशवंतराव पवार कोट्याच्या राजाकडून दहा लाख खंडणी वसूल करतात.
२३ फेब्रुवारी	:	चिमाजीआप्पा खानदेशातून साष्टी मोहिमेत दाखल. दिमतीला ताज्या दमाचे सैन्य.
६ मार्च	:	अहिरांच्या प्रदेशात कुरवई लुटून बाजीराव दतिया-ओर्छा प्रांतात.
२४ मार्च	:	बाजीराव व पिलाजी बुढाहोंगर येथे.
११ एप्रिल	:	वसईचा पोर्तुगीज सरदार डॉम लुइ बोतेल्यू हताश होऊन गोव्याकडे. त्याचे जागी पेद्रू द मेलू.
मे	:	चिमाजी आजारी पडून पुण्यात दाखल.
१५ जून	:	बाजीराव माळव्यात इच्छावार येथे.
१५ जुलै	:	बाजीराव पुण्यात.
१९ ऑगस्ट	:	जेजुरी येथे शाहू आणि बाजीराव यांची भेट.
२६ नोव्हेंबर	:	वसईच्या रोखे चिमाजी आळंदीस.
८ डिसेंबर	:	ठाणे येथील लढ्यात पेद्रू द मेलु ठार. त्याच्या जागी मार्तिन्यू द सिल्व्हैरा.
डिसेंबर प्रथमार्ध	:	राणोजी शिंद्याच्या नेतृत्वाखाली दमणभागात मराठ्यांची मुसंडी. अनेक ठाणी लुटली व जाळली. इराणचा नादिरशहा भारताच्या रोखाने खैबर ओलांडून पेशावरला येतो.
१५ डिसेंबर	:	बाजीराव पुण्यात.

डिसेंबर अखेर : माहिमला मराठ्यांचा वेढा. वसईची संरक्षणव्यवस्था सिल्व्हैराकडे.

इ.स. १७३९

९ जानेवारी : माहिमचा पोर्तुगीज अधिकारी शरण. केळवे व शिरगाव विजयाच्या टप्प्यात.

१० जानेवारी : नादिरशहाचे आक्रमण लाहोरपर्यंत. बादशहाचे बाजीरावांस सुद्धा सर्वांना मदतीचे आवाहन.

१२ जानेवारी : बाजीरावांचा मेहुणा व्यंकटराव घोरपडे याने गोव्यात सैन्य घुसवून पोर्तुगीजांविरुद्ध दुसरी आघाडी उघडली.

१५ जानेवारी : व्यंकटरावांचा मडगाववर कब्जा.

१८ जानेवारी : नादिरशहास रोखण्यासाठी पातशहा दिल्लीबाहेर. साथीला खान दौरान, निजाम, सादतखान इत्यादी.

२२ जानेवारी : केळवे व शिरगाव मराठ्यांचे हाती.

२४ जानेवारी : तारापूरच्या भीषण संग्रमात बाजी भीवराव ठार. उभयपक्षांची जबर हानी.

जानेवारी उत्तरार्ध : बीडच्या बाजूस चंद्रसेन जाधव आणि उदाजी चव्हाण यांच्या बंडखोर हालचाली.

२८ जानेवारी : व्यंकटरावांची आगेकूच. मुक्काम राचोल.

३ फेब्रुवारी : साष्टीतील अशेरी किल्ला मराठ्यांच्या हाती.

४ फेब्रुवारी : पोर्तुगीजांचा चिवट प्रतिकार हाणून पाडून मराठे तारापूर जिंकतात.

६ फेब्रुवारी : चिमाजी वसई भागात दाखल होऊन अंतिम लढ्याची सूत्रे घेतो.

७ फेब्रुवारी : नादिरशहाचे आक्रमण रोखण्यासाठी बाजीरावांचे पुण्यातून प्रस्थान. मुक्काम आळंदी.

९ फेब्रुवारी : साष्टीतील वर्सोव्यातून पोर्तुगीजांची माघार.

१३ फेब्रुवारी : नादिरशहाची मुसंडी कर्नालपर्यंत. तेथील लढाईत खानदौरान ठार, सादतखान जखमी होऊन कैद, निजाम आणि सादतखान अमाप पैसा देऊ करून नादिरशहास खूष करण्याचा यत्न करतात. उभयतांत मत्सराग्नी धुमसतो.

१९ फेब्रुवारी : फोंडा (गोवा) मराठ्यांच्या हाती.

फेब्रुवारी उत्तरार्ध	:	पातशहा नादिरशहाच्या नजरकैदेत. बाजीरावांचा सरदार आवजी कावडे अमरावतीनजीक रघुजी भोसल्याकडून पराभूत.
मार्च	:	सावंतवाडीकर गोव्यातील बारदेशात घुसतात.
७ मार्च	:	धारावी (साष्टी) मराठ्यांच्या हाती. खंडोजी मानकराचा पराक्रम. वसईच्या नाकेबंदीस आरंभ.
१२ मार्च	:	मानाजी आंग्रे कारंजा बेट घेतो. वसई लढ्यात सहकार्य नाही.
२० मार्च	:	नादिरशहा दिल्लीत येऊन स्वत:चा अमल जाहीर करतो. पातशहा, वझीर कमरुद्दीन, निजाम साऱ्यांच्या नशिबी कैद. सादतखानाची आत्महत्या. बाजीराव खानदेशात धरणगाव येथे पोहोचतो.
२३ मार्च	:	उदेपूरच्या राण्यास बाजीरावांचे संस्कृत पत्र. धार्मिक आवाहन करून एकजुटीने परचक्र निवारण्याची विनंती.
२४ मार्च	:	बाजीराव नसिराबादेस, फत्तेसिंह भोसल्याकडून चंद्रसेन जाधवाचा पराभव.
३१ मा.-४ एप्रिल	:	बाजीराव बुऱ्हाणपुरानजीक.
एप्रिल प्रथमार्ध	:	नादिरशहाकडून दिल्लीत प्रजेची कत्तल, लुटालूट, जाळपोळ व स्त्रियांचे अपहरण.
एप्रिल	:	वसईच्या संग्रमात पोर्तुगीज किल्लेदार जॉन पिंटो व सेनापती मार्तिन्यू द सिल्व्हैरा ठार.
१७ एप्रिल	:	शाहू आणि नानासाहेब कृष्णातीरी म्हैसाळ येथे.
२ व ३ मे	:	वसईच्या जलदुर्गास मराठे सुरुंग लावून खिंडार पाडतात. प्रवेश करताना भीषण रणकंदन. पोर्तुगीजांकडून कडवा प्रतिकार.
४ मे	:	वसईच्या संग्रमात उभयपक्षांची भयंकर प्राणहानी. अखेर पोर्तुगीजांचा पाडाव. तहाचे पांढरे निशाण दाखवतात.
५ मे	:	वसईचा संग्रम समाप्त. नादिरशहा दिल्लीतून अमाप लूट घेऊन माघारी निघतो. निघण्यापूर्वी मुहंमद पातशहास पुन्हा तख्तावर बसवतो.
६ मे	:	गोव्यातही पोर्तुगीजांची शरणागती. तह करतात.
१२ मे	:	चिमाजींच्या नेतृत्वाखाली वसईच्या किल्ल्यात मराठ्यांचा प्रवेश.

२२ मे	:	जैनाबाद मुक्कामी बाजीरावांस नादिरशहा परत फिरल्याची वार्ता कळते.
२३ मे	:	वसई किल्ल्यावर मराठ्यांचा विजयी झेंडा. पोर्तुगीज शरणार्थींना सन्मानपूर्वक दर्यापार जाऊ दिले.
नोव्हेंबरचा आरंभ	:	निजामपुत्र नासिरजंग याच्यावरील स्वारीचे निमित्ताने बाजीराव पुणे सोडतात. माळव्यालगत निजामाच्या प्रदेशात हक्काचा मुलूख तोडून मागण्याची आकांक्षा.
८ नोव्हेंबर	:	प्रतिनिधीकडून उदाजी चव्हाणाची अथणी काबीज.
२४ नोव्हेंबर	:	शनिवारवाड्यातील नजरकैदेतून सुटून मस्तानी पाटस येथे बाजीरावांसमीप.
१८ डिसेंबर	:	अहमदनगरच्या रोखे चिमाजी आप्पा रांजणगाव येथे.
२१ डिसेंबर	:	बाजीराव व चिमाजी अहमदनगरास. चिमाजी अप्पा
डिसेंबर अखेर	:	संभाजी आंग्रे व पोर्तुगीज यांची वाढती घसट. मानाजीविरुद्ध संभाजीच्या हालचाली. नासिरजंगाची लढाईची तयारी.
इ.स. १७४०		
४ जानेवारी	:	कॅ. इचवर्ड आणि बाजीराव यांची पैठण येथे भेट. तहाची बोलणी.
७ ते १० फेब्रुवारी	:	बाजीरावांच्या कोंडीमुळे नासिरजंग औरंगाबादेतून बाहेर पडतो. तिसगाव, खराडीपर्यंत पाच कोस मराठे त्याचा पाठलाग करतात. चिमाजी, पिलाजी, राणोजी, मल्हारराव यांची बाजीरावांस साथ. 'मुघल निर्मूल करुन सुभे दक्षिण' मुक्त करण्याची आकांक्षा व्यक्त.
२७ फेब्रुवारी	:	नासिरजंग आणि बाजीराव यांच्यात मुंगीपैठण येथे तह. नर्मदेच्या दक्षिणेकडील नेमाडातील खरगोण व हांडिया हा सुमारे १६ लाख उत्पन्नाचा भाग बाजीरावांस प्राप्त.
२८ फेब्रुवारी	:	पोर्तुगीज आणि सावंतवाडीकर यांचा डिचोली येथे तह.
३ मार्च	:	वरखेड येथे नासिरजंग-बाजीराव भेट.
७ मार्च	:	बाजीराव खानदेशमार्गे बुऱ्हाणपुराकडे. मार्गी जैनाबादची लूट.
१३ मार्च	:	चिमाजी व नासिरजंग यांची औरंगाबाद येथे भेट.
२३ मार्च	:	बाजीराव बुऱ्हाणपुरानजीक शहापूर येथे.

२८ मार्च	:	संभाजी आंग्रेची कुलाब्यावर चाल. मानाजी संकटात. नानासाहेब मदतीसाठी कुलाब्याकडे.
५ एप्रिल	:	बाजीराव खरगोण भागात.
६ एप्रिल	:	पारनेर, घोडनदी, लोहगावमार्गे चिमाजी पुण्यात. पारनेरला संभाजी आंग्रेच्या पुंडाईची वार्ता कळते.
९ एप्रिल	:	चिमाजी कुलाब्याच्या रोखे पाली येथे.
१० एप्रिल	:	उरण काबीज करून चिमाजी संभाजीची चौकी जाळतो. मुक्काम कोरीगडास. तुळाजी आंग्रे कैद.
एप्रिल मध्य	:	तंजावरच्या प्रतापसिंगाला मदत करण्यासाठी शाहूंच्या आज्ञेने रघुजी भोसले व फत्तेसिंह भोसले कर्नाटकात अर्काट येथे.
२० एप्रिल	:	बाजीरावांची छावणी नर्मदातीरी रावेरखेडी येथे. प्रकृती एकाएकी बिघडली. अंगात ज्वर.
२४ एप्रिल	:	बाजीरावांचे प्रकृतीस आराम पडावा म्हणून उदककुंभदान.
२६ एप्रिल	:	बाजीरावांसाठी मोहर ओवाळून टाकली.
२७ एप्रिल	:	ब्राह्मणांकरवी मृत्युंजय जप. प्रकृती बिघडतच चालली.
२८ एप्रिल	:	दिवस उजाडता 'रायास कैलासवास'. (वैशाख शुद्ध १३ शके १६६२ सोमवार)

(आधार : प्रतापी बाजीराव-म.श्री. दीक्षित)

❑❑❑

परिशिष्ट - ५

बाजीराव पेशव्यांच्या हालचाली

कल्पक : श्री.द.वि. आपटे, बी.ए., पुणे

आलेख व मिती-पट

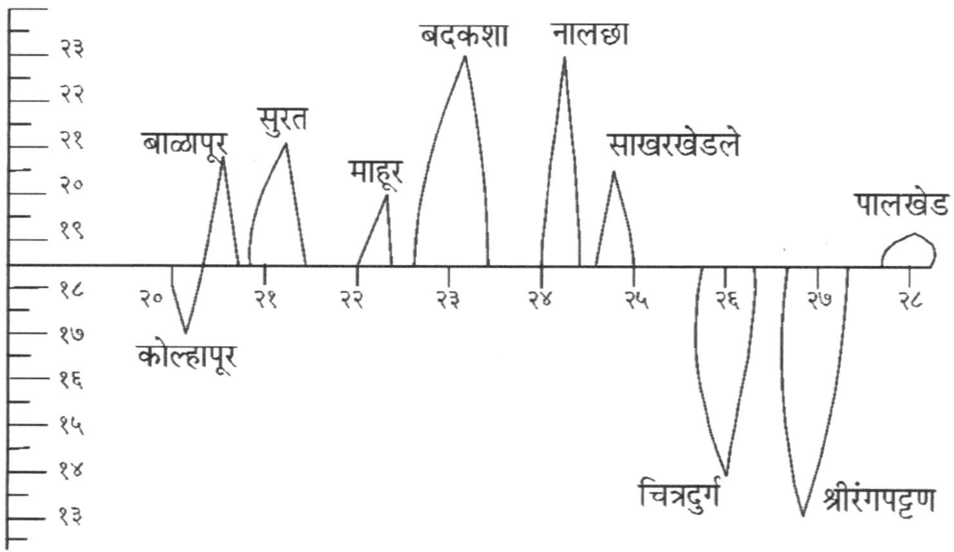

१७२० ते १७४० बाजीराव पेशव्यांच्या हालचाली

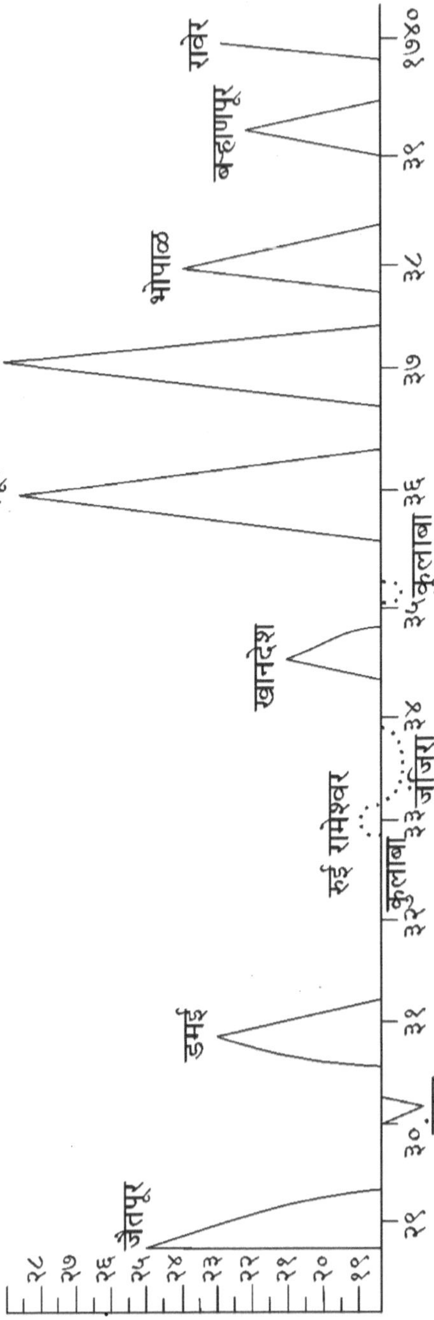

परिशिष्ट - ६

पेशव्यांच्या रोजनाम्यातील माहिती

(हा निबंध कै. नामदार महादेव गोविंद रानडे M.A.,L.L.B.,C.I.E. यांनी मुंबई येथील रॉयल एशियाटिक सोसायटीपुढे ता. ३० जून सन १९०० या दिवशी वाचला.)

गेली दोन-तीन वर्षे, आम्ही आपला फुरसतीचा बहुतेक सर्व वेळ पेशव्यांच्या रोजनाम्यातील निवडक उतारे वाचण्याकडे घालविला आहे. हे निवडक उतारे मूळ मराठी दप्तरांतून रावबहादूर वाड यांनी काढले आहेत. यामध्ये, शाहूराजे सिंहासनारूढ झाले त्या वेळेपासून दुसरे बाजीराव पेशवे यांच्या राज्याचा शेवट झाला, इतक्या काळाचा समावेश होतो. वाड यांनी इंग्रजी भाषेमध्ये वरील उताऱ्यांचे सार काढून लिहिलेले आहे, त्यासुद्धा या उताऱ्यांची जवळ जवळ बावीस हजार पृष्ठे होतात. यामध्ये इ.स. १७०८ पासून इ.स. १८१६-१७ पर्यंत म्हणजे शंभराहून थोड्या अधिक वर्षांचा इतिहास येतो. हा जो प्रचंड उलाढालीचा काळ होऊन गेला, त्यामध्ये महाराष्ट्रातील लोकांचा खरा इतिहास काय आहे, हे समजण्यास या उताऱ्यांशिवाय दुसरे महत्त्वाचे साधन नाही. आमच्या इकडे उपलब्ध असलेल्या बखरी व ग्रँट डफसारख्या आंग्ल इतिहासकारांनी केलेले ग्रंथ यांमध्ये मुख्यत: राजकीय गोष्टींचेच वर्णन आढळते. परंतु तत्कालीन हिंदू लोकांची स्थिती काय होती, त्यांचा जीवनक्रम कसा असे, ते नावारूपास कसे आले, कोणत्या गोष्टींनी त्यांची करमणूक होई, त्यांच्या वेडगळ समजुती, त्यांची श्रद्धा, त्यांचे आचरण, त्यांच्या रीतीभाती, इत्यादी विषयांवर या ग्रंथांपासून किंवा बखरीपासून फारच थोडा किंबहुना मुळीच प्रकाश पडत नाही असे म्हटले तरी चालेल. त्याचप्रमाणे एतद्देशीय राजछत्राखाली राज्यव्यवस्था कशी चाले, जमीनधाऱ्यांची आकारणी होऊन तिचा वसूल कसा होई, किल्ल्याचा बंदोबस्त कोणत्या प्रकारचा असे, मोहतर्फ अबकारी, मीठ, जकात इत्यादी उत्पन्नाच्या बाबींपासून येणारा'सायर' वसूल त्याचा अदा व खर्च कसा होई, फौज तयार करून तिची पगार वाटणी कशी होई, आरमार

कसे सज्ज करीत, सरकार कर्ज कोणत्या तऱ्हेने काढी, दिवाणी-फौजदारी कायद्यांचा अंमल कसा होई, पोलीस, टपाल, टांकसाळ, तुरुंग, धर्मादाय, नेमणुका, लोकोपयोगी कारखाने, दवाखाने व आरोग्य इत्यादी निरनिराळ्या खात्यांची व्यवस्था कशी असे, व्यापारधंद्यास उत्तेजन कसे मिळे, व विद्यावृद्धी कशी होई, यांचीही स्पष्ट माहिती सदरहू ग्रंथात बिलकुल आढळत नाही. परंतु आश्चर्याची गोष्ट ही की, फक्त शंभर वर्षेच झाली, वर सांगितलेल्या निरनिराळ्या खात्यांकडे आमच्या एतद्देशीय राजांचे लक्ष अगदी गढून गेलेले असे व राज्यव्यवस्थेसंबंधी बिकट प्रश्नांचा ते मोठ्या शिताफीने उलगडा करीत. सामाजिक बाबतीत सुधारणा करण्याचे कामही त्या राजांनी मोठ्या धैर्याने आपल्याकडे घेतले होते. परंतु सध्या मात्र या कामाशी सरकारचा संबंध नाही असे मत रूढ आहे. वरील सर्व गोष्टींसंबंधी, पेशव्यांच्या दप्तरकचेरीत, जबाबदार अधिकाऱ्यांनी लिहून ठेवलेले सरकारी रोजनामे केवळ अमूल्य आहेत. त्यात म्हणजे अगदी न्यून नाही असे नाही. तरी पण दुसरी श्रेष्ठ साधने नाहीत, तेव्हा एक शतक किंबहुना जास्त वर्षेपर्यंत चाललेल्या लोकांच्या चळवळी, त्यांच्या महत्त्वाकांक्षा व संकटे, त्यांचे सामर्थ्य व त्यांचे दौर्बल्य यावर या रोजनाम्यापासूनच चांगला प्रकाश पडतो आहे. व सद्बोध व सन्मार्गप्रदर्शन या हेतूने पाहिले तर लढाया व स्वाऱ्या, राजघराण्यातील उलाढाली व राजक्रांत्या, ज्यांची बहुतेक सर्व इतिहासामध्ये रेलचेल असते, त्यापेक्षा या रोजनाम्याचे महत्त्व फारच जास्त आहे हे अगदी निर्विवाद आहे.

वरील प्रचंड दप्तराची माहिती आमच्या मराठा-इतिहासप्रिय वाचकांस करून देण्याचे आम्ही या निबंधात योजिले आहे. या दप्तरापासून पुष्कळ गोष्टी शिकण्याजोग्या आहेत. त्या चटकन ध्यानात याव्यात म्हणून, अठराव्या शतकाच्या पहिल्या अर्धात मराठमंडळाची एकसारखी चलती होत जाऊन त्याचा अंमल व त्याचे वजन सर्व हिंदुस्थान द्वीपकल्पावर पसरून राहिले व झाडून सर्व एतद्देशीय राजे, मुसलमान, हिंदू, शीख, जाट, रोहिले, रजपूत, काठी, गुजर, पोर्तुगीज, निजाम, तेलंगण व द्रवीड देशाचा महाप्रतापी हैदरअल्लीसुद्धा ज्या कारणांनी या मराठमंडळास वचकून राहिला, ती कारणे व दुसऱ्या अर्धात या मराठा संघाची आस्ते आस्ते फाटाफूट होऊन अखेरीस तो संघ पार धुळीस जाऊन कसा मिळाला ती कारणे, या दोहोतील अंतर समजावून देण्याचा आम्ही प्रयत्न करणार आहोत. या दोन अर्धास विभागणारी रेषा म्हटली म्हणजे शिवाजीच्या वंशजांचे हातून राज्य नाहीसे झाले व शाहूमहाराज कैलासवासी झाल्यानंतर मराठा-राजधानीचे ठिकाण सातारा येथून हलवून पुणे मुक्कामी नेण्यात आले व अर्थातच सर्व सत्ता ब्राह्मण पेशव्यांच्या हातात आली, हीच होय. शाहूमहाराजांनी मृत्यूपत्र करून त्यात पेशव्यांनी सर्व राज्यकारभार पाहावा, फक्त महाराजांचे नाव मात्र चालवावे व

राजघराण्याची इभ्रत कायम राखावी, अशा अटीवर सर्व व्यवस्था पेशव्यांकडे सोपविली व हेच मृत्युपत्र पुढे शाहूचे वंशज रामराजे यांनी आपणास संमत आहे, अशी आपली कबुली दिली व साताऱ्याच्या आसपासचा काही प्रांत खुद्द आपल्या देखरेखीखाली रहावा अशा शर्तीवर सर्व अधिकार पेशव्यांच्या स्वाधीन केला. पुढे मराठ्यांच्या स्वाऱ्यांच्या प्रचंड प्रवाहास थोपवून धरणारी पानिपतची जी घनघोर लढाई झाली, तीच या पहिल्या अर्धाची ऐतिहासिक हद्द म्हणता येईल. पुढील साठ वर्षांत राज्यकर्ते पेशवे व एकंदर महाराष्ट्रातील प्रजा यांच्या अंगची व्यंगे एकामागून एक दृष्टोत्पत्तीस येऊन इ.स. १८१७ मध्ये सर्व देश इंग्लिशांच्या ताब्यात जाण्याच्या आधीच राष्ट्र कसे अगदी मोडकळीस आले होते हे चांगले व्यक्त होते. हे अंतर स्पष्ट कळले म्हणजे, शिवाजीने घालून दिलेली व त्याच्यामागून राजाराम व शाहू यांनी बऱ्याच एकनिष्ठपणे सुरू ठेवलेली जी तत्त्वे त्यापासून पेशव्यांचे राजकीय धोरण कसे सुटत चालले व खऱ्या राजनीतीकडे दुर्लक्ष होऊन, आपणच काय ते श्रेष्ठ व आपण सर्वांहून निराळे, अशा पुरातन ब्राह्मणी कल्पनेचा प्रादुर्भाव झाल्यामुळे मराठा साम्राज्यवृक्षास कीड लागली व अखेरीस तो वृक्ष कसा समूळ उन्मळून पडला, हे खासे ध्यानात येईल.

राज्य-रचना

मराठा साम्राज्यात राज्यरचनेमध्ये जे वेळोवेळी फेरफार झाले, तिकडे अगोदर लक्ष दिले पाहिजे. एशियाटिक सोसायटीपुढे 'शिवाजीची राज्यव्यवस्था' या विषयावर आम्ही जो निबंध वाचला, त्यामध्ये मुलकी व लष्करी अधिकारी मिळून मुख्य आठ प्रधानांचे जे राजमंडल किंवा अष्टप्रधानमंडल होते, त्याचे ठोकळ स्वरूप जरा विस्तृत तऱ्हेने आम्ही मांडले होते. शिवाजी महाराजांनी अगदी कायमची जी राज्यव्यवस्था केली होती, तीत दोन सरनोबत अथवा लष्करी अंमलदार असत. एकाकडे रिसाल्याचे आधिपत्य असून दुसरा पायदळावरील मुख्य होता. पेशव्यांकडे मुख्य प्रधानांचे काम असून मंडळांतील कायदे बजावण्याचा अधिकारही यांचेकडेच असे. पंतअमात्याकडे महसूल व हिशेबखाते असे; आवक-जावकखाते व बारनिशी ही पंतसचिव ऊर्फ सुरनीस याचेकडे असे व परराष्ट्रासंबंधी काम (डबीर) सुमंताकडे असे. राजवाड्यातील अंतरव्यवस्था, मंत्री नावाच्या वेगळ्याच प्रधानाकडे असे. शिवाय न्यायाधीश व न्यायशास्त्री किंवा पंडितराव असे दोन केवळ मुलकी अधिकारी होते. एकाकडे न्यायखाते व दुसऱ्याकडे धर्मशास्त्रखाते असे. यापैकी एकही अधिकार पिढीजाद नसून वरचेवर या अधिकाऱ्यांच्या बदल्या होत असत. उदाहरणार्थ, पेशव्यांचा अधिकार जवळ जवळ शंभर वर्षेपर्यंत वेगवेगळ्या चार घराण्यांतील पुरुषांकडे चालून नंतर बाळाजी विश्वनाथाचे घराण्यात

वंशपरंपरेचा झाला. पंत-प्रतिनिधी, सचिव व मंत्री यांच्या जागा तीन घराण्यांकडे चालून नंतर त्या एका घराण्यात कायमच्या झाल्या.

सेनापतीचा हुद्दा, पालकर, गुजर, मोहिते, घोरपडे, जाधव इत्यादी आठ वेगवेगळ्या तलवारबहाद्दरांकडे चालून नंतर दाभाड्यांच्या घराण्यात पिढीजात झाला. याचप्रमाणे कनिष्ठ अधिकारीमंडळीची स्थिती असे. या अधिकारी वर्गाचा दर्जा पाहिला तर असे दिसते की, पंत प्रतिनिधीपेक्षा पेशव्यांचा मान कमी असे. पंत प्रतिनिधीची जागा राजारामाने जिंजीस असताना नवीन केली व त्या जागेवर प्रल्हाद निराजीची नेमणूक केली. प्रतिनिधीचा पगार १५००० होता व पेशव्यांचा १३००० होन असे. मंत्री, सेनापती व सचिव यांना प्रत्येकी १०००० होन मिळत. न्यायाधीशाला मात्र एक हजारच मिळत. पूर्वीचे पंत अमात्य कोल्हापुरांकडे गेले तेव्हा सातारा येथील अमात्य किंवा राजाज्ञा यांचा अधिकार फार कमी झाला होता. वरील अधिकाऱ्यांना पगाराशिवाय काही सरंजाम व सक्त नेमणुकाही होत्या. ही मोठमोठी खाती कायमची स्थापलेली असून त्यावर दिवाण, मुजुमदार, फडणीस, सबनीस, कारखाननीस, चिटणीस व पोतनीस असे आठ छोटे अधिकारी असत. हेच तत्त्व ध्यानात आणून प्रत्येक प्रांतास व हरएक बड्या लष्करी ठाण्यास दरकदार, दिवाण, फडणीस, मुजुमदार इत्यादी काही जागा जोडण्यात आल्या. या खालच्या प्रतीच्या अंमलदारांची निवडणूक मुख्य सरकारकडून होई व सेनापतीसारख्या बड्या अधिकाऱ्यांनी या लोकांकडून फक्त काम करून घेण्याचे, नोकरीवरून दूर करण्याचा अधिकार त्यांना नसे.याच छोट्या अंमलदारांनी हिशेब तयार करून मुख्य सरकारकडे पाठविण्याचे कामाची वाटणी अशा तऱ्हेने केली होती की, प्रत्येक अंमलदाराचा वचक दुसऱ्यांवर असे व प्रत्येकाची प्रत्येकास गरज लागे. हे परस्परावलंबन व परस्पर अधिकार तत्त्व किल्ल्यातील शिबंदीत, सुभा आरामांत व जकातखात्यातील सर्व मोठमोठ्या कचेरीतही सुरू केले होते. किल्ल्यातील व्यवस्था अशी होती की, तेथे जे बडेबडे अधिकारी असत, ते तीन जातींतून नेमलेले असत. हवालदार अथवा नाईक हा मराठा, सबनीस, ब्राह्मण व कारखानीस हा प्रभू जातीचा असे. याच राज्यव्यवस्थेमुळे शिवाजी महाराजांच्या मृत्यूनंतर जो आणीबाणीचा प्रसंग उद्भवला त्यातून मराठा साम्राज्याची धडगत झाली. संभाजींनी या अंतर्व्यवस्थेकडे फारसे लक्ष दिले नाही, ही गोष्ट खरी. पण राजारामांनी मात्र शिवाजी महाराजांनी घालून दिलेला धडा चांगला लक्षात ठेवला व जिंजीस असतानादेखील अष्टप्रधानांची स्थापना केली. शाहूमहाराज सिंहासनारूढ झाल्यानंतर त्यांनी प्रधानांची बदली केली, पण प्रधानमंडळ कायम ठेवले. प्रत्येक प्रधानाकडे त्याचे स्वतंत्र खाते असून शिवाय सेनापतीचे कामही त्यांच्याकडे असे. फक्त न्यायाधीश व पंडितराव यांच्याकडे मात्र हा

लष्करी पेशा नव्हता. शिवाजी महाराजांच्या कारकिर्दीत, तसेच शाहू राजे सिंहासनारूढ असताही प्रतिनिधी, सचिव, मंत्री व अमात्य यांनी सेनापती व पेशवे यांच्याप्रमाणेच लढाईत तरवार गाजवून सरकारास मदत केली. विशेष प्रसंगी मसलतीकरता या प्रधानमंडळाची बैठक होत असे. आज अमूक राजकीय धोरण सुरू केले, न्याय मनसुबा दिला, स्वदेशी-परदेशी मराठा सरकारची इभ्रत कायम राखिली. इत्यादी प्रधानमंडळाची हकीकत दिलेली वरचेवर आढळण्यात येते. पहिल्या बाजीराव पेशव्यांनी, 'दिल्लीपर्यंत चाल करून जाऊ.' असे राज्यविस्ताराचे धोरण याच प्रधानमंडळापुढे ठेवले व त्यास प्रतिनिधींनी आपला ना सांगितला, हे इतिहासप्रसिद्धच आहे.

शाहूमहाराजांच्या मृत्यूनंतर या मंडळाच्या रचनेत एक अनिष्ट फरक पडला. शाहूच्या कारकिर्दीत पेशव्यांनी सरकारची मोठी कामगिरी बजावल्यामुळे त्यास आपोआपच जास्त मान मिळू लागला. तेव्हा साहजिकच इतर प्रधानमंडळी त्यापुढे फिकी पडू लागली. पुढे सर्व कारभार साताऱ्याहून पुणे मुक्कामी नेल्यावर वरील सर्व अधिकार पिढीजाद झाले; पण ते अधिकार बाळगणाऱ्या लोकांचे राजकारस्थान मंडळीत वजन पडेनासे झाले. शाहूराजांनंतर जे दोन राजे झाले त्यांच्या अंगी या राजांच्या नावावर पेशवे जो अधिकार गाजवीत, तो धारण करण्याची योग्यता नव्हती. नावाने राजे मात्र, पण त्यांच्या वागणुकीवर अगदी सक्त देखरेख असे. पेशव्यांच्या हातातील बाहुली म्हटले तरी चालेल. पेशव्यांना अधिकाराच्या दिलेल्या सनदा रद्द व्हाव्या म्हणून दमाजीने पुष्कळ खटपट केली, पण ती व्यर्थ झाली. नंतर साताऱ्याच्या तेथील किल्ल्यात अटकेत ठेवले व नोकरचाकर, गाडीघोडे वगैरेंच्या खर्चाकरिता तीस हजार रुपयांची त्यांच्याकडे नेमणूक झाली. याप्रमाणे साताराचे राजे बंदिवासाचे महत्‌दुःख भोगत राहिले. थोरले माधवरावसाहेब स्वभावाने फार उदार, त्यांनी राजाला क्रीडा करण्याकरता एक बाग दिला व जास्त हुजरे, गवय्ये व बजवय्ये यांची त्याच्या दरबारात नेमणूक करून दिली.

पुढे नाना फडणविसांनी राजाच्या जवळच्या नातलगांना शोभतील अशा नेमणुका करून दिल्या. राजकारस्थानी मंडळांत लष्करी व मुलकी अधिकारी यांची पूर्वी जशी जोड असे, तशी आताही होतीच. ती बंद करणे पेशव्यांस शक्य नव्हते. परंतु या राजमंडळाचा आम्हास विशेष उपयोग नाही, अशा सबबीवर त्या मंडळाचे महत्त्व कमी करून, फडणीस, मुजुमदार, इत्यादी कमी दर्जाच्या मुलकी अंमलदारांकडे सर्व अधिकार पेशव्यांनी दिला. पूर्वीच्या व्यवस्थेत हे अधिकारी वेगवेगळ्या खात्यास जोडले असून, प्रधानास किंवा प्रांत सेनापतींना या लोकांची चांगली मदत मिळे. सरदारांपैकी, फक्त फडणीस व मुजुमदार या दोघांनाच काय ते पुणे येथील ब्राह्मण राजांनी ठेवून घेतले व दिवाण, कारखानीस, पोतनीस व जमादार इत्यादी इतर मंडळीस फाटा दिला. पेशव्यांचे

फडणीस यांनी आपल्या वरिष्ठ मुजुमदारांच्या जागा पटकवल्यामुळे शाहू महाराजांचे वेळेस प्रतिनिधींचे जसे माहात्म्य असे, तसे आता फडणीसांचे माहात्म्य वाढले, या प्रकारे राजमंडळाची सत्ता कमी होत जाऊन पेशव्यांचे प्रस्थ वाढले, पण यामुळे शाहूराजांच्या कारकिर्दीत गुजरात, माळवा, बुंदेलखंड, राजपुताना, दिल्ली, बंगाल, ओरिसा व नागपूर या प्रांतावर मराठ्यांची सत्ता वाढण्यास ज्या रणशूर वीर मंडळीचा विशेष उपयोग झाला, ती मंडळी मात्र आस्ते आस्ते राज्यकारभारांतून दूर दूर होत चालली.

पेशव्यांनीच उदाहरण घालून दिल्यामुळे इतर सरदार मंडळींनी बडोदे, इंदूर, ग्वाल्हेर, धार, नागपूर इत्यादी ठिकाणी आपली वेगळी सत्ता स्थापन केली. सर्व सरदार लोकांस एके ठिकाणी जखडून टाकणारे जे बंधन शाहूच्या वेळेस अगदी घट्ट होते, ते आता अगदी ढिले झाले. यामुळे प्रत्येक बलिष्ठ सरदार त्या बंधनातून सुटून पेशव्यांप्रमाणे आपली वेगळी सत्ता आपल्या वेगळ्या प्रांतात स्थापण्याची खटपट करू लागला व ऐन निकराच्या प्रसंगी मात्र राष्ट्रकार्यास आपला हातभार लावीत असे. गायकवाड, दाभाडे व नागपूरकर भोसले यांच्याकडे जी ठाणी होती, त्याबद्दल शाहूमहाराजांकडून त्यांना सनदा मिळाल्या होत्या. तेव्हा महाराजांच्या मृत्यूनंतर हे सरदार साहजिकच स्वतंत्र होऊ पाहू लागले. यात काही आश्चर्य नाही. पण पेशव्यांचे अगदी बहाल मर्जीतले, त्यांच्याच अन्नावर वाढलेले शिंदे, होळकर व पवार यांनीसुद्धा स्वातंत्र्याची दिशा पत्करली. पुढे या सरदार मंडळीत दक्षिणेतील सरदार पटवर्धन, फडके व रास्ते, तसेच विंचुरकर, राजेबहादूर, बुंदेले, पुरंदरे, भुसकुटे इत्यादी उत्तरेकडचे सरदार यांची भर पडली व यांनीही तोच क्रम सुरू केला. तेव्हा राष्ट्रातील लहान-थोर सर्व सरदार ज्या लढाईत हजर होते ती पानिपतची भयंकर लढाई संपून त्या शतकाचा पूर्वभाग आटपला, त्या वेळेस एकीचे बंधन बहुतेक ढिले झाले होते असे म्हणण्यास हरकत नाही.

खडर्याची मोहिम, इंग्लिश, हैदर, टिपू इत्यादिकांशी लढाया, अशा मोठमोठ्या प्रसंगी सर्व सरदार एकवटले होते हे खरं; तरी सर्वांचा हेतू एक व सर्वांचे हित एक अशी जी पूर्वीची समजूत होती, ती आता स्मृतिशेष होऊन बसली. शिवाजी, राजाराम, शाहू यांच्या कारकिर्दीत जवळजवळ शंभर वर्षे सर्व महाराष्ट्रात एकजूट होऊन ज्या राज्यपद्धतींमुळे मोठमोठी कार्ये साधली, ती राज्यपद्धती जाऊन त्या जागी आता बरोबरीच्या मंत्रिमंडळापेक्षा कनिष्ठ दर्जाच्या लोकांची मदत होऊन एकेकट्या सरदाराने आपले आपण राज्य करावे ही पद्धत सुरू झाली. अर्थातच आजपर्यंत स्वदेशभक्तीने प्रेरीत होऊन एकजूट करून जशी मराठ्यांनी अतर्क्य कृत्ये सिद्धीस नेली, तशी एकजुटींची बुद्धी लोकांत यापुढे वरील राज्यपद्धतीमुळे जागृत झाली नाही, यात काही आश्चर्य नाही. शाहू महाराजांनी चाळीस वर्षे राज्य केले; पण ते मराठा साम्राज्याचे नामधारी

राजे होते, असे मात्र म्हणता येणार नाही. महाराज कधी समरांगणात सैन्य घेऊन गेले नाहीत, तरी सैन्याची हालचाल त्यांच्या हुकुमानेच होई; सेनापती नेमणे बदलणे झाले तरी त्यांचा हुकूम लागे. सर्व सरदारमंडळ तर त्यांच्या अगदी पूर्ण कह्यात होते. दुभाईची लढाई झाल्यानंतर पेशवे व दाभाडे किंवा गायकवाड यांच्यामध्ये गुजरातची बरोबर वाटणी झाली ती शाहू महाराजांच्या खटपटीमुळेच झाली.

बाळाजी बाजीराव पेशवे बंगालवर स्वारी करण्यास निघाले, तेव्हा रघुजी भोसल्यांनी सातारा मुक्कामी जाऊन महाराजांपाशी तक्रार केली. बाळाजी बाजीरावांची महत्त्वाकांक्षा केवढी प्रचंड, पण शाहू महाराज फार खंबीर होते. त्यांनी त्या महत्त्वाकांक्षेस थोडासा आळा घातला व रघुजी भोसल्यांना आपली सत्ता वाढविण्यास जागा राहावी म्हणून हिंदुस्थानचे पूर्वेकडील प्रांत अन्ती सोडण्यास बाळाजीस त्यांनी भाग पाडले. शाहूंच्या वेळेस बाजीराव पेशवे म्हणजे एक सेनापती होते व प्रतिनिधी, भोसले, निंबाळकर, दाभाडे, गायकवाड, कदम, बांडे, आंग्रे, घोरपडे इत्यादी सरदारमंडळी त्यांच्या हुकुमास मान देत. पण शाहू राजांच्या पाठीमागे या सरदारमंडळीवरचा दाब नाहीसा झाला व पेशव्यास कोणी जुमानीनासा झाला. जानोजी भोसले व दमाजी गायकवाड यांच्यावर पेशव्यांनी आपले वर्चस्व राखले होते; परंतु अगदी नाईलाज म्हणून, नाखूश होऊन हे दोन सरदार पेशव्यांच्या ताब्यात राहिले एवढेच. पुढे पहिल्या चार पेशव्यांना जो सुयोग आला होता तो पुढील पेशव्यांस आला नाही. तशात तख्ताधिपती पेशवेही वयाने अगदी लहान, त्यातून पुणे मुक्कामी अंतस्थ कलह सुरू झाले, तेव्हा हे गायकवाड व भोसले राष्ट्रहिताकडे नुसते ढुंकूनसुद्धा बघेनात. शिंदे, होळकर, पटवर्धन इत्यादी मंडळींनी पुढे बराच काळपर्यंत स्वामीनिष्ठा राखली हे खरे; तरी पण एकंदरीने पाहता समतोल सत्तेचे तत्त्व लयास गेले होते एवढे खास. या सरदारांनी आपले स्वतःचे हित बाजूस ठेवून राष्ट्रहिताकडे अगोदर लक्ष पुरवावे, म्हणून नाना फडणवीसांनी आपली शिकस्त केली; पण या कामी नानांची अक्कल अगदी कवडीमोल ठरली. परराष्ट्रांशी शांततेचे तह करून आपली स्वतःची सत्ता वाढविण्याच्या नादाला ही सरदारमंडळी लागली. या चुकीची दुरुस्ती व्हावी म्हणून सवाई माधवरावांच्या पाठीमागून सातारच्या राजाची सत्ता स्थापन करावी अशी नाना फडणवीसांनी खटपट सुरू केली; पण हे अगदी अशक्य असे त्यास दिसून आले. कारण सरदार लोकांत फाटाफूट फार झाली असल्यामुळे पुनः एकी होणे दुरापास्त होते. पेशव्यांनी प्राचीन राजमंडळ कायम ठेवून, पिढीजाद राजांचे आपण फक्त प्रतिनिधी आहोत, असे आपणांस मानले असते; पूर्वीची राज्यपद्धती अबाधित ठेवली असती व काही विशिष्ट हुद्दे व अधिकार याकरता कनिष्ठ प्रकारच्या लोकांची शिवाजी महाराजांनी नेमणूक केली होती, पण पेशव्यांनी या कनिष्ठ दर्जाच्या लोकांस नसते महत्त्व

दिले. अशा पद्धतीने पेशव्यांनी सर्रास राज्य चालविले नसते; तर शिवाजी, राजाराम, शाहू यांच्या वेळेस राजमंडळाने जशी मोठमोठी कार्ये सिद्धीस नेली, त्याचप्रमाणे पुढे ब्राह्मणशाहीतही तशी कार्ये सिद्धीस न जाण्यास काही कारण झाले नसते. शिवाजी महाराजांची राज्यव्यवस्था व ती जाऊन पुणे शहरी प्रस्थापित झालेली पेशव्यांची नवीन सत्ता, यांतील मुख्य अंतर ते हेच, व असे अंतर पडले म्हणून सर्व महाराष्ट्राची पुरी दुर्दशा उडून गेली. हा भेद म्हणजे सजीव संपूर्णावयुक्त असा देह जाऊन त्याचे निर्जीव अशा एका मांसाच्या गोळ्यात रूपांतरच होय, व यामुळेच एकेकट्याने राज्य करण्याचा प्राचीन मुसलमानी रिवाज इकडे सुरू होऊ लागला. शिवाजी महाराजांनी राजमंडळाची स्थापना करून याच घातक पद्धतीचा समूळ नायनाट करण्याचा प्रयत्न करून तो सिद्धीस नेला व पेशवाईत तीच पद्धत पुन्हा सुरू झाली.

जातिवर्चस्व

शिवाजी व शाहू यांच्या कारकिर्दीचा काळ व पुढे पुणे शहरी पेशव्यांनी आपले राज्य स्थापल्यापासूनचा काळ या दोहोंत आणखी एक मोठा फरक आहे. तो हा की, पहिल्या काळात बहुतेक बडेबडे मराठा लष्करी अधिकारी, जातीने मराठे होते. फक्त पेशवे मात्र ब्राह्मण होते. पण दुसऱ्या काळात प्रसिद्धीस आलेले सर्व लोक प्रायः ब्राह्मणच होते. पूर्वीच्या 'स्वातंत्र्ययुद्धात' धनाजी जाधव व संताजी घोरपडे हे मराठ्यांचे सेनापती म्हणून नावारुपास चढले. निंबाळकर, अतोळे, भोसले, पवार, आंग्रे, दाभाडे या सरदारांनी लढाईत तरवार गाजविली. या लढाईमुळेच शाहूमहाराजांची साताऱ्याच्या गादीवर स्थापना झाली. शिवाजीच्या वेळी, मोरोपंत पिंगळे, हणमंते, आबाजी सोनदेव, दत्ता अण्णाजी इत्यादी रणशूर वीरांनी तसेच गुजर, मोहिते, पालकर, कंक, मालुसरे या योद्ध्यांनीही आपले शौर्य दाखविले. स्वातंत्र्ययुद्धात ब्राह्मणमंडळींनी आपल्या अंगचे पाणी राज्यकारस्थानाच्या मसलतीत दाखविले. पण समरांगणात ते कधीच प्रसिद्धीस आले नाहीत.

दुसरे पेशवे थोरले बाजीरावसाहेबांचे वेळी मल्हारराव होळकर, पिलाजी जाधव, राणोजी शिंदे व त्याचे तीन मुलगे ही मराठमंडळाची मुख्य पुढारी म्हणत. बाळाजी बाजीराव ऊर्फ नानासाहेब यांच्यावेळीसुद्धा मराठे सरदारांचेच वर्चस्व होते. ब्राह्मण मुत्सदी फक्त मुलकी कामावर होते. पेशवे घराण्यातील मंडळी मात्र तरवारबहादुरी करीत. पण राजधानीचे शहर पुणे झाल्यापासून सर्व बदलले. इ.स. १७६० नंतर जेवढे म्हणून सरदार प्रतिष्ठेस चढले व ज्यांनी नवीन मुलूख काबीज केले, ते प्रायः सर्व ब्राह्मण होते असे आढळून येईल. प्रभू लोकांचे महत्त्वसुद्धा पुण्याच्या दरबारात राहिले नाही.

बडोदे व नागपूर या ठिकाणी मात्र या प्रभू लोकांची बरीच चलती होती. त्याचप्रमाणे शेणवी, गौडसारस्वत ब्राह्मण यांचे शिंद्यांच्या मुलखात वजन बसले. अर्थातच इंदूर, बडोदे, ग्वाल्हेर व नागपूर येथे ब्राह्मणमंडळी नष्टतेज झाली. पण महाराष्ट्राकडे पाहिले म्हणजे ब्राह्मणाचीच सरशी झालेली दिसून येते. विंचुरकर, राजेबहादूर, भुस्कुटे, बुंदेले, खेर, कानडे, पानसे, बिनीवाले, पटवर्धन, मेहेंदळे, गोखले, बेहरे, लागू, रास्ते, पेठे यांचे शिवाय लहान सहान लोकांची याद आमच्या म्हणण्याच्या समर्थनार्थ देता येईल. या ब्राह्मण लोकांची पुढेपुढे अशी स्थिती झाली की, देशस्थ जे होते त्यांनी राघोबादादांचा पक्ष उचलला व कोकणस्थ मंडळी, नाना फडणवीस इत्यादी पुणेकरांच्या बाजूस राहिली. सखारामबापू, विंचूरकर व हिंगणे हे राघोबादादांच्या पक्षास मिळाले व वर सांगितलेली इतर ब्राह्मण मंडळी रघुनाथरावाच्या उलट झाली. पुढे जेव्हा राघोबादादांचे चिरंजीव दुसरे बाजीराव हे पेशवे, पदारूड होण्याचा प्रसंग आला, तेव्हा नाना फडणवीस व त्यांचे अनुयायी यांचे व बाजीरावांचे जुळेना. इतकेच नव्हे तर पटवर्धन, रास्ते, नाना फडणवीस यांनादेखील बाजीरावसाहेब अगदी पाण्यात पाहू लागले. त्या वेळच्या सरदारमंडळीच्या मनात हे जे जातिभेदाचे व एका जातीत पुनः पोटभेदाचे वारे शिरले, हीच त्या अठराव्या शतकाच्या उत्तरार्धाची विशेष ध्यानात ठेवण्यासारखी गोष्ट होय.

सरदार मंडळीत दुफळ्या होऊन पुन्हा दुफळी दुफळीतील लोकही आपआपसांत भांडू लागले. त्यामुळे शिवाजी महाराज, राजाराम महाराज, शाहू महाराज घराण्यांच्या वेळी ज्या प्रमाणात सर्व जातीचे व सर्व दर्जाचे लोक एकत्र होऊन त्यांनी अनेक महत्कार्ये शेवटास नेली, त्याप्रमाणे आता सर्व लोकांत परस्पर सहानुभूती व कार्यतत्परता उत्पन्न होणे बिलकुल शक्य नव्हते. हा जातिमत्सर व पोटजातिमत्सर याचा पहिल्या अर्धात मुळीच गंध नव्हता, ही मोठी आश्चर्याची गोष्ट आहे. पण तेच दुसऱ्या अर्धात पहा कशी स्थिती होती ती. जातिमत्सराचा इतका बडेजाव माजला की, एकजूट होणे अशक्य झाले व राष्ट्रहिताच्या ऐवजी आपलीच तुंबडी भरण्याकडे प्रत्येक प्रबळ सरदारांचे लक्ष गुंतले. या वेळी ब्राह्मणमंडळी म्हणजे अगदी तर्रर झालेली. खरे राज्यकर्ते आपण, आपणांस इतर जातीपेक्षा विशिष्ट हक्क व सवलती असावयास पाहिजेत, असे ते समजत. शिवाजी महाराजांच्या राज्यरचनेत या मूढ कल्पनांचा नुसता वाससुद्धा नव्हता. आता पेशव्यांकडे पेशवाईत दप्तर कचेरीतील हिशेबखाते ठेवण्याचे सर्व काम कोकणस्थ ब्राह्मण कारकुनाकडे असे इतर कोणाचीही त्या खात्यात नेमणूक होत नसे. त्या कारकुनांना पगारही मोठा असे. असे असून यांनी बाहेर ठिकाणांहून धान्य किंवा इतर माल आणविला तर त्या मालावर जकात किंवा बंदरपट्टी मुळीच घेत नसत. कल्याण प्रांत व मावळ येथील जे जमीनदार ब्राह्मण लोक होते, त्यांच्याकडून जमिनीचा

सारा इतर जातींतील जमीनदारांच्या निम्म्याने कमीच घेत असत. फौजदारी कोर्टात तर ब्राह्मणाला कायद्याची अगदी शेवटची म्हणजे देहांत शिक्षा देण्याचा कधीच परिपाठ नसे. उलट ब्राह्मण आरोपीला अशा शिक्षेविरुद्ध तक्रार करता येत असे. किल्ल्यामध्ये जरी त्यांना कधीकाळी तुरुंगात ठेवण्यात आले तरी इतर जातींतील कैद्यांपेक्षा त्यांना जास्त उदारपणाने वागविण्यात येई. इतक्या सवलती असून शिवाय ब्राह्मण जाती फार पवित्र म्हणून त्यांना धर्मादाय करण्याची कामी सरकारचा सढळ हात असे. अशा फाजील सवलती दिल्यामुळे जे वाईट परिणाम घडून आले, त्यास राव बाजीच्या वेळेचे दप्तर चांगली साक्ष देते. 'दक्षिणा' दानाची कल्पना मूळ विद्यावृद्धिकरता निघाली, पण पुढे हा दक्षिणा फंड म्हणजे सर्व ब्राह्मण भिक्षुकांना देणखीखातरच होऊन बसला व लवकरच पुणे शहरात निरुद्योगी भिक्षुक लोकांच्या झुंडीच्या झुंडी ठिकठिकाणी दिसू लागल्या. मोठमोठ्या उत्सवांत तर कित्येक दिवस तीसपासून चाळीस हजारपर्यंत ब्राह्मण लोकांना पंचपक्वान्नांनी जेवण घालीत असत. आणि हा सर्व खर्च पेशवे सरकारचा. ब्राह्मण जातीच्या वर्चस्वाच्या वर ज्या निरनिराळ्या गोष्टी सांगितल्या त्या, त्या शतकाच्या शेवटी शेवटी तर जास्तच प्रचारात आल्या. यामुळे राष्ट्रास जी अवनती प्राप्त झाली, तिची वास्तविक कल्पना कोणासही होणे नाही, सरकार म्हणजे अठरापगड जातीचे श्रेष्ठ पालनकर्ते व समान न्यायाचे पुरस्कर्ते अशी जी समजूत होती, ती नाहीशी झाली. महाराष्ट्र साम्राज्याची, श्रीसमर्थ रामदासस्वामींची उदात्त कल्पना लुप्त होऊन आता आपले मुख्य कर्तव्य म्हणजे फक्त गोब्राह्मणाचा प्रतिपाळ करणे असे पेशवे सरकार समजू लागले. अशा प्रकारे श्रेष्ठ गुणांचा ऱ्हास झाला. तेव्हा त्यापासून साहजिक होणारे परिणामही महाराष्ट्रास भोगावे लागले, यात नवल ते काय?

फौज

फौजेच्या बाबतीतही शिवछत्रपतींच्या पद्धतीत व पेशव्यांच्या पद्धतीत बरीच तफावत दिसून येते. मराठा फौज म्हणजे महाराष्ट्राचे हुबेहूब प्रतिबिंब म्हणावयास काही हरकत नाही. पुण्याच्या आसपासचे व कोकणातील किल्ले काबीज करण्याचे काम शिवाजी महाराजांनी मावळे व हेटकरी यांची मदत घेऊनच सुरू केले. त्या वेळची शिवाजी महाराजांची फौज म्हणजे 'हश पायदळ'च. त्यांची हत्यारे म्हणजे तलवारी व तोड्याच्या बंदुका. पुढे शिवाजी महाराज जेव्हा शत्रूशी सामना द्यायला लागले, तेव्हा शत्रूवर हल्ला करण्याचे मराठ्यांचे मुख्य साधन घोडेस्वार झाले; पण पूर्वीच्या मावळे व हेटकरी लोकांना रजा न देता त्यांना डोंगरी किल्ल्यांत बंदोबस्तासाठी ठेवण्यात आले. शिवाजीच्या घोडेस्वारांनी औरंगजेबाच्या मुघल सैन्याशी लढून सर्व हिंदुस्थान देशभर

मराठ्यांच्या नावाचा दरारा उत्पन्न केला. हे घोडेस्वार पोटार्थी होते असे कदापि म्हणता येणार नाही. हिवाळा व उन्हाळा या उघाडीच्या दिवसांत ते एकेकटे किंवा आपले घोडे व हाताखालील लोक घेऊन फौजेत आपले नाव दाखल करीत व पावसाळा सुरू झाला म्हणजे आपल्या घरी जाऊन वडिलोपार्जित जमिनीची लागवड करीत. मोठमोठ्या घराण्यातील लोकांना शिलेदार व बारगीर होणे यात भूषण वाटे व त्यांच्या हाताखाली जितके जास्त शिपाई किंवा जितकी जास्त पथके असत, त्या मानाने त्यांना जास्त अभिमान वाटे. सैन्यात भरती करणे झाल्यास मुळीच अडचण पडत नसे.

लढाईचे शिंग वाजले की, त्याबरोबरच 'नालबंदी' म्हणजे घोडा व घोडेस्वार यांची दाणावैरण व सामानसुमानाबद्दल खर्चाकरता म्हणून आगाऊ रक्कम देण्यात येई. प्रत्येक स्वाराचा नाईक निराळा. तो जिकडे नेईल तिकडे स्वार जायला कबूल. मराठा घोडेस्वार ही मराठा फौजेची मुख्य शक्ती, अशी इ.स. १७५०पर्यंत समजूत होती; पण इंग्लिश व फ्रेंच यांच्या पलटणीबरोबर लढाई करण्याचा जेव्हा अनुभव आला, तेव्हा नियमित शिक्षण देऊन तयार केलेल्या पायदळ पलटणी व अर्वाचीन युद्ध पद्धतीतील तिसरे अस्त्र तोफखाना यांची त्या पलटणीला जोड, याचा जास्त उपयोग आहे, असे दृष्टिपत्तीस आले. इंग्लिश व फ्रेंच यांना या शिकलेल्या पलटणीमुळे जय प्राप्त झाला, असे पाहून मराठ्यांना याच पद्धतीचे अनुकरण करावेसे वाटले व गार्दी लोकांच्या पलटणी उभ्या झाल्या; परंतु मराठा सैन्याला ही जी नवीन जोड झाली तीत एक व्यंग होते. ते हेच की पूर्वीचे मावळे किंवा शिलेदार असत. त्यांना प्रत्येकी जमीन असून सरकारची चाकरी करीत असत, ती भाडोत्र्यासारखी नसून कायम लष्कराप्रमाणे त्यांचा उपयोग होई. म्हणजे एरवी आपआपला धंदा करून गरज लागली म्हणजे हे लोक लढण्यास सिद्ध असत. परंतु गार्दी लोकांची स्थिती तशी नव्हती. ते केवळ पगारखाऊ, अनेक जातीच्या परकीय शिपायांची त्यात भरती, बारमहा त्यांना ठरीव मुशाहिरा द्यायला लागायचा. इतके असून जो सेनापती त्यांना पगार देई त्याच्याच ते हुकमतीत राहात. या नवीन पलटणीत राष्ट्रीयत्व कसे ते मुळीच नव्हते. सदाशिवराव भाऊंनी जी प्रथम गार्दी पलटण बनवली, तीत प्रसिद्ध इब्राहिमखान गार्दी याच्या हाताखाली फ्रेंच लोकांची जी एतद्देशीय पलटण होती, त्या पलटणीतून हाकलून दिलेले लोक होते. या इब्राहिमखानावर भाऊंचा दृढ विश्वास होता तो पहा.

पानिपतच्या लढाईचे वेळी, मराठा सरदारांनी भाऊंना सल्ला दिला की, शत्रूसमोर आपला तळ देऊन अफगाण लोकांबरोबर तोंडास तोंड देऊन लढणे हे फार धोक्याचे आहे. सबब श्रीमंतांनी हे साहस करू नये. पण भाऊंना ते न रुचून त्यांनी इब्राहिम गार्द्याची मसलत ऐकली. या फाजील विश्वासापासून कशी दुर्दशा उडाली हे सर्वांस माहीत आहेच. तरीपण यापासून मराठ्यांनी धडा घेतला नाही. पुढे दहा वर्षांच्या आतच

युरोपीय पद्धतीप्रमाणे तयार केलेल्या पलटणी पुष्कळ दिसू लागल्या. गार्दी पलटणीत, अरब, सिद्दी, अबिसिनीयन, शीख इत्यादी परकीय लोकांची भर पडली. या लोकांना पगार मिळे, तो शिलेदार घोडेस्वारांना जितका असे तितकाच. या गार्दींचा भाडोत्रीपणा, त्यांनी श्रीमंत नारायणराव पेशव्यांचा निर्दयपणे खून केला, तेव्हाच प्रत्ययास आला. परंतु, या शिकाऊ पलटणीपासून झालेले बरेच फायदे होते. तेव्हा त्यातील दोष मराठा सरदार लवकरच विसरले. महादजी शिंद्यांनी हिंदुस्थानात नवीन फौज उभी केली होती, तीत युरोपीय कमांडरच्या हाताखालील परकीय पलटणींचीच जास्त भरती होती. प्राचीन घोडेस्वारांचे महत्त्व कमी होऊन त्यांची सैन्यात योग्यता कमी दर्जाची झाली. शिंद्यास झालेली विजयप्राप्ती लक्षात आणून होळकर, गायकवाड, भोसले व पेशवे यांनीही परकीय लोकांच्या पलटणी उभारल्या व त्यांच्याच कर्तबगारीवर यांनी सर्व मदार ठेवली. याप्रमाणे अरब, गोसावी, शीख व पोर्तुगीज यांच्या पलटणी तयार झाल्या व दुसरे बाजीराव पेशवे यांनी तर इंग्लिश अधिकाऱ्यांच्या हाताखाली दोन पलटणी नोकरीस ठेवल्या होत्या.

डोंगरी किल्ल्यावर आजपर्यंत मावळे लोकांचा पहारा होता तो जाऊन तेथे या भाडोत्र्यांची हडेलप्पी सुरू झाली. अशा रीतीने पायदळ व रिसला यांची एतद्देशीय फौजेतून हकालपट्टी झाली व मराठा सैन्य म्हणजे सर्व राष्ट्रभक्तीचे सैन्य असा अर्थ जाऊन त्याचा अर्थ भाडोत्री, म्हणजे अगदी कुचकामाचे, असा झाला. मराठा फौजेबरोबर पेंढारी नावाच्या लुटारूंची एक टोळी असे. हिने फौजेबरोबर जावे व शत्रूच्या मुलखात लुटालूट करून पोट भरावे. पुढेपुढे हे लोक आपल्या लोकांच्याच मुलखात लूट करू लागले. शिकाऊ लोकांच्या पलटणी नेमण्यात आल्या. त्याच वेळेस, श्रेष्ठ प्रतीची हत्यारे तयार करण्याची कला प्राप्त करून घेतली असती तर फार फायदा झाला असता. हे ज्ञान व ही कला नसल्याने, युरोपीय अधिकारी चालते झाले, तेव्हा एतद्देशीय सैन्याची जी हीनदीन स्थिती झाली तशी मग झाली नसती. पण याबद्दल कधीच विचार झाला नाही. म्हणून जेव्हा अगदी आणीबाणीचा प्रसंग प्राप्त झाला, तेव्हा समरांगणी या एतद्देशीय सैन्याची पुरी दुर्दशा उडाली तशी पूर्वी क्वचितच उडाली असेल. शिवाय प्राचीन पायदळ व रिसाला यांजकडे दुर्लक्ष झाल्यामुळे, त्यांच्यातील लढाईचा जोमही ढिला झाला. सबब जनरल वेलस्ली व लॉर्ड लेक यांनी जेव्हा एतद्देशीय शिकाऊ पलटणीस जर्जर करून टाकले, तेव्हा त्या इंग्रज सेनापतीचा प्रतिकार करण्याजोगे अशी शक्तीच राष्ट्रात उरली नाही, तेव्हा पुढील मुलूख जिंकण्याचे काम इंग्रजास फार सोपे गेले. पूर्वीचे पायदळ व रिसाला यांच्या अंगचे पाणी नष्ट झालेले. नव्या भाडोत्री पलटणीस चांगले सेनापती मिळेनात. लष्करी शास्त्राचे ज्ञान तर बिलकुल नाही. तेव्हा पेंढारी लुटारूप्रमाणे या पलटणीसुद्धा निरुपयोगी झाल्या.

अठराव्या शतकाच्या अखेरीस राष्ट्रास ज्याच्या योगाने क्षणित्व आले, ते या सैन्यव्यवस्थेत झालेल्या फरकामुळेच आले हे अगदी निर्विवाद ठरते.

आरमार

आरमारासंबंधी दोन शब्द लिहिणे काही वावगे होणार नाही. समुद्र म्हणजे मराठ्यांचा अगदी अपरिचित शेजारी. त्याची त्यांना बिलकुल माहिती नव्हती. फक्त पश्चिम किनारा मात्र मराठ्यांच्या वळणातला होता. शिवाजीने मोठ्या हिमतीने एक आरमार तयार करून त्यावर मुसलमान अधिकारी ठेवला. या अधिकाऱ्याने दक्षिणेत थेट मलबारच्या किनाऱ्यापर्यंत लूट चालविली व तो शिद्दी लोकांच्याबरोबर झुंजत राहिला; पण पुढे आंग्र्याचा उदय होईपावेतो समुद्र किनाऱ्यावर मराठ्यांचे प्राबल्य कमी झाले व मुघल जहाजावरील अधिकाऱ्यावर मराठ्यांचा वचक नाहीसा झाला. पेशव्यांनी सुभा-आरमाराची नवीन स्थापना केली. विजयदुर्ग हे आरमाराचे मुख्य ठाणे करून वसई हे पोट ठाणे केले. वसईसच दुसरे सुभा-आरमार म्हणत. इंग्लिश व आंग्रे यांच्यामध्ये बरेच दिवस दुही माजून राहिली होती. अखेरीस तिसरे पेशवे बाळाजी बाजीराव ऊर्फ नानासाहेब पेशवे यांनी इंग्लिशांचे साहाय्य घेऊन इ.स. १७५६मध्ये आंग्र्यांची भूसत्ता व जलसत्ता पार चिरडून टाकली. बाळाजी बाजीरावांनी अशी कल्पना काढली की, बंदरोबंदरी हिंडणाऱ्या व्यापारी गलबतांचा आत्मसंरक्षणार्थ उपयोग व्हावा, म्हणून तांडेल व सारंग या लोकांनी ऐनप्रसंगी सरकारास मदत करावी; त्याद्दल त्यांना जास्त पगार मिळेल; असा त्या लोकांबरोबर करार करावा, परंतु ही कल्पना अमलात आली नाही. आनंदराव धुळप व त्याचा मुलगा जानराव हे दोघे विजयदुर्ग येथील पेशव्यांच्या आरमारांवरील मुख्य होते. परंतु कच्छ व गुजराथ या बाजूने चाचे लोकांना हुसकून लावणे व व्यापार संरक्षण करणे यापलीकडे या आरमाराचा विशेष उपयोग झाला नाही. सारांश, आंग्र्यांचा विमोड करण्याच्या हेतूने पेशव्यांनी इंग्रजांना साहाय्य करून आत्मसंरक्षण व शत्रुकंदन या हेतूने ठेवलेल्या आपल्या खुद्द आरमारांचे महत्त्व मात्र घालविले.

किल्ले

आता किल्ल्यांकडे वळू. मराठा साम्राज्याच्या अगदी भरभराटीच्या काळात सर्व ठिकाणचे मिळून दोनशेहून जास्त किल्ले, शिबंदी व दारूगोळा यांनी सज्ज असे होते. किल्ल्यांचे संरक्षण म्हणजे राजाच्या कर्तव्यापैकी एक विशेष कर्तव्य, हे शिवाजी महाराजांना पूर्णपणे माहीत होते. किल्ल्यातील शिबंदीकरता त्यांनी व्यवस्थित नियम

करून टाकले होते. या किल्लेदारांना, निर्वाहाकरिता जमिनी तोडून दिलेल्या असत व सर्व जातींतील लोकांनी नोकरी करावयाची. शिबंदीशिवाय पायदळाची एक एक पलटण बंदोबस्ताकरता किल्ल्यात ठेवलेली असे. पुढेपुढे पोर्तुगीज गोलंदाज नोकरीवर ठेवण्यात आले व काही ठिकाणी बुरुजावर तोफाही सज्ज करून ठेवल्या. कर्नाटकात कानडी शिबंदी लोक होते, त्यांच्यावर दाब असावा म्हणून गार्दी नोकरीवर ठेवले. या भाडोत्री लोकांना चाकरीवर ठेवण्यात प्राचीन पद्धतीस झुगारून दिले. जुन्या शिबंदीलासुद्धा उगीचच सरकारी कामाकरता म्हणून किल्ल्यातून हालवून दुसरीकडे नेत. शेवटच्या दोन तीन पेशव्यांचे कारकिर्दीत सरकारी अंबार व सरकारी तुरुंग याकरता किल्ल्याचा उपयोग होऊ लागला. राजकीय कैद्यांना बंदोबस्ताकरिता किल्ल्यातच ठेवण्यात येई व अपराधी स्त्री-पुरुषांस काम करण्याकरिता किल्ल्यातच नेण्यात येई. त्या शतकाच्या उत्तर भागात किल्ल्याचा असाच उपयोग करण्यात येई. याबद्दल पुष्कळ उल्लेख आहेत. लढाईच्या पद्धतीत सुधारणा होऊन तोफा उपयोगात आणण्याची सुरुवात झाली. तेव्हा त्या तोफांच्या माऱ्यापुढे या डोंगरी किल्ल्यांचा आत्मसंरक्षणार्थ उपयोग होईनासा झाला. पुष्कळ ठिकाणी किल्ल्याकडे दुर्लक्ष झाले व डागडुजीसुद्धा बंद झाली. इंग्लिशांबरोबर लढाया झाल्या. त्यात या किल्ल्यांनी तर मुळीच टिकाव धरला नाही. उलट एकही बार काढल्याशिवाय सर्व किल्ले शत्रूच्या हस्तगत झाले. अशा प्रकारे अठराव्या शतकाच्या उत्तरार्धात, फौज, आरमार व किल्ले यांच्याकडे दुर्लक्ष होऊन त्यांची अगदी दैना झाली व सरकारच्या चाकरीस ते अगदी निरुपयोगी झाले.

सरकारी कर्ज

मुत्सद्दीपणाशी संबंधित वरील मुख्य विषयांबाबत राज्यनीतीमध्ये पेशवे व त्यांचे प्रधानमंडळ यांनी प्राचीन पद्धतीस झुगारून दिल्यामुळे राज्य मोडकळीस आल्याची चिन्हे स्पष्ट दिसू लागली. तथापि, जमाबंदी व न्याय या खात्यात पेशवेसरकारांनी उत्तम व्यवस्था ठेवली. एकूणएक बारीकसारीक माहिती मोठे परिश्रम करून त्यांनी मिळवली होती व आपल्याकडे सोपविलेले काम बिनतक्रार व बिनचूक सिद्धीस नेण्याची त्यांची मनापासून इच्छा होती. हे आपणास प्रांजळपणे कबूल केले पाहिजे. पेशवेसरकारच्या तिजोरीची स्थिती व अठराव्या शतकाच्या पूर्वार्धात चालू असलेली जमेस व खर्चास मेळ घालणारी पद्धती, या दोहींत जमीनअस्मानाचे अंतर होते. थोरल्या बाजीरावांसारख्या बड्या बड्या सरदारांनासुद्धा उत्तर हिंदुस्थानातील प्रचंड मोहिमांकरिता लागणारा पैसा जमा करण्याची कोण मारामार पडे हे मशहूर आहेच. बाळाजी बाजीराव ऊर्फ नानासाहेब यांनी इ.स. १७४०-१७६०च्या मुदतीत दीड कोटी कर्ज काढले होते, असे पेशव्यांच्या

रोजनाम्यात लिहिलेले आढळते. शिवाय १२ पासून १८ टक्के व्याज द्यावयास लागे ते निराळेच. एवढा बोजा पेशव्यांच्या खजिन्यावर होता. पानिपतच्या घोर संग्रामामुळे तिजोरीला जो चट्टा बसला, त्यामुळे पुढे थोरले माधवरावांच्या कारकिर्दीतसुद्धा खजिन्याची स्थिती सुधारली नाही. माधवरावांच्या अंतकाळी २४ लक्ष रुपये खर्च देणे शिल्लक. एवढा धोंडा उरावर असल्यामुळे बिचाऱ्या माधवरावांचा जीव घोटाळला. तेव्हा मरणसमयी आपल्या प्रधानमंडळाकडून सरकारचे देणे आताच्या आता भागवितो असे आश्वासन घेऊन नंतर श्रीमंतांनी प्राण सोडला. नाना फडणवीसांच्या चोख व्यवस्थेखाली खजिन्यांची स्थिती बरीच सुधारली. कर्ज असेलच तर फारच थोडे, एक दोन लाखांवर काही जास्त नव्हते. शेवटचे पेशवे दुसरे बाजीराव यांना कर्ज मुळीच नसून उलट स्वत:ची खासगी शिल्लकही त्यांनी बरीच वाढविली होती.

वसूल - व्यवस्था

बाळाजी बाजीराव, माधवराव व नाना फडणवीस यांच्या वेळी वसुलाची व्यवस्था अगदी चोख असे. वसुलाच्या नवीन बाबी उत्पन्न करून जुन्या बाबींतही सुधारणा झाली. रयतेवर जुलूम न होता, सरकारचे सर्व हक्क भागविण्याबद्दल पुष्कळ काळजी घेतली जाई, असे पेशवाईतील जमीन महसुलाच्या पद्धतीवरून दिसून येते. जरूरीच्या वेळी रयतेस तीनपासून सात वर्षांच्या मुदतीच्या कौलाने 'इस्तव' शर्तीवर, वाढत्या साऱ्याने जमिनी लागवडीस देण्यात येत. गावगन्ने व परगणे यांचे प्राचीन कमालीचे आकडे 'सर्वांत जास्त उत्पन्न' कधीच वसूल करीत नसत व ते वसूल करण्याविषयी कधी इच्छाही नसे. उलट प्रजेच्या स्थितीकडे व एकंदर राष्ट्रोन्नतीकडे लक्ष देऊन 'तनखा' (उत्पन्न होण्याजोगा वसूल) ठरवून टाकला होता. त्यामुळे जमावबंदीतच तूट येत असे. लढाई व दुष्काळाच्या प्रसंगी, लोकांच्या तक्रारी योग्य आहेत असे समजून आले तर, तनख्यातही पुष्कळ सूट मिळे. जेथे जेथे बटई किंवा उभे पीक घेण्याची पद्धत असे, तेथे तेथे बियाणे व रयतेचा इतर खर्च वजा करून अर्धे किंवा एकतृतीयांश पीक रयतेकडे ठेऊन बाकीचे सरकार आपण घेत असे. शिवाजीच्या कारकिर्दीत हे प्रमाण ३/५ व २/५ होते म्हणजे ३/५ रयतेस ठेऊन २/५ सरकार घेई. दक्षिण कोकणात दर बिघ्यास १० मण भात घेण्याची वहिवाट असे. कित्येक परगण्यात हा सारा भारी आहे, अशी रयतेने तक्रार केल्यामुळे दहाच्या ठिकाणी ९, काही ठिकाणी ८ मणही करण्यात आले. जेव्हा रोकड पैशाची जरूर असे किंवा रोकड देणे रयतेस सुखावह होई, तेव्हा पीक पाहून खंडीमागे १५, २०, ३० पर्यंत रुपये घेत असत. उत्तर कोकणात ब्राह्मण लोकांकडून कमी सारा, खंडीमागे सुमारे पाच मण घेत. नीरा तालुक्याची जमाबंदी करताना जमिनीचा नूर बघून, दर बिघ्यास

तीनपासून पांच रुपयेपर्यंत आकारणी झाली व उसाची लागवड असेल तर पाच रुपये बिघा आकार पडे. नाशिक परगणा व पिंपळगाव बसवंत या ठिकाणी रोकड घेण्याची वहिवाट असे. तेथे काळी जमीन असेल तर बिघ्यास रुपये दोन व मध्यम जिऱ्हाईत जमीन असेल तर एक रुपया व बागाईत असेल तर पांच-सहा रुपये बिघ्यास आकार असे. शेवटच्या बाजीरावांचे वेळी पुणे जिल्ह्यातील खेड तालुक्यात बिघ्यामागे तीन रुपये सारा घेत. सातारा जिल्ह्यापैकी काही भाग सुपीक नसल्यामुळे जमिनीचा मगदूर पाहून बिघ्यामागे १ ३/४ पासून ६ मणांपर्यंत सारा असे. गुजराथेत हा आकार बराच भारी असे.

सूट

वर्ष नापीक झाले तर मोठमोठ्या रकमांची सूट दिली जात असे. पूर्वीच्या जमीन महसूल पद्धतीत लागवड जमिनीपासून सारा घेण्यात येई. तेव्हा दुष्काळ साल आले म्हणजे जमाबंदीत बरीच तूट पडे. शिवाय वरचेवर सूट देण्याबद्दल बऱ्याच मोठ्या रकमा हिशोबात खर्ची पडत.

कमाविशी पद्धत

दुसऱ्या बाजीरावांचे कारकिर्दीच्या आरंभी वसूलव्यवस्था कमाविशी पद्धतीवर सुरू होती. म्हणजे कमाविसदार किंवा मामलेदार, त्याचा इतर खटला व लागणारा सर्व खर्च सरकारातून मिळे. म्हणजे साधारणपणे सर्व वसुलापैकी शेकडा दहापर्यंत हा खर्च होई. कारकून लोकांची संख्या व त्यांचा पगार, तसेच शिबंदी म्हणजे घोडेस्वार व शिपाई यांचा पगार, बेहडापत्रक किंवा अंदाजपत्रकात ठरलेले असे. तेव्हा रयतेवर जुलूम करण्याची पाळीच त्या कमाविसदारावर येत नसे. त्याने जमाबंदी केली तर त्यास सुभा किंवा सरसुभा या वरिष्ठ अधिकाऱ्याची मान्यता लागे व जमीनदार पाटील कुलकर्णी किंवा रयतलोक यांचा या अधिकाऱ्यांच्या वाईट वर्तणुकीबद्दल फिर्याद आली तर त्याला चाकरीवरून काढण्यात येई किंवा त्याला शिक्षा देण्यात येई. कमाविसदारांची नेमणूक एका वर्षाची असे. पण त्याची वागणूक पसंत असल्यास पुढेही त्याची नेमणूक वाढविण्यात येई.

जैरा किंवा मक्त्याने वसूल देणे

दुसऱ्या बाजीरावांचे कारकिर्दीत कमाविशीपद्धत जाऊन इजरापद्धत म्हणजे वसूल मक्त्याने देण्याची पद्धत सुरू झाली. इजारदाराने आपला आपण खर्च भागविणेचा व सरकार देणे व खुद्द पेशव्यांचे काही खासगी देणे भागवून काही फायदा उरला तर त्याने घ्यायचा. या खासगीकडील रकमा सरकारी हिशेबात न धरता पेशव्यांच्या खासगी

खात्याकडे जमा होत. शेवटच्या पेशव्याने सुरू केलेली ही गैरपद्धत आम्ही वगळली तर एतद्देशीय राजाच्या किंवा ब्रिटिश राजाच्या मागच्या किंवा पुढच्या अगदी उत्तम व्यवस्थेच्या काळात जशी कमाविशी व्यवस्था उत्तम प्रकारे चालली असती, तशीच व्यवस्था मराठा साम्राज्यात सुरळीतपणे चालली होती. या पद्धतीतील दोषापासून प्रजेपेक्षा सरकारचे नुकसान जास्त झाले व हिंदुस्थानातील इतर देशापेक्षा महाराष्ट्रात सुपीकपणाच्या मानाने जास्त भरभराट होती, असे ग्रँट डफ साहेबसुद्धा कबूल करतात.

वसुलाच्या सोयीकरिता केलेले भाग

महाराष्ट्राचे एकंदर १२ सुभे केले होते. प्रत्येक सुभ्यात परगणे किंवा मामलतीप्रांत ऊर्फ सध्याचे आमचे तालुके असत. सुभ्यांची नावे (१) खानदेश - यात बागलाण धरून तीस परगणे होते. (२) नेमाड प्रांत, हंडिया ५. (३) पुणे व नगर १८ (४) कोकण १५. (५) गंगथड नाशिक प्रांत धरून २५. (६) गुजरात प्रांत २०. (७) कर्नाटक (८) सातारा, वाई व कऱ्हाड मिळून. (९ आणि १०) जकातसुभे, पुणे व जुन्नर, कल्याण व भिवंडी. (११ व १२) दोन आरमार सुभे, विजयदुर्ग व वसई.

ग्रामव्यवस्था

ग्रामव्यवस्थेमध्ये सरकार मुळीच हात घालीत नसे. सारावसुलाबद्दल पाटील कुलकर्णी जबाबदार असत व त्यांना सरकारकडून न मिळता परभारेच त्यांचे वेतन मिळे. एक वर्षाचा वसूल बाकी राहिला तर रयतेपासून सावकार जामीन घेत. शिवाय रयत लोकही जबाबदार असत. सारांश देशात खेड्यापाड्यांत अबादानी असे.

पगार व किंमती

गडीमाणसे व शिपाई लोक यांचा पगार ३ पासून ७ रुपये असे व श्रेष्ठ कारागिरांना, सध्या मोठमोठी शहरे खेरीजकरून इतर ठिकाणी जितका असतो तितकाच म्हणजे ६ पासून १० आणेपर्यंत मिळे. कारकुनांचा पगार प्रायः दरमहा ७ ते १० पर्यंत असे. खाण्याच्या धान्याच्या किंमतीत आतापेक्षा फार चढउतार होई. परंतु ज्वारी, बाजरी इत्यादी व कडधान्य आताच्या तिप्पट किंवा चौपट स्वस्त असे. पूर्वी कित्येक वर्षे पगाराचा जो दर असे, त्याच्या निम्मा पगार त्यावेळी मिळे व धान्य तर तिपटी चौपटीने स्वस्त. तेव्हा लोकांजवळ बरीच माया असे. कधी मोठा दुष्काळ पडला असे कोठेही लिहिलेले आढळत नाही. लहानसहान दुष्काळ पडलेले मात्र आढळतात. परदेशातील स्वाऱ्यांमुळे मराठ्यांना अतोनात संपत्ती मिळे. म्हणून मराठाशाहीत किफायती धंदे व रोजगार बरेच

चालले होते. सबब जमिनीवरील किंवा इतर करांचे ओझे लोकांना भासत नसे. फक्त लढाईने उद्ध्वस्त झालेल्या सरहद्दीवरील प्रांतामध्ये हे ओझे भासे. इतरत्र कधी भासले नाही. जुलूम तर क्वचितच होई. कारण जुलूम टाळण्याचे साधन लोकांच्या हातातच असे. जुलूम करणाऱ्यांस काढून टाकावे किंवा काही काळपावेतो त्या मुलुखांतून निघून दुसऱ्या मुलुखात जावे.

तगाई

बियाणे व आयदाने इत्यादिकांकरता काही सूट देत असून आगीने घरे जळल्यास व गुरे खरेदी करण्यास शेतकरी लोकांना तगाई देण्याची चाल पेशव्यांच्या कारकिर्दीत असे.

सार्वजनिक कामे

बंधारे, घाटातील रस्ते व नदीकिनाऱ्यावरील धक्के बांधणे, तळी खणणे, शहरात पाणी नेणे इत्यादी कामे सरकारच हाती घेत असे. शेतकरी लोकांना एक दोन वर्षांच्या मुदतीने रक्कम आगाऊ मिळे. पण कमाविसदार फार दयाळू असत व त्यांनी दिलेल्या रकमा वसूल होईपर्यंत त्यांना काढण्यात येत नसे. काढलेच तर त्या जागेवर जो कमाविसदार येई, त्याला पूर्वीच्या कमाविसदराने दिलेले पैसे भरपाई करून द्यावे लागत. सरकारास गरज पडे म्हणून नेहमी कमाविसदाराकडून आगाऊ हप्ते उसने घेण्यात येत. यावर कर्ज फिटेपर्यंत सरकार कमाविसदारास १२ टक्के व्याज देई.

वेठ

पूर्वीच्या पेशव्यांचे वेळी वेठीची पद्धत बरीच प्रचारात होती. यामुळे गरीब लोक व कारागीर लोक यांना फार त्रास सोसावा लागे. थोरले माधवराव साहेबांनी हा जुलूम बराच नाहीसा केला व वेठीबद्दल दोन्ही पक्षांस सोईस्कर अशी रोकड घेण्याची पद्धत सुरू केली. इतर धन्यापेक्षा सरकारचाच दयाळूपणा जास्त असे. रोजनिशीतील हा भाग वाचून पाहिला म्हणजे वाचकांचा ग्रह एकंदरीत बराच अनुकूल असा होतो. गेल्या ऐंशी वर्षांच्या अवधीत या बाबतीत काही ठाम सुधारणा झाली असल्याचे दृष्टोत्पत्तीस येत नाही. म्हणजे अजूनही वेठीची पद्धत अमलात आहे हे नव्याने सांगावयास नको.

इतर कर

जमिनीवरील कराखेरीज इतर पुष्कळ लहानसहान कर अमलात होते. घरपट्टी, दुकानपट्टी ऊर्फ 'मोहाऊर्फ' हे कर त्यापैकीच होत. कोकणप्रांतात रेवदंडा व इतर काही बंदरांवर आयात तंबाखूवर जकात असे.

मीठ

मिठाचे कारखाने नागोठाणे व वसईजवळ भायंदर या ठिकाणी असून त्याप्रमाणे थोडे उत्पन्नही येई. नागोठाणे येथे जे मीठ उत्पन्न करीत त्यावर खंडीमागे दोन रुपये दहा आणे कर असे व भायंदर येथील मिठावर खंडीस एक रुपया सहा आणे असे. सध्या इंग्लिश सरकार याच्या वीसपासून एकतीस पट कर घेते.

अबकारी

वसई व कोकण किनाऱ्यावरील पूर्वी पोर्तुगीज लोकांकडे असलेला भाग या ठिकाणी दारूकरिता जे ताड माडे खोच मारून ठेविलेले असत त्यांच्यावर कर असे. या प्रांतात भंडारी व इतर रयत राहात. त्यांनी अशी तक्रार केली की, कोणती ना कोणती तरी दारू प्यावयास मिळाल्याशिवाय आमच्याने व्यापारधंदा होत नाही. सबब वरील कर लादण्यात आला होता. कोकण खेरीजकरून इतर प्रांती अबकारी खात्याचे काही उत्पन्न आदा होत नसे, फक्त पुण्याजवळील शिंदीच्या जमिनीपासून थोडेसे उत्पन्न येई. याचप्रमाणे तुपावर पट्टी, कुरणपट्टी, हुंड्यावर कर, टोणगे बाळगले तर कर, काही काही ठिकाणी मासे धरण्याच्या परवान्याबद्दल कर, असे पुष्कळ लहान-सहान कर होते.

तरी अथवा होड्या

प्राय: सर्व तरी सरकारने ठेविल्या असल्यामुळे, उतारूंकडून भाडे घेत नसत; परंतु जेथे उतारूंची गर्दी जास्त असे, त्या ठिकाणी मक्त्याने उत्पन्न देण्यात येई. ही कल्पना काही क्षुद्र मक्तेवाल्याच्या हावेमुळे पुढेपुढे निघाली. यापासून उत्पन्न बेताचेच येई. दुसऱ्या बाजीरावांनी जैरापद्धत सुरू केली. तेव्हा मक्ता दिल्यापासून होणारे अनर्थ दिसू लागले व लोकांना बराच त्रास व जुलूम सोसावा लागला. पूर्वी कामविशी पद्धत असे, तीत जुलूम करण्याकडे प्रवृत्तीच होत नसे. झालीच तर तात्पुरती. शिवाय सुभा व सरसुभा, सध्यांचे कमिशनर म्हणाना, यांचा कमाविसदारांवर बराच वचक असे. कोकण, कर्नाटक, खानदेश, गुजरात, व बागलाण या पाच प्रांतांत पाच सरसुभे असत. एकंदरीत पेशव्यांचे राज्य फार दयाळू अशी त्याची ख्याती असे.

जकात

पेशवाईत सुभा आरमाराकडे तोडून दिलेल्या वसूलबाबीशिवाय समुद्रजकातखाते म्हणून निराळे खाते नव्हते, पण आयात व निर्यात मालावर भुईजकात म्हणून जी घेत, त्यापासून बरेच उत्पन्न येत असे. कल्याण, भिवंडी, पुणे व जुन्नर येथील जकातसुभे तर चांगल्या भरभराटीत होते. बाळाजी बाजीरावांच्या वेळेस कल्याण व भिवंडी सुभ्याचे उत्पन्न ५५,००० (पंचावन्न हजार) असून, वाढत वाढत शेवटी त्या शतकाच्या अखेरीस ३,००,००० (तीन लक्ष) झाले होते. पुणे सुभ्याचे उत्पन्न प्रथत ३५००० असून लाखांपर्यंत गेले होते. खुद्द पुणे शहरातील जकात मक्त्याने देत असून, उत्पन्नही बरेच होई. शहरातील आयात व निर्यात मालावरील, तसेच कापड, तंबाखू इत्यादी शहरवासी लोकांना अगदी आवश्यक लागणाऱ्या जिनसावरील जकातीचे उत्पन्नही बरेच असे. तेच अहमदाबाद येथे दिल्लीपतींनी घालून ठेवलेल्या पूर्वीच्या प्रमाणावर जकात घेत असत. सारांश या वसुलाच्या उत्तम व्यवस्थेवरून पुणे येथील ब्राह्मण प्रधानमंडळ, तसेच त्यांचे प्रांत व परगणेधिकारी यांचे चातुर्य व कल्पक बुद्धी उत्तम तऱ्हेने व्यक्त होत आहेत. अशा उत्पन्नाच्या बाबी वाढवून त्यास व्यवस्थित रूप देण्याच्या या पेशव्यांच्या पद्धतीत दोष ठेवण्यास बिलकुल जागा नाही.

न्यायमनसुबा

जमीनमहसूल, करपट्ट्या व जकातदस्तुरी यांच्या वसुलापेक्षा दिवाणी व फौजदारी कायद्याची योग्य अंमलबजावणी होत असलेली पाहिली म्हणजे स्वराज्यात सरकार आपले कर्तव्य किती उत्तम प्रकारे बजाविते व त्यास यश कसे प्राप्त होते हे चांगले तऱ्हेने लक्षात येईल. किंबहुना कायद्याची योग्य अंमलबजावणी हीच स्वराज्याच्या कार्यक्षमतेची व यशप्राप्तीची चोख कसोटी आहे, असे म्हणण्यास काही हरकत नाही. या कसोटीस आमचे पेशवे सरकार बावन्नकशी उतरले याबद्दल त्यांचे अभिनंदन करावे तितके थोडेच. पूर्वीच्या राजमंडळांतील इतर मोठमोठ्या अधिकारांच्या जागा पेशव्यांनी पूर्ववत सुरू केल्या नाहीत. पण न्यायाधीशाची जागा मात्र त्यांनी पुणे मुक्कामी स्थापिली आणि एकंदर दिवाणी व फौजदारी खटले चालविण्याचा पूर्ण अधिकार त्या न्यायाधीशाकडे सोपविला. मग हे खटले अपीलाच्या रूपाने पुणे कोर्टापुढे येवोत की, अव्वल दावे असोत, की कनिष्ठ प्रांत अधिकाऱ्याकडून मंजुरीकरिता आलेले असोत. अखेर निकाल देण्याचा अधिकार त्या न्यायाधीशासच दिला होता.

रामशास्त्री

न्यायाधीशाची जागा इ.स. १७६० च्या सुमारास करण्यात आली. त्या जागेवर रामशास्त्र्यांसारख्या मनुष्याची नेमणूक झाली हे सुदैवच समजले पाहिजे. यामुळे पेशवे सरकारचा चोहीकडे सन्मान व लौकिक झाला. रामशास्त्र्यांच्यामागे ही न्यायाधीशाची जागा कायम असून त्यांच्याप्रमाणे विद्वान कायदेपंडित गृहस्थांची नेमणूक त्या जागेवर होई. शेवटचे विद्वान न्यायाधीश बाळकृष्णशास्त्री टोणकेकर हे होते. हे दुसऱ्या बाजीरावाचे वेळेस होते. एकंदरीत न्यायाची व्यवस्था अशी असे की, प्रत्येक कामाविसदारास दिवाणी व फौजदारी असे दोन्हीही अधिकार असत. अंगावर जाणे, चोरी व याच प्रकारचे पण लहानसहान गुन्ह्यांमध्ये केलेला दंड, तसेच पक्षकारांनी, मग ते यशस्वी असोत किंवा बुडोत त्यांना दिलेले (कोर्ट फी स्टँप इत्यादी बद्दलचे) पैसे, यापासून जे उत्पन्न होई, त्यातूनच या कमाविसदारांचा पगार बाहेर पडे. पण याबद्दल त्यास हिशेब द्याला लागे. अमूक एक रकमेवर जे उत्पन्न होई ते सरकारच्या खजिन्यात जाई. पुणे येथे स्थापलेल्या मुख्य कोर्टाशिवाय, कमाविसदार व सुभेदार यांना मदतीकरिता म्हणून लहान लहान प्रांतकोर्टे, त्यांनी बेताचा अधिकार देऊन इतर काही प्रांतात स्थापिली होती असेही दिसून येते.

दिवाणी कज्जे

दिवाणी व फौजदारी खटल्यामध्ये यशस्वी पक्षकाराने दिलेल्या रकमेस हरकी व प्रतिपक्षाने दिलेल्या रकमेस गुन्हेगारी असे म्हणत. दिवाणी कज्ज्यात जितक्या रुपयांचा दावा असेल, त्यावर शेकडा पंचवीस आकार पडे व अपराधाबद्दल दंडाची रक्कम हरकीच्या दुप्पटपर्यंत होत असे.

पैशासंबंधी दावे

ऋणकोपासून कर्जफेड होण्याबद्दल आता जसे दावे होतात, तसे त्या वेळेस फार क्वचित होत असत. धनकोंना त्या वेळी आपले कर्ज फेडण्यासाठी बराच मोठा अधिकार असल्यामुळे एखादा ऋणको फार बलाढ्य असला तरच धनकोला सरकारची मदत मागावी लागे. कर्जफेड झाली म्हणजे शेकडा पंचवीसप्रमाणे सरकार मदतीबद्दल कापून घेऊन बाकीची रक्कम धनकोच्या पदरात पडे.

वतन - दावे

दिवाणी कज्जे मुख्यत: वतन, दत्तक, वाटणी, भागीदारी, हद्द इत्यादी प्रकारच्या बाबीसंबंधाने असत. निकाल सांगणे, तो दोन्ही बाजूंच्या साक्षीदारांच्या साक्षीपुराव्यावर

अवलंबून असे, साक्षीदाराने अगोदर शपथपूर्वक व गंगेसारख्या अति पवित्र तीर्थास स्मरून साक्ष देणेची अगोदर दोन्ही बाजूचे म्हणणे काय आहे हे ऐकून घेऊन नंतर साक्षीदाराच्या जबान्या घेत. मग पक्षकारांनी आपल्या खुद्द किंवा शेजारच्या गावातील पंच पसंत करावे असा त्यांना हुकूम होई. पंचांनी आपले मत दिले म्हणजे कमाविसदारांनी त्याप्रमाणे अंमल करावयाचा. क्वचित प्रसंगी, जेथे पुराव्यात मेळ नसे किंवा पुरावा जर न मिळेल तर मग, दिव्य करण्यात येई व त्याप्रमाणे निकाल सांगण्यात येत असे. पेशव्यांच्या रोजनाम्यात एकंदर शहात्तर दावे नमूद आहेत. त्यापैकी फक्त सहाच दावे असे आहेत की दिव्य करून त्याप्रमाणे निकाल देण्यात आला. या सहांपैकीसुद्धा दोनच दाव्यांमध्ये दोन्हीही पक्षकारांनी अग्नीचे दिव्य करण्यास एकमेकांस आव्हान केले होते. बाकी चार कज्ज्यांमध्ये, नदीमध्ये स्नान करूनच सर्व उलगडा झाला. वकील देण्याची काही पंचाईत नसे. कारण मुख्य सरकारापर्यंत अपील करण्याची पक्षकारास मुभा असे. पंचांचा निकाल सरकारास पसंत नसेल तर नवे पंच नेमण्याविषयी पक्षकारांना हुकूम होई व त्याजकडे तो कज्जा पाठवीत. एकंदर मोठमोठ्या दिवाणी कज्ज्यांत जे निकाल होते, ते मुख्य सरकारकडे जाऊन त्यांची मंजुरी मिळाल्यानंतर मग त्यांचा अंमल होई.

फौजदारी खटले

फौजदारी कायद्यासंबंधाने इतके सांगून ठेवणे आवश्यक आहे की, छत्रपती राजे व पहिले दोन तीन पेशवे यांचे अमदानीत कायद्याने ज्या शिक्षा अमलात येत, त्या म्हटल्या म्हणजे दास्य, कारागृहवास, मालमत्तेची जप्ती, दंड व क्वचित प्रसंगी हद्दपारीची शिक्षा या होत. मनुष्यवध, राजद्रोह, दरोडा अशा प्रकारच्या भयंकर गुन्ह्याबद्दलसुद्धा देहान्त शिक्षा किंवा अवयव व्यंगीकरण या शिक्षा टाळवतील तितक्या टाळीत असत. पहिले माधवराव पेशवे त्यांच्या कारकिर्दीत कित्येक बाबतीत अवयव व्यंगीकरण ही शिक्षा देण्यात येत असे; परंतु त्यांच्या वेळी चोहोकडे अगदी अस्वस्थता झाली होती, तरीदेखील कोणालाही देहान्त शिक्षा झाली नाही. सवाई माधवराव यांचे आमदानीत नाना फडणवीस हे राज्यकारभार पाहत असताना, पूर्वीच्या पेशव्यांचे राज्यातील कायद्याचा सौम्य अंमल जाऊन, मनुष्यवध, राजद्रोह, दरोडे इत्यादी अपराध करणाऱ्यांस अवयव तोडणे, ठार मारणे अशा क्रूर शिक्षा देण्यात येत असत. असे दिसून येते. ब्राह्मण व स्त्रिया यांनाच काय ती देहान्त शिक्षा देण्यात येत नसे. ब्राह्मणांस मोठी शिक्षा म्हणजे किल्ल्यामधील कारागृहवास व बहिष्कार या होत. पहिले माधवराव पेशवे यांच्या कारकिर्दीत आपआपसांत कलह माजले व चोहोंकडची शांतता मोडली म्हणून नाना फडणवीस यांनी लोकांस क्रूर शिक्षा दिल्या असाव्यात असे दिसून येते. आणि पुढे

ज्या वेळेस राघोबादादा गादीविषयी भांडू लागले, त्यावेळी अशा शिक्षा देण्याचा सपाटा सुरू झाला. वरील गोष्टींचे वर्णन करण्यापेक्षा पेशव्यांच्या रोजनाम्यात दिलेल्या आकड्यांवरून या गोष्टीची हकीगत चांगली लक्षात येईल.

मनुष्यवध अथवा खून

शाहूमहाराजांच्या कारकिर्दीत ८ खुनी कज्जे चौकशीकरिता आले होते. पैकी पाच कज्ज्यात आरोपीस सोडून देण्यात आले. तीन कज्ज्यांत मात्र त्यांच्यावर आरोप शाबीत झाला व दंड व कैद अशा शिक्षा देण्यात आल्या. बाळाजी बाजीरावांच्या कारकिर्दीच्या शेवटच्या दहा वर्षांत वीस खुनी कज्ज्यांची चौकशी होऊन तिन्हींमध्ये आरोपी दोषमुक्त झाले. आठांमध्ये जबर दंड लादण्यात आला व उरलेल्या नवांमध्ये आरोपीची मालमिळकत जप्त झाली. या जप्त केलेल्या मिळकतीतून, मयत मनुष्याच्या वारसास नुकसानीबद्दल काही जिनगी देण्यात आली. थोरले माधवरावसाहेब यांच्या कारकिर्दीत सात खुनी कज्ज्यांची चौकशी झाली. पैकी तीन कज्ज्यांत दंड झाला. तिन्हींत वतन जप्त झाले, व एकात आरोपी ब्राह्मण असल्याने त्यास किल्ल्यामध्ये कैदेची शिक्षा झाली. नाना फडणवीसांच्या वेळेस एकदा दोन खुनी कज्जे चौकशीकरता आले होते. आरोपी लोक बरेच होते. त्यांना देहांतशिक्षा सांगितल्या व दुसऱ्या सहा खुनी कज्ज्यात कैद व दंडाची शिक्षा होऊन मिळकतीची जप्ती झाली. दुसऱ्या बाजीरावांचे वेळेस दोन खुनी कज्जे चालल्याचे रोजनाम्यात नमूद आहे. या कज्ज्यात आरोपी ब्राह्मण असल्याने त्यांना फक्त कैदेची सजा सांगण्यात आली.

राजद्रोह

राजद्रोहाचे लहानसहान आरोप म्हणजे बंड करणे, शत्रूस फितूर होणे वगैरेबद्दल किल्ल्यामध्ये कैद किंवा मालमिळकत जप्त करणे, या शिक्षा देत असत. खुद्द श्रीमंतांच्या जीवावर गदा आणण्याचा प्रयत्न करणारे किंवा लढाई उत्पन्न करणारे राजद्रोही आरोपींना हत्तीच्या पायाखाली तुडविण्यात येत असे.

दरोडा

थोरले माधवराव व नाना फडणवीस हे खासगी खुनापेक्षा हत्यारबंद दरोडे घालणाऱ्या आरोपींना जास्त कडक शिक्षा देत असत. हातपाय तोडून टाकण्याची शिक्षा इ.स. १७६० पर्यंतच्या फौजदारी दप्तरांत कधीच आढळत नाही. पण नंतर ही शिक्षा थोरल्या माधवरावांच्या कारकिर्दीत सुरू झाली व नाना फडणवीसाच्या वेळी असले दरोडे

घालणाऱ्यांना कैदेत ठेवून तेथेच त्यांना एकसहा फाशी देत असत. एकदा एका कज्ज्यात वीस आरोपींची डोकी उडविली. दुसऱ्यामध्ये तेरा आरोपींचे हातपाय तोडण्यात आले व तिसऱ्यात अठरा असामींचे, कोणाचे हात, काहीचे पाय तर कित्येकांचे कान कापण्यात आले. लोकांना धाक उत्पन्न व्हावा म्हणून या राक्षसी शिक्षा देण्यात येत असाव्यात असे दिसते. पुढेपुढे 'दरोडा' सदराखाली न येणाऱ्या, किंवा दरोडेखोरांचा संबंध नाही, अशा जबरी चोरीबद्दलसुद्धा वरील अति कडक शिक्षा देण्यात येऊ लागल्या.

जबरी चोरी; व्यभिचार

जबरी चोरीबद्दल शिक्षा प्रायः दंडाची किंवा कारागृहवासाची असे. व्यभिचार करणाऱ्या स्त्रियांना सक्तमजुरीची कैद व व्यभिचारी पुरुषांना दंड किंवा कारागृहवास अशी शिक्षा असे.

गुलाम

सक्तमजुरीची शिक्षा झालेल्या बायकांसंबंधाने ही गोष्ट लक्षात घेण्यासारखी आहे की, त्यांचे कुलीनत्व नष्ट होऊन दासीसारखे त्यास वागवीत असत. त्यांची संतती बेवारशी समजली जात असे. आणि तीस आईच्याच नावाने ओळखीत असत. या दोषी ठरलेल्या दासीत जारकर्म करुन उपजीविका करणाऱ्या नीच जातींतील स्त्रिया व परदेशी पकडून बंजारी किंवा लमाण यांनी विक्रीसाठी पेशव्यांच्या मुलखात आणलेली पोरेटोरे यांची भर पडली.

याप्रमाणे भरती झालेल्या दासलोकांची एक स्वतंत्र टोळी असे व मुक्या जनावरांप्रमाणे दास पुरुष-बायकांना, पैसा देऊन एका मालकापासून दुसऱ्या मालकास विकत घेता येत असत. हे दास वृद्ध झालेले म्हणजे त्यांना मोकळीक देत असत व खासगी दास धर्माच्या नावाने मुक्त होत. परंतु एकंदरीत दास लोकांना दयाळूपणाने वागविण्यात येई व पेशव्यांच्या कोठीत किंवा इतर खासगी तऱ्हेने काम करणाऱ्या बायकांना तर जास्त ममता दाखविण्यात येई.

देव घालणे

आमच्या अलीकडील कायदेपुस्तकात न सापडणारा असा एक गुन्हा पेशव्यांच्या अमदानीत समजला जात असून त्याबद्दल कडक शिक्षा ठेवलेली असे. हा गुन्हा म्हणजे देव उचलून घालणे हा होय. मुख्यतः कोकणामध्ये या सदराखाली येणारे गुन्हे फौजदारी कायद्याची एक महत्त्वाची बाबच समजत असत. शेवटल्या दोन पेशव्यांच्या वेळी तर

देव घालून आपल्या शेजाऱ्या-पाजाऱ्यांस त्रास देणाऱ्या, गुन्हेगार लोकांचा तपास करुन त्यांना शिक्षा देण्याकरिता म्हणून स्वतंत्र अधिकारी नेमले होते. भुते-खेते इत्यादींचा नायनाट करण्याचे काम प्रांतअधिकाऱ्यांचे एक कर्तव्यच होऊन बसले होते.

खोटे कर्म - गोवध

खोटी साक्ष देणे व खोटा कागद करणे या गुन्ह्याबद्दल नेहमीची शिक्षा दंडाची असे, पण गरिबीमुळे दंड वसूल होण्यासारखा नसेल तर कैदेची सजा सांगत. गोवधाबद्दल जबर शिक्षा असे.

इतर गुन्हे

खोटे नाणे पाडणे, खोटी मापे व वजन वापरणे इत्यादी गुन्ह्याबाबत दंड व कैद ही शिक्षा असे. फसवून किंवा कपटाने पळवून नेणे, स्त्रियांचे पातिव्रत्य भ्रष्ट करणे, चोरी करणे, फसविणे या अपराधास दंडाची सजा असे. फौजदारी खटले कसे चालत, याबद्दल आरोपीस कोणती शिक्षा देत, वगैरे गोष्टींचे आम्ही जे व थोडेसे विवरण केले आहे, त्यावरून असे दिसून येईल की, नानांची कारकिर्द खेरीजकरून इतर वेळी कायद्यांची अंमलबजावणी निर्दयपणाने किंवा सूड उगविण्याकरिता होत नसून फारच सदय व सौम्यपणाची असे. इतकी की मागे कधी तशी झाली नाही व पुढेही होईल असे दिसत नाही. शिक्षा देत, त्या अपराधास योग्य अशा होत्या. जास्त कडक केव्हाही नसत. नाना फडणवीसांची कारकिर्द मात्र अपवाद आहे. राजकीय शत्रूंनादेखील नाना फडणवीस मोठ्या कडकपणाने वागवीत असत.

राजकीय कैदी

सखारामबापू एके वेळी पेशवाईचे एक आधारस्तंभ होते; पण त्यांनी राघोबादादांची बाजू उचलल्यामुळे त्यांना किल्ल्यामध्ये अटकेत ठेवले. दादासाहेबांचे इतर स्नेही बहुतेक प्रभूज्ञातीतील होते. रघुनाथ हरी, बाबुराव हरी इत्यादी लोकांचीही तीच स्थिती झाली. नाना फडणवीसांचे अगदी जवळचे नातेवाईक मोरो बापूराव यांनाही किल्ल्यात ठेवले होते व पुढे दुसऱ्या बाजीरावांचे वेळी तर खुद्द नानांवर तोच प्रसंग आला. पहिल्या तीन पेशव्यांचे वेळेपेक्षा शेवटल्या पेशव्याचे वेळी आपआपसातील कलह जास्त चालले होते. पेशवाईत राजकीय कैद्यांना सदयतेने वागवीत असत. पण हा उदारपणा राघोबादादांचे स्नेही व अनुयायी यांना किंवा तोतया (सदाशिवभाऊचे) अनुयायी ते बहुतेक ब्राह्मण असून मोठ्या अधिकारांवर होते. त्यांना मात्र दाखविण्यात आला नाही.

पोलीस

पेशवाईतील पोलीस म्हणजे कमाविसदाराकडे पायदळ व घोडेस्वार यांची व शिबंदी फौज असे तीच होय व तिजकडे त्यात्या प्रांतात शांतता राखण्याचे काम असे. खेडेगावामध्ये पाटील कुलकर्णी, जगळे किंवा महार व मांग जातीचे रखवालदार यांनी आपआपल्या गावामध्ये बंदोबस्त ठेवायचा व मोठमोठ्या गावी व शहरात प्रत्येक मनुष्याने पाळीपाळीने चावडीवर पहारा करावा.

शहर कोतवाल

शिबंदी व खेड्यातील पोलीस, याशिवाय गुन्हे शोधून काढण्याकरिता व त्याबद्दल शिक्षा देण्यासाठी कोतवाल नेमले असत. पुणे, सातारा, पंढरपूर, नाशिक इत्यादी मोठमोठ्या शहरी कोतवाल लोक नेमले होते असे दिसून येते. शहरसंरक्षणाचे कामसुद्धा या कोतवाल लोकांकडेच असे; घरवाल्याकडून घेतलेल्या करांतून भंगी लोकांचा पगार दिला जात असे. पुणे, नगर, नाशिक येथील कोतवालांना किरकोळ खटल्यात मॅजिस्ट्रेटचे अधिकार असत; परंतु जिल्ह्यामध्ये हे खटले कमाविसदार चालवीत.

टांकसाळी

किरकोळ खात्याकडे पाहिले म्हणजे असे दिसून येते की, टांकसाळीस बरेच महत्त्व प्राप्त झाले होते. रॉयल एशियाटिक सोसायटीपुढे वाचलेल्या एका निराळ्या निबंधामध्ये मराठ्यांच्या अमदानीतील टांकसाळीबद्दल बरेच विवेचन केले आहे.

पोस्ट खाते

पेशव्यांच्या कारकिर्दीत पोस्ट खात्याला ऊर्जितदशा प्राप्त झाली नव्हती. जेव्हा फौज हिंदुस्थानात अगर कर्नाटकात पाठवीत असत. अशा विशेष प्रसंगी मुद्दाम लोक ठेविले असत. हे लोक मुख्यत्वेकरून जासूद किंवा कासीद असत. यांना थालनेरपासून दिल्लीपर्यंत जाण्यास अठरा दिवस व महेश्वरापासून तेरा दिवस लागत असत. ह्यांना दररोज तीन रुपये पगार मिळत असे, आणि हा पगार त्यांच्या प्रवासाच्या मानाने जास्त होत असे. ज्या वेळी पेशव्यांस कलकत्त्याशी पत्रव्यवहार करण्याचा प्रसंग येत असे, त्या वेळी ते आपले जासूद बऱ्हाणपूर येथे पाठवीत असत; तेथून ते जासूद काशीस जाऊन तेथील इंग्रजी पोस्ट कामगाराच्या हवाली डाक करीत व तो ती डाक कलकत्त्यास पोचवीत असे. कर्नाटकातील लढाई चालली असताना पुण्यापासून बदामीपर्यंत पोस्टाची विशेष तजवीज करणे भाग आहे असे दिसून आले; आणि लढाई संपेपर्यंत इकडून तिकडे

दररोजची पत्र नेण्याकरता साठ मनुष्ये नेमली होती. या प्रसंगोत्पात व्यवस्थेशिवाय खासगी किंवा सरकारी डाक नेण्यासाठी म्हणून निराळी कायमची व्यवस्था केलेली दिसत नाही. परंतु सावकार लोकांनी लांबच्या ठिकाणी आपल्या हुंड्या वगैरे नेण्याकरता आपले स्वत:चे नोकर ठेविलेले असत. हे ठरीव वेळी निघत असत व दूरच्या ठिकाणच्या आप्तेष्टांकडे कोणास पत्र पाठवावयाचे असल्यास तो या सावकारांच्या नोकराजवळ आपली पत्रे देत असे.

औषधे

आजारी लोकांना फुकट औषधे देण्याकरिता सुप्रसिद्ध व कुशल हकीम व वैद्य नेमलेले असत व त्यांना कामगिरीबद्दल गावे इनाम दिली असत. त्यांना इतर काही मदतही मिळत असे. या पलीकडे काही विशेष व्यवस्था नव्हती. हकीम लोकांची नेमणूक फौजेकडे असे. शस्त्रक्रियेसंबंधाने या हकिमांची फार ख्याती होती. नाशिक येथे एक गुजराथी जातीचा वैद्य फुकट औषधे देत असे. या धर्मकृत्याबद्दल त्यास एक जहागीरही बक्षीस मिळाली होती व दवाखाना चालू ठेवला म्हणून त्याच्या मुलाकडेही ती जहागीर चालविली. दुसरा एक वैद्य होता म्हणून त्याकडे वनस्पतीपासून रामबाण व उत्तम औषधे तयार करी म्हणून त्याकडे एक वनस्पती वाटिका सोपविण्यात आली होती. या वनस्पतींपासून औषधे काढण्याकरता इतर लागणारी मदत त्याला मिळत असे. सार्वजनिक दवाखान्यासारख्या महत्त्वाच्या धर्मकृत्याबद्दल पेशवे सरकारांनी कशी व्यवस्था ठेवली होती हे पेशव्यांच्या रोजनाम्यातील वर लिहिलेल्या छोट्याशा हकीकतीवरून काय कळेल ते कळेल. इतर काही साधन नाही.

लष्करी नेमणुका

लढाईत पडलेल्या शिपाई लोकांना मोठमोठी बक्षिसे देण्यात पेशवे सरकार फार उदार होते. मयत शिपायांच्या वारसांना इनाम मिळे, किंवा त्यांच्या बायकापोरांची निर्वाहाची चांगली सोय होई. कित्येक वेळा बापाची नोकरी त्याच्या मुलांकडे चालवावी, अशा तऱ्हेच्या शेकडो गोष्टी पेशव्यांच्या रोजनाम्यात आढळतात. ही बक्षिसे देताना ब्राह्मण व मराठा किंवा हिंदू व मुसलमान यामध्ये बिलकुल भेद पाहत नसत. जखमी झालेले लोक, तसेच सरकारच्या चाकरीत कामास आलेले लोक, यांना एकसारखेच अत्यंत उदारपणाने वागवीत असत.

धर्मादाय

धर्मादायाकडे पेशव्यांनी ज्या देणग्या दिल्या होत्या, त्यामध्येही वरीलप्रमाणेच पेशव्यांचे औदार्य दिसून येते. आता ब्राह्मणांकडेच धर्मादायापैकी मोठा भाग जावयाचा व तो जात होताही. हे जरी खरे आहे, तरी मुसलमानांच्या दर्ग्याकडे व मशिदीकडे ज्या प्राचीन देणग्या दिल्या होत्या, त्या पेशवे सरकारांनी काढून न घेता त्याजकडे त्या तशाच चालविल्या व नवीन देणग्याही मुसलमानांना, तसेच ख्रिस्ती लोकांना (विशेषत: कोकणामध्ये) सुद्धा करून दिल्या होत्या. धर्मादायाच्या वाटणीत, जातिभेदापासून उत्पन्न होणारा धर्मपक्षपात अल्पांशानेही वास करीत नव्हता, हे पेशवे सरकारास मोठे भूषण होय. मराठा साम्राज्यात देवस्थान व वर्षासन या खात्यांकडे सरकारचा देणगीखाते खर्च व्हायचा तरी किती! कित्येक लक्ष रुपये या कृत्याकडे सरकारचे खर्च होत. कर्णाप्रमाणे पेशवे सरकार उदार होते म्हणतात ते काही खोटे नव्हे.

सन्मार्गप्रदर्शक पदव्या

शाहूमहाराजांच्या वेळेस लायक अधिकाऱ्यांना मोठमोठ्या पदव्या देण्याचा क्रम बराच अमलात होता व दिल्ली तख्तावरील बादशहाच्या रिवाजाप्रमाणे हिंदू-सेनापती व इतर लष्करी अंमलदार यांच्यावर लांबलचक नावाच्या पदव्यांचा वर्षाव होऊ लागला. पेशवाईतही हा क्रम प्रथम सुरू होता; पण पुढे या पदव्या देण्यात बरीच काटकसर करण्यात आली व कोणास मान देण्याचा प्रसंग आला तर पालखीत बसून जाण्याचा किंवा अबदागीर धरण्याचा अधिकार दिला जात असे. मात्र पालखीच्या व अब्दागिरीच्या खर्चाबद्दल सरकारांतून स्वतंत्र नेमणूक असे.

व्यापारास उत्तेजन

या बाबतीत पेशव्यांच्या रोजनिशीत अशी हकीकत आढळते : बुंदेल खंडातील पन्ना येथील हिऱ्याच्या खाणीतील हिरे काढण्याकरिता पेशव्यांनी बऱ्याच सवलती दिल्या होत्या, त्यामुळे त्या खाणीतून उत्पन्नही चांगले होऊ लागले. अरबस्थानातील व्यापारी लोकांना कोकण बंदरात वसाहत करून राहण्याविषयी उत्तेजन देण्यात आले. यांचा सर्व व्यापार घोड्यांचा असे. त्यांना जकात वगैरे सर्व कर माफ केला होता. त्याचप्रमाणे माल घेऊन येणाऱ्या युरोपियन व्यापाऱ्यासही सवलती दिल्या जात असत. भरभराटीची जी शहरे असत तेथे बाहेरचे लोक आणून त्यांना घरे बांधावयास व बाजारपेठा बसविण्यास लावण्याचे काम जे आपल्या अंगावर घेत, त्यांना मोफत जमीन, करापासून माफी, वतने वगैरे मोठमोठ्या सवलती देत असत. कारण की, या नवीन वसाहतीने कलाबतूने जे

कारखाने होते, ते बऱ्हाणपूर, पैठण इत्यादी शहरातील कारागीर लोकांस, पुणे शहरात मोफत जमीन घरे बांधण्यासाठी देऊन उत्तेजन दिल्यामुळे सुरू झाले होते. मोठमोठ्या शहरात दुकाने घालण्याकरिता लोकांना आगाऊ रकमाही देण्यात येत.

पुणे शहराची वाढ

पुणे शहर पेशव्यांच्या राजधानीचे ठिकाणी असल्यामुळे, त्याची बरीच चलती होती. अर्थातच बाहेर गावाहून पुष्कळ लोक आपखुषीने पुण्यामध्ये राहण्यास आले होते. जे पुणे इ.स. १७४८ पूर्वी एक लहानसे कसबा होते, तेच पुणे त्या वर्षानंतर सोळा पेठांचे अफाट शहर बनले. या पेठा, पेशवे सरकारच्या आश्रयाखाली खासगी रीतीनेच बसविल्या होत्या व बडे बडे सरदार किंवा पेशवे घराण्यातील पुरुष यांची नावे या पेठांस दिली होती.

विद्येस उत्तेजन

शास्त्री, पंडित व वैदिक यांना जी दक्षिणा देण्यात येई, त्याबद्दल आम्ही वर उल्लेख केला आहे. प्रथमत: सेनापती खंडेराव दाभाडे यांनी ही दक्षिणा सुरू केली होती. सेनापतीच्या पश्चात दाभाड्यांचे उत्पन्नही कमी झाले, तेव्हा दक्षिणा देण्याचे काम पेशवे सरकारांनी आपल्याकडे घेतले. दक्षिणेची रक्कम वाढत वाढत नाना फडणवीसांचे वेळेस ६०,००० पर्यंत गेली. रावबाजी धर्मादायाकडे अतोनात पैसा उधळीत असत. पण त्या पैशांपैकी काही रक्कम दक्षिणेकडे खर्च होई म्हणून त्या उधळेपणाचा थोडासा का होईना, पण उपयोग होत होता. हिंदुस्थानच्या एकंदर भागातून, बंगल्यांतून, उत्तर हिंदुस्थानातून तसेच दक्षिणेकडील तेलंगण, द्रवीड व कर्नाटक या देशांतून संस्कृत भाषापंडितांच्या झुंडीच्या झुंडी पुणे शहरात येऊ लागल्या व तेथे विद्वत्तेनुरूप त्यांचा सत्कार होऊन त्यांची संभावना होई व त्यांना विद्वत्तेबद्दल शिफारसपत्रेही मिळत. या पत्रांची त्या लोकांना फार किंमत असे. रावबाजीच्या वेळेस धर्मादाय खाते खर्च चार लक्ष रुपयांपर्यंत होत असे. साधारण प्रतीच्या ब्राह्मणांकरिता रमणाभोजन होई. पण या रमण्यात जाणे कमीपणाचे असे ज्यांना वाटे, त्यांना सरकारी वाड्यात येण्यासाठी आमंत्रण होई व योग्यतेप्रमाणे कोणास शाली, कोणास द्रव्य, कोणास इतर देणग्या, याप्रमाणे त्यांची संभावना होत असे. विद्वान लोकांच्या संभावनेचा खर्च लाख सव्वा लाखापर्यंत होई. बाकी तीन लाख रमण्यांकडे खर्च होत. अशा प्रकारच्या औदार्यामुळे पुणे शहर म्हणजे विद्वत्तेचे माहेरघर अशी त्याची ख्याती झाली व पेशवाई बुडाल्यानंतरही एल्फिन्स्टन व त्यांच्या मागूनचे इंग्रजी अंमलदार यांनी या दक्षिणा फंडातून पूर्वीची पाठशाला जावत्कालपर्यंत

चालविली. तोपर्यंत पुणे शहराची प्रसिद्धी कायम होती. परंतु पुढे निराळा काळ प्राप्त झाला व दक्षिणा फंडाचा विनियोग वेगळ्या कामी होऊ लागला. यामुळे सर्व जातीच्या विद्यार्थ्यांमध्ये संस्कृत वाङ्मय व संस्कृत शास्त्र याविषयी अभिरूची उत्पन्न झाली. संस्कृत पंडितांखेरीज इतर लोकांना काहीच उत्तेजन मिळत नसे; पण पुराणिक व हरिदास यांचा सन्मान वैदिक व शास्त्री लोकांप्रमाणेच व त्यांच्या बरोबरीनेच होई. नामांकित मराठी कवी जे झाले, त्यांच्या काव्याची उत्तम प्रकारे फोड करून त्यातील अर्थ मनावर ठसविण्याबद्दल या पुराणिक व हरिदास लोकांचा अगदी हातखंडा असे. मोठमोठे सरदार लोक प्राकृत भाषेस उदार आश्रय देत असत. उदाहरणार्थ आमचे सुप्रसिद्ध कवी मोरोपंत हे बारामतीकर जोशी यांच्या पदरी होते. इतर जातींतील लोकांस पोवाडे व लावण्या ऐकण्याचा शोक असल्यामुळे शृंगाररसयुक्त पद्ये व गद्ये प्रचारात आली. काही काही प्रसिद्ध भाट व गोंधळी यांना दुसऱ्या बाजीरावांनी चांगलाच आश्रय दिला होता. याप्रकारे अनेक कामांत सरकारचे अंग असे व त्यांचे सहाय्य मिळे. याबद्दल आम्ही जे वर थोडेसे विवेचन केले आहे, त्यावरून प्राचीन इतिहासाचा व्यासंग असणाऱ्या लोकांना हा विषय जास्त विचार करण्यासारखा आहे असे तेव्हाच लक्षात येईल व आमची पूर्वीची दप्तरे चाळून त्यात आणखी काही माहिती मिळविण्याचा ते आपोआपच प्रयत्न करतील.

वेडगळ समजुती

पेशव्यांच्या रोजनिशीतील अत्यंत मनोरंजक व वारंवार उपयोगी पडणारी अशी माहिती म्हटली म्हणजे मराठा सरकारने सामाजिक बाबतीत फेरफार करण्याचे प्रयत्न केले ही होय. ज्या ब्राह्मण पुढाऱ्यांच्या हातात राष्ट्राचा सर्व राज्यकारभार दिला होता, ते त्यावेळी प्रचलित असलेल्या गोष्टींवर विश्वास ठेवीत नव्हते, असे कदापिही म्हणता येणार नाही. असो. आपल्या शत्रूंचा नायनाट व्हावा म्हणून कित्येक चेटकी लोक भूतेखेते, समंद, मुंजे इत्यादी अदृष्ट व्यक्तींचा आश्रय करून त्यांच्याकरवी शत्रूंस पीडा करतात अशा समजुतीने ही पिशाच्चे काढून टाकण्याकरता कायदे केले होते, असे आम्ही वर एके ठिकाणी सांगितलेलेच आहे. शकुन, प्रश्न, भविष्य यावर तर अठरा पगडजातींचा पूर्ण विश्वास असे. अशी हकीकत आढळते की, एकदा एका विद्यार्थ्याने आपली जिव्हा कापून टाकिली, दुसऱ्या एका गुजराती भक्ताने आपला शिरच्छेद केला, का तर आपल्या आराध्य देवतेला अर्पण करण्यासाठी. तेथील अधिकाऱ्यांनी या दोन्हीही गोष्टी सरकारच्या कानावर घातल्या, तेव्हा असले अपवित्र बळी दिल्यापासून ओढविणारी संकटे टळावी व देवालयात ही कृत्ये झाली ती देवालये शुचिर्भूत व्हावी, म्हणून पुष्कळ पैसा खर्च करण्यात आला. कल्याण तालुक्यात एकदा भूकंपाचा धक्का बसला, तेव्हा

सर्व लोकांचे धाबे अगदी दणाणून गेले. त्यांना भीती पडली की, न जाणो आपला देश रसातळास जातो की काय? का एखादे दुसरे अरिष्ट प्राप्त होणार! घाटावरील एक किल्ला थोडासा भंगला, त्याला दृष्ट लागली म्हणून पुढे काही वर्षांनी दुसरा एक किल्ला राहण्यास अगदी अयोग्य ठरला. का तर तेथे एक प्रकारचा रोग सुरू आहे. रोग कोणता हे मात्र कोणास सांगता यावयाचे नाही. अर्थात पंचमहाभूते खवळली असावी म्हणून त्यांना तृप्त करण्याकरता जिकडे तिकडे अभिषेक, आराधना, होमहवन सुरू झाले. एक गाव एकाकडे जहागीर होता. त्या जहागीरदाराने सरकारास प्रार्थना केली की, या गावात पिशाच्चबाधा फार असल्यामुळे हा गाव सरकारांनी घेऊन दुसरा गाव मोबदला करून देण्याची मेहेरबानी व्हावी. लहानलहान दुष्काळ तर त्या वेळेस नेहमी पडत, त्यामुळे लोक अगदी त्रासले होते. तेव्हा देवांना पाण्यात बुडवून ठेवण्याकरिता, किंवा त्यांच्यावर संततधार धरण्याकरिता ब्राह्मणभिक्षुंकास अनुष्ठानास बसवीत व या कृत्याकडे बरीच रक्कम खर्च होत असे. त्र्यंबक येथे एक देवी होती तिला रेडा बळी देत असत. हा प्रकार काही वर्षे मध्ये बंद केला होता. पण ब्राह्मण पुजाऱ्यांनी सरकारात तक्रार करून पुन्हा सुरू केला. नाशिक परगण्यात सप्तशृंगी डोंगरावर एकदा वाघ आला. तो माणसे खात असे. तेव्हा येथील कमावीसदाराला सरकारचा हुकूम झाला की, देवीस कौल लावावा व देवीची आज्ञा झाली तरच त्या मनुष्यभक्षक हिंस्र पशूस ठार करण्यात यावे.

पंढरपूर येथील श्री विठोबाच्या मूर्तीवर एकदा पाल पडली. तेव्हा हा दोष प्रक्षालन करण्यासाठी शांती करावी अशी तेथील पुजाऱ्यास आज्ञा झाली. कसाई लोकांस गाई विकावयाच्या नाहीत असा सर्व महाराष्ट्रात एकसहा हुकूम सुटला होता. हा हुकूम मोडल्याबद्दल काही मुसलमानांना कडक शिक्षा देण्यात आली. एका ब्राह्मणाने गायीची शेपूट तोडली म्हणून त्यास कैद भोगावी लागली. पुरातन यज्ञयाग इत्यादी, कित्येक दिवस, आठवडेच्या आठवडे चालणारी कर्मे, त्या योगाने राष्ट्राची भरभराट होते अशा समजुतीने पुनः सुरू करण्यात आली. मोठमोठे यज्ञ होऊ लागले. त्याकरता लागणारे सर्व जिन्नस, द्रव्य, धान्य इत्यादी सरकारांतून मिळत. या कृत्यात सरकारी खजिन्यातील सहस्त्रावधी रुपये खर्च झाले. पुणे शहरात, त्याच्या आसपास देवालयांची नुसती गर्दी उडून गेली. इ.स. १८१०-१८११ मध्ये सुमारे अडीचशे देवालयांतील सर्व खर्च पेशव्यांच्या तिजोरीतून चालला होता असे या रोजनिशीत शेवटी शेवटी लिहिलेले आहे. ही देवालये निरनिराळ्या देवांची होती. पैकी कोणत्या देवास लोक जास्त भजत हे खाली दिलेल्या आकड्यांवरून कळून येईल. रामाची देवालये १८ असून त्याचा सेवक हनुमान मारुती याची ५२ होती, विष्णूची ९, विठोबाची ३४, बालाजीची (कृष्णाजी) १२ होती. याप्रमाणे राम व कृष्ण यांच्या अवतारांची एकंदर ७३ देवालये होती. ब्राह्मणांचे

पूज्य दैवत म्हणजे महादेव त्याची ४० व गणपतीची ३६ देवालये होती. देवालयांच्या संख्येवरून अनुमान केले तर विष्णू व शिव यांचे भक्तांची संख्या सारखीच होती असे दिसते. अगदी मूळच्या देवांची ३२ देवळे होती. देवींची देवळे १० होती. हिंदू लोकांना पूज्य असे मुसलमानांचे दर्गे १० होते. दत्तात्रयाचे फक्त एकच देवालय होते.

लोकांची श्रद्धा व त्यांच्या समजुती यांविषयी आम्ही जी हकीकत वर दिली आहे, तीवर कोणीही विशेष भर ठेऊ नये. सर्व हिंदुस्थानभर जी स्थिती होती तीस अनुसरूनच त्या वेळच्या लोकांची महाराष्ट्रातही स्थिती होती. तेव्हा कोणत्याही मनुष्याला किंवा मनुष्य समूहाला, त्या वेळच्या रूढीस अनुसरल्याबद्दल दोष देणे वाजवी होणार नाही. पेशवे सरकारांनी उदात्त तत्त्वे लोकांच्या मनात बिंबवून हिंदू समाजाचे पूर्वीचे कडक नियम काढून त्या ठिकाणी जास्त सोयीचे नवे सुधारलेले नियम सुरू केले, याबद्दल त्यांचे अभिनंदन केले पाहिजे. त्या वेळेस जिकडे तिकडे लढाईची धामधूम व स्वाऱ्यांची गडबड, स्वस्थता कशी ती दृष्टीसही पडत नसे. अशा स्थितीत कोणास नाईलाज म्हणून, कोणावर जुलूम झाला म्हणून व कोणी फसला म्हणून, याप्रकारे आपल्या परंपरागत धर्मापासून भ्रष्ट झालेले लोक बरेच असत. परंतु समाधानाची गोष्ट ही की, त्या लोकांस मग ते ब्राह्मण असोत किंवा मराठे असोत, त्यांच्या जातीत अनुमतीने व पेशवे सरकारच्या परवानगीने त्या भ्रष्ट लोकांना आपआपल्या जातीत घेण्यात आले. अशी चार उदाहरणे आमच्याजवळ सबळ पुराव्यानिशी आहेत. पुताजी बंडकर नावाचा एक मराठा जातीचा गृहस्थ होता. त्याला मुघलांनी पकडून जबरदस्तीने मुसलमान केले. मुसलमानांबरोबर त्याने एक वर्ष कसेबसे काढले; इतक्यात बाळाजी विश्वनाथांचे सैन्य दिल्लीस परत जात होते त्याला जाऊन हा मुसलमान-मराठा मिळाला व आपणास जातीत घ्यावे म्हणून त्याने शाहूमहाराजांजवळ विनंती केली. महाराजांनी सर्व लोकांच्या संमतीने जातीत जाण्याची आपली परवानगी दिली. एका कोकणस्थ ब्राह्मणास हैदरअल्लीने आपल्या छावणीत राजकीय कैदी या नात्याने अटकेत ठेवले होते. स्वसंरक्षणार्थ त्या ब्राह्मणाने महमदी धर्म स्वीकारला असावा अशी शंका उत्पन्न झाली. पण सर्व ब्राह्मणवृंदाच्या संमतीने व सरकारच्या परवानगीने त्यास ब्राह्मण धर्मात पुन्हा घेतले. दुसरे दोन ब्राह्मण होते. पैकी एकास कोणी फसवून गोसावी केले. दुसऱ्यास बरेच दिवस एक रोग जडला होता; तो रोग आपण गोसावी झालो म्हणजे बरा होईल, अशा समजुतीने तोही गोसावी झाला. पुढे त्यांना पश्चात्ताप झाला व त्यांनी प्रायश्चित्त घेतले. तेव्हा त्यासही जातीत घेतले. यापैकी एक गोष्ट नगर जिल्ह्यात पुणतांबे येथे घडली व दुसरी निजामच्या राज्यात पैठण येथे झाली. या कृत्यास ब्राह्मणांचे पूर्ण पाठबळ असून तेथील अधिकाऱ्यांची मंजुरीही मिळाली होती. मद्यपानासंबंधाने पेशवे सरकारने कडक नियम करून दारू

उत्पन्न करणे किंवा ती तयार करून विकणे हे अजिबात बंद करून टाकले होते. पण वसई, चौल इत्यादी पोर्तुगीज लोकांपासून जिंकून घेतलेल्या प्रांतात भंडारी, कोळी वगैरे जातीचे लोक होते, त्यांचे दारूवाचून अगदी अडू लागले, त्यांनी सरकारात विनंती केल्यावरून त्यास दारू तयार करण्याची परवानगी मिळाली होती. वरील कनिष्ठ जातीस दारू पिण्याची सवलत होती; पण वरिष्ठ जातीचे लोक म्हणजे ब्राह्मण, प्रभू, शेणवी यांना दारू पिण्याची सक्त मनाई असे व कोणी 'आज्ञाभंग' करणारा हरीचा लाल भेटलाच तर त्या लालास चौदाव्या रत्नाचे पूर्ण बक्षिस मिळे. नाशिक येथील धर्माधिकारी ब्राह्मणावर मद्यपानाचा आरोप आला. तेव्हा चौकशी करण्याकरता सरकारी अधिकारी जाऊन त्यांनी त्या ब्राह्मणाची कानउघाडणी केली. पण ब्राह्मण आपला हट्ट सोडीनात, तेव्हा त्यांना शिक्षा म्हणून किल्ल्यावर अटकेत ठेवले. खेड तालुक्यातील एक धनवान मराठे पाटील मदिराबाई सेवेत बरेच गुंगून गेले होते. त्यांचे डोळे उघडावे म्हणून किती प्रयत्न केले पण व्यर्थ. शेवटी त्यांचे इनामापैकी निम्मे इनाम म्हणजे चाहूर (१२० बिघे) शिक्षेदाखल जप्त करण्यात आले.

विवाहांसारख्या बाबतीतही सुधारणा झाली होती. मुलींच्या बापाने पैसा घेऊन मुलगी विकू नये, असे सक्त हुकूम कोकण प्रांतात व वसई येथे दुसऱ्या बाजीरावांनी सोडले होते. लग्न जुळविणारे दलाल व द्रव्य घेणारे बाप या दोघांपासून त्यांना जेवढी रक्कम मिळाली असेल, तितकीच दंडादाखल घ्यावी अशी एकसहा ताकीद दिली होती. मुलीकरता द्रव्य घेण्याचा प्रघात मोडावा म्हणून बाजीरावांनी अशी आज्ञा केली की नऊ वर्षांपुढे कोणती मुलगी अविवाहित राहू नये. एवढंच जो केवळ हिंदू धर्मशास्त्राचा विषय त्यातसुद्धा हात घालण्याचा सरकारला हक्क आहे असे झाले. कित्येक समयी लहान लहान मुलींची लग्ने बळजबरीने लावण्यात आल्यामुळे शास्त्राप्रमाणे सर्व विधी झाले नाहीत. अशा वेळी पेशवे सरकारांनी ती लग्ने यथाशास्त्र नाहीत म्हणून मोडून टाकली व मुलीस दुसरे योग्य स्थळ पाहण्याविषयी तिच्या पालकांस परवानगी दिली. एकदा एक लग्न अगदी ठरले होते. पण पुढे नवरा मुलगा महाव्याधीने पीडलेला आहे असे समजल्यावरून सरकारने मध्ये पडून लग्न मोडले व दुसरा वर शोधण्याविषयी मुलीच्या बापास आज्ञा झाली. सदाशिवरावभाऊ पानिपत येथील घोर संग्रमात अदृश्य झाले ते झाले, पुन्हा काही दृष्टीस पडले नाहीत. पण पार्वतीबाईंनी, मरेतोपर्यंत सर्व सौभाग्यचिन्हे वापरण्याचे टाकले नव्हते, याबद्दल सर्वांची अनुमती होती. पुढे एकवीस वर्षांनी म्हणजे इ.स. १७८३ साली पार्वतीबाईंचे देहावसान झाले तेव्हा पतिपत्नींची उत्तरक्रिया एकदमच करण्यात आली. त्या साध्वीचे मन दुखवू नये म्हणून शास्त्रकालास साजेसा जो आदर तिजविषयी दाखविण्यात आला तो खरोखरच प्रशंसनीय आहे. विशेषत: अशा करता

की एक कनोजा जातीचा तोतया पुढे येऊन आपणच सदाशिवरावभाऊ आहोत असे तो प्रतिपादन करू लागला. त्याचा विमोड करण्यास पेशव्यांच्या फौजेस बराच त्रास पडला. तोतयास तुरुंगात घातले होते, पण तेथून तो निसटून कोकणात गेला व तेथे त्याने बंड उभारले. ते इ.स. १७७६ मध्ये पेशव्यांनी मोडले व तोतयास हत्तीच्या पायाखाली तुडवून मारले. नारायणराव पेशव्यांचे कुटुंब गंगाबाईसाहेब यांनाही पतिनिधनानंतर केशवपन न करण्याची मुभा होती व कित्येक वर्षेपर्यंत त्या विशोभित न होता तशाच राहिल्या. परशुरामभाऊ पटवर्धनांनी आपल्या हतभागी कन्येचा पुनर्विवाह करण्यास ब्राह्मणांनी आपली संमती द्यावी म्हणून केवढे जीवापाड परिश्रम केले? त्यांत भाऊंना यश आले. श्रीमंतांनांही सल्ला पटला. पण खुद्द भाऊंच्या घराण्यातील आप्तेष्ट स्त्रियांच्या आग्रहामुळे भाऊंनी तो विचार सोडून दिला. (पण या गोष्टीचा पेशव्यांच्या रोजनिशीत उल्लेख नाही.)

जातीजातींचा प्रश्न आला म्हणजे पेशवे सरकार अगदी समान न्याय देत असत. मग त्यामुळे ब्राह्मण लोकांच्या हितसंबंधास अपाय झाला तरी हरकत नाही. सोनारांचे व पुणे येथील जोशांचे भांडण सुरू झाले. सोनार म्हणत की, आपण आपल्या जातीचा उपाध्याय आणून आपले धर्मविधी करणार. जोशी म्हणू लागले की तुम्हास ब्राह्मण उपाध्यायाशिवाय गत्यंतर नाही. सरकारांनी सोनारांचे म्हणणे कबूल केले. कुंभार व सुतार यांचा वाद चालला. कुंभाराचे म्हणणे की नवरानवरीची वरात आपण घोड्यावरून काढणार. त्यास सुतारांनी अडथळा केला. ती गोष्ट सरकारपर्यंत जाऊन कुंभारांच्यातर्फे निकाल झाला. रस्त्यांतून मिरवीत जाण्याचा हक्क कासारास नाही अशी लिंगाईत लोकांनी तक्रार केली पण त्या तक्रारीचा काही उपयोग झाला नाही. प्रभू लोकांस धर्मकृत्यांत वेदोक्त कर्म करण्याचा अधिकार आहे की नाही असा प्रश्न नारायणराव पेशव्यांचे वेळेस निघाला व शूद्राप्रमाणे प्रभुलोकांनी पुराणवाक्ये म्हणून कार्यभाग आटपावा असे ठरले; पण प्रभू लोक कसे गप्प बसतील? दुसऱ्या बाजीरावांचे कारकिर्दीत त्यांनी वरील ठराव रद्द करून घेतला व मौजिबंधनविधी पूर्वापार वहिवाटीप्रमाणे म्हणजे वेदमंत्र उच्चारून करावा अशी मंजुरी मिळविली. एका कोकणी कलालाने आपली मुलगी लग्नात गुजराथी कलालाला दिली. सबब त्यास जातीतून बाहेर टाकले. कोकण्याने सरकारपर्यंत दाद लावून आपणास जातीत घ्यावे म्हणून हुकूम मिळविला. पोटजातीमध्ये परस्पर विवाहासंबंधाने खुद्द पेशव्यांनीच उदाहरण घालून दिले. नानासाहेब पेशव्यांनी इ.स. १७६० साली बाखरे आडनावाच्या देशस्थ सावकाराच्या मुलीशी आपले लग्न लावले. शाहू राजाच्या वेळेस असा एक नियम झाला होता की, भावाबहिणीच्या मुलीमुलांत परस्पर विवाह होऊ नये व हाच प्रघात

कोकणामध्ये सुरू होता. आजमितीलासुद्धा पुष्कळ लोकांत हा नियम अमलात आहे. असो. आम्ही वर ज्या गोष्टी लिहिल्या आहेत, त्यात पेशव्यांना कितपत यश आले हा मुद्दा नसून, अशा सामाजिक बाबतीत एतद्देशीय सरकार हात घालीत व समाजातील गैरचाली व त्यापासून होणारा दुष्परिणाम टाळण्याकरता नवे सवलतीचे नियम करीत, हाच आहे. अशा बाबतीत हात घालण्याचा अधिकार आपणास आहे असे सरकारने एका हुकुमात जाहीर केले आहे. सुमाअंमलदाराने जर एखाद्या मनुष्यास वाळीत टाकले, तर त्याचा हुकूम बाजूस टाकून त्या मनुष्यास जातीत घेणे, ते दिवाणास म्हणजे मुख्य सरकारास कळविल्याशिवाय घेता येत नसे, सारांश, हा अधिकार सरकारने आपल्याकडे ठेवला होता. जातीने ब्राह्मण असणारे लोक त्यांच्या अपराधाबद्दल इतर लोकांस ज्या शिक्षा देत त्या शिक्षेस पात्र नव्हते. सबब पेशव्यांचे अंमलदार नव्या युक्त्या लढवीत व प्रायश्चित्त व दंड अशा तऱ्हेची सौम्य शिक्षा त्यास देत. वर जो जाहीरनामा काढला होता तो या संबंधानेच काढला होता. जातिभ्रष्ट जातीत घेणे, पोटजातीत परस्पर विवाह करणे, कन्याविक्रयाची मनाई, सुरापानाची बंदी, कपटाने किंवा जुलमाने ज्यांचे लग्न ठरले आहे किंवा यथाविधी उरकले नसेल अशा मुलींचे पुन्हा सशास्त्र लग्न करण्याची परवानगी, जातींच्या कृत्यांवर व त्यांच्या यथेच्छ आचरणावर दाब ठेवण्याचा अधिकार व निरनिराळ्या जातींशी समान वागणूक, इत्यादी गोष्टींवरून आपले एतद्देशीय सरकार सामाजिक सुधारणेविषयी उदासीन नव्हते, एवढे स्पष्ट दिसून येते. वरील हकीकतीने कै. नामदार काशीनाथ त्र्यंबक तेलंग यांनी आपल्या 'मराठ्यांच्या इतिहासातील काही निवडक गोष्टी' या निबंधात जे विचार प्रदर्शित केले आहेत त्यास चांगलीच बळकटी येते. नामदार तेलंग म्हणतात की, ''मराठा साम्राज्यात हिंदुपदबादशहाच्या ठायी सध्या लोक समजतात त्याच्यापेक्षा जास्त मानसिक धैर्य व अंत:करणाचे जास्त औदार्य खास वास करीत असे व केवळ शंभर वर्षांच्या पूर्वी आपल्या पूर्वजांची प्रगती प्रतिकूल अशी जी प्रवृत्ती व जी मानसिक सुबत्ता होती, तीपेक्षा सध्या आपले लोकांत जर ही व्यंगे जास्त प्रमाणावर दिसून आली, तर मग इंग्लिश शिक्षणापासून आम्हास जे काही फायदे झाले असतील, ते फायदे आम्हास व्हावे तसे फायदेशीर नाहीत. ते आम्हास फार महाग मिळाले असे म्हणण्यास काय हरकत आहे? पेशव्यांच्या रोजनिशीबद्दल लिहिणे येथेच थांबवावे हे बरे.''

उत्तम उत्तम असे जे हिंदू राजे किंवा मुसलमान बादशहा होऊन गेले, त्यांच्या राज्यव्यवस्थेच्या तोडीची पेशवे सरकारची राज्यव्यवस्था होती. आता शिवाजी महाराज किंवा अकबर यांच्या अंगच्या श्रेष्ठ मुत्सद्दीपणाची पेशवाईत उणीव होती. पेशवाईनाशक बीजे पेशवाईतच रूजलेली होती. शिवाजी महाराजांचे 'उदात्त राजधोरण

जेव्हा पेशव्यांनी' सोडले व इंग्लिशांसारख्या बलिष्ठ शत्रूंबरोबर जीवनार्थकलहाची वेळ आली, तेव्हाच पेशवाई ठार बुडणार अशी चिन्हे दिसू लागली. या सर्व गोष्टी खऱ्या, पण राज्य केल्या मुदतीत पेशव्यांनी शहाणपणाने व प्रामाणिकपणानेच कारभार केला एवढे खास. आपापसांत कलह लागून सार्वजनिक शांततेस जेव्हा बिघाड आला, तेवढा काळ मात्र वजा केला पाहिजे. जातीचे वर्चस्व व ब्राह्मणांचे श्रेष्ठत्व याविषयीच्या गुप्त समजुती बाहेर पडू लागल्या व याबरोबरच उदात्त सुधारणा म्हणजे काय हे समजण्याचा, सुधारलेल्या कला व शास्त्रे शिकण्याचा, उदार, सामाजिक नीति व आपल्याहून जास्त पवित्र असा धर्म यापासून फायदे काय आहेत हे समजून घेण्याचा कंटाळाही हळूहळू शिरू लागला. हे श्रेष्ठतर आचरण आम्हास अवगत झाले नाही, म्हणूनच बाह्यशक्तीचा आमच्यावर परिणाम होण्यापूर्वीच आमचा सर्वस्वी नाश झाला होता. आमचा मागला इतिहास अवलोकन करणाऱ्यास जो धडा शिकविण्याकरता हा निबंध लिहिला आहे, तो धडा हाच व आमच्या सर्व ग्रंथकर्त्यांनी व कायदेपटूंनी हा धडा लक्षात ठेवून त्यापासून फायदा करुन घेतला तर आजच्या निबंधाचे श्रमसाफल्य झाले असे म्हणता येईल.

❑❑❑

परिशिष्ट - ७

महाराष्ट्र : इतिहास, राज्यकर्ते, भूगोल आणि नागरीकरण

महाराष्ट्रात स्वराज्याची स्थापना शिवाजी महाराजांनी केली, आणि मराठी सत्तेचा विकास बाजीरावांनी केला. दोघांनाही देवाने दीर्घायुष्य काही दिले नाही. महाराज पन्नास, तर बाजीराव चाळीस वर्षे जगले. इतक्या कमी कालखंडात त्यांनी जो पराक्रम गाजवला त्याला तोड नाही. बाजीरावांच्या वीस वर्षांच्या कारकिर्दीकडे पाहाताना, महाराष्ट्राचा इतिहास, राज्यकर्ते, भूगोल इत्यादी गोष्टींचे ज्ञान करून घेणे गरजेचे आहे. परकीय आक्रमणे कोणत्या दिशेने झाली? कोणत्या ठिकाणी युद्धाची ठिणगी पडली, तेंव्हा हवामान कसे होते? युद्ध किती काळ चालले आदी बाबी लक्षात घेतल्यास मराठ्यांच्या युद्धकौशल्याबद्दल अधिक आणि अचूक माहिती मिळते.

हजार वर्षांचा आढावा घेतला की बाजीरावांच्या वीस वर्षांतील पराक्रमाचे वेगळेपण अधिकच नजरेत भरते. त्यांनी केलेली आणि त्यांच्यावर झालेली आक्रमणे विचारात घेताना भूगोल-काळ-राज्यकर्ते आणि त्यांची ऐतिहासिक परंपरा-संस्कृती यांचा मेळ घातल्यास अनेक अनुत्तरीत प्रश्न सुटू शकतात. धूसर प्रतिमा स्वच्छ होऊ लागतात. म्हणून मराठी वाङ्मय कोषाच्या आधाराने ह्या प्रचंड मोठ्या कालखंडाचा संक्षिप्त आढावा येथे घेतला आहे. कालसापेक्षतेचे भान एकदा का वाचकाला आले की वीस वर्षांच्या कालखंडातील घटनांचे दूरगामी परिणाम त्याच्या आपोआपच लक्षात येऊ लागतील. नागरीकरण हा आणखी एक दृष्टिकोन महत्त्वाचा आहे कारण त्याचा संबंध थेट आजपर्यंत येऊन भिडतो, तो अनुभव सिद्ध आहे.

आजचा महाराष्ट्र हे भारतीय संघराज्यातील एक प्रमुख राज्य असून या राज्याच्या पश्चिमेस अरबी समुद्र, वायव्येस गुजरात राज्य आणि दमण, दादरा व नगरहवेली हे

केंद्रशासित प्रदेश, उत्तरेस व पूर्वेस मध्यप्रदेश, आग्नेयेस आंध्रप्रदेश, दक्षिणेस कर्नाटक व गोवा ही राज्ये आहेत.

आजच्या महाराष्ट्र राज्याची स्थापना १ मे १९६० रोजी झाली.

'महाराष्ट्र' हे देशनाम इ.स.च्या चवथ्या शतकापासून आढळते. मध्यप्रदेशातील सागर जिल्ह्यातील एरण या गावी सापडलेल्या स्तंभलेखात शकवंशी महाक्षत्रप राजन् श्रीधर वर्मा याचा आरक्षिक (रक्षक प्रमुख) सत्यनाग याने एरण येथे झालेल्या घोर युद्धात पडलेल्या नाग सैनिकांच्या स्मृत्यर्थ एक यष्टी उभारल्याचा उल्लेख आहे. त्या लेखात सत्यनागाला 'माहाराष्ट्र' असे म्हटले आहे.

वराहमिहिराच्या (इ.स. ५०५) बृहत्संहितेच्या दहाव्या अध्यायात 'महाराष्ट्रातील भाषा ही मुख्यतः प्राकृत आहे' असे म्हटलेले आहे. येथे दण्डीला प्राकृत म्हणजे महाराष्ट्रीय प्राकृत अभिप्रेत होती.

चालुक्यवंशीय दुसरा पुलकेशी हा तीन महाराष्ट्रकांचा स्वामी असल्याचा उल्लेख ऐहोळे शिलालेखात (इ.स. ६३४) आढळतो. ही तीन महाराष्ट्रके कोणती? इतिहासाचार्य राजवाडे यांनी पुढीलप्रमाणे स्पष्टीकरण दिलेले आहे :

'ही तीन महाराष्ट्रे येणेप्रमाणे असावी. सध्या ज्याला वऱ्हाड म्हणतात ते वहरट्ट. हा वहरट्ट देश उत्तरेस होता. सध्या ज्याला कऱ्हाड म्हणतात ते कहरट्ट. हा कहरट्ट देश दक्षिणेस होता आणि ह्या उत्तरदक्षिण देशाच्या मधला जो रट्टांचा मध्य देश तो महरट्ट. नाशकापासून वाईपर्यन्तचा जो देश तो महरट्ट. खानदेशापासून (कन्हदेशापासून) उमरावतीपर्यन्तचा जो देश तो वहरट्ट आणि वाईपासून कोल्हापूरपर्यंतचा जो देश तो कहरट्ट. वहरट्ट देश म्हणजे उत्तरेकडील रट्टांचा देश, कहरट्ट देश म्हणजे दक्षिणेकडील रट्टांचा देश आणि महरट्ट देश म्हणजे ह्या दोन्हींच्यामधील रट्टांचा देश. ह्या तिन्ही भागात रट्ट लोक राहत.' (शहा, १९९५, २ : २४२)'

युआन च्वांग हा चिनी यात्रेकरू इ.स. ६४१ मध्ये महाराष्ट्रात आला होता. त्याने 'मो-हा-ला-चा' असा महाराष्ट्राचा उल्लेख केलेला आहे.

आज आपण ज्या भूप्रदेशाला महाराष्ट्र हे नाव दिलेले आहे त्यात कोकण, विदर्भ, मराठवाडा, खानदेश, दक्षिण महाराष्ट्र आणि पश्चिम महाराष्ट्र यांचा समावेश झालेला आहे. 'महाराष्ट्र' या नावाचा उल्लेख होण्यापूर्वी विदर्भ, मूलक, अश्मक, ऋषिक, अपरान्त, कुंतल ही वेगवेगळी जनपदे या भूभागावर होती.

नर्मदा नदीच्या दक्षिण तीरापासून कन्याकुमारीपर्यंतच्या विशाल प्रदेशाला 'दक्षिणापथ' हे नाव होते. मार्कण्डेय, वायू आणि मस्त्य पुराणांत दक्षिणापथाचा उल्लेख आढळतो. महाभारतातही दक्षिणापथाचा निर्देश केलेला आहे. आजचा महाराष्ट्र हा त्या प्राचीन

दक्षिणापथाचा एक भाग आहे. दक्षिणापथाच्या निर्देशाबरोबरच 'दंडकारण्य देश' अशी जी शब्दसंहती वापरली जाते ती दंडकारण्य व महाराष्ट्र यांच्या एकरूपतेची सूचक आहे.

भारताच्या भौगोलिक नकाशात महाराष्ट्राचे स्थान उत्तर आणि दक्षिण भारत यांच्या मध्यभागी आहे. पश्चिमेला अरबी समुद्र, पूर्वेला मध्यप्रदेश, दक्षिणेला आंध्र आणि कर्नाटक आणि उत्तरेला गुजरात आणि मध्यप्रदेश यांनी महाराष्ट्राच्या सीमा निर्धारित केलेल्या आहेत. लाव्हा रसाच्या स्तरांनी महाराष्ट्राचा भूभाग तयार झालेला आहे. लाव्हा रसाचे स्तरांवर स्तर चढल्याने येथे पर्वताच्या रांगा तयार झाल्या. त्या रांगांना छेदून जाणाऱ्या अनेक नद्या महाराष्ट्रातून वाहू लागल्या. समुद्र, पर्वत आणि नद्यांमुळे महाराष्ट्राला स्वतःचे असे व्यक्तिमत्त्व प्राप्त झालेले आहे. लाव्हा रसातून तयार झालेला कृष्णप्रस्तर प्रदेश हे महाराष्ट्राचे खास भूवैज्ञानिक असे वैशिष्ट्य आहे.

दक्षिणोत्तर पसरलेल्या सह्याद्री पर्वतामुळे महाराष्ट्राचे कोकण आणि देश असे नैसर्गिक विभाग तयार झालेले आहेत. अरबी समुद्र आणि सह्याद्री पर्वत यांच्या मधल्या प्रदेशाला कोकण म्हणतात. 'देशा'चे स्थूल मानाने चार उपविभाग केले जातात. ते असे; तापी आणि पूर्णा खोरे, वर्धा आणि वैनगंगा खोरे, गोदावरी खोरे आणि कृष्णा खोरे. उत्तरेस दमणगंगा नदीपासून दक्षिणेस तेरेखोल खाडीपर्यंतच्या भूप्रदेशाला कोकण असे म्हणतात. सह्याद्रीच्या पूर्वेस विस्तृत पठारी प्रदेश आहे. त्यालाच 'देश' असेही नाव आहे. पूर्वेस भामरागड व चिरोली टेकड्यांपर्यंत, उत्तरेकडील सातपुडा पर्वतापासून दक्षिणेस कोल्हापूरपर्यंत पठारी प्रदेश पसरलेला आहे. उत्तरेकडून दक्षिणेकडे जाताना सातपुडा पर्वत, तापी-पूर्णेचे खोरे, सातमाळा-अजिंठा डोंगररांगा, भीमा खोरे, कृष्णा नदीचे खोरे अशी या पठारी प्रदेशाची रचना आहे.

प्राकृतिक रचनेमुळे महाराष्ट्रातील नद्या पूर्ववाहिनी आणि पश्चिमवाहिनी आहेत. तापी ही पश्चिम वाहिनीतील सर्वात लांब व प्रमुख नदी असून पूर्णा ही तिची उपनदी होय. पूर्ववाहिनींमध्ये गोदावरी, भीमा, कृष्णा या प्रमुख नद्या आहेत. विदर्भातील वर्धा, वैनगंगा या दक्षिणवाहिनी नद्या आहेत.

सुमारे दोन ते तीन लाख वर्षांपूर्वी आद्य पुराश्मयुगात आजच्या महाराष्ट्रातील घोड, भीमा, प्रवरा, गोदावरी आणि वैनगंगा या नद्यांच्या खोऱ्यांमधून प्राचीन मानव भटक्या अवस्थेत जीवन जगत होता. गोदावरी, प्रवरा, मुळा-मुठा, कृष्णा, भीमा, तापी, मांजरा, घोड, कुकडी, वैनगंगा, पैनगंगा, पूर्णा, वर्धा या नद्यांच्या खोऱ्यात केलेल्या सर्वेक्षणांतून तसेच गोदावरीच्या काठचे नांदूर-मधमेश्वर, पैठणजवळचे मुंगी, नाशिकजवळचे गंगापूर, नगरजवळचे नेवासे, जळगावजवळचे पाटणे, रायगडजवळचे घारापुरी व पाचाड रत्नागिरीजवळचे हातखंबा आणि चंद्रपूरजवळचे पापामिया येथील उत्खननांतून

सापडलेली हत्यारे, प्राण्यांचे सांगाडे इत्यादींवरून प्राचीन मानवाची स्थिती-गती समजणे शक्य झालेले आहे.

मध्य पुराश्मयुगात म्हणजे इसवी सनापूर्वी एक लाख वर्षांपूर्वी तासणी आणि अणी यासारखी छोटी हत्यारे मानवाने तयार केली असावीत. अंदाजे पंचवीस हजार वर्षांपूर्वी तो गारेची हत्यारे बनवू लागला. पुरातत्त्ववेत्त्यांनी घेतलेल्या शोधात मुळा, प्रवरा, गोदावरी, तापी, गिरणा, मुळा-मुठा, पूर्णा, वर्धा, वैनगंगा, कृष्णा, घोड इत्यादी अनेक नद्यांच्या काठी प्राचीन अश्मयुगीन मानवाची हत्यारे मिळालेली आहेत. ही हत्यारे मुख्यत: दोन प्रकारची आहेत – गोट्यापासून केलेली हत्यारे आणि मोठ्या छिलक्यांपासून केलेली हत्यारे. या दोन्ही वर्गात मिळून हातकुऱ्हाडी, फरश्या, तासण्या आणि तोडहत्यारे आढळून येतात.

मध्याश्म युगात गारांची पात्यांवर बनवलेली हत्यारे महाराष्ट्रात सापडतात. या काळात हवामानात बदल घडून आला. मध्याश्म युगानंतर येथे ताम्रपाषाण युग सुरू झाले. शेतीचे ज्ञान असलेल्या आणि तांब्याची व दगडी हत्यारे वापरणाऱ्या टोळ्या येथे स्थायिक झाल्या.

इ.स. पूर्व १६००च्या सुमारास माळव्यातील आद्य शेतकरी खानदेशात आले. ते गोदावरी आणि भीमेच्या खोऱ्यात पोचले. त्यांनी तेथे वसाहती केल्या. बहुसंख्य वसाहती १००-२००च्या आसपास लोकसंख्या असलेल्या छोट्या खेड्यांच्या होत्या. त्या खेड्यांना जोडणारी प्रादेशिक केंद्रे असत. तापीच्या खोऱ्यातील प्रकाशे (जि. धुळे), गोदावरीच्या खोऱ्यातील दायमाबाद (जि. अहमदनगर), भीमेच्या खोऱ्यातील इनामगाव (जि. पुणे) ही अशी केंद्रे होती.

जोर्वे-नेवासे संस्कृती म्हणून ओळखली जाणारी महाराष्ट्रातील मानवाची संस्कृती इ.स.पूर्व बाराशे ते पंधराशे या काळात उदयास आली असावी. जोर्वे आणि नेवासे या गावाजवळ केलेल्या उत्खननातून ही संस्कृती प्रथम उजेडात आली. त्यामुळे पुरातत्ववेत्ते ‘जोर्वे-नेवासे’ हा शब्दप्रयोग करतात.

इ.स. पूर्व ५००च्या सुमारास लोहयुगीन संस्कृती परिपक्व झालेली दिसून येते. मानवी संस्कृतीतील लोहाचे आगमन हा एक क्रांतिकारक टप्पा ठरला. लोहाचे आगमन नेमके कुठून झाले हे सांगता येत नसले तरी इ.स. पूर्व ८००च्या दरम्यान भारताच्या इतर भागांप्रमाणे महाराष्ट्रातही त्याचे आगमन झाले असावे. लोखंडाचे ज्ञान झाल्यामुळे मनुष्य लोखंडी नांगर वापरून काळ्या जमिनीत लागवड करू लागला. त्यामुळे शेतीचे उत्पन्न वाढले, भाजलेल्या विटांची घरे आणि तटबंदीची शहरे निर्माण झाली. दळणवळण वाढले. व्यापार वाढला. मानवी जीवनात लोहाचे आगमन व ओळख होताच आणि

व्यवहारात त्याचे महत्त्व समजून येताच अनेक महत्त्वाच्या घडामोडी घडून आल्या. मोठमोठ्या शहरांची झपाट्याने वाढ होत गेली. ती होण्यासाठी मोठ्या आकारातील भाजलेल्या विटांच्या भव्य वास्तू उभारल्या गेल्या. त्यावर कौलारू छपरे आली. अशा प्रकारे निर्माण झालेल्या या शहराच्या सुव्यवस्थेसाठी नगरपालिका अस्तित्वात आल्या. व्यापारी देवाणघेवाण करण्यासाठी पेढ्या निर्माण झाल्या. व्यापारी व कामगार लोकांचे संघ निर्माण झाले. पाश्चात्य देशांशी दर्यावर्दी व्यापाराची भरभराट सुरू झाल्याने कल्याण, चौल, सोपारा, भडोच इत्यादींसारखी बंदरे विकास पावून त्यांची वाढ झाली. नाण्याचा व्यवहार पैशांच्या स्वरूपात होऊन तो प्रचारात आला.

महाराष्ट्रात इ.स.पूर्व २००च्या आसपास किंवा काही काळ आधी नागर संस्कृतीचा प्रारंभ झालेला होता.

सातवाहनकाळात महाराष्ट्रात बरीच शहरे होती. कल्याण, चौल (चेऊळ) सोपारा (शूर्पारक) ही बंदरे होती आणि जुन्नर, नाशिक, पैठण, तेर, भोकरधन आणि कोल्हापूर (ब्रह्मपुरी) ही महत्त्वाची व्यापारी आणि राजकीय केंद्रे होती. त्यापूर्वी महाराष्ट्रात विविध ठिकाणी नगरसंस्कृतीचा उदय झालेला होता. यवतमाळ जिल्ह्यातील अरुणावती नदीच्या काठी असलेल्या आर्णी या गावी महापाषाणीय काळापासून लोकवस्ती होती. ती मौर्यकाळापासून मौर्योत्तर सातवाहन काळापर्यंत होती. तेर व भोकरधन येथे सापडलेल्या हस्तिदंती स्त्रीमूर्ती, रोमन नाणी, रोमन दिवे, मद्यकुंभ इत्यादींवरून या नगरांचा रोमशी व्यापारी संबंध होता हे स्पष्ट होते. सातवाहनकाळात हे शहर व्यापाराचे एक मोठे केंद्र होते. उस्मानाबाद जिल्ह्यातील तेर (प्राचीन तगर) हे दक्षिण भारतातील सर्वात मोठे वाणिज्य केंद्र होते.

महाराष्ट्रात वस्ती करणारे लोक मूळचे कुठले होते आणि कोण होते, वेगवेगळ्या कालखंडात कोण लोक आले याविषयी संशोधकांत मतभेद आहेत. त्यातून आर्य आणि आर्येतर यांच्यातील संघर्ष आणि समन्वयाच्या कल्पनांचा विस्तार झालेला दिसतो.

राजवाडे यांच्या मते इसवी सनाच्या पूर्वी सोळाव्या शतकापर्यंत महाराष्ट्र देश नव्हता. पाणिनीने शाल्व, पांचाळ, कंबोज, पांड्य, चोल इत्यादी देशांची नावे दिलेली आहेत.

इ.स.पूर्व सोळाव्या शतकात दंडकारण्यात आर्यांची वस्ती झाली नव्हती. इ.स. पूर्व १६०० ते ११०० या काळात आर्य दंडकारण्यात शिरले असावेत असे राजवाडे यांचे मत आहे. आर्य पश्चिमेकडून कोकणात उतरले आणि तेथून घाटांनी दंडकारण्यात शिरले, कऱ्हाडातून कृष्णेच्या खोऱ्यातून, नाशकाकडून गोदावरीच्या खोऱ्यातून आणि विदर्भाकडून पैनगंगेच्या खोऱ्यातून आर्यांच्या दंडकारण्यात कायमच्या व भरभराटीच्या वसाहती झाल्या. डॉ. केतकर यांना राजवाडे यांचे विवेचन मान्य नाही. अगदी उजाड

प्रदेश आर्य लोकांनी व्यापिला असे नाही. मूळचे लोक तेथे होतेच. त्यांच्या मते अत्यंत प्राचीन काळी कोळी, भोई, महार आणि रट्ठ यांची वस्ती महाराष्ट्रात होती. (केतकर, १९३५) दंडकारण्यात आधी आर्यांनी वस्ती केली आणि नंतर अनार्यांची तेथे वस्ती झाली हे राजवाडे यांचे मत य. रा. दाते, अ. ना. देशपांडे यांनीही अमान्य केले आहे. विदर्भ ही आर्यांची पहिली वसाहत असावी, गोदावरीच्या आसपासच्या प्रदेशात अरण्य असावे असे दाते यांचे मत आहे. डॉ. केतकरांच्या मते, कुंतल, अपरान्त, विदर्भ, प्रतिष्ठानक इत्यादी देश बरेच जुने आहेत. महाराष्ट्रात आर्यांची वस्ती होण्यापूर्वी उत्तरेकडून नाग लोक आले असावेत असे मत राजवाडे, वि. ल. भावे, तुळपुळे आदींनी मांडलेले आहे.

इरावती कर्वे यांनीही नाग लोकांचे महाराष्ट्रातले अस्तित्व स्वीकारलेले आहे. इंद्रप्रस्थापासून कलिंगाच्या हद्दीपर्यंत नाग लोक पसरलेले होते. आर्यांनी त्यांना दक्षिणेकडे, पूर्वेकडे रेटले. भिल्ल, गोंड, बैगा, कोळी वगैरे लोक जुन्या नागवंशाचे वंशज असावेत की काय अशी शंका त्यांना येते. आर्यांनी द्रविडांना दक्षिणेकडे रेटले हे मत कर्वे यांना मान्य नाही. त्यांच्या मते दोघांनीही परस्परांना न रेटता मधल्या नागमुंडखोंडादी लोकांना रेटले. विदर्भ ही फार प्राचीन काळापासून आर्यांची वसाहत होती व तेथे त्यांचा संबंध द्रविडांशी आला नसून कोणातरी इतर वन्य जमातींशी आला. विदर्भ ही आर्य आणि नाग किंवा मुंड लोकांच्या संस्कृती-संगमाची भूमी होती. अपरान्त आणि विदर्भ या आर्यांच्या जुन्या वसाहती. त्यांनीच मूलक (पूर्णा खोरे) आणि अश्मक (गोदावरी खोरे) या वसाहती नंतरच्या काळात वसविल्या असाव्यात असे कर्वे यांचे मत आहे. तेथेही नागमुंडादी लोकांशी त्यांचा संघर्ष झाला असावा असे त्यांनी सूचित केलेले आहे. कर्वे यांच्या विवेचनातून नागमुंडादी लोक हे महाराष्ट्रातील आद्य वसाहतकार असावेत असे ध्वनित झालेले आहे. (कर्वे, १९५१ : २२७)

'महाराष्ट्राची वसाहत' या लेखात राजवाडे यांनी दक्षिणारण्यातील नागलोकांचे अस्तित्व मान्य केलेले आहे. त्यांच्या मते बौद्धक्रांतिकाली मगधातील महाराष्ट्रीक लोक दक्षिणारण्यात आले आणि महाराष्ट्रीक व नाग यांच्या मिश्रणातून एक नवे राष्ट्र उदयाला आले. ते म्हणतात, 'महाराष्ट्रीकांचा व नागांचा जेव्हा दक्षिणेत संगम, सहवास व शरीरसंबंध झाला तेव्हा नागांचा जुनाट वैदिक भाषापभ्रंश व महाराष्ट्रीकांची महाराष्ट्री या दोन अपभ्रष्ट आर्य भाषांचा मिलाफ होऊन दोन्हींच्या लकबा जिच्यांत दृष्टोत्पत्तीस येतात, ती मराठी भाषा जन्मास आली.' (जोशी, १९५८ : १३१)

दक्षिणेकडचे लोक उत्तरेकडे गेले असावेत. उत्तरेप्रमाणे दक्षिणेकडूनही महाराष्ट्रात संस्कृतोद्भव भाषा बोलणारे लोक, द्राविड भाषा बोलणारे लोक आणि मुंडारी भाषा बोलणारे लोक या तिघांचाही महाराष्ट्रात संघर्ष आणि समन्वय झालेला आहे. 'वंशाने

मराठी लोक मिश्र युरोपीय वंशाचे असून, मूळ दीर्घमस्तक लोकांच्या वस्तीत मध्यम रुंद डोक्याचे कोणी लोक येऊन हे मिश्रण झालेले आहे' असे कर्वे यांनी म्हटलेले असून 'मध्यम रुंद डोक्याचे लोक' हे कदाचित मध्य आशियाच्या पठारावरचे मोंगोलवंशीय असण्याची शक्यता सुचविली आहे. (कर्वे, १९५१ : २२७)

प्राचीन भारतात उत्तरापथ आणि दक्षिणापथ असे दोन महामार्ग होते. तक्षशिला, हस्तिनापूर, सावत्थी, कपिलवस्तू, वैशाली, राजगीर असा उत्तरापथ आणि सावत्थी, अयोध्या, वाराणसी, भिलसा, उज्जैन, माहेश्वर, पैठण असा दाक्षिणापथ.

राजकीय दृष्टीने दक्षिणापथाचे तीन विभाग केले जात होते. पूर्व दक्षिणापथ - यात कोसल, महाकांतार, कलिंग, आंध्र, त्रिलिंग आणि वेंगी, मध्य दक्षिणापथात विदर्भ, वत्सगुल्म, भोगवर्धन, मूलक, अश्मक आणि असिक आणि पश्चिम दक्षिणापथात नाशिक, अपरान्त, कोकण, महाराष्ट्र, कर्नाट, कुंतल आणि गंगवाडी या राज्यांचा अथवा जनपदांचा समावेश केला जात असे. आजच्या महाराष्ट्रात यातील काही प्रदेशांचा समावेश झालेला आहे. प्राचीन काळी मर्यादित भूभागाला 'महाराष्ट्र' म्हणत असत. कालक्रमाने महाराष्ट्राची व्याप्ती वाढत गेलेली आहे.

दक्षिणापथाचा एक भाग असलेल्या मूळच्या महाराष्ट्राने दक्षिणापथातील इतर वसाहतींना सामावून घेतले आणि आपला क्षेत्रविस्तार केला. हा विस्तार एका विशिष्ट कालखंडात घडलेला नसून वेळावेळी ज्या राजवटींनी महाराष्ट्रात राज्य केले त्यांच्या काळात झालेला आहे.

दक्षिणापथावर सातवाहन (इ.स. पूर्व २३० ते इ.स. २३०), वाकाटक (इ.स. २५० ते ५२५), चालुक्य (इ.स. ५५० ते ७६० आणि ७९३ ते ११८०), राष्ट्रकूट (इ.स. ७५३ ते ९७५) आणि यादव (इ.स. ११८९ ते १३१०) या महाराष्ट्री प्राकृत, कन्नड आणि मराठी भाषक राजवंशाच्या राजवटींनी राज्य केले. या राजवटींच्या काळात सांस्कृतिकदृष्ट्या महाराष्ट्राचा गुरुत्वमध्य दक्षिणापथाच्या मध्यास होता हे नंदिवर्धन, कुंडिनपूर, प्रवरपूर, वत्सगुल्म, देवगिरी, पैठण, कल्याणी, मालखेड व बदामी या राजधान्यांच्या मालिकेवरून दिसून येते. (शेजवलकर, १९६४) शेजवलकर यांच्या मते दक्षिण महाराष्ट्रावर कर्नाटक संस्कृतीची छाप खोलवर उमटलेली आहे. त्याप्रमाणे उत्तर कोकण व महाराष्ट्र यावर गुर्जर संस्कृतीचा ठसा उमटलेला आहे. पूर्वेकडील आंध्र संस्कृतीचाही परिणाम मराठ्यांवर झालेला दिसतो. कर्वे यांनीही 'नुसते प्रादेशिक दृष्ट्याच नव्हे तर सांस्कृतिक दृष्ट्याही मराठी समाजाचे स्थान उत्तरीय व दाक्षिणात्य समाजांच्या मधले आहे' असे मत दिलेले आहे. (कर्वे, १९५१)

सातवाहन ते यादव या काळात महाराष्ट्री प्राकृतातून मराठीचा उदय झाला,

त्याचप्रमाणे ब्राह्मी लिपीतून देवनागरी लिपी उत्क्रान्त झाली.

मौर्य साम्राज्याचा उदय इ.स. पूर्व ३२५ च्या आसपास झाला. चंद्रगुप्त मौर्यानंतर (इ.स. पूर्व ३२१-१८४) अशोकाच्या (इ.स. पूर्व २७५-२३२) हाती सत्ता आली. अशोकाच्या साम्राज्याची सीमा त्याने खोदवलेल्या शिलालेखांवरून समजते. अशोकाचे दोन शिलालेख महाराष्ट्रात आढळतात. एक सोपारा (शूर्पारक) येथे आणि दुसरा देवटेक (जि. चंद्रपूर) येथे. अशोकाने बौद्ध धर्माच्या प्रसारासाठी महाराष्ट्रात धर्ममहामात्र आणि धर्मरक्षित यांना पाठवले होते. अशोकाच्या काळात महाराष्ट्रात बौद्ध धर्माचा प्रसार झाला तसाच वेगवेगळ्या प्रदेशांशी व्यापारही वाढला. सोपारा, कल्याण, ठाणे, चौल, महाड, मांदाड, राजपुरी व घोडेघाट ही बंदरे जुन्नर, नाशिक व पैठण यासारख्या व्यापारी केंद्रांशी जोडली गेली. नाणेघाट, बोरघाट, शेरघाट, थळघाट हे घाटमार्ग अस्तित्वात आले. व्यापारी मार्गावर बौद्ध लेणी निर्माण झाली. अशोकाने नगरे वसवली, स्तूप बांधून घेतले, स्तंभ उभे केले. सर्वसामान्य जनतेला स्वीकार करता येईल अशा धर्मतत्त्वांचा प्रसार केला.

दक्षिण भारतात व गुजरातमध्ये जैन धर्मास राजाश्रय मिळाला आणि त्यातील अनेक राजे जैन धर्माचे परम उपासक बनले. गंग, कदंब, चालुक्य, राष्ट्रकूट इत्यादी राजवंशांनी जैन धर्मास उदार आश्रय दिला. अर्धमागधी व जैन प्राकृत या भाषांमध्ये जैनांचे तत्त्वज्ञान, पुराणे, काव्ये आणि गणित, वैद्यक, योगशास्त्र, राज्यशास्त्र, व्याकरण इत्यादी विषयांवर ग्रंथरचना झाली. मूर्ती, वास्तू व अन्य भारतीय कलांच्या विकासास जैनांनी विशेष हातभार लावला आहे. (जोशी, १९८२) बौद्ध धर्माचा अंगीकार सम्राट अशोकाने केला व त्याच्या साम्राज्याच्या काळात बौद्ध धर्माच्या अनुयायांनीच गुहाशिल्प-स्थापत्याचा विकास केला आणि त्याला अभूतपूर्व असे कलात्मक रूप दिले. मौर्य, कुशाण, सातवाहन, वाकाटक इत्यादी राजवटीच्या काळात बौद्ध मूर्तिशिल्प आणि चित्रकला यांचा चरम विकास झाला.

लोखंडाचा शोध, शेतीच्या अवजारात सुधारणा, साम्राज्यवाद, धर्मपंथांचा उदय आणि साहित्य कलांचा विकास असा एक क्रम दिसून येतो.

सातवाहनांपूर्वी प्रतिष्ठान येथे नरसिंह म्हणून कुणी राजा होता. डॉ. केतकरांनी नरसिंहाच्या कथेचे विवरण केलेले आहे. इरावती कर्वे यांनी चेंचू लोकांच्या कथेतील नरसिंहाविषयी लिहिले आहे. चेंचू लोकांचा नागांशी संबंध जोडलेला आहे. नरसिंहाचा पराभव करून सातवाहनांनी राज्य स्थापिले की काय अशी शंका कर्वे यांनी उपस्थित केलेली आहे.

सातवाहनांच्या उदयापर्यंत आणि त्यानंतरही काही काळ महाराष्ट्रातील वसाहतीकरण सुरू होते. भिन्न वंशीय लोकांचा संघर्ष आणि समन्वय सुरूच होता.

सम्राट अशोकाच्या मृत्यूनंतर मौर्य घराण्याचा अस्त काळ सुरू झाला. बृहद्रथ नावाच्या शेवटच्या मौर्य राजाचा खून करून पुष्यमित्र शुंग या त्याच्या सेनापतीने सत्ता काबीज केली. शुंग घराण्याने इ.स. पूर्व १८४ ते ७२ पर्यंत राज्य केले.

शुंग घराण्यातील देवभूती या शेवटच्या राजाचा काण्ववंशीय वासुदेव या मंत्र्याने खून केला आणि सत्ता बळकावली. इ.स. पूर्व ७३ ते २८ या काळात मगधावर काण्व घराण्याची सत्ता होती. शेवटच्या काण्व राजाचा शिमुक आंध्र या अधिकाऱ्याने वध केला आणि राज्य बळकावले.

सातवाहन राजवंश हा महाराष्ट्राचा पहिला ज्ञात ऐतिहासिक राजवंश होय असे डॉ. मिराशी यांनी म्हटलेले आहे. ते म्हणतात, या राजवंशाचा इतिहास अनेक दृष्टींनी वैशिष्ट्यपूर्ण आहे. सातवाहनांच्या पूर्वीचा महाराष्ट्राचा इतिहास फारसा माहिती नाही. त्यापूर्वीच्या अशोकाच्या साम्राज्यात महाराष्ट्र सामील झाला होता खरा, पण त्या काळी तेथे रठिक, भोजक आणि पेतेनिक हे लहानमोठे सरंजामदार सत्ताधारी होते. एवढीच माहिती अशोकाच्या लेखांवरून मिळते. सातवाहनांच्या उदयापासून आपणास महाराष्ट्राचा राजकीय इतिहासच नव्हे तर त्यांच्या राज्यातील राज्यशासन पद्धती, धार्मिक व सामाजिक परिस्थिती, स्थापत्य, शिल्प व चित्रकला, साहित्यनिर्मिती इत्यादींविषयी माहिती मिळू लागते. (मिराशी, १९७९:१) पुरातत्त्ववेत्त्यांनी केलेल्या उत्खननातूनही सातवाहनकालीन संस्कृतीवर प्रकाश पडलेला आहे.

डॉ. मिराशी यांनी सातवाहनांच्या राज्यसत्तेचा काळ इ.स. २३० ते इ.स. २३० हा निश्चित केलेला आहे. सिमुक (श्रीमुख) सातवाहन हा या घराण्याचा मूळ पुरुष नसून त्याच्याही आधी दोन पिढ्यांमागे 'सातवाहन' नामक ब्राह्मण होऊन गेला आणि त्याने आपले स्वतःचे राज्य घोषित केलेले होते. या घराण्यातल्या सिमुकाने राज्यविस्तार केला आणि प्रतिष्ठा मिळवून दिली. मिराशी यांच्या मते सातवाहनांची मूळची राजधानी जुन्नर येथे असावी. नहपान क्षत्रपाने सातवाहनांचा पाडाव केल्याने त्यांना जुन्नर सोडून मूलक देशातील प्रतिष्ठान (पैठण) येथे यावे लागले. सातवाहनांच्या सत्तेच्या शेवटच्या काळात त्यांना आंध्रात जावे लागले. त्यामुळे सातवाहनांना 'अन्ध्र' म्हटले जात असे. सातवाहन राजकुल मूळचे महाराष्ट्रातील मिराशी यांनी ठामपणे सांगितलेले आहे.

सातवाहनांना आपल्या दीर्घकालीन राजवटीत अनेकदा क्षत्रपांशी लढावे लागले. क्षत्रप हे शकवंशीय होते. महाराष्ट्रात शकांची 'क्षहरात' आणि 'कार्दमक' अशी दोन घराणी आलेली होती. सातवाहनांचा अंमल दक्षिणापथावर होता तर शकांच्या सत्तेखाली कच्छ, काठेवाड, गुजराथ, माळवा हे देश होते. सातवाहन आणि क्षत्रप हे समकालीन

असल्यामुळे मिराशी यांनी सातवाहन-क्षत्रप काल असाच शब्दप्रयोग केलेला आहे. शक क्षत्रप हे कुषाणवंशीय कनिष्काने नेमलेले प्रांताधिपती होते. इ.स. ७८ पासून कनिष्काची राजवट सुरू झाली. लवकरच उत्तर भारत जिंकून त्याने दक्षिणेकडे मोर्चा वळवला. पुढच्या दहा वर्षात उत्तर भारतातील अनूप प्रदेश, गुजराथ, काठेवाड, माळवा, दक्षिण भारतातील उत्तर महाराष्ट्र, कोकण व विदर्भ आणि छत्तीसगड या विस्तृत प्रदेशावर कुषाणांचे साम्राज्य पसरले होते. त्यानंतर गौतमीपुत्र सातकर्णी या महाप्रतापी, कुशल सेनापतीने क्षहरात नहपानाचा समूळ उच्छेद केला आणि आपल्या साम्राज्याचा विस्तार केला.

सातवाहन राजवंशातील सिमुक, त्याचा पुत्र सातकर्णी, हाल, गौतमीपुत्र सातकर्णी, वासिष्ठीपुत्र पुलुमावी, यज्ञश्री सातकर्णी हे महत्त्वाचे राजे होऊन गेले.

सातवाहन हेही मूळचे शकच असावेत की काय अशी शंका कर्वे (१९५१:१५३) आणि शेजवलकर (१९६४:५) यांनी उपस्थित केलेली आहे. परंतु मिराशी यांच्या मते सातवाहन राजकुल मूळचे महाराष्ट्रातीलच हे नि:संशय!

सातवाहनकाली जनसामान्यांची आणि राजदरबाराची भाषा महाराष्ट्री प्राकृत होती. सर्व राजकीय शासने प्राकृतातच लिहिलेली आहेत. एकाही सातवाहन राजाचा एकही लेख संस्कृतमध्ये नाही. सातवाहन राजांनी साहित्यकलादींना उत्तेजन दिले होते. पैशाची भाषेतील 'बृहत्कथा' लिहिणारा गुणाढ्य हा सातवाहनांच्या दरबारात होता, असे म्हटले जाते. सातवाहनकालातील अत्यंत महत्त्वाचा ग्रंथ म्हणजे हाल सातवाहनलिखित 'गाहा सत्तसई' (गाथा सप्तशती) हा ग्रंथ. इ.स.वीस ते चाळीस या काळात हाल सातवाहन होऊन गेला असावा. गाथा सप्तशती या ग्रंथात सातशे गाथा निवडून त्याचा संग्रह केलेला आहे. तो जनपद गीतांचा संग्रह आहे. बहुजन समाजातील कवींनी बहुजन समाजासाठी लिहिलेल्या गाथांचे ते संकलन आहे. प्राकृत भाषेतील साहित्यात गाथा सप्तशतीला अग्रगण्य मानले जाते.

गाथा सप्तशतीतील गाथा महाराष्ट्री प्राकृतात लिहिलेल्या आहेत आणि महाराष्ट्रीपासून कालांतराने मराठी भाषा उत्क्रान्त झालेली आहे.

इतिहासकाळात भारतात बाहेरून येऊन राज्य करणाऱ्यांमध्ये ग्रीक, शक, कुषाण, पहलव आणि हूण हे प्रमुख वंश होत. ग्रीकवंशीय मिनँडर हा एक महत्त्वाचा राजा होय. त्याने काठियावाड, भरुकच्छ आणि गंगा-यमुनेच्या खोऱ्यातील प्रदेशावर राज्य केले. शुंग काळात त्याने पाटलिपुत्रावरही स्वारी केली होती. परंतु पुष्यमित्र शुंगाने त्याचे आक्रमण थोपवले. मिनँडरने बौद्ध धर्म स्वीकारला होता. बौद्ध साहित्यात तो मिलिंद म्हणून ओळखला जातो. बौद्ध आचार्य नागसेन यांच्या प्रभावामुळे त्याने बौद्ध धर्म स्वीकारला होता. त्याच्या नाण्यांवर धर्मचक्र आणि धार्मिक अशी त्याची पदवी

कोरलेली आढळते. भारताच्या वायव्येकडे असलेल्या ग्रीक सत्तेचा अंत झाल्यानंतर तेथे शकांची सत्ता प्रस्थापित झाली. इ.स.च्या सुरुवातीच्या काळात अफगणिस्तानच्या दक्षिण भागात त्यांचे राज्य होते. त्या प्रदेशाला शकस्थान म्हटले जात असे. तिथून इ.स. पूर्व ७१ च्या सुमारास शकांनी भारतावर आक्रमण केले. शकांचे ते पहिले आक्रमण होते. त्यानंतर इ.स. ७८ मध्ये शकांनी दुसरे आक्रमण केले. अवंती, सुराष्ट्र, लाट आणि महाराष्ट्र या प्रदेशांमधल्या काही ठिकाणी त्यांनी आपली सत्ता प्रस्थापित केली. महाराष्ट्रातल्या शकवंशाला क्षहरात या नावाने ओळखले जाते. या शकशाखेचा पहिला शासक भूमक होता. त्यानंतरच्या नहपान हा या शाखेचा सर्वश्रेष्ठ सत्ताधीश होय. महाराष्ट्रातील शकांवर वैदिक धर्माचा प्रभाव होता. सातवाहन वंशातील गौतमीपुत्र सातकर्णीने महाराष्ट्रातील शकसत्तेचा उच्छेद केला. उज्जयिनी येथील शक कार्दमक या नावाने ओळखले जात. चष्टन हा उज्जयिनीच्या शकसत्तेचा संस्थापक होय. रुद्रदामन हा चष्टनचा नातू. तो अत्यंत पराक्रमी होता. सातवाहनांशी त्याने संबंध जोडलेले होते. वासिष्ठीपुत्र पुळुमावी हा त्याचा जावई होता. रुद्रदामनच्या मृत्युनंतर शकांची सत्ता क्षीण होऊ लागली. चौथ्या शतकात शकांची सत्ता नष्ट झाली.

बाहेरून आलेल्यांपैकी कुषाणवंशीय कनिष्क हा एक महत्त्वाचा राजा होता. कनिष्क बौद्ध धर्मानुयायी होता. बौद्ध धर्मसंस्थापक गौतम बुद्धाच्या मूर्ती कनिष्काच्या काळापासून निर्माण होऊ लागल्या. कुषाणकाळात संस्कृतला प्रोत्साहन मिळाले. कनिष्काच्या राजसभेत अश्वघोष, नागार्जुन, चरक इत्यादी विद्वान होते. त्याने अनेक स्तूप, विहार आणि चैत्य बांधून घेतले होते. कनिष्काच्या मृत्युनंतर हुविष्क, वासुदेव इत्यादी राजे झाले. हुविष्काच्या नाण्यांवर भवेश, वरुण, उमा, विशाखा आणि गणेश या देवतांच्या आकृती आढळतात. वासुदेव हा शैव होता असे त्याच्या नाण्यांवरील शिव आणि नंदी या प्रतिमांवरून वाटते. कुषाणांचे शासनलेख प्राकृत भाषेत आहेत.

इ.स. २२५च्या सुमारास सातवाहन साम्राज्याचा अस्त झाला आणि महाराष्ट्रात छोटी छोटी राज्ये अस्तित्वात आली. सातवाहनांच्या साम्राज्यात ऋषिक (गोदावरी व कृष्णा यामधील प्रदेश), अश्मक (गोदावरीच्या काठचा प्रदेश), मूलक (पैठणच्या आसपासचा प्रदेश), अपरान्त (कोकण), विदर्भ, सुराष्ट्र, अनूप (निमाड), आकर (पूर्व माळवा) यांचा समावेश होता. साम्राज्याच्या विघटनानंतर आभीर, इक्ष्वाकू, पल्लव या घराण्यांनी राज्य स्थापन केली. इ.स. २५०च्या सुमारास वाकाटक घराण्याचा उदय झाला. या घराण्याने इ.स. ५५० पर्यंत म्हणजे जवळजवळ तीनशे वर्षे राज्य केले. त्यावेळी उत्तरेस गुप्त वंशाचे साम्राज्य होते. वाकाटकांची सत्ता नर्मदेपासून तुंगभद्रेपर्यंत आणि अरबी समुद्रापासून बंगालच्या उपसागरापर्यंत पसरली होती.

पहिल्या विंध्यशक्तीने वाकाटक वंशाच्या राज्यसत्तेचा आरंभ केला. पहिला प्रवरसेन हा या वंशातला सर्वात मोठा राजा होय. वाकाटक ब्राह्मण होते आणि वैदिक धर्माभिमानी होते. प्रवरसेनाने चार अश्वमेध यज्ञ केले, सप्त सोमयाग केले. वाजपेय यागाच्या समाप्तीनंतर सम्राट ही पदवी धारण केली आणि स्वत:स धर्ममहाराज म्हणवून घेतले. प्रवरसेनाच्या मृत्यूनंतर त्याच्या साम्राज्याची वाटणी झाली. रुद्रसेन याने नंदिवर्धन येथून राज्य केले, तर सर्वसेन याने वत्सगुल्म (वाशीम) येथून. वाकाटकांच्या नंदिवर्धन येथील शाखेतील पहिला रुद्रसेन, पहिला पृथिवीषेण आणि दुसरा रुद्रसेन हे उल्लेखनीय राजे होत. दुसऱ्या रुद्रसेनाची पत्नी प्रभावती ही गुप्त घराण्यातील दुसऱ्या चंद्रगुप्ताची मुलगी होती. दुसऱ्या रुद्रसेनाच्या अकाली निधनानंतर प्रभावती गुप्ताने राज्यकारभार पाहिला. प्राचीन भारतीय इतिहासातील एक कर्तबगार स्त्री म्हणून ती ओळखली जाते. वाकाटकांच्या वत्सगुल्म शाखेचा प्रवर्तक प्रवरसेनाचा पुत्र सर्वसेन हा होता. त्याने आपल्या राजधानीसाठी वत्सगुल्म या प्राचीन क्षेत्राची निवड केली. या परिसराला वात्सगुल्मक असे नाव होते. वाकाटकांच्या काळात विद्या व संस्कृतीचे प्रमुख केंद्र म्हणून वत्सगुल्म राजधानीची ख्याती पसरली. तेथील उत्कृष्ट प्राकृत काव्यामुळे 'वच्छोमी' रीती सर्वत्र मान्यता पावली. सर्वसेनाने 'हरिविजय' या नावाचे काव्य महाराष्ट्री प्राकृतात लिहिले होते. तसेच त्याने लिहिलेल्या काही गाथांचा 'गाथासप्तशती'त समावेश केलेला आहे. हरिषेण हा वत्सगुल्म शाखेचा अंतिम ज्ञात राजा होय.

वाकाटकवंशाचा मूळ पुरुष बौद्धधर्मीय होता. मात्र त्याचे वंशज वैदिक परंपरा पाळणारे होते. वाकाटक राजे शिवाचे उपासक होते. प्रभावती गुप्त ही रामभक्त होती. त्यामुळे शिव आणि राम यांची देवळे बांधली गेली आणि बुद्धचरित्रातील प्रसंग चित्रित करणारी लेणी त्यांनी खोदली. सातवाहनांप्रमाणेच वाकाटकांनी दक्षिण भारतात एक बलाढ्य व शक्तिशाली साम्राज्य निर्माण केले. वैदिक यज्ञयाग करून हिंदू धर्माची पताका उंचावली. वाकाटकांनी देशात पुनरुज्जीवनाची चळवळ सुरू केली. विद्या, कला यांना उत्तेजन देऊन देशातील विधायक शक्तींना आवाहन केले. वाकाटकांच्या काळच्या हिंदू समाजात जातिव्यवस्था होती, पण ती फारशी दृढ नव्हती. लोकांना व्यवसाय निवडण्याचे स्वातंत्र्य होते. आंतरजातीय विवाहांना मान्यता होती.

वाकाटकांच्या काळात वस्त्रोद्योग भरभराटीस आलेला होता. पैठण हे या व्यापाराचे महत्त्वाचे केंद्र होते. मौर्य-सातवाहन सत्तेच्या अस्तानंतर राजकीय जीवन अस्थिर झाले. सामाजिक व राजकीय जीवनात परकीय परंपरा घुसल्या. त्या विरोधी एक राष्ट्रीय भावना भारतात निर्माण झाली. परकीय सत्तेचे निर्मूलन करण्याच्या प्रयत्नांचे नेतृत्व नागांनी केले. कुषाण सत्तेचा शेवट करून अनेक नागराज्ये उदयाला आली. त्यांनी

जुन्या वैदिक धर्माला राजाश्रय देऊन संस्कृत भाषा व वाङ्मय यांना उत्तेजन दिले. ब्राह्मी लिपीला वळण देऊन देवनागरी लिपी प्रचारात आणली. आधुनिक हिंदू धर्माचा पाया नागराजांनी घातला. त्याच धर्माचे पालन वाकाटकांनी केले तर गुप्त सम्राटांनी त्याचा विकास केला. आंध्र सातवाहनांच्या अवशेषांवर वाकाटकांनी आपले साम्राज्य उभारले व पुनरुज्जीवनाच्या चळवळीचा परिपोष केला. (गायधनी-राहूरकर, १९९४:२४९) माहिष्मतीच्या कलचुरी घराण्यातील कृष्ण याने सहाव्या शतकाच्या मध्यास विदर्भ जिंकून घेतला आणि वाकाटकांच्या सत्तेचा अस्त झाला.

इ.स. ५५० च्या आसपास वाकाटकांच्या साम्राज्याचा अस्त झाला. कर्नाटकातील कदंब, उत्तर महाराष्ट्रातील कलचुरी आणि विदर्भातील नल या राजांनी वाकाटक साम्राज्याच्या एकेका भागावर आपले वर्चस्व निर्माण केले. त्यानंतर दक्षिणापथावर अधिराज्य गाजवणारे चालुक्य घराणे उदयास आले. पुलकेशी प्रथम हा या घराण्याचा मूळ संस्थापक. कर्नाटकातील वातापी (विजापूर जिल्ह्यातील बदामी) ही चालुक्यांची राजधानी. पुलकेशी द्वितीय (इ.स. ६०९-६४२) हा या घराण्यातील पराक्रमी राजा होता. तीन महाराष्ट्रकांवर त्याने आपले स्वामित्व प्रस्थापित केले होते. पुलकेशीने दक्षिणेस कदंबांची राजधानी वनवासी जिंकली व म्हैसूरच्या गंग घराण्याचा पराभव केला. उत्तरेस कोकणातील मौर्यांची नाविक सत्ता नष्ट केली. लाट, मालव व गुर्जर ही राज्ये जिंकली. दक्षिण कोसल व कलिंग देश जिंकले. वेंगी जिंकून पल्लवांची सत्ता नष्ट केली. अशा रितीने एकामागोमाग एक विजय मिळवून तो दक्षिणाधिप झाला. ह्यू एन त्संग या चिनी यात्रिकाने पुलकेशीच्या अमलाखाली असलेल्या महाराष्ट्रवासींचे पुढीलप्रमाणे वर्णन केले आहे: 'हे रहिवासी स्वाभिमानी आणि लढाऊ बाण्याचे आहेत. ते उपकार करणाऱ्यांविषयी कृतज्ञ असतात आणि अपकार करणाऱ्यांचा सूड घेतात. अशा लढवय्या लोकांवर विसंबून असल्यामुळे त्यांचा राजा इतर देशांकडे तुच्छतेने पाहतो.' ह्यू एन त्संगने तत्कालीन धार्मिक स्थितीविषयीदेखील लिहिले आहे. बौद्ध धर्माचे अनुयायी या काळात होते. तसेच इतर देवतांची पूजा करणारेही होते. चालुक्य राजे शिव आणि विष्णूचे भक्त होते. जैन धर्मानुयायींनाही या राजांनी साहाय्य केले. या काळातील अनेक मंदिरे व गुहाशिल्प चालुक्यांच्या धर्मनिष्ठेची व कलाप्रियतेची जिवंत स्मारके आहेत. बदामी येथील विष्णुमंदिर, मेगुती येथील शिवमंदिर, पट्टडकल येथील विरुपाक्षमंदिर ही काही उदाहरणे होत.

द्वितीय पुलकेशीनंतर पहिला विक्रमादित्य (इ.स. ६५४-६८१), विनयादित्य (इ.स. ६८१-६९६), विजयादित्य (इ.स. ६९६-७३३), दुसरा विक्रमादित्य (इ.स. ७३३-७४७) हे राजे सत्तेवर आले. विक्रमादित्याच्या मृत्यूनंतर चालुक्य सत्तेस उतरती कळा

लागली आणि दक्षिणेची सार्वभौम सत्ता राष्ट्रकूट घराण्याकडे गेली. (इ.स. ७५३).

चालुक्यानंतर दक्षिणापथावर राष्ट्रकुटांची राजवट आली. राष्ट्रकूट हे मूळचे लातूरचे. त्यांची मातृभाषा कन्नड होती. दन्तिदुर्ग हा राष्ट्रकूट घराण्याचा संस्थापक. अचलपूर ही राष्ट्रकूटांची मूळची राजधानी. दन्तिदुर्गाच्या काळात वेरूळजवळ राजधानीचे ठिकाण असावे, असे म्हटले जाते. त्यानंतर तिसऱ्या गोविंदाच्या काळात मयूरखंडी (मार्कंडी) येथे. साम्राज्याचा विस्तार झाल्यानंतर पहिल्या अमोघवर्षाने मान्यखेट ही नगरी वसविली आणि तेथे राजधानी नेली.

इ.स. ७५३ ते ९७३ या काळात राष्ट्रकुटांचे साम्राज्य पसरलेले होते.

नवव्या शतकात चंद्रादित्यपूर (चांदोर, जि. नाशिक) ही दृढप्रहार राजाची राजधानी होती. त्याचा मुलगा सेऊणचंद्र याने सेऊणपूर नावाचे नगर वसवले आणि तेथे राजधानी नेली. या राजधानीच्या आसपास पसरलेला प्रदेश सेऊणदेश म्हणून ओळखला जात होता. हल्लीच्या नाशिक, नगर आणि औरंगाबाद जिल्ह्यातील बराचसा भाग या प्रदेशात सामावलेला होता. यादववंशाचे हे सुरुवातीचे राज्य होते.

यादववंशीय राजे राष्ट्रकूट आणि चालुक्य यांच्या दरबारी सामंत होते. चालुक्यांची राजसत्ता क्षीण होऊ लागली तेव्हा यादवांनी दक्षिणेवर आपली सत्ता प्रस्थापित केली. इ.स. ११८७ मध्ये भिल्लम यादवाने देवगिरी येथे आपल्या साम्राज्याची राजधानी नेली आणि स्वतःला दक्षिणेचा सम्राट म्हणून राज्याभिषेक करवून घेतला. भिल्लम यादवानंतर जैत्रपाळ (इ.स. ११९१-१२१०), सिंघण (इ.स. १२१०-१२४७), कृष्ण (इ.स. १२४७-१२६०), महादेव (इ.स. १२६०-१२७१) हे राजे होऊन गेले. सिंघण यादवाच्या काळात राज्याचा बराच विस्तार झाला. वऱ्हाड, खानदेश, बीड, परभणी, कोल्हापूर, रत्नागिरी, उत्तर म्हैसूर, धारवाड हा सारा प्रदेश त्याच्या राज्यात होता. सिंघण यादवानंतर कृष्णदेव सत्तेवर आला. कृष्णदेवाचा काळ वाङ्मयाच्या दृष्टीने उत्कृष्ट ठरला. महानुभाव वाङ्मयातही कृष्णदेवाचे उल्लेख आहेत. कृष्णदेवानंतर त्याचा भाऊ महादेव हा सत्तेवर आला. 'महादेओ राज्यधर्म जाणे' असे श्रीचक्रधरांनी म्हटलेले आहे.

यादवकाळापूर्वी मराठी भाषेचे अस्तित्व होते, परंतु तिच्यात साहित्याची रचना झालेली होती किंवा नाही हे ज्ञात नाही.

इ.स. १२९२ मध्ये यादव साम्राज्याचे वैभव कळसाला पोचलेले होते. साऱ्या दक्षिणापथात रामदेवरावाला आव्हान देणारे कुणी उरले नव्हते. कल्याणी चालुक्य, कलचुरी, शिलाहार, कदंब, काकतीय, गुर्जर, परमार आणि होयसळ यांच्याशी यादवांच्या लढाया झाल्या आणि कोणतीही सत्ता त्यांना नमवू शकली नाही. दृढप्रहारापासून रामदेवापर्यंत अनेक यादव राजे होऊन गेले, परंतु रामदेव यादवाप्रमाणे त्यापैकी

कुणाच्याही हाती एवढी सत्ता नव्हती. पुढल्या वीस वर्षांत या बलाढ्य साम्राज्याची दुर्दशा झाली. यादव आणि दक्षिणेतील इतर राजेलोकांना विंध्य पर्वतापलीकडे उत्तरेत काय घडते आहे याची माहिती होती, परंतु जाणीव नव्हती. इ.स. ११८७ मध्ये उदयास आलेले यादव साम्राज्य इ.स. १३१८ मध्ये नष्ट झाले.

देवगिरीच्या पाडावाने सातवाहनकाल ते यादवकाल अशी जवळजवळ पंधराशे वर्षांची एतद्देशीयांची सत्ता संतुष्टात आली. या पंधराशे वर्षातील जनजीवनाचे चित्र *गाथा सप्तशती* (इ.स.च्या पहिल्या शतकाचा प्रारंभकाल) आणि *लीळाचरित्र* (इ.स.च्या तेराव्या शतकाचा उत्तरकाल) या दोन ग्रंथांतून शोधता येते.

यादव साम्राज्याचा उदय होण्यापूर्वी काही शतके आधी सिंधवर अरबांच्या स्वाऱ्या होत असत. इ.स. ७१२ मध्ये अरबांनी सिंध ताब्यात घेतला. मात्र अरबांना पुढे जाण्यापासून गुर्जर प्रतिहारांनी आणि राष्ट्रकूटांनी रोखले. प्रतिहारांची साम्राज्याची आकांक्षा वाढलेली होती. अरबांना सिंधच्या सरहद्दीवर रोखून ते राजस्थान, उज्जैन आणि कनौजकडे वळले. सम्राट हर्षवर्धनने नावारूपास आणलेली कनौजनगरी मिळविण्यासाठी पाल, राष्ट्रकूट आणि प्रतिहार या तीनही सत्तांनी आपले बळ खर्च केले. प्रतिहार आणि राष्ट्रकूट यांच्यातील वैराची कल्पना अरब प्रवासी अल मसूदी यालाही आलेली होती. पुढे १०१८ मध्ये तुर्की फौजांनी कनौजवर कब्जा केला आणि प्रतिहार राजवटीचा अस्त झाला. दक्षिणेत राष्ट्रकुटांचा अस्त होऊन कल्याणीचे चालुक्य आले. राष्ट्रकूट, प्रतिहार आणि पाल वंश कनौज मिळविण्यात मग्न असलेले पाहून त्यांच्या वर्चस्वाखाली असलेली छोटी राज्ये स्वतंत्र झाली. नेपाळ, कामरूप, उत्कल, काश्मीर या राज्यांना स्वत:चे अस्तित्व प्राप्त झाले. सातव्या शतकात काश्मीर हे एक भरभराटीला आलेले राज्य होते. ललितादित्याच्या राजवटीत अरबांना पुढे सरकता आले नाही. त्यानंतरच्या राजवटींनी मात्र केवळ काश्मीरवरच लक्ष केंद्रीत केले. पुढे तुर्कांनी काश्मीरही घेतले. काश्मीरच्या वैभवाच्या काळात साहित्यशास्त्रविषयक महत्त्वाच्या ग्रंथांची निर्मिती झाली.

नवव्या शतकात गांधार देशावर शाहिया नावाच्या तुर्क वंशाची सत्ता होती. त्याच्या ब्राह्मण मंत्र्याने राज्यक्रांती केली आणि हिंदू शाहिया वंश स्थापन केला. त्याचा वंशज जयपाल यालाच अकराव्या शतकात गझनीच्या स्वाऱ्यांना तोंड द्यावे लागले.

याच काळात राजपुतांचा उदय झाला. ते मूळचे कोण, कुठले याविषयी निश्चित माहिती नाही. नवव्या-दहाव्या शतकात राजपुतांना महत्त्व आले. त्यांच्यातल्या चार कुळांना विशेष प्रतिष्ठा होती. परिहार, चाहमान किंवा चौहान, सोलंकी आणि परमार किंवा पवार या चार कुळांचा अग्निकुल म्हणून उल्लेख केला जातो. परिहार दक्षिण राजस्थानात, चौहान पूर्व राजस्थान आणि दिल्लीकडे, सोलंकी काठियावाडात आणि

परमार माळव्यात स्थानापन्न झाले. इतर राजपुत वंशांपैकी चंदेल खजुराहोकडे, गुहील मेवाडात आणि तोमर हरियाणात होते. घिल्लिका (दिल्ली) हे शहर तोमरांनी इ.स. ७३६मध्ये वसवले.

इ.स. ९७७मध्ये गझनीच्या तुर्की राजाने सिंधू खोऱ्यातले शाहिया राज्य खालसा केले. त्यानंतर महमूद गझनीच्या हिंदुस्थानावरील स्वाऱ्यांना सुरुवात झाली. इ.स. १०००मध्ये त्याने शाहिया राजा जयपाल याचा पराभव केला. इ.स. १०२७पर्यंत गझनीने सतरा वेळा स्वाऱ्या केल्या. मथुरा, थानेसर, कनौज, सोमनाथ येथली देवळे त्याने लुटली, उद्ध्वस्त केली. इ.स. १०३०मध्ये महमूद मृत्यू पावला. त्यानंतर ११८२मध्ये मुहंमद घुरी येईपर्यंत छोट्या छोट्या राज्यांतल्या लढाया विकोपाला गेलेल्या होत्या. सिंधपाठोपाठ त्याने लाहोर घेतले आणि त्यानंतर ११९२ मध्ये दिल्लीची सत्ता हस्तगत केली. राजपुतांनी जिद्दीने लढा दिला, पण त्यांना यश मिळाले नाही.

इ.स. १२०६मध्ये मुहम्मद घुरीची हत्या झाली. त्यानंतर दिल्ली सल्तनत उदयास आली. कुत्बुद्दीन ऐबक हा दिल्लीचा पहिला सुलतान. गुलाम घराण्याची सत्ता १२९०पर्यंत होती. त्यानंतर खिलजी घराण्याकडे सत्ता गेली. अलाउद्दीन खिलजीने १३१८पर्यंत राज्य केले. खिलजीच्या काळातच मुसलमानी अमल कन्याकुमारीपर्यंत पसरला. त्यानंतर दिल्लीच्या सिंहासनावर तुघलक (१३२०-१४१२), सय्यद (१४१४-१४५१) आणि लोदी (१४५१-१५२६) या घराण्यांनी सत्ता गाजविली. १५२६मध्ये सलतानशाहीचा शेवट झाला. दक्षिणेत १३४७मध्ये बहामनी राज्याची स्थापना झाली. गुलबर्गा ही राजधानी होती. १४२२मध्ये राजधानी बीदर येथे हलवण्यात आली. १५२७मध्ये बहामनी सत्तेचे विघटन झाले आणि त्यातून विजापूरची आदिलशाही, अहमनगरची निजामशाही, वऱ्हाडची इमादशाही, बीदरची बरीदशाही आणि गोवळकोंड्याची कुतुबशाही या राजवटी उदय पावल्या. तुघलकाच्या काळातच १३३६मध्ये विजयनगरचे साम्राज्य आकारास आले. बहामनी सत्तेतून विघटीत झालेल्या राजवटींनी ते १५६५मध्ये नष्ट केले.

तेराव्या शतकाच्या अखेरीस दक्षिणेत देवगिरीचे यादव, वरंगळचे काकतीय आणि द्वारसमुद्रचे होयसळ हे तीन हिंदू राजवंश राज्य करीत होते. ही तीनही साम्राज्ये अतिशय संपन्न अशी होती. याशिवाय कंपिळचे छोटेसे राज्य होते. उत्तरेत सत्ता प्रस्थापित करणाऱ्या खिलजी आणि तुघलक वंशांनी दक्षिणेतील प्रदेश काबीज केला आणि ही साम्राज्ये नष्ट केली. हिंदू साम्राज्ये अशी एकामागून एक कोसळत गेलेली असली तरी हिंदू राजवंश आणि लोक स्वस्थ बसलेले नव्हते. 'जुन्या राज्यांच्या धगधगीत रक्षेमधून एक नवे राज्य उदयास आले. विजयनगरच्या साम्राज्याचा आणि होयसळ, काकतीय किंवा कंपली या संस्थानांचा काही संबंध असो अगर नसो, हे जे नवे साम्राज्य उदयास आले त्याचे कारण

तत्कालीन राजकीय खळबळ, यात शंका नाही.' (हेरास, १९३६-३७: २८).

इ.स. १३३६मध्ये विजयनगरची स्थापना झाली. तालिकोटच्या लढाईत रामरायाचा पराभव झाल्यानंतर दोन वर्षांनी म्हणजे १५६७मध्ये ती राजधानी सोडून देण्यात आली. त्यानंतर विजयनगरच्या साम्राज्याचे विघटन झाले. इ.स. १६७४पर्यंत विजयनगरच्या साम्राज्याचा तुकडादेखील शिल्लक राहिला नाही. परंतु इ.स. १६६७ पासून दक्षिणेत मराठेशाहीचा आरंभ झाला. विजयनगरच्या साम्राज्याचा मराठेशाहीवर परिणाम झाला असल्याचे मत शेजवलकर यांनी मांडलेले आहे. ते म्हणतातः 'महाराष्ट्र-राज्याची कल्पना विजयनगरच्या छायेत शिवाजीच्या मनात स्फुरली, त्याच राज्याचा मुलूख जिंकता जिंकता वृद्धिंगत पावली, त्याच राज्याच्या आश्रयामुळे मराठेशाही रुजली, वाढली, गंडातरांतून टिकली, चालू राहिली आणि अखेरीस तो आश्रय सुटला तेव्हा कोसळून कोलमडून पडली.' (शेजवलकर, १९३६-३७: ७८)

मराठेशाहीची स्थापना शिवाजी महाराजांनी केली, तर ती बाजीरावांनी सर्वदूर रुजवली. बाजीराव पेशवे यांचा संदर्भ मराठी वाङ्मय कोषकारांनी वरील विवेचनात दिलेला नसला तरी वाचकांना त्यासंबंधी चार शब्द सांगणे अगत्याचे आहे. बाजीरावांचे वडील बाळाजी विश्वनाथ हे छत्रपतींच्या दरबारी रुजू होणारे पहिले पेशवे-पंतप्रधान होत. इ.स. १८६० सालच्या आसपास कोकणातून ते घाटावर आले. कोकणात चिपळूण येथील मिठागारात ते मुकादम-हिशेबनीस होते. कान्होजी आंग्रे हे सुद्धा त्याच वेळी चिपळूण येथे कामगार कंत्राटदार होते. पेशव्यांचे मूळ नाव भट हे होय! काही शतकांपूर्वी त्यांचे पूर्वज मिसर-इजिप्त (आता इस्त्राएल आहे. तेथील भूभाग) इकडून समुद्रमार्गे आले असावेत. याविषयी काही मतांतरे आहेत. काहींच्या मते ते पर्शियातून तर काहींच्या मते ते स्लाव वंशाचे असल्यामुळे स्कॅंडिनेयातून तर काहींच्या मते ते काश्मीरमधून आल्याचे सांगितले जाते. परंतु समुद्रमार्गे आलेल्या या प्रवाशांत स्त्रिया नव्हत्या. कोकणात देवदर्शनासाठी आंबेजोगाई येथून आलेल्या एका दुसऱ्या यात्रेकरू गटातील स्त्रियांची ठोक पद्धतीने लग्ने-शरीरसंबंध करून जी प्रजा निर्माण झाली तिचेच पुढे कोकणस्थ-चित्पावन असे नामकरण झाले असावे असाही अंदाज काही तज्ज्ञांनी व्यक्त केला आहे. घारे-निळे डोळे, सोनेरी केस, गोरी कांती, शरीराची उभी चण इत्यादी गोष्टींमुळे या विचाराला बळकटी येते. दस्तुरखुद्द बाजीराव मात्र सहा फूट उंच, काटकुळे, पण रुंद खांदे असलेले, सरळ धारदार नाकाचे असे होते. त्यांचे पूर्वज कोणीही असोत, ते मराठ्यांच्या सत्तेला खूप पुढे घेऊन गेला हे मात्र खरे!

(महाराष्ट्र वाङ्मय कोषाच्या आधारे)

❒❒❒

संदर्भ ग्रंथ सूची

- मराठे व औरंगजेब - सेतुमाधवराव पगडी - सौ. सुधा जोशी (ज्ञानराज प्रकाशन)
- प्रतापी बाजीराव - म.श्री. दीक्षित - सौ. सविता सु. जोशी (उत्कर्ष प्रकाशन) - १५ ऑगस्ट १९९९
- मराठी रियासत - गोविंद सखाराम सरदेसाई - स.मा. गर्गे (पॉप्युलर प्रकाशन)
- मराठी सत्तेचा उत्कर्ष - महादेव गोविंद रानडे - वि.गो. विजापूरकर - डिसेंबर १८९७
- पोर्तुगीज-मराठे संबंध - डॉ. पांडुरंग सखाराम पिसुर्लेकर - व.ह. गोळे (पुणे विद्यापीठ) - मे १९६७
- नेपोलियन चरित्र - म.श्री. दीक्षित - म.ना. जोशी (सन पब्लिकेशन) - १५ ऑगस्ट १९९१
- पहिले बाजीराव पेशवे - प्रो. नारायण केशव बेहरे - मंगेश ना. कुलकर्णी (भारत-गौरव-ग्रंथमाला) - मे १९३०
- श्रीमंत बाजीराव बल्लाळ - नागेशराव विनायक बापट वाईकर - तुकाराम जावजी (निर्णयसागर) - इ.स. १९०९
- मराठ्यांची बखर - कॅप्टन डेविड केपन - तुकाराम जावजी (निर्णयसागर) - इ.स. १९१६
- दुसरा पेशवा - वि.वा. शिरवाडकर - रा.ज. देशमुख (देशमुख आणि कंपनी) - एप्रिल १९४७
- थोरला बाजीराव पेशवा (१७२०-१७४०) - वि.गो. दिघे
- मराठ्यांची मर्दुमकी (भाग १ व २) - गोविंद जनार्दन गुर्जर - तुकाराम पुंडलीक शेट्ये - सप्टेंबर १९३०
- पेशवा पहिला बाजीराव - प्रा. श.श्री. पुराणिक - मुकुंद शंकर दाते (काळ प्रकाशन) - १८ ऑगस्ट १९९९
- पेशवे घराण्याचा इतिहास - प्रतोद ओक - ॠतुपर्ण कुलकर्णी(कॉन्टिनेन्टल प्रकाशन) - इ.स. २००१ १५ मराठ्यांचा इतिहास साधन परिचय - अ.रा. कुलकर्णी - दत्तात्रेय गं. पाष्टे (डायमंड पब्लिकेशन) - जून २००८

- पुरंदरे दप्तर भाग १ ला. - कृष्णाजी वासुदेव पुरंदरे - दत्तो वामन पोतदार - इ.स. १९२९
- पुरंदरे दप्तर भाग २ रा. - कृष्णाजी वासुदेव पुरंदरे - श्रीपाद रघुनाथ राजगुरू (राजगुरू आणि कंपनीज्) - इ.स. १९२९
- मराठे व इंग्रज - नरसिंह चिंतामण केळकर - कमलाबाई भिडे (मॉडर्न बुक डेपो प्रकाशन) - १ जानेवारी १९६३
- Bajirao The Warrior Peshwa - E. Jaiwant Paul - The Lotus Collection - Year 2000
- Peshwa Bajirao & Maratha Expansion - V.G. Dighe - Karnatak Publishing House - 1st Nov. 1944
- मराठ्यांचे युद्धशास्त्र - कर्नल मधुकर गणेश अभ्यंकर
- ग्रीक नाविक ते पेशवाई - प्र.व. जोशी - ११ जून, २००७
- सह्याद्री- बाजीराव विशेषांक
- Bajirao I (An Outstanding Cavalry General) - Col. R.D. Pasolkar, M.C.

□□□

जयराज साळगावकर

- जन्म १९५४
- एम.ए. : अर्थशास्त्र, डिप्लोमा इन बिझनेस मॅनेजमेंट
- 'कालनिर्णय' या मराठी आणि अन्य विविध भाषांतील लक्षावधी खपाच्या कॅलेंडरचे आणि 'कालनिर्णय' या जगप्रसिद्ध ब्रँडचे सहसंस्थापक आणि व्यवस्थापकीय संचालक.
- लोकसत्ता, म.टा., दिव्य मराठी, लोकमत सारख्या अनेक दैनिकांमधून स्तंभलेखन आणि विविध विषयांवर लेखन, 'जगप्रवाह', 'कशासाठी कुठवर', 'पैसा आणि मध्यमवर्ग' आदी पुरस्कार प्राप्त पुस्तकांचे लेखक.
- सकाळ प्रकाशनातर्फे 'काली-काला' हे पुस्तक प्रकाशित.
- भारत सरकार आणि महाराष्ट्र शासनाच्या नियोजन मंडळ, तसेच विविध मंडळे, समित्या यांचे सदस्य.
- वेगवेगळे छंद जोपासत असताना बरोबरीने गिर्यारोहण, फिल्म सोसायटी आदी संस्थानचे संयोजन समिती सदस्य.

❑❑❑

www.ingramcontent.com/pod-product-compliance
Lightning Source LLC
LaVergne TN
LVHW090314051026
849518LV00005B/1780
9788197338427